आधुनिक भारताचे प्रेषित
स्वामी विवेकानंद

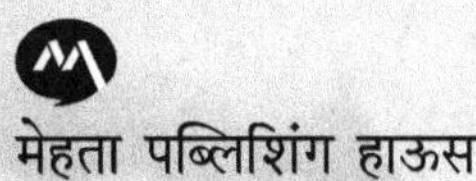

मेहता पब्लिशिंग हाऊस

आधुनिक भारताचे प्रेषित
स्वामी विवेकानंद

लेखक
गौतम घोष

अनुवाद
माधव मोर्डेकर

The Prophet of Modern India

A Biography of Swami Vivekanand

by © Gautam Ghosh

आधुनिक भारताचे प्रेषित
स्वामी विवेकानंद : व्यक्तिचरित्र

अनुवाद
माधव मोर्डेकर

मराठी अनुवादाचे व प्रकाशनाचे हक्क
मेहता पब्लिशिंग हाऊस, पुणे.

प्रकाशक
सुनील अनिल मेहता,
मेहता पब्लिशिंग हाऊस,
१९४१, सदाशिव पेठ,
माडीवाले कॉलनी, पुणे - ३०.
℗ ०२०-२४४७६९२४

E-mail : info@mehtapublishinghouse.com

Website : www.mehtapublishinghouse.com

प्रकाशनकाल
सप्टेंबर, २००४ / एप्रिल, २००७ /
जानेवारी, २०१० / ऑगस्ट, २०११ /
जून, २०१२ / मार्च, २०१३ / मार्च, २०१४ /
जुलै, २०१५ / जानेवारी, २०१७ /
पुनर्मुद्रण : डिसेंबर, २०१८

मुखपृष्ठ
चंद्रमोहन कुलकर्णी

P Book ISBN 9788177664898
E Book ISBN 9788184988161
E Books available on : play.google.com/store/books
www.amazon.in/b?node=15513892031

ॐ

श्री सद्गुरु स्वामी स्वरूपानंद (पावस)

श्री सद्गुरुंचे चरणयुगुली सर्वभावे समर्पण

'स्वामी विवेकानंद हे । आले मथूरबाबू पाहे ।।४।।
'साधू संत भक्त यती । नित्यनेमे येथे येती ।।९।।
(श्री संजीवनी गाथा : अभंग ४४मधून)

श्री स्वामी स्वरूपानंद जन्मशताब्दि समारोहकाळात
श्री स्वामी विवेकानंद
यांच्या अद्वितीय जीवन गाथेचे लेखन श्रींनीच करून घेतले.

- माधव मोर्डेकर

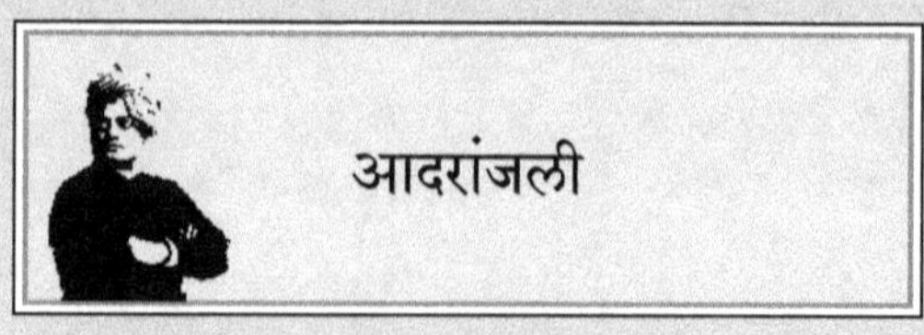

काही घटना अचानक घडतात. आपण त्याला योगायोग म्हणतो. **'आधुनिक भारताचे प्रेषित : स्वामी विवेकानंद'** या प्रस्तुत अनुवादित पुस्तकाच्या बाबतीतही नेमके तेच घडले.

अगदी शाळेतल्या दिवसांपासून –म्हणजे साठ-पासष्ट वर्षांपूर्वी –स्वामी विवेकानंदांचे नाव ऐकून होतो. त्या काळी, शाळेत अवांतर वाचनासाठी 'थोरांचे बालपण' नावाचे पुस्तक अभ्यासाला होते. त्यात स्वामीजींच्या आयुष्यातील एक घटना सांगितलेली होती – परीक्षेच्या दिवशी सकाळी स्वामीजी मोठमोठ्याने गाणी म्हणत, भावंडांच्या खोड्या काढत वेळ घालवत होते. त्या धांगडधिंग्याचा आवाज ऐकून शेजारच्या माणसाने स्वामीजींना विचारले – ''काय रे, नरेन, आज तुझी परीक्षा आहे ना? मग अभ्यास करायचा सोडून काय उद्योग चाललाय हा?'' नरेन चटकन म्हणाला – ''अहो, माझा सगळा अभ्यास पूर्ण झालाय. आणि परीक्षेला जाईपर्यंत पुस्तकात डोके खुपसून नसते बसायचे. असेच रमतगमत मन ताजेतवाने, आनंदी ठेवायचे असते. म्हणजे परीक्षेत कसलाही गोंधळ उडत नाही!'' शेजारी चाटच पडला ते ऐकून –यालाच म्हणतात 'मुलाचे पाय पाळण्यात दिसतात'.

भगवान श्री रामकृष्ण परमहंस व विश्वविजयी स्वामी विवेकानंद या महान विभूतींबद्दल पुढे अधिक वाचन होत गेले आणि कळत्या, प्रौढवयात त्यांच्याबद्दलचा भक्तिभावही खूप वाढला. पुढे, योगायोगाने पावसच्या श्री स्वामी स्वरूपानंदांच्या साक्षात्कारी कार्याबद्दल कळले. एव्हाना ते निजधामी गेले होते. पण तरीही ओढ लागली. एके दिवशी श्री क्षेत्र पावसला गेलो. श्री स्वामी स्वरूपानंदांनी सलग चाळीस वर्षे ज्या खोलीत अखंड वास्तव्य करून आपल्या नाथ-सांप्रदायिक योगबळावर समाजाच्या सर्व थरांतील कित्येक लहानथोर भाविक, मुमुक्षुंना मार्गस्थ केले होते त्या खोलीत प्रवेश केला. श्री स्वामींच्या चैतन्यरूपाला मनोभावे वंदन करून आसपास नजर टाकली. काय पाह्यला मिळावे? पलंगालगतच्या अगदी मोजक्या तसबिरींत; देवादिक, त्यांचे सद्गुरु श्री गणेशनाथ यांच्या रांगेत भगवान श्री रामकृष्ण व स्वामी विवेकानंद यांच्याही तसबिरी पुष्पमालांनी सजवलेल्या दिसल्या. पुढे श्री स्वामींच्या 'संजीवनी गाथा' या अभंग-संग्रहात श्री रामकृष्णांवरची एक स्वतंत्र रचनाच वाचायला मिळाली. सत्पुरुषांच्या परस्परांतील-अंतरंगात्मक साहचर्य व सामरस्य यांची प्रचीती आली आणि मूळचा भक्तिभाव अधिकच वृद्धिंगत झाला.

आज, श्री स्वामी स्वरूपानंदांच्या जन्मशताब्दि
काळात स्वामी विवेकानंदांवरचे हे चरित्रात्मक पुस्तक
अनुवादासाठी यावे या घटनेचा अर्थ कसा
लावायचा! एका परीने श्री सद्गुरुंनीच ही संधी
उपलब्ध करून दिली असा भाव मनात धरून
सन्मित्र अनिल व त्यांचे सुपुत्र सुनील या
मेहताद्वयींना लागलीच होकार दिला. कसलेही विघ्न
वा अडचणी आल्या नाहीत. स्वामीकार्य म्हणजे
स्वामीसेवा आणि तीही त्रिवेणी समजून एका
महिन्यात काम पूर्ण केले. श्री सद्गुरुंना साक्षी ठेवून
लेखन केले. धन्य पावलो, कृतार्थ झालो!

लेखनाच्या ओघात, श्री स्वामी विवेकानंदांच्या
अलौकिक आध्यात्मसाधनेचा प्रवास श्री सद्गुरु
स्वामी स्वरूपानंदांच्या त्याच प्रवासाशी, काही
अंशांनी का असेना, जुळत आहे असे वाटत राहिले.
विशेषत: श्री सद्गुरुंनी आपल्या देहत्यागासाठी
निवडलेला दिवस भगवान श्री रामकृष्णांच्याच
महानिर्वाणाचा दिवसच असावा याचाही विस्मय
वाटला. आणि त्यामुळे संपूर्ण लेखनकाळात एक
वेगळी अनुभूती लाभली.

मूळ इंग्रजी पुस्तकाचे लेखक गौतम घोष यांनी
आपल्या प्रस्तावनेत हे स्पष्ट शब्दांत सांगितलेले
आहे की स्वामी विवेकानंदांची जीवनकथा, त्यांचे
असामान्य विभूतीमत्त्व महासागरासम आहे.
माझ्यासारख्या सामान्य लेखकाला त्यात बुडी मारून
त्या व्यक्तिमत्त्वाचे शिंपले वेचणे तसे अवघडच
आहे. तरी आपला प्रयत्न प्रामाणिक व श्रद्धाभावी
आहे.

आणखी एक वस्तुस्थिती. रामकृष्ण मिशनने
आपल्या विश्ववंद्य संस्थापकाचे विस्तृत चरित्र,
त्यांची ग्रंथसंपदा, निवडक बोधवचने,
व्याख्याने आदी सर्व तपशील
ग्रंथरूपाने प्रकाशित केलेलाच आहे.
याची कल्पना असूनही

श्री. गौतम घोष यांनी त्या सेतुबंधनातील आपला खारीचा वाटा उचललेला आहे. मी, अनुवादक या नात्याने, त्याला योग्य न्याय देण्याचा माझ्या परीने प्रयत्न केलेला आहे. श्री रामकृष्ण-विवेकानंद यांच्या असंख्य भक्तांनी, प्रेमिकांनी लेखन व तपशील यातील त्रुटी, उणिवा इत्यादीं-बद्दल उदार दृष्टिकोन ठेवून ही सेवा गोड मानून घ्यावी हीच सर्वांना नम्र प्रार्थना. मुळात त्यांचे पूज्य स्वामीजी हे स्वतःच अत्यंत कनवाळू, कोमलहृदयी व क्षमाशील होते. त्यांचे निष्ठावान भक्तही त्यापेक्षा वेगळे असूच शकत नाहीत याचे भान ठेवून हे आवाहन करत आहे.

अनुवादाच्या निमित्ताने, संपूर्ण लेखनकालात भगवान श्री रामकृष्ण, श्री स्वामी विवेकानंद आणि सद्गुरु श्री स्वामी स्वरूपानंद या सत्पुरुषांच्या चैतन्यरूपांचा सहवास व प्रेमाची पाखर निरंतर लाभली यासारखे दुसरे सौभाग्यच नाही. त्या तिघांच्या पुण्यस्मृतींना पूज्यभावे विनम्र वंदन. शुभं भवतु...

आता, श्रीमान मेहता-पितापुत्रांचा आजवरचा अकृत्रिम स्नेह व लोभ यांच्याबद्दल थोडे.

थेट १९७३ पासून आज अखेर त्यांचा लाभ झाला. म्हणून तर या अनुवादक्षेत्रात थोडीफार लुडबूड करण्याची संधी लाभली, वीस-पंचवीस साहित्यकृती प्रकाशात आल्या. कविवर्य बा. सी मढेंकर यांच्या भाषेत अशा प्रकारच्या 'आभाराचे शब्द दगड बनतात' म्हणून मी त्यांचे औपचारिक आभार मानण्याचा मोह कटाक्षाने टाळतो. त्यांच्या त्या स्नेहभावना अशाच चिरकाल टिकोत हीच इच्छा.

आणि शेवटी, मराठी वाचकांनाही विनम्र अभिवादन व त्यांच्याकडून निर्भीड अभिप्रायाची अपेक्षा ठेवून पुरे करतो.

– माधव मोर्डेकर

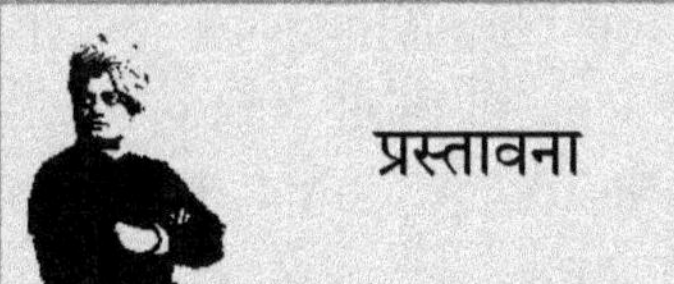

प्रस्तावना

या वर्षाच्या सुरुवातीला माझी एक स्नेही बर्नाली, एके दिवशी माझ्याकडे एक प्रस्ताव घेऊन आली. भारतातील एका प्रथितयश, मूळ इंग्रजीत पुस्तके काढणाऱ्या, रूपा या प्रकाशन संस्थेसाठी काही चरित्रे लिहिण्याबद्दलचा प्रस्ताव होता तो. त्याच वेळी, मी दुसऱ्या एका लेखकाने एका प्रख्यात संतूर-वादकाच्या चरित्राचे लेखन केलेले होते त्याचे संपादन संपवले होते. आणि खरे सांगायचे झाले तर मी देखील एखाद्या लौकिकप्राप्त प्रकाशकाकडे काम करण्याच्या संधीची वाटच पाहात होतो. तरीदेखील मी तिला विचारले – अलीकडे मला लेखनाची आवड निर्माण झाल्याचे तिला ठाऊक होते – ज्या थोर व्यक्तींच्या आयुष्याबद्दल मी लिहावे असे तिला वाटत होते त्यांना मी योग्य न्याय देऊ शकेन का? तिच्याकडून होकार आल्यानंतर लेखणी हातात घेण्याचे धैर्य माझ्यात आले. माझ्या लेखनाच्या कारकिर्दीतील या प्रकरणाची सुरुवात अशी होती.

माझे पहिले लेखन – प्रकाशक काढत असलेल्या एका चरित्रमालेसाठी (चरितावली) झाले. ती पुस्तके पॉकेटबुक्स होती. त्याच वाचकांसाठी स्वामीजीं-वरच्या पुस्तकाचा प्रकल्पही हाती घेण्यात आला. पण स्वामीजींचे व्यक्तिमत्त्व, त्यांचे कार्य यांच्या आवाक्याचा आढावा घेतल्यावर अशा एका अष्टपैलू व्यक्ति-मत्त्वाचे विविध पैलू उलगडून दाखवणे वाटते तितके सोपे नव्हते. माझ्या वाचनात आपल्या देशाचे आणखी एक महान राष्ट्रभक्त, नेताजी सुभाषचंद्र बोस यांनी स्वामी विवेकानंदांबद्दल लिहिलेले आले होते. ते म्हणाले होते – ''स्वामी विवेकानंदाबद्दल लिहिणे म्हणजे अत्यानंदांत बेहोष होणेच आहे. त्याशिवाय ते शक्यच होत नाही. फार थोड्यांना – अगदी त्यांच्या निकटच्या सहवासात राहण्याची मुभा असलेल्यांनाही त्यांच्या व्यक्तित्त्वाचे आकलन झाले असेल किंवा त्यांच्या अंतरंगाचा शोध घेणे जमले असेल. त्यांचे व्यक्तिमत्त्व संपन्न, गूढ आणि गहन होते... त्यांच्या त्यागाला कशाची फिकीर नव्हती, त्यांच्या कार्याला सीमा नव्हत्या, त्यांचा प्रेमभाव अमर्याद होता, त्यांची बुद्धिमत्ता सखोल व अष्टपैलू होती, त्यांच्या भावना आल्हादक होत्या, ज्यांच्यावर तुटून पडायचे त्यांना दयामाया दाखवायची नाही असा त्यांचा बाणा असला तरी ते एखाद्या बालकाप्रमाणे

निरागसही होते. आपल्या भोवतालच्या जगातील एक अतिशय दुर्मिळ असे व्यक्तिमत्त्व होते ते...'' अशा एका विविधांगी व्यक्तिमत्त्वाला दहा हजार शब्दांत-चरितावली मालिकेने घातलेली शब्दमर्यादा सामावून घेणे म्हणजे त्याच्यावर अन्याय करण्याजोगे होते.

शिवाय, या महान आयुष्याचा संशोधनात्मक वेध घेत असताना माझ्यासारख्या बंगालबद्दल अविचारी भक्तिभाव बाळगणाऱ्या एका व्यक्तीचे चक्क डोळे उघडण्याची वेळ आली. स्वामी विवेकानंदांच्या रोमारोमांत अस्सल भारतीयत्व भिनलेले मला आढळून आले. त्यांच्या भारतीयत्वाची जाणीव दाक्षिणात्य आणि उत्तर भारतातील काही भागांत झालेली दिसली. पण आम्हां बंगल्यांना मात्र आपल्या प्रिय नरेन्द्रनाथ दत्ताचे अस्सल अंगभूत सामर्थ्य कळायला अवधी लागला. स्वामीजींच्या शिकवणुकीला सध्याच्या परिस्थितीतही लाभणारी यथार्थता अपूर्व आहे. सध्या भारतात सर्व धर्मांना पछाडणारा कडवेपणा, चाललेली धर्मांतरे आणि सर्वसमावेशक अशा महान हिंदूधर्माचे तथाकथित आचरण करणारांत वाढत चाललेली असहिष्णुता पाहिली की तर त्या शिकवणुकीचे महत्त्व अधिकच पहायला लागते. आज जगात आपण काय पाहात आहोत? आपल्या देशात काश्मीरने माजवलेला विचित्र प्रक्षोभ, अमेरिकेच्या हाती एकवटलेली महासत्ता, तिची युद्धलालसा, आधीच भावनिक वा भौतिक दृष्टीने उध्वस्त झालेल्या देशांशी युद्ध करून त्यांच्यावर कबजा करण्यासाठी ती शोधत असलेल्या सबबी, ख्रिश्चन चर्चला भेडसावत असलेले योगाचे सामर्थ्य व तशाच इतर काही असहिष्णु वृत्ती... दिवसेदिवस अधिक बळावत चाललेल्या आहेत, अधिकाधिक गूढ बनत आहेत आणि म्हणूनच मी प्रकाशकांना विनंती केली – मला असे एक चरित्र चितारायची संधी द्या जे वाचकाच्या संवेदना जाग्या करेल, त्याला एक योग्य दिशा दाखवेल. माझ्यासमोर होते स्वामी विवेकानंद – एक सर्वकालीन महान विचारवंत! मला येथे कृतज्ञतापूर्वक नमूद केलेच पाहिजे ज्याच्या खात्यावर फक्त एकच पुस्तक आहे असा माझ्यासारख्या त्या मानाने नगण्यच म्हणावा अशा लेखकाला त्यांनी लेखनाची संपूर्ण मोकळीक देऊन आपल्या विशाल अंतःकरणाचा प्रत्यय आणून दिला. माझ्यावर त्यांनी टाकलेल्या विश्वासाला पात्र ठरण्यात मी बिलकूल कुचराई केलेली नाही असे मला प्रामाणिकपणे वाटते. या प्रांतात मी नक्कीच नवखा आहे. डझनावारी कादंबऱ्यांची कशी घुसळण घडवायची ही कला मी अद्याप आत्मसात केलेली नसल्यामुळे प्रकाशकांनी घालून दिलेल्या वेळेच्या कित्येक मर्यादांचे उल्लंघन माझ्या हातून झालेले आहे.

'एक राजा माणसाबद्दल, लक्षावधीतील एक अशा व्यक्तीबद्दल' लिहिणे म्हणजे एक अतिशय सुखद पण डोके खाणारा अनुभव होता. कित्येकदा प्रथम तो विषय आपल्या डोक्यात पुरता फिट्ट करेपर्यंत माझी लेखणी नकळत हालतच नव्हती. स्वामींच्या ज्ञानाचा आवाका नुसता 'सखोल आणि विविधांगी नव्हता' तर त्याचा विस्तारही अद्भुत होता. स्वामीजींनी आपल्या शिष्यांसाठी ज्या आवेशाने, कळकळीने ब्रह्मचर्य व्रताचा पुरस्कार त्याची महती व योग्य आकलन माझ्यासारख्याच्या ताकदी बाहेरचे आहे. फक्त एकदा वाचल्यानंतर, नव्हे ऐकल्यानंतरही ती गोष्ट आपल्या स्मृतिपटलावर जशीच्या तशी कोरून ठेवायची, अवघ्या एकोणचाळीस वर्षांच्या अल्पायुष्यात कोठेही, कोणत्याही

विषयावर आयत्या वेळी अस्खलित वक्तव्य करायचे ही गोष्ट सर्वस्वी अशक्यप्राय आहे. ब्रह्मचर्याचे कठोर पालन केल्यावर ती जमू शकते हा उद्घोष स्वामींनी उच्चरवाने केला असता आजअखेर दुसऱ्या एखाद्या ब्रह्मचाऱ्याला, अगदी त्यांनीच निर्माण केलेल्या संन्याशी-संप्रदायातील आणखी एखाद्यालाही, त्यांच्या जवळपासही पोचता का आले नसावे यातील गौडबंगाल मला या क्षणापर्यंतदेखील उमजलेले नाही. त्यांच्या जीवनाच्या तपशीलाचा अभ्यास केवळ भारताची नीती व सनातन धर्म यांच्याबद्दलच आपल्याला योग्य ते ज्ञान देत नाही तर एक परिव्राजक या नात्याने जवळजवळ बारा वर्षे त्यांनी केलेल्या कोणत्याही देशाच्या, नव्हे शहरांच्या, इतिहास, भूगोल व संस्कृती यांचा एक सुबोध वस्तुपाठच आहे.

थोडक्यात, स्वामी विवेकानंदांचे चरित्र-लेखन म्हणजे मी लहान तोंडी घेतलेला एक मोठा घासच आहे. स्वामीजीं सारख्या एका महात्म्याचे यथार्थ चित्रण करण्याचा प्रयत्न करण्यापूर्वी मी अद्वैत आश्रमाने प्रकाशित केलेल्या 'लाईफ ऑफ स्वामी विवेकानंद' व 'कम्प्लीट वर्कस ऑफ स्वामी विवेकानंद' चे नऊ खंड अगदी खोलात जाऊन अभ्यासले आणि त्याजबरोबर स्वामीजींबद्दल वेगवेगळी माहिती देणाऱ्या कित्येक वेबसाईटही लक्षपूर्वक चालल्या. त्या प्रचंड व्यापांतून माझ्या पदरात जे काही ज्ञान अल्पशा प्रमाणात ग्रथित झाले असेल त्याबद्दल मी त्या साऱ्यांचा ऋणी आहे. स्वामीजींच्या संदर्भात अधिक संशोधन करण्यासाठी मी अलीकडे वाराणशी व सारनाथलाही भेट देण्याची संधी घेतली. तेथे मला वाराणशीच्या रामकृष्ण मिशन होम ऑफ सर्विस या संस्थेचे ब्रह्मचारी प्रवीर महाराज भेटले. त्यांनी मला बरोबर शंभर वर्षांपूर्वी स्वामीजी आपल्या वाराणशीच्या अखेरच्या भेटीत ज्या 'गोपाळलाल व्हिला'मध्ये राहिले होते तो शोधून काढण्यासाठी मला उत्स्फूर्त साह्य केले. त्याचप्रमाणे, भारतातील महाबोधी सोसायटीच्या सारनाथ केन्द्राची व्यवस्था पाहणारे भिक्कू व मूलगंधकुटी विहाराचे उच्च उपाध्याय पूज्य कहावट्टे सिरी सुमेधा थेरो यांनीही धर्मपालशी असलेल्या स्वामीजींच्या संबंधावर नवा प्रकाश टाकला. त्या दोघांचाही मी अत्यंत आभारी आहे. त्याचप्रमाणे, स्वामी विवेकानंदांची सुरेख छायाचित्रे मिळवण्याच्या बाबतीत, कलकत्त्याच्या रामकृष्ण मिशन इन्स्टिटट्यूट ऑफ कल्चरचे वंदनीय तरुण महाराज व अद्वैत आश्रमाचे अरविंद महाराज यांनी जी मदत व मार्गदर्शन मोठ्या कृपाळूपणे केले त्याबद्दल त्या दोघांचेही मन:पूर्वक आभार मानतो.

सांप्रत, आपल्याला असे काही तथाकथित नेते लाभलेले आहेत ज्यांच्या

मूर्खपणाच्या चळवळी आणि बोलायचे एक, करायचे दुसरेच या पद्धतीचे जीवन यांच्यामुळे या देशाच्या वैभवशाली प्राचीन संस्कृतीचा दर्जा खालवतो आहे याबद्दल स्वामीजींना असह्य अशा यातना होत असत ही दुःखद भावना वाचकालाही जाणवेल. आणि म्हणूनच ते म्हणत – ''या भारतात तीन माणसे केवळ पाच मिनिटांसाठी देखील एकत्र येऊन एखादे कार्य पार पाडत नाहीत. प्रत्येकाची धाव आहे, धडपड आहे सत्ता-संपादनाच्या दिशेने! त्यामुळे भविष्यात कधी ना कधी हा संपूर्ण देश एका शोकावस्थेत हळहळत बसेल...'' स्वामीजींचे त्यावेळचे निरीक्षण आजही तंतोतंत लागू पडत आहे. जागतिक संस्कृतींच्या संदर्भातील भारताला प्राप्त झालेल्या महत्त्वाचे स्वामींनी केलेले वर्णन जितके सुस्पष्ट व सुबोध आहे. तितकेच त्यांनी सुएझ कालवा आणि त्याच्या भोवतालची बंदरे यांच्या विकासाबद्दल व्यक्त केलेले मतही तितकेच विवेचक आहे. दीनदुबळे, दरिद्री, खालच्या जातीत जन्मलेले लोक धर्मांतरास का प्रवृत्त होतात याबद्दलचा त्यांचा शेरा – ''केवळ पोटातील भूक शमत नाही म्हणून ती ख्रिश्चन धर्माकडे आकर्षित होतात असा विचार करू नका. त्यांना तुमच्याकडून कसलीही सहानुभूती, दयामाया लाभत नाही हेच त्यामागचे एकमेव कारण आहे...!'' आज घडीच्या राष्ट्रीय पातळीवर वावरणाऱ्या नेत्यांनी या त्यांच्या मौलिक विधानातील अर्थ नीट समजून घेऊन परिस्थितीत बदल घडवण्याचा, आपली चूक सुधारण्याचा प्रयत्न करावा.

जे लोक गेरुआ (भगवे) वस्त्रे परिधान करतात त्यांना स्वामीजी आठवण करून देतात – ''हा भगवा वेष उपभोगासाठी नाही. ती एक ध्वजा आहे काहीतरी पराक्रमी कृत्य करून दाखवण्याची!'' ते ध्येय डोळ्यांसमोर ठेवूनच त्यांनी भारतात एक संन्यासी-संप्रदाय निर्माण करण्याचे महान कार्य अंगीकृत केले. समाजातील इतरांच्या कल्याणासाठी आपले संपूर्ण जीवन समर्पित करणारे, आपल्या सेवाकार्यातून बहुजनांच्या जीवनपद्धतीत सुधारणा घडवून आणणारे आणि त्यांच्या गुरुदेवांनी, भगवान श्री रामकृष्णांनी, दिलेल्या संदेशाचे-विविध धर्मांच्या अनुयायांनी बंधुभावाने नांदावे- पालन करून एक वेगळे धार्मिक पुनरुत्थान घडवून आणण्यासाठी झटणारे सांप्रदायिक त्यांना अपेक्षित होते. त्याचप्रमाणे त्यांच्या लक्षात आणखी एक गोष्ट चटकन आली. भारतात एखाद्याने स्वतःहून बहुजन समाजात जाण्याची गरज आहे, ती मंडळी आपल्याकडे येईपर्यंत वाट पाहत बसून वेळ दवडणे व्यर्थ आहे आणि म्हणून त्यांनी आपल्या अनुयायांना उपदेश केला – ''श्री रामकृष्णांनी पुरस्कृत केलेल्या सत्यांचे पाठ व आचरण अंमलात आणण्यासाठी व इतरांनी

ती आचरावीत म्हणून त्यांना मदत करण्यासाठी तुम्ही स्वत: दारोदार हिंडा!'' जरी त्यांचा कटाक्ष कठोर शिस्तपालन आणि संयमन यांच्यावर होता तरी त्यांनी आपल्या ब्रह्मचारी-शिष्यांना हेच सांगितले – ''आपला मुख्य उद्देश हे सारे संकेत, सारे नियमन पार करून त्यांच्याही पलीकडे पोचण्याचा आहे...'' आणि म्हणूनच मठातील दैनंदिन पूजापाठातील अनावश्यक अवडंबराच्या विरोधात त्यांनी आवाज उठवला होता. मला अशीही खात्री वाटते की रामकृष्ण मिशनला त्यांच्या संस्थापकाचा संदेश व त्याचे ध्येयाधिष्ठित कार्य यांचा प्रसार करण्याच्या कामात आज अखेर जे यश मिळालेले आहे आणि आज भारतात धार्मिक सुसंवाद घडवून आणण्यासाठी मिशन कोणती भूमिका घेऊ शकेल यासंबंधी आत्मनिरीक्षण करायला भरपूर वाव आहे.

या एका दीर्घकालीन साहसाची वेळेवर परिपूर्ती होण्यासाठी माझ्या प्रकाशकांनी मला योग्य साथ दिली याबद्दल मी त्यांचा आभारी आहे. त्याचबरोबर माझी पत्नी व माझा पुत्र यांनीही गेले काही महिने माझ्या लहरी उत्तम सांभाळल्या. कित्येक वेळा मला आवश्यक असणाऱ्या गोष्टी पूर्ण करण्यासाठी प्रसंगी आपल्या इच्छांना तिलांजली देऊन माझे मन दुखावणार नाही याची काळजी घेतली. त्यांच्या जोडीने आजवरच्या माझ्या आयुष्यात मी ज्यांच्याशी जिव्हाळ्याचे संबंध जोडू शकलो त्यांनीही या काळात मी त्यांच्याकडे पूर्वीइतका पुन्हापुन्हा जाऊ शकलो नाही याबद्दलत्या सर्वांचा आभारी आहे.

- गौतम घोष
कोलकता, १२ डिसेंबर २००२

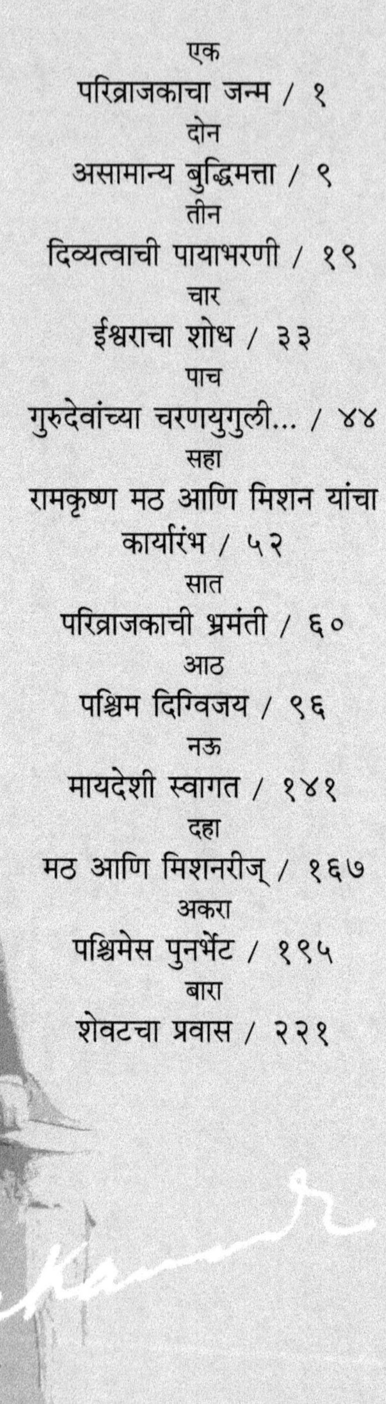

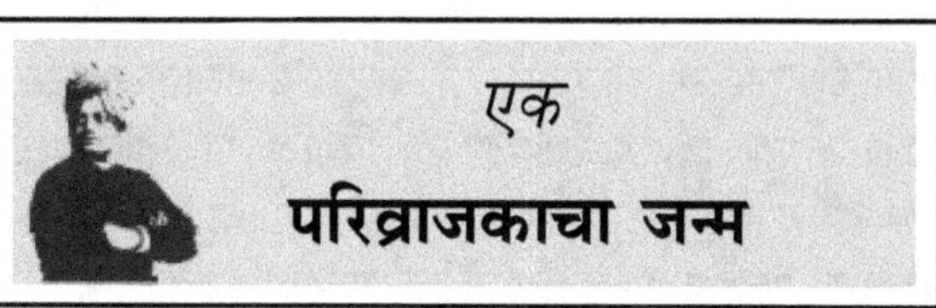

स्वामी विवेकानंदांचे मूळ नाव नरेन्द्रनाथ दत्त. त्यांचे वडिलोपार्जित घर उत्तर कलकत्त्यातील सिमला रस्त्यावरच्या गौर मोहन मुखर्जी आळीत होते. राम मोहन दत्त त्यांचे पणजोबा. ते एका इंग्लिश सॉलिसिटरकडे सहायक म्हणून काम करत. आपल्या व्यवसायातून त्यांनी अमाप कमाई केलेली होती. त्यांचा गोतावळा त्या मानाने फार मोठा होता. परिवारात माणसे खूप होती. त्यांची पैशाची बाजू दृष्ट लागण्याइतकी भरभक्कम होती. त्यांच्या नावाचा दबदबाही तितकाच होता. लोक त्यांना घाबरून असत. एक विद्वान, जाणकार, ज्ञानोपासक म्हणून समाजात त्यांची ख्याती होती. ते स्वतंत्र विचार करणारांपैकी होते. त्यांची मते ठाम असत. दानधर्माकडे त्यांचा ओढा होता.

राम मोहन दत्तना दोन मुलगे होते. एकाचे नाव होते दुर्गाप्रसाद तर दुसऱ्याचे कालीप्रसाद. दुर्गाप्रसादला फारशी व संस्कृत दोन्ही भाषा उत्तम अवगत होत्या. त्या भाषांवर त्यांनी विशेष प्रभुत्व मिळवलेले होते. शिवाय, त्यांनी कायद्यातील कौशल्येही चांगलीच आत्मसात केलेली होती. साहजिकच, त्यांनी आपल्या वडिलांच्या वकिलीच्या व्यवसायात भागीदार म्हणून वेळीच प्रवेश केलेला होता आणि तरीही त्यांना त्या लौकिक जीवनाबद्दल फारशी आस्था वाटत नव्हती. त्यांना आस लागलेली होती संन्यस्त जीवनाची! तो ध्यास जबरदस्त होता. त्यामुळे जे व्हायचे तेच घडले. आयुष्याच्या ऐन बहरात – वयाच्या पंचविशीतच – त्यांनी ऐहिकाचा त्याग करून सरळसरळ संन्यास घेतला. १८३५मध्ये हे परिवर्तन घडून आले. त्यांना एक मुलगा होता. विश्वनाथ नावाचा. त्याच्याकडेही दुर्गाप्रसादांनी पाठ फिरवली. छोट्या विश्वनाथाचा प्रतिपाळ त्याच्या आईने-श्यामसुंदरींनी – केला. बाई तशा धर्मपरायण पण निर्भय होत्या.

दुर्गाप्रसादांनी खऱ्या अर्थाने संन्यस्त जीवनाचा स्वीकार केल्यानंतर विश्वनाथचे

काका-कालीप्रसाद – कुटुंब प्रमुख झाले. त्यांच्याकडे कुटुंबाचा प्रपंचाचा गाडा हाकण्याची जबाबदारी आली. मुळात कालीप्रसादाकडे उदरनिर्वाहाचे खास असे साधन नव्हते. बापजाद्यांनी मिळवून ठेवलेले जे काही होते त्यातूनच त्या कुटुंबाचा रोजचा खर्च चालत राहिला. परिणामी, त्या कौटुंबिक संचिताला गळती लागण्यास सुरुवात झाली. त्यात दुर्दैवाने आपली एक वेगळी भर घातली. विश्वनाथ दहा वर्षांचा झाला आणि त्याच वर्षी त्याच्या आईने जगाचा निरोप घेतला. विश्वनाथ झाला पोरका. त्याच्या दिवट्या चुलत्याने त्याला पावलोपावली फसवण्याचा उद्योग हाती घेतला. तरीही त्या दहा वर्षांच्या पोराने काकाच्या लबाड कारवायांना धीराने तोंड दिले. त्या दुःखद, बिकट परिस्थितीतही त्याने आपला कुळाचार सोडला नाही. आपल्याला लाभलेल्या परंपरागत ज्ञानोपासनेचे उत्तम जतन केले. विविध भाषा आत्मसात केल्या. त्यांत नाव घेण्याजोगे प्रावीण्य मिळवले. एकापेक्षा एक-बंगाली, इंग्रजी, फारशी, अरेबिक, उर्दू, हिंदी आणि, अर्थातच, संस्कृतदेखील- भाषा त्याच्या घरी पाणी भरू लागल्या. वडिलांप्रमाणेच त्याचा आवाजही गोड होता. त्यामुळे संगीतातही रुची निर्माण झाली. त्याचेही धडे त्याने सुरेख गिरवले. तसे पाहिले तर इतिहास त्याचा हातखंडा विषय पण त्याने केवळ त्यावरच भिस्त ठेवली नाही. त्याच्या जोडीने विश्वनाथने ज्योतिषशास्त्रदेखील शिकून घेतले. यथावकाश, आपल्या स्वतःच्या मुलामुलींच्या जन्मपत्रिकाही तयार केल्या. थोडक्यात, विश्वनाथ एक विद्याविभूषित गृहस्थ म्हणून झकास तयार झाला.

शिक्षण पूर्ण केल्यानंतर विश्वनाथने प्रथम व्यापारधंद्यात हात घातला. पण त्यात बिचाऱ्याला यश आले नाही. मग त्याने कोण्या एका मि. टेम्पल नामक ब्रिटिश कायदेपंडिताकडे उमेदवारी करून वकिलीचे प्रशिक्षण घेतले. १८६६मध्ये, तो वकिलीचा स्वतंत्र व्यवसाय करण्यास पात्र ठरला. श्री. आशुतोष धर यांच्या भागीदारीत त्याने व्यवसाय सुरू केला. यथावकाश, त्याने त्या भागीदारीतून आपले अंग काढून घेतले आणि कलकत्ता उच्च न्यायालयात खटले स्वतःच चालवायला आरंभ केला. स्वभावतःच, त्याच्याकडे अभ्यासूवृत्ती असल्यामुळे त्याचा तेथे चांगलाच जम बसला.

विश्वनाथ दत्त एक नामांकित कायदेपंडित बनले. त्यांना व्यावसायिक प्रतिष्ठा लाभली. कायद्याच्या वर्तुळात त्यांचा बोलबोला होऊ लागला. साहजिकच त्यांचे व्यावसायिक क्षेत्र संपूर्ण उत्तर हिंदुस्थानात विस्तारले. कीर्ती व संपत्ती दोन्ही त्यांच्या पायाशी लोळण घेऊ लागल्या. पाठोपाठ ऐषआराम, चैनही तितक्याच प्रमाणात. अमाप दौलत घरात आली. आप्तेष्ट, सखेसोबती पटापट गोळा झाले. घरात नोकर-चाकर वावरू लागले. विश्वनाथबाबू पाककलेतही प्रवीण होते. त्यांच्या हातचा स्वयंपाक म्हणजे भोजनभाऊंची चंगळच!

वाढत्या वयाच्या मुलांनी चांगले चुंगले खाल्ले तरच त्यांच्या मेंदूची वाढ योग्य प्रकारे होते यावर विश्वनाथ दत्तांचा विश्वास होता. आणि म्हणून आपल्या घरातील – मुलांना उत्तम दर्जाचे पोषक असे अन्न पुरवताना त्यावर होणाऱ्या खर्चाची कसलीच फिकीर त्यांना नसे. त्यामुळेच आपल्यामागे भरमसाट पैतृक मालमत्ता राखून ठेवण्याचा विचार त्यांच्या मनाला शिवत नव्हता. त्यापेक्षा आपल्या वंशजांसाठी उत्तम दर्जाचे दैनंदिन राहणीमान, शिक्षण आणि आरोग्यमान यांची तरतूद वर्तमानातच करण्यावर त्यांचा भर होता. त्यांची धारणा होती की तशी काही व्यवस्था झाल्यास त्यांची मुलेबाळे आपल्या स्वतःच्या भावी जीवनाचा पाया व्यवस्थित कसा घालायचा याचा विचार व तयारी करू शकतील. त्यांच्या डोळ्यासमोर आपले चुलते कालीप्रसाद यांनी घालवलेले खुशालचेंडू आयुष्य होते. वाडवडिलांच्या भरपेट पैशाची त्यांनी केलेली उधळण येत होती. त्या ऐतखाऊ, निरुद्योगी, मनमौजी आयुष्याची तुलना ते आपल्या खडतर आयुष्याशी करत. त्यांच्या वाट्याला सुरुवातीपासून एका पोरक्या, परावलंबी, दीनवाण्या व्यक्तीचे जिणे आले. प्रसंगवशात त्यांनी त्या कठीण, खडतर आयुष्याचा हिरीरीने स्वबळावर पाडाव केला आणि स्वकष्टार्जित अशा अमाप संपत्तीचा संचय केला. त्या बाबतीत ते स्वतःला खचितच धन्य मानत.

विश्वनाथ दत्त जात्याच बुद्धिमान, तडफदार, साहसी होते. त्यांच्या तल्लख बुद्धिमत्तेचे कौतुक करायलाच हवे. त्या जन्मजात दैवी देणगीच्या जोडीला त्यांच्या ठायी इतरही लक्षणीय गुण होते. त्यामुळे सर्व थरांतील लोकांना त्यांच्याबद्दल प्रेम वाटे. मुळात त्यांच्याकडे स्वतंत्र बुद्धी व वृत्ती होती. विशाल व उदार दृष्टी होती. एखाद्याला मित्र मानले की त्याच्यासाठी सर्व काही समर्पित भावनेने करण्याचा मोठेपणा होता. सर्वांत महत्त्वाचा स्वभावधर्म म्हणजे गरजवंताच्या पाठीशी संरक्षक म्हणून उभा राहण्याची सदैव तयारी. कोणाही दुःखिताला, संकटग्रस्ताला पाहिले रे पाहिले की त्यांचे कनवाळू, दयाळू अंतःकरण भरून यायचे, मदतीसाठी पुढे केलेला त्यांचा हात कदापिही माघार घेत नसे. कुठले तरी लांबवरचे नातलग असलेले कित्येक विद्यार्थी अगदी हक्काने त्यांच्या निवासस्थानी राहून आपले शिक्षण चालवत. त्यांचा सारा खर्च विश्वनाथबाबूंच्या पैशांतून होत असे. केवळ त्यांच्या आधारावर ती मुले चांगली शिक्षण घेऊ शकत.त्यामुळेच आजूबाजूचे, शेजारचे, वस्तीतले रहिवासी त्यांना मोठ्या आदराने 'दाता विश्वनाथ' म्हणून संबोधत. त्यांच्या 'दत्त' या आडनावाला त्यांनी 'दाता' हे नवे रूप दिलेले होते.

खरोखर, विश्वनाथांनी आपल्या जवळची अफाट संपत्ती, साधने 'उद्या' काय होईल याची कसलीही पर्वा न करता वाटून टाकली. कोणालाही विन्मुख पाठवले नाही. तसे करताना त्यांच्याकडून सारासार विचारही घडला नसल्याचे काही बाबतीत

दिसून आले. त्यांचे काही नातेवाईक चक्क रिकामटेकडे खावबा होते. 'खाओ (कधीकधी 'पिओ' ही) और सो जाओ' या वृत्तीने दिवस ढकलत होते म्हणतात. त्यांच्या या अविचारी दानधर्मावर त्यांच्या मुलांपैकी एकाने टीकाही केली. 'त्यांच्या स्वभावाला लागलेला तो एक रोग आहे, कीड आहे....' असाही शेरा त्याने मारला म्हणे. त्यांचा सर्वांत मोठा मुलगा-नरेन – देखील त्याबद्दल संतुष्ट नव्हता. 'असल्या फडतुस अपात्र माणसांवर अशी कृपा का करता?' असा प्रश्न तो वडिलांना विचारायचा. त्यावर विश्वनाथांचे उत्तर असे- "अरे, तुम्हांला जीवनात भोगाव्या लागणाऱ्या अनेक दु:खांची कल्पना उमजणार तरी कशी! तुम्हाला ती झळ लागतच नाही. ज्या दिवशी तसा एखादा चटका तुम्हाला बसेल तेव्हा तुम्हाला ते जाणवेल. त्या दिवशी या गरीब, दीनदुबळ्या प्राण्यांच्या वेदनेत तुम्ही सहभागी व्हाल. अरे, या धुंद आणणाऱ्या, झिंग निर्माण करणाऱ्या दारूच्या घोटातून त्यांना क्षणिक का असेना स्वर्गसुख लाभते, त्यांच्या दु:खाचा, यातनांचा त्यांना विसर पडतो. त्या दारूच्या नशेत ते आपले दु:ख तात्पुरते का होईना बुडवून मोकळे होतात, झिंगून पडतात...!''

विश्वनाथांचा एकूण स्वभावच, सर्वसाधारण दृष्टिकोनच उदारमतवादी होता, अतिविशाल होता. त्यांची जीवनाकडे पाहण्याची वृत्ती त्यावरच पोसलेली होती. मानवी जीवनाच्या विविधांगांचा त्यांनी केलेला अभ्यास, त्यांना आलेली जाण प्रचंड होती. ते पुराणमतवादी हिंदू नव्हते. त्यांनी आपल्या मेंदूची कवाडे सतत खुली ठेवलेली होती. त्यांचे मन नव्या मतांचे स्वागत करायला उत्सुक होते. सर्व धर्मांच्या विश्वव्यापी शिकवणूकीचा आणि त्यातील मूलतत्त्वांचा वेध घेण्याची जिज्ञासा त्यांच्यापाशी होती. त्यांनी बायबल व दिवाणे-इ-हफीझ या दोन्ही धर्मग्रंथांचा अभ्यास केला होता. त्यांची मते प्रागतिक होती. १८८२ मध्ये लिहिलेल्या एका पुस्तकात त्यांनी केलेल्या उत्तर व मध्य भारताच्या प्रवासात त्यांना आढळून आलेल्या काही विघातक अंधश्रद्धांचा उल्लेख केलेला आढळतो. त्या काळातील आणखी एक थोर समाजसुधारक, ईश्वरचन्द्र विद्यासागर, यांनी पुरस्कारलेल्या भारतीय विधवांच्या पुनर्विवाहाचे समर्थन विश्वनाथ दत्तांनी ही केलेले होते.

तो काळ भारताच्या इतिहासातील एका परिवर्तनाचा काळ होता. हिंदू व इस्लाम या संस्कृतींच्या सम्मीलनातून निर्माण झालेला नव्या संस्कृतीचा पगडा अद्याप टिकून होता. पण आता भारतीयांच्या जीवनात युरोपीय संस्कृतीही हळूहळू शिरकाव करताना पाहायला मिळत होती. तत्कालीन सुशिक्षित भारतीय साहजिकच या तिन्हींच्या प्रभावाखाली आलेलेच होते. विश्वनाथ दत्तांसारखे बुद्धिमंत त्याला अपवाद ठरणार तरी कसे व का? त्यांच्या एकंदर वागणूकीत एका बाजूने हिंदू-इस्लामी संस्कृतीची छाप तर दुसऱ्या बाजूने युरोपीय संस्कृतीचा प्रभाव असे दोन्ही

प्रकार आढळत होते. त्यांच्या दृष्टीने ब्राह्मण असो वा फकीर, दोघेही त्यांच्याकडून मिळणाऱ्या दक्षिणेस आणि सहानुभूतीस पात्र ठरत होते. मात्र, एका बाबतीत त्यांनी कटाक्ष ठेवलेला होता. आपल्या कुटुंबातील पारंपरिक, धार्मिक आचरणांना किंवा रूढींना कसलाही फाटा देण्याचा वा त्यात बदल करण्याचा प्रयत्न केला नव्हता. ते सारे संपूर्णत: अबाधित राखण्यात आलेले होते.

१८५१ मध्ये, विश्वनाथांना सोळावे वर्ष लागले आणि ते बोहल्यावर चढले. अंतर्पाटाच्या पलीकडे होती दहा वर्षांची भुवनेश्वरी देवी. सिमल्याच्या एका विख्यात बसू-कुटुंबातील नंदलाल बसू याची एकुलती एक सुकन्या. मातापित्यांची एकुलती एक कन्या असल्यामुळे ती त्यांच्या संपत्तीची वारसदार होती. तिच्या मागून तो वारसा आपोआप तिच्या मुलांकडे आला. अशा प्रकारे विश्वनाथ आणि भुवनेश्वरी या दांपत्याचा संसार रीतसर सुरू झाला. वय वाढत गेले तशी भुवनेश्वरीने आपल्या विहित कर्तव्यात, घरच्या जबाबदाऱ्यात, प्रपंचाचा भार उचलण्यात किंचितही कसूर केली नाही. उलट, त्या प्रचंड गोतावळ्याचा गाडा तिने अतिशय कुशलतेने व जाणकारीने हाकला आणि हे सगळे तिने अगदी मन लावून, हसतमुखाने केले. भुवनेश्वरी देवी निरपवाद एक बुद्धिमान गृहिणी होत्या. त्या केवळ घरकामातच कुशल नव्हत्या तर अनेकविध प्रापंचिक घबाडांतून इतर गोष्टींवरही त्या तितक्याच दक्षतेने लक्ष देत होत्या, त्या साठी वेगळा वेळही काढत होत्या. शिवणकाम, संगीत व रामायण-महाभारत या ग्रंथांचा रोजचा अभ्यास न चुकता करण्याचे भान त्यांनी ठेवलेले होते. त्यांच्या वागण्यात डौल होता. त्यांच्या आचरणात एकतानता होती. त्यांच्या बोलण्या-चालण्यात राजेशाही थाट होता आणि ते स्वाभाविकच होते. कारण, त्यांना मिळालेले बाळकडू त्याच तोलामोलाचे होते. त्यामुळे जो कोणी त्यांच्या संपर्कात येईल त्याच्याकडून त्यांना केवळ आदरच मिळायचा. त्यांच्याबद्दल त्याच्या मनात पूज्यभावाखेरीज इतर कोणत्याही भावाला थारा मिळत नसे. वृत्तीने त्या कमालीच्या धार्मिक व श्रद्धावान होत्या. प्रतिदिनी शिवशंकराची पूजा करणे त्यांचा नित्यनेम होता. कोणत्याही परिस्थितीत शांत व निर्विकार राहून ईश्वरेच्छाच प्रमाण मानणारी ही उदात्त हिंदू स्त्री गरजूंना मदतीचा हात देण्यात कधीही माघार घेत नव्हती.

विश्वनाथ व भुवनेश्वरी देवी या दांपत्याच्या पोटी नरेनने जन्म घेतला. बालवयात

मातोश्री भुवनेश्वरी देवी
(१८४१-१९११)

लडिवाळपणे 'बिल्ले' म्हणून घरच्या माणसांना परिचित असणारा हाच नरेन पुढे स्वामी विवेकानंद म्हणून प्रसिद्धीस आला. हा हा म्हणता त्याच्या काळातील सर्वश्रेष्ठ माणूस म्हणून संपूर्ण जग व्यापून राहिला. आपल्या असामान्य व अद्वितीय कर्तृत्वाने त्याने एका नव्या समाजव्यवस्थेचा पाया घातला.

बालवयात लग्न झाल्यामुळे भुवनेश्वरीदेवींना मातृत्वही तितक्या लवकरच लाभले. पण प्रसंगवशात त्यांचे पहिले मूल – मुलगा आणि दुसरे मुलगी होते. दोन्ही त्यांच्या लहानपणीच दगावली. त्यानंतर त्यांना सलग तीन मुलीच झाल्या– हरमोहिनी, सुवर्णमयी आणि अल्प वयातच जग सोडून गेलेली आणखी एक! कुलदीपक म्हणून आपल्याला पुत्रप्राप्ती व्हावी अशी आस त्यांना लागून राहिली. पुत्र हा परिवारातील भूत व भविष्यकाळ यांना सांधणारा एक दुवा असतो अशी आपली समजूत आहे. शेकडो वर्षांची परंपरा सांगते की हिंदू स्त्रिया आपल्या मनीच्या साऱ्या आकांक्षा व गाऱ्हाणी आपल्या कुलदैवतासमोर नेहमींच ठेवत आलेल्या आहेत. कुलदेवतेची कृपा व्हावी म्हणून अनेक प्रकारची व्रतवैकल्ये, उपासतापास, नवस आदींचा मनोमन अवलंब करत येत आहेत. भुवनेश्वरीदेखील त्याच पद्धतीच्या एक धर्मपरायण, कुटुंबवत्सल गृहिणी होत्या. त्यांनीही आपल्या कुलदेवतेला साकडे घातले. पूर्वापर चालत आलेली आणखीही एक रूढी प्रचलित होती. आपल्याला एखाद्या गोष्टीची आत्यंतिक गरज असेल किंवा एखादी विशिष्ट घटना घडावी असे तीव्रतेने वाटत असेल तर थेट वाराणशी गाठून भगवान शिवाच्या चरणी विशिष्ट वस्तू वाहायच्या किंवा विशिष्ट आयास-सायास, उपास-तापास करायचे. आता ज्यांना त्या पवित्र क्षेत्रात प्रत्यक्ष जाणे जमत नसेल किंवा ते अंतर त्यांच्या आवाक्याबाहेरचे असेल तर तेथे वास्तव्य करणाऱ्या आपल्या एखाद्या नातलग वा मित्राकरवी तसे विधी पार पाडले तरी भागत असे. भुवनेश्वरी देवींनी तो मार्ग स्वीकारला. वाराणशी नगरात दत्त कुटुंबातील लांबची नातेवाईक असलेली एक वृद्धा राहत होती. त्या आत्याबाईंना भुवनेश्वरींनी एक पत्र टाकले. कळवले– "माझ्यावतीने सिंदिया घाटाच्या वरच्या बाजूला असलेल्या सिद्ध क्षेत्रातील मंदिरातल्या श्री वीरेश्वराला आवश्यक त्या

वडिलोपार्जित घर, कलकत्ता

वस्तू दे, त्याची आण भाक, कळकळीने प्रार्थना कर व म्हण माझ्या भुवनेश्वरीच्या

ओट्यात एक मुलगा घाल, देवा!'' लोकांची श्रद्धा होती पुत्रप्राप्तीसाठी नवस करायचा झाल्यास श्री वीरेश्वराला तो करून त्याला प्रसन्न करून घेतले की काम फत्ते! असेही ठरले की दर सोमवारी तिकडे वाराणशीला आत्याबाईंनी श्री वीरेश्वराची पूजा करायची इकडे कलकत्त्याला भुवनेश्वरी देवींनी त्या सोमवारी विशेष व्रत करायचे! हा क्रम एखाद्या स्त्रीने अखंड वर्षभर चालवला तर तिला मुलगा व्हायलाच हवा अशीही जनमानसात अतूट श्रद्धा होती. आपली मनोभावे केलेली प्रार्थना परमेश्वराकडे रुजू होऊन त्याचे इच्छित फळ आपल्या पदरात नक्कीच पडेल या प्रतीक्षेत भुवनेश्वरी देवीने एक वर्ष काढले. त्या वर्षभरात त्यांनी दररोज नित्यनेमे जपजाप्य, ध्यानधारणा, उपास-तापास आदी आवश्यक त्या गोष्टी निष्ठेने पार पाडल्या. आपले संपूर्ण आत्मबल व अंत:करण त्यांनी शिवभक्तीवर केन्द्रित केले. शरीराने जरी त्यांचा रहिवास कलकत्त्यात होता तरी त्यांचे मन मात्र वाराणशीतील शिवमंदिरात केव्हाच पोचलेले असायचे. तिकडे पूज्य आत्याबाई शिवलिंगावर पवित्र गंगाजलाचा अभिषेक घालताना, मंत्रोपचाराने त्याला फुले वाहताना भुवनेश्वरी देवी मनाने त्यांच्या निकटच असत. एका रात्री, भुवनेश्वरींना स्पष्ट दृष्टांत झाला. ध्यानमग्न असलेल्या श्री शिवशंकरांनी आपली समाधी भंग करून एका बालकाचे रूप घेतलेले आहे. आणि तेच बालक पुत्र बनून त्यांच्या पोटी जन्म घेत आहे. त्या सुस्पष्ट स्वप्रातून भुवनेश्वरी देवींना जाग आली. अनेक महिन्यांच्या आपल्या तपश्चर्येला इच्छित फळ लाभणार याबद्दलचा विश्वास त्यांच्या मनात निर्माण झाला. परमेश्वर आपल्या तळमळीने केलेल्या प्रार्थनांवर प्रसन्न झालेला आहे अशी भावना बळावली. ते स्वप्र, तो दृष्टांत म्हणजे त्यांच्या कानावर पडलेला एक ईश्वरी उद्घोषच आहे असे त्यांनी मनोभावे मानले.

आणि तो भाग्यशाली दिवस उजाडला. १२ जानेवारी १८६३. सूर्योदयापूर्वी काही मिनिटे आधी - अगदी अचूक वेळ सकाळी ६ वाजून ३३ मिनिटे व ३३ सेकंद-ब्राह्ममुहूर्तावर भुवनेश्वरी प्रसूत होऊन त्यांना पुत्ररत्न प्राप्ती झाली. त्यांच्या वर्षभराच्या अंत:करणपूर्वक, श्रद्धापूर्वक पूजाअर्चा, प्रार्थना फळास आल्या. त्या पुत्राच्या जन्मकाळात पूर्व दिशेला धनुचा उदय होत होता, चन्द्र मीन राशीत तर गुरु अकराव्या स्थानी आणि शनी दशम स्थानात होता. तो दिवस नवव्या बंगाली महिन्याची पौष सप्तमी होता आणि विशेष म्हणजे समस्त हिंदू त्या दिवशी आपला महान मकर संक्रांतीचा सण साजरा करत होते. संपूर्ण देशातील हिंदूधर्मीयांच्या ध्यानीमनीही नसेल की आज हा पवित्र सण साजरा करत असताना आपण एका महापुरुषाच्या जन्मघटिकेचेही स्वागत करत आहोत. आज जन्मलेला हा युगपुरुष आपल्या देशाला एका नव्या कालखंडात नेणार आहे, भारताच्या आध्यात्मिक आणि राष्ट्रीय जाणिवांना पुनर्घटित करणार आहे. आज एका महान प्रेषिताने

आपल्या भारतभूमीत अवतार घेतलेला आहे याची पुसटशी कल्पनाही त्या क्षणी कोणाला आली नसेल. त्या क्षणी, त्याच्या रूपाने जगाला ऐहिकातून मुक्ती देण्यासाठी, त्या संपूर्ण सत्याचा प्रचार व प्रसार करण्यासाठी वेदांताचा संदेश पोचवणारा सेंट पॉलच पृथ्वीवर अवतरला होता की काय! तिकडे उत्तर कलकत्त्याच्या, त्याच्या जन्मस्थानापासून काही थोड्या मैलांवर असलेल्या दक्षिणेश्वरच्या उद्यानात, एक महान संत त्या बालकाच्या आगमनाकडे डोळे लावून बसलेला होता. आपला संदेश जगभर पसरवण्याचे आणि आपण आरंभलेल्या महान कार्याला गतिमान करण्याची जबाबदारी त्या नुकत्याच जन्मास आलेल्या बालकाच्या भाळी लिहिल्याचे त्याला जाणवत होते.

राणी रासमणींनी १८५५ मध्ये स्थापन केलेले दक्षिणेश्वर मंदिर, कलकत्ता. श्री रामकृष्णांचे वास्तव्य तेथेच होते.

◆

असामान्य बुद्धिमत्ता

त्या नवजात अर्भकाची सर्वसाधारण ठेवण पाहून दत्त कुटुंबीय आश्चर्यचकित झाले. त्याच्याकडे पाहिले की त्याच्या आजोबांची – दुर्गाप्रसादांची आठवण चटकन यावी. त्याचा तोंडावळा बहुतांशी आजोबांच्या चेहऱ्याशी मिळताजुळता होता. त्या आजोबांनी आपल्या जीवितकालात अचानक संन्यस्त जीवनाचा स्वीकार करून लौकिकाकडे पाठ फिरवलेली होती. या बालकाच्या रूपाने त्या संन्यस्त जीवाने पुन्हा एकदा या जगात प्रवेश तर नसेल केला असा एक विचार त्या सर्वांना कळत न कळत चाटून गेला. चला, काही का असेना घरात वंशाचा दिवा तर प्रज्वलित झाला ना! बस्स.

नेहमीप्रमाणे मुलाचे नाव काय ठेवायचे याचा खल सुरू झाला. भरपूर घुसळण झाली. काहींनी सुचवले – ''आजोबांच्या वळणावर गेला म्हणता तर त्यांचेच नाव-दुर्गाप्रसाद-ठेवा ना!'' मात्र, मातोश्री भुवनेश्वरी देवींनी सुचवले – ''लक्षात घ्या, माझा छकुला साक्षात श्री वीरेश्वराचा प्रसाद आहे त्यामुळे त्याचे नाव 'वीरेश्वर'च ठेवायचे. दुसरा विचार नको...!'' भुवनेश्वरींच्या या सूचनेशी प्रत्येकजण सहमत झाला. अर्थात, आणखी एका रिवाजाप्रमाणे पाळण्यातले नाव पाळण्यातच राहिले. सारेजण त्याला 'बिल्ले' या संक्षिप्त नावानेच पुकारू लागले. पुढे, त्यातही बदल झाला. कुटुंबातील इतर नावांना शोभा देईल असे आणखी एक नाव पुढे आले – नरेन्द्रनाथ! पुढे त्यातही सोयीप्रमाणे काटछाट होऊन 'नरेन' हे नाव जवळच्या लोकांच्या तोंडात बसले.

छोटा नरेन स्वभावतःच व्रात्य होता. खूपच खट्याळ खोडकर. इतरांनी दाखवलेली आमिषे, घातलेला धाक आदींना तो बिलकूल बधत नसे. सतत काहीतरी गडबड, धांगडधिंगा, आरडाओरडा चालूच असायचा. गप्प बसणे, उगी राहणे त्याच्या स्वभावातच नव्हते. शेवटी, भुवनेश्वरींनी त्यावर एक इलाज शोधला.

नरेनला चूप करायचे झाल्यास त्याच्या डोक्यावर गार पाण्याची धार धरायची आणि त्या धारेबरोबरच 'शिव, शिव' असा जप करायचा. कधीकधी धाकही घालायचा- 'सरळ वागला नाहीस ना तर शिवशंकर तुला कैलास पर्वतावर पाऊलही टाकू द्यायचे नाहीत...लक्षात ठेव!' आणि काय चमत्कार! बिल्ले पुन्हा सुतासारखा सरळ व्हायचा. तितकाच तरतरीत, उल्हसित. थोडक्यात, असा एखादा रागाचा झटका आला, चीडाचीड झाली की आई लगेच म्हणायची – ''काय नशीब बघा! मुलगा व्हावा, मुलगा व्हावा म्हणून मी शिवशंकरांचे पाय धरले आणि भोलेनाथांनी माझ्या पदरात घातला हा दैत्य! त्यांच्या सेवकांपैकी एक!''

अर्थात, असे स्फोट हे वरकरणीच होते. प्रत्येक घरात ते होतातच. तेवढा भाग सोडला तर नरेन एक तल्लख, बुद्धिमान, गोड आणि प्रेमळ बालक होता. कोणाकडेही दुडदुडु धावत जावे, त्याच्या मांडीवर खुशाल बसावे, ही त्याची रीत होती. सगळ्यावर अगदी बिनधोक विश्वास ठेवणाऱ्या मुलांपैकी तो एक होता. लहान मुलाला भोवतालचे विश्व म्हणजे एक सततचे विस्मयकारी प्रकरणच असते. आपल्या लुकलुकत्या डोळ्यांनी जगाकडे पाहत क्षणोक्षणी आनंद लुटण्याचा तो एक काळ असतो. बाल नरेन तो आनंद मनमुराद घेत असे. आपल्या दोन्ही ज्येष्ठ भगिनींची सतत कुरापत काढण्याची त्याला हौस होती. त्या बिचाऱ्या त्याला पुरून उरत नसत. त्याने अनेक प्राणी पाळलेले होते. त्यांच्याशी खेळणे त्याला आवडत होते. त्यातल्या त्यात घरातल्या गायीवर त्याचे भलते प्रेम होते. त्याच्या बहिणी त्या गायीला गोमाता किंवा भगवती मानून तिची पूजा करत. घरातल्या नोकरचाकरात त्याला अधिक प्रिय होता त्याचा टांगेवाला. त्याच्याकडे तो मित्र आणि दैवत म्हणूनच पाहत असे. त्या मोतद्दाराचे ते दिमाखदार पागोटे, त्याचा तो किनखापी, भरजरी गणवेश आणि त्याच्या हातातील तो रुबाबदार चाबूक यांची त्याला पडलेली बालसुलभ भुरळ वेगळीच होती. लहान मुलांच्या कल्पनाविलासात अशा एखाद्या व्यक्तीला फार मोठे स्थान असते. त्यात ती पूर्णपणे रमलेली असतात. छोटा नरेन त्याला अपवाद नव्हता.

फिरस्त्या साधू-संन्याशांचे नरेनला असलेले आकर्षण अद्भुत होते. तसा एखादा साधू वा पवित्र व्यक्ती दत्तांच्या राजवाड्यासारख्या निवासाच्या दारात आली रे आली की नरेन आनंदित होऊन हर्षभरे तिच्याकडे धाव घ्यायचा. एके दिवशी असाच एक साधू आला – 'ॐ भिक्षांदेहि'... पुकारत! आता त्याला द्यायला नरेनजवळ काय असणार? फक्त कमरेला गुंडाळलेले नक्षीदार नेसू! तसे म्हटले तर त्याच्या ते धोतर आवडीची वस्तू होती. कारण, ते धोतर म्हणजे त्याची बाल्यावस्था संपल्याची खूणच होती. शिवाय, ते त्याचे पहिलेवहिले नेसू होते. आणि तरीही त्याने मागचापुढचा कसलाही विचार न करता ते तात्काळ फेडून त्या

साधूच्या हातावर ठेवले देखील. साधूला काय! त्याने ते गुंडाळले डोक्याला, नरेनला तोंडभर आशीर्वाद दिला व गेला निघून! नरेनच्या वडिलांना – विश्वनाथ दत्तांना – आपले वडील साधू बनून घरातून निघून गेल्याची आठवण चांगलीच होती. ते स्वत: जरी उदार असले, साधूसंतांचा भरपूर आदर व आतिथ्य करणारे असले तरी त्या घटनेनंतर त्यांनी नरेनवर बारीक लक्ष ठेवायला सुरुवात केली. तेथून पुढे एखादा 'साधू' घरात आला तर नरेनची रवानगी थेट कडीकुलुपात. तो साधू निघून गेल्यानंतरच सुटका. पण त्यामुळे नरेन बिलकूल विचलित होत नव्हता. दारात आलेल्या भिक्षुकाकडे खोलीच्या खिडकीतून हाताला लागेल ती वस्तू त्याच्या दिशेने फेकायचा.

भगिनी स्वर्णमयीदेवी, बंधू महेन्द्रनाथ दत्त, भूपेन्द्रनाथ दत्त

मातेची मांडी हीच कोणत्याही बालकाची पहिलीवहिली शाळा. आपल्या नवसाने झालेल्या पुत्राला उत्तम शिक्षण देण्यास माता भुवनेश्वरी देवी उत्सुकच होत्या. मातेच्या मुखातून नरेनच्या कानावर हिंदूंच्या देव-देवतांच्या वैभवशाली कहाण्या तर पडल्याच पण त्याचबरोबर त्याला भारतीय ऋषिमुनींची आणि त्याच्या पूर्वजांच्या महानतेचीही माहिती मिळाली. त्याशिवाय, भारतीय महाकाव्यातील कथाही त्याने भरपूर ऐकल्या. रोज दुपारी माताजी त्याला रामायण व महाभारतातील मजकूर वाचून दाखवत. नरेनचे त्या वाचनाकडे अगदी बारीक, सावध व एकचित्त लक्ष असे. आपल्या मातोश्रींच्या आईकडूनही त्याला पुष्कळ गोष्टी शिकायला मिळाल्या. आजीच्या मातोश्री वैष्णव पंथी असल्यामुळे त्यांना भगवद्गीता व वैष्णवी लोकगीते व कथा यांची शिकवण मिळालेली होती. दत्त-परिवाराच्या प्रासादात अनेक फिरस्त्या गायकांची झुंबड उडत असे. नरेनच्या मातोश्री त्यांचे जाणीवपूर्वक आगतस्वागत करत, त्यांच्याकडून भक्तिगीते व गीतमय पुराणकथा गाऊन घेत. त्या मागचा उद्देश एकच होता. बालवयातच नरेनला भक्तिमार्गाची गोडी लागावी. पेशाने ती माणसे भिक्षेकरी असली तरी त्यांच्या गायनातील तन्मयता, सौंदर्य प्रभावशाली होते. त्यात श्रोत्यांच्या धार्मिक भावना उद्दीपित

करण्याची ताकद होती. परिणामी, त्या भावना अधिक दृढ होत असत.

नरेनच्या आईनेच त्याला बंगाली मुळाक्षरांची ओळख करून दिली. त्याला जोडूनच प्यारीचरण सरकार यांचे 'द फर्स्ट बुक ऑफ इंग्लिश' ही त्याच्या हातात ठेवले. जगातील नानाविध, चित्रविचित्र परिस्थितीशी झगडताना आपले नैतिक आचरण कसे शुद्ध ठेवावे आणि प्रसंगी त्यातून निभावून जाण्यासाठी ईश्वराच्या चरणीच कसा आधार शोधावा – माणसाच्या आयुष्यातला सर्वात खात्रीचा तारणहार परमेश्वरच असतो – हे नरेन आपल्या आईकडूनच शिकला. त्या त्याला नेहमी म्हणायच्या– "बाळ, संपूर्ण आयुष्यात सतत निष्कलंक, निर्मळ रहा, आपला स्वत:चा सन्मान, प्रतिष्ठा यांचे जीवापाड रक्षण कर आणि त्याचबरोबर दुसऱ्याची मानहानी करू नको; मर्यादा ओलांडू नको; चित्तवृत्ती स्थिर कशी राहील याची दक्षता घे. हां, मात्र गरज पडेल तेव्हा छातीवर दगड ठेवायलाही हयगय करू नकोस...!"

आपल्या संपूर्ण आयुष्यात नरेन्द्रनाथांनी आईवर अंत:करणपूर्वक प्रेम केले. ते म्हणत – "जो कोणी आपल्या आईची अक्षरश: पूजा करत नाही तो कदापिही महान बनू शकणार नाही..." त्यांच्या झंझावाती आयुष्यात आलेल्या अनेक प्रसंगी त्यांनी मोठ्या अभिमानाने बोलून दाखवलेले आहे. – "माझ्या ज्ञानाला लाभलेल्या फुलोऱ्याचे, त्याला आलेल्या बहराचे संपूर्ण श्रेय माझ्या मातेचे आहे. मी तिचा परमऋणी आहे...!"

कुटुंबातील इतर सदस्यांनीही नरेनच्या ज्ञानवृद्धीला आपला हातभार लावला होता. त्याचे एक वयोवृद्ध नातलग, नृसिंह दत्त संस्कृत पंडित होते. त्यांनी नरेन्द्रकडून संस्कृत व्याकरणाच्या 'मुग्धबोध' या पुस्तकातील वेचक गोष्टी मुखोद्गत

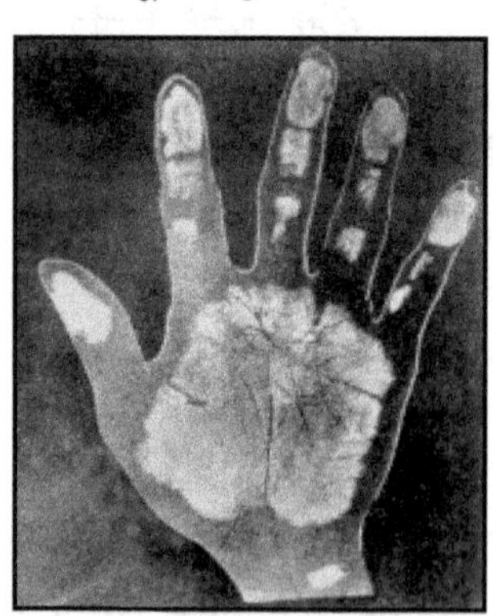

स्वामीजींचा तळहात

करून घेतल्या, त्याची वंशावळ, त्याच्या पूर्वजांची ख्याती समजावून दिली, रामायण-महाभारतातील दीर्घ उतारे वठवून घेतले, त्याला देवदेवतांची स्तुतिस्तोत्रे गायला शिकवले, ती पाठ करून घेतली.

नरेनच्या वडलांनीही त्यांच्या शिक्षणातील प्रगतीत अर्थपूर्ण भूमिका वठवली. केवळ त्यांनी आग्रह धरला म्हणूनच नरेन संगीताच्या अभ्यासा- कडे वळला. संगीत एका अद्भुत अशा निरागसतेतून माणसाला वेगळा आनंद देते. कदाचित, लहानपणीच अशी भक्कम बैठक तयार झाल्यामुळे नंतरच्या आयुष्यात नरेन एक निष्णात गायक बनला.

या आरंभीच्या – घरच्या पाठशाळेत माता-पिता, नातलग यांच्या विद्यार्थी-

दशेतच नरेनच्या आध्यात्मिक प्रवासाचे बीजारोपण झाले. रामायणातील शब्दांनी त्याला पुरते भारून टाकले होते. देहभान विसरून त्याने प्रभू रामचंद्रांची कथा ऐकली. रामाच्या वाट्याला आलेला संघर्ष, त्यावर त्याने मिळवलेला विजय यांची ती कांड प्राय कहाणी त्याला रोमांचित करून गेली. श्रीरामांच्या शौर्यशाली, उदात्त कथेचा वेध घेताना तो रंगून गेला, एकरूप झाला. रामाच्या जागी आपणच आहोत, त्या रोमांचकारी, चित्तथरारक साहसाचे धनी आपणच आहोत अशी त्याची भावना होत गेली. ती श्रवणभक्ती करताना तो आपल्या भोवतालच्या ज्येष्ठ, वयस्कर कुटुंबीयांचे निरीक्षण करत असे. ते जणू काय पूजेला, ध्यानाला बसलेत असा त्यांचा भाव पाहून त्यालाही वाटे आपणही श्रीरामाची पूजा करावी. त्या प्रमाणे एके दिवशी तो आणि त्याचाच एक ब्राह्मण खेळगडी-हरी नाव त्याचे- या दोघांनी सीतारामाची एक मातीची मूर्ती विकत घेतली. आसपास कोणी नसल्याचे पाहून ते दोघे एक जिना चढून गेले. बायकांच्या खोलीवरच्या छतावर पोचले. सावधपणे त्यांनी खोलीचा दरवाजा बंद केला. त्या विकत आणलेल्या सीतारामाच्या मूर्तीची प्रतिष्ठापना केली आणि पट्टे चक्क ध्यान लावून बसले की! दरम्यानच्या काळात पोरे इतका वेळ दिसत नाहीत म्हणून काळजीत पडलेल्या त्या दोघांच्या आईवडिलांनी शोधाशोध सुरू केली. सगळीकडे धावाधाव केल्यानंतर त्यांनी छपरावरच्या त्या कडी घातलेल्या छोट्या खोलीचा दरवाजा ठोठावला, जोरजोरात मारल्या. पण प्रतिसाद मिळेना. आत अगदी चिडीचूप. शेवटचा उपाय म्हणून त्या दाराला जोरदार धक्के दिल्यानंतर ते बंद दार कोलमडत गडगडले. आत प्रथम हरीला ती भयसूचक सूचना मिळताच त्याची समाधी खाडकन उतरली आणि त्याने जिन्यावरून धूम ठोकली. पण नरेनचे काय? त्याच्या कानांपर्यंत काहीही पोचले नव्हते. तो अद्यापही त्या फुलांनी सजवलेल्या मूर्तीसमोर अगदी स्तब्ध बसून होता. त्याला लागलेली समाधी पुरती गाढ होती. आत आलेल्या माणसांनी त्याचे नाव घेऊन हाका मारल्या. तरीही तो स्थिरच! शेवटी, त्यांनी त्याला गदागदा हालवले. तेव्हा कोठे त्याची समाधी भंग पावली. विशेष म्हणजे तरीही तो जाग्यावरून हालेचना. 'तुम्ही जा येथून... मला एकट्याला राहू द्या येथे...!' असा हट्ट धरला त्याने. सगळे त्याला विनवून थकले. प्रत्येकजण थक्कच झाला. 'या पोरवयात ही अवस्था? कमाल आहे, सगळेच विचित्र आहे, काय अर्थ काय काढायचा या गोष्टीचा? आपली तर मती गुंगच होते, डोके चालतच नाही. चला, निघा, बसू द्या त्याला तसाच...' म्हणत घरवाले तेथून निघून गेले. नरेन तेथेच बसला. होता तसा.

त्या घटनेनंतर थोड्याच दिवसात आणखी एक विचित्र प्रसंग घडून आला. त्याचा सूत्रधार होता नरेनचा आवडता मोतद्दार. त्याने नरेनच्या अपरिपक्व डोक्यात एक पिल्लू सोडून दिले. ते ऐकून नरेन भलताच अस्वस्थ झाला. असेच त्याच्या

बरोबर इकडचे तिकडचे बोलताना विषय निघाला माणसांच्या लग्नाचा. तो मोतद्दार लग्नाच्या वेदीवर चढून आलेला होता खरा, पण त्याच्या मनात विवाहसंबंधाबद्दल नको तितकी अढी होती. आपल्या वैवाहिक जीवनावर तो खूपच नाराज होता. वास्तविक, सामान्यत: नवरा-बायको सुखात राहतात. आपापल्या कोशात आनंदात दिवस काढतात. पण या गड्याचे काहीतरी बिनसले होते. लग्न करून झक मारल्यासारखे झाले होते त्याला. त्याच्याकडे असलेल्या लग्नानंतरच्या आठवणी व अनुभव त्या मानाने कडवटच होते. त्यामुळे गप्पांच्या ओघात त्याने पोरसवदा नरेनच्या समोर उभे केलेले लग्न या संस्थेचे चित्र तसे विद्रूपच होते. ऐकणाराने धास्तीच घ्यावी असे भयानक. झाले, नरेनच्या डोक्यातील विचारचक्र गरगर फिरू लागले. राम आणि सीतादेखील नवरा-बायकोच होते ना! आपल्याला तर ते दोघे पूज्य आहेत. त्यांच्यावर आपली भक्ती आहे. आणि हा भिडू तर म्हणतो लग्नाचे काही खरे नसते. नरेनच्या मनात द्वंद्व निर्माण झाले. त्याचे अंत:करण तिळतिळ तुटू लागले. एक न संपणारा संघर्ष सुरू झाला. नरेन इतका भावाकुल बनला की राम-सीतेच्या त्याच्या हृदयातील सात्त्विकतेला, भक्तिभावाला तडा गेला. त्याचे एक सोनेरी स्वप्न भंगले. त्या मोतद्दाराच्या शब्दांनी त्याचा चुराडा केला. त्याला रडूच कोसळले. डोळ्यातून घळाघळा अश्रूंचा लोटच लागला. त्या तिरपीत तो तेथून उठला आणि घरातील स्त्रियांच्या दालनात पळत गेला. त्याला रडताना पाहून आईला आश्चर्य वाटले. तिने त्याला जवळ घेऊन विचारले – 'का रडतोस? कशाचे वाईट वाटतंय तुला?' सुरुवातीला नरेन गप्पच होता. सगळीकडे शांतता पसरली. आणि नंतर अचानक मोठा उमाळा आला. मोठमोठ्याने हुंदके देत तो आईला म्हणाला – ''आई, मी सीता-रामांना का बरे पूजावं? सीता रामाची पत्नीच होती ना?...'' भुवनेश्वरींच्या अंतर्मनाने मुलाच्या यातनांचे मूळ जाणले. पण आता त्याचे सांत्वन कसे करावे हे त्यांना कळेना. क्षणभर त्या कोड्यात पडल्या आणि नंतर अंधारात वीज चमकावी तसा शिवशंकराचा विचार त्यांच्या मनात प्रकाशला. त्यांनी चटकन नरेनचे नाव घेताना त्याला वीरेश्वर म्हणून हाक दिली. त्या म्हणाल्या – ''बाळ वीरेश्वरा, तसे असेल तर तू शिवाची पूजा कर ना! तोही एक देवच आहे!'' बस्स. गुंता सुटला. आईचे ते शब्द नरेनच्या अंत:करणात खोल रुतून बसले. त्याने रडणे थांबवले. थोडा वेळ गेला. नरेन आईजवळून उठला. संध्याकाळ संपत चालली होती. प्रकाश धूसर पडलेला होता. समोरचे स्पष्ट दिसत नव्हते. तो छताकडे जाणारा जिना चढून गेला. सीतारामाची मूर्ती त्याने ज्या खोलीत बसवलेली होती तिचा दरवाजा त्याने उघडला. क्षणभर दारातच थबकला, आत गेला, ती मूर्ती उचलली, हातात घट्ट पकडून ठेवली आणि थेट छप्पराचे टोक गाठले. पुढच्याच क्षणी त्याने हातातील मूर्ती तेथून खाली भिरकावून दिली. खालच्या पदपथावर पडून

तिच्या ठिकऱ्या उडाल्या. लगेच दुसऱ्या दिवशी आईने दिलेल्या पैशातून नरेनने एक शिवमूर्ती विकत घेऊन सीता-रामाची जेथून उचलबांगडी केलेली होती त्याच जागी तिची स्थापना केली. काही वेळातच नरेन त्या शिवशंकरांसमोर ध्यानस्थ बसला. बाहेरच्या जगाचा विसर पडण्यासाठी मिटलेल्या डोळ्यांनी त्याने महेशाचे चिंतन सुरू केले.

याचा अर्थ सीतारामांबद्दलचा त्याचा भक्ति-भाव लयाला गेला असे मात्र बिलकूल झाले नाही. तो आयुष्यभर अबाधितच राहिला. आपल्या संपूर्ण बालवयात त्याला रामायणाचे अनिवार

नरेन्द्रची ध्यानमुद्रा

आकर्षण होते. घरात, शेजारपाजारात जेथे जेथे रामायणाचे पारायण होत असेल तेथे त्याची हजेरी हटकून असायचीच. रामाच्या आयुष्यातील चित्तथरारक प्रकरणांकडे तो जीवाचे कान लावून बसायचा. श्री हनुमान या प्रभू रामाच्या असामान्य भक्तावर त्याचे मन विशेष जडलेले होते. पण, आता त्याच्या पूजास्थानी सर्वसंग परित्यागाची देवता, श्री शिवाची मूर्ती आलेली होती हेही तितकेच खरे!

आश्चर्याची गोष्ट ही की अगदी बालपणातदेखील त्याच्या मनात वारंवार एक विचार येत असे – आपण एक संन्यासी व्हावे! एके दिवशी त्याने काय करावे? अंगावरचे सगळे कपडे उतरवले. साधू-बैराग्याप्रमाणे फक्त कमरेभोवती गेरूच्या रंगाची एक लुंगी गुंडाळली आणि स्वारी घरभर वावरू लागली. नरेनला त्या स्वरूपात बघून माता भुवनेश्वरीदेवी हबकल्याच. त्यांनी विचारले – "का रे, नरेन, आज काय डोक्यात घेतलंस? काय प्रकार आहे हा?..." नरेन ताडकन उतरला "मी शिव आहे! पहा, पहा हा नरेन शिव आहे!" आणखी एक गंमत. घरातल्या मोठ्या माणसांनी कधीतरी थट्टेने त्याला सांगितले होते – "बरं का, जो कोणी ध्यानाला बसतो ना त्याचे केस हळूहळू भरपूर वाढतात, साधू-बैराग्याप्रमाणे लांबत जाऊन शेवटी त्यांच्या जटा होतात. पुढे त्या जटा हळूहळू जमिनीत खोल जातात. एखाद्या वटवृक्षाच्या पारंब्याप्रमाणे....! लक्षात ठेव!" त्या भाबड्या मुलाचा त्यावर विश्वास बसला. जेव्हा तो डोळे मिटून ध्यानाला बसे तेव्हा मधूनच पाहत असे खरोखरच आपले केस लांबतात का, त्यांच्या जटा झाल्यात का... आणि जेव्हा त्याच्या त्या अपेक्षा पूर्ण होत नसत तेव्हा त्याच्या मनाचा गोंधळ उडायचा. एकदा त्या तिरपीत त्याने पळतपळत आपल्या आईला गाठले आणि प्रश्न केला – "आई, आई, मी इतके दिवस मन लावून ध्यान करतोय तरी माझे केस का वाढू नयेत,

त्यांच्या जटा का होत नाहीत?...'' आता या भाबड्या प्रश्नावर बिचारी आई काय बोलणार? तिने त्याची समजूत काढताना म्हटले – ''अरे बाळा, केस एका तासात, एका दिवसात वाढतात की काय? छे:, त्याला दिवसामागून दिवस, महिन्यामागून महिने जावे लागतात तेव्हा कोठे त्यांच्या जटा मूळ धरतात...! समजलं?...'' कोणाही हिंदूच्या घरात जन्मलेल्या मुलाने 'ईश्वरी अवतार' या तत्त्वाचा निरपवाद स्वीकार केलेला असतो. जरी ती कल्पना त्याच्या डोक्यात नकळत, आपोआप घर करून बसत असली तरी त्यामुळे, आईने केलेला खुलासा ऐकून नरेन आणखी म्हणाला – ''आई, मला असे वाटत राहते की कधी काळी मीही एक 'साधू' होतो. खरेच मी चांगला वागत असेन तर शिव मला आपल्याकडे बोलावून घेईल का ग?...'' आईने उत्तर दिले – ''हो, घेईल ना!'' जरी तिच्या तोंडातून ते शब्द गेले तरी तिच्या अंत:करणात मात्र एक सल उठली. एका विचाराने ते जड झाले. खरेच, हा मुलगाही आपल्या आजोबाच्या वळणावर गेला, संसारावर तुळशीपत्र ठेवून 'श्री शिव, शिव, शिव' असा जप करत त्याला शोधत गेला तर...! अर्थात, तो तात्कालिक विचार तिने ताबडतोब काढून टाकला म्हणा... ती मनाशी म्हणाली – ''आज पोरवय आहे त्याचं. असा एखादा निर्णय घेण्याइतपत जाण यायला अजून बरीच वर्षे लागतील. आजच का चिंता!''

त्या दिवसापासून ध्यानस्थ बसणे, चिंतनमग्न असणे हा छोट्या नरेनसाठी एक खेळच बनला. अर्थात, त्यामुळे त्या बालवयातच त्याच्यात खोलवर रुजलेल्या आध्यात्मिक भावनांना जाग येऊ लागली. एका जागी बराच काळ स्तब्ध, शांत बसून आपल्या स्वत:तच रंगून जायचे, आत्मावलोकन करायचे, आपल्या भोवताली जे काही घडत असेल त्यापासून पूर्णत: अलिप्त राहायचे ही त्याची रीतच ठरली. आणि खरोखरच कधीकधी त्याची ती ध्यानमग्रता इतकी गाढ असायची की त्याला बालकाच्या नेहमीच्या अवस्थेत परत आणण्यासाठी गदागदा हलवून जागे करायची वेळ येई. जसजसे दिवस पुढे सरकू लागले, त्याचे वय वाढू लागले तसतशी त्याची ती उपजत भावावस्था एक समस्या बनली. हालवून जागे करणे अधिकाधिक अवघड होऊ लागले. कधीकधी आसपास राहणारी इतर मुलेही त्याच्या त्या छंदात सहभागी होऊन त्याला साथ देऊ लागली.

सायंकाळची वेळ. आकाशात चंद्रकोर. मुलेमुले देवघरात डोळे मिटून बसलेली. एकाने सहज डोळे उघडले. फरशीवरून एक भला मोठा नाग सळसळत घरात. मुलगा जोरात ओरडला...'साप, साप!' सगळी मुले पार घाबरून गेली. पटापट आपापल्या जाग्यावरून उडी मारून पळाली. नरेन मात्र आपल्या जाग्यावरच. अगदी निश्चल. पूर्णत: ध्यानस्थ. मुले त्याला ओरडून सांगताहेत – 'नरेन, उठ घरात साप शिरलाय!' नरेनला काहीच ऐकू येत नाही. त्याचा प्रतिसाद शून्य. मुले आपल्या

आईवडिलांकडे पळाली. सगळेजण लगबगीने देवघराच्या दिशेने धावले. तोवर नाग नरेनच्या पुढ्यात पोचलाही. ऐटीत फडा काढून त्याच्यासमोर उभा. कोण जाणे तोही नरेनच्या दर्शनाने प्रभावित झाला होता की काय! बघणाऱ्यांना घामच फुटला, पार गाळण उडाली त्यांची, बोबडीही वळली काहींची. आरडा ओरडा करावा तर सापाची समाधी भंग होऊन त्याने उगारलेल्या फण्याचा तडाखा नरेनला बसेल, त्याला बिथरवून चालणार नाही, देवावर भार ठेवून पाहत बसू या... म्हणत सगळे तोंड दाबून देवाचा धावा करू लागले आणि चमत्कार झाला. अचानक तो भला मोठा नाग तेथून निघून गेला. ताबडतोब शोधाशोध करूनही त्याचा पत्ता लागला नाही. सगळे पूर्वपदावर आल्यानंतर त्याच्या आईवडलांनी नरेनला विचारले – "का रे, तू नाही पळ काढलास?" नरेन म्हणाला – "मी भानावरच नव्हतो ना! मला सापाची व इतर कशाचीही जाणीव होत नव्हती. मी एका अवर्णनीय अशा शाश्वत सुखसागरात यथेच्छ विहार करत होतो!"

दररोज रात्री निद्रावश होण्यापूर्वी नरेनला एकच विलक्षण दृश्य दिसत होते. झोपण्यासाठी बिछान्यावर पडल्यानंतर डोळे मिटायचा अवकाश ते दृश्य आकार घ्यायचे. त्याच्या भुवयांच्या मध्यभागी एक विलक्षण शोभायमान असा प्रकाशाचा ठिपका उमटे. हळूहळू त्याचे रंग बदलत, तो पसरत पसरत सर्व शरीर व्यापून टाके. संपूर्ण शरीर त्या विस्फुटित प्रकाशात न्हाऊन निघे. जिकडेतिकडे स्फटिकशुभ्र तेजाचा पूर लोटे. त्याचे मन या चमत्कारात गढून जात असतानाच त्याचे शरीर निद्राधीन होई. विशेष म्हणजे प्रतिदिनी त्या प्रकाराची पुनरावृत्ती होत होती. त्याने विचार केला की असा एखादा चमत्कार म्हणजे एक परिपूर्ण नैसर्गिक स्थितीच आहे. प्रत्येकाच्या वाट्याला ती येत असावी आणि म्हणून त्याने त्याची वाच्यता बरेच दिवस कोणाकडेही केली नाही. मात्र, एकदा त्याने आपल्या शाळासोबत्याला विचारले – "काय रे, जेव्हा तुला झोप येते तेव्हा तुझ्या भुवयांच्या मध्यभागात तुला कसला तरी प्रकाश दिसतो

श्री रामकृष्ण परमहंस

का?" मित्राने उत्तर दिले – "नाही बाबा! तसले काही नाही दिसत!" नरेनने त्याला सांगितले – "मला तसा प्रकाश दररोज दिसतो. तू देखील आठवून बघ. प्रयत्न

कर तसा. बिछान्यावर पडल्या-पडल्या झोपून जाऊ नकोस. काही क्षण तरी अगदी सावध रहा. पूर्ण जागा रहा. तुलाही तो दिसेल. नक्कीच!''

पुढे नंतरच्या काळात, नेमका तोच प्रश्न खुद्द नरेनला विचारणारा कोणीतरी त्याला भेटणार होता. ''नरेन, माइया लेकरा, जेव्हा तू निद्रावश होऊ पाहतोस तेव्हा तुला प्रकाशकिरण दिसतात का रे?'' तो प्रश्नकर्ता होता त्याचे आध्यात्मिक गुरु- श्री रामकृष्ण! आयुष्याच्या अंतापर्यंत तो साक्षात्कार नरेनच्या सोबतीला राहिला. जरी आयुष्याच्या उत्तरार्धात वारंवार तसे घडत नसले किंवा त्याची तीव्रता लक्षणीय नसली तरी ती सोबत चालूच राहिली. अशा तऱ्हेची एखादी घटना हे नक्कीच सांगून जाते की संबंधित व्यक्तीला एक महान आध्यात्मिक वारसा लाभलेला असून तिच्या आत्म्याने स्वतःला ईश्वराच्या चिंतनात खोल गाडून घेण्याची शिकवण इतकी उत्तम आत्मसात केलेली होती की त्याची ध्यानावस्था म्हणजे एक उत्स्फूर्त अशी सहजावस्थाच मानावी.

◆

रिवाजानुसार वयाच्या सहाव्या वर्षी नरेन पारंपरिक भारतीय प्राथमिक शाळेत दाखल झाला. पाठशाळेतील त्याचा तो पहिलाच दिवस होता. अंगात बंगाली पद्धतीचा सदरा व त्याच्या खाली अगदी कोरे करकरीत धोतर आणि काखेत एक चटई असा जामानिमा करून तो निघाला. कमरेला लांब दोरीला बांधलेला छोटासा बोरू लटकत होता. त्याच्या दृष्टीने तो एक महत्त्वाचा दिवस होता. शाळेत प्रवेश करण्यापूर्वी त्या काळातील संकेताप्रमाणे भल्या सकाळी घरच्या पुरोहितांनी पारंपरिक विधी केले. दत्त-कुटुंबातील प्रत्येक जण तेथे जातीने हजर होता. देवी सरस्वती ज्ञानाची देवता मानली जाते. तिची कृपा असावी म्हणून शास्त्रोक्त प्रार्थना करून तिला रीतसर आवाहन करण्यात आले. सर्व मंत्रोच्चारण वगैरे झाल्यानंतर पुरोहिताने नरेनच्या उजव्या हातात 'रामखडी' (लाल छटा असलेली खडूची कांडी) दिली, त्याचा हात धरून त्याच्याकडून जमिनीवर बंगाली मुळाक्षरे गिरवून घेतली, गिरवताना प्रत्येक अक्षराचा उच्चार करून घेतला.

आता शाळा म्हटले की तेथे नाना तऱ्हेची, नाना संस्कारांची, नाना स्वभावाची, वर्तनाची मुले एकत्र येणारच. त्याप्रमाणे घडले. काही दिवसांतच नरेनने आपल्या शब्दसंग्रहात शाळेतील वेगवेगळ्या शब्दांची, वाक्प्रचारांची सहजगत्या भर घातली. त्याच्या तोंडून ते सगळे ऐकून घरातले लोक चक्रावले. ती भाषा त्या कुटुंबाच्या दर्जाला, प्रतिष्ठेला शोभणारी नव्हती. ताबडतोब आईवडलांनी निर्णय घेतला – ''बस्स झाली शाळा! त्यापेक्षा घरातच वर्ग उघडलेले बरे!'' त्यानुसार, नरेन व घरातील त्याचे चुलत-मावस भाऊ-बहिणी आणि इतर काही मित्र यांना रीतसर शिक्षण देण्याकरता एका खासगी शिक्षकाची नेमणूक झाली. घरच्या प्रशस्त देवघराच्या दालनात शिकवणी सुरू झाली.

नरेन मुळातच एक असामान्य बुद्धी, हुशारी, जाण लाभलेला मुलगा होता.

त्या अपवादात्मक तल्लख बुद्धिमत्तेची प्रकट जाणीव इतरांना व्हायला वेळ लागला नाही. अल्पावकाशात असे निदर्शनास आले की बाकीची मुले मुळाक्षरांच्या जंजाळात अडकून पडलेली असतानाच इकडे नरेनने लिहिण्या-वाचण्यापर्यंत दौड मारलेली होती. त्याची स्मरणशक्ती तोंडात बोटे घालावीत इतकी अफाट होती. शिकून घेण्याची त्याची रीत अजब, खास त्यालाच जमणारी होती. तिकडे गुरुजींनी पाठ घ्यायला आरंभ केला रे केला की तो आपले डोळे मिटून घेऊन अगदी स्तब्ध, कसलीही हालचाल न करता बसून राही. इतकेच नाही तर कधीकधी चक्क जमिनीवर पडून राहण्यातही तो हयगय करत नसे. आपल्या समोरच्या या विलक्षण विद्यार्थ्याचे ते विचित्र वर्तन गुरुजींच्या आकलनाबाहेरचे होते. त्यांना त्याचा कसलाच बोध होत नव्हता. त्यामुळे झाले काय आहे ठाऊक? एके दिवशी गुरुजी भलतेच बिथरले त्याच्या त्या डोळे मिटून पडून राहण्यावर. तो दिखाऊ झोपाळू-पणा त्यांना चांगलाच झोंबला. त्यांनी त्याचे खांदे पकडून त्याला आडवेतिडवे हलवून उठवलं. शिवाय, वर अद्वातद्वा बोलून घ्यायला आरंभ केला. नरेनने डोळे उघडले. गुरुजींनी त्याला दिलेल्या वागणूकीने तो दुखावला गेला होता. त्याला त्याचे आश्चर्य वाटले. तावातावाने तोंडसुख घेणाऱ्या गुरुजींना चिडीचूप करण्यासाठी, आपली न्याय्य बाजू मांडून त्यांची चूक त्यांच्याच पदरात घालण्या-साठी त्याने काय केले असेल? आधीच्या तासात गुरुजींनी दिलेल्या धड्यातील शब्द न् शब्द त्याने धडाधड पाठ म्हणून दाखवला. गुरुजी अक्षरश: जागच्या जागी थिजून गेले. त्यानंतर मात्र त्यांनी नरेनकडे सदैव कौतुकमिश्रित नजरेनेच पाहिले. सतत त्याची प्रशंसाच केली. त्याच्याविषयीचा अभिमान बाळगला. आजवरच्या प्रदीर्घ अध्यापनकाळात इतकी अचाट स्मरणशक्ती लाभलेला विद्यार्थी त्यांना कदापिही आढळला नव्हता.

अगदी बालपणापासूनच नरेन आपल्या खेळगड्यांच्या समूहावर आपल्या अंगी असलेल्या नेतृत्वगुणाचा प्रभाव पाडत असे. तो 'राजा' असे त्यांचा. तळमजल्यावरच्या जिन्याच्या पायऱ्यावरून दुडुदुडु धावत वरच्या मजल्यावरील प्रशस्त देवघराचा व्हरांडा गाठताना, तो आवेशाने जाहीर घोषणा करायचा- "मी आहे एक सम्राट, राजांचा राजा!" तेवढ्यावरच न थांबता तो सम्राटाचे सोंग वठवण्यासाठी दोन जिन्यांमधील सपाट जागेवर बसून बरोबरच्या दोघा सोबत्यांना पायऱ्यावर उभे राहण्यासाठी फर्मान सोडायचा. एकाला 'प्रधानमंत्री' तर दुसऱ्याला 'सरसेनापती' म्हणून संबोधायचा. त्यानंतर, आणखी पाचजणांना त्यांच्याही खालच्या एक दोन पायऱ्यावर आपल्या अधिपत्याखालील राज्यांचे 'अधिपती' म्हणून उभे करायचा. इतर मानकऱ्यांनी त्यांच्या खालच्या पायऱ्या धरायच्या. बस्स. अशी रचना करून झाली की मग तो त्या पद्धतीने भरवलेल्या आपल्या 'दरबारा'ची ललकारी देऊन तो सुरू झाल्याची घोषणा करायचा. प्रथम, ते राजेरजवाडे, ते मानकरी आपल्या

सम्राटांना लवून वंदन करत. त्याचा जयजयकार करत– ''सौरजगताच्या सुपुत्रा, भूमी व सागर यांच्या विधात्या, धर्म संरक्षका तुझा जय असो!'' तो समारंभ संपला की मग सम्राट आपले मांडलिक व मानकरी यांच्याकडून साम्राज्याच्या कल्याणाची, प्रगतीचे कुशल विचारून घेई. नंतर प्रजेची गाऱ्हाणी समजून घेण्याचा कार्यक्रम. कधीकधी एखाद्या अपराध्याला सम्राटासमोर उभे करण्यात येत असे. त्याच्यावरचे आरोप सिद्ध झाले की 'महाराज' त्याचा शिरच्छेद करण्याचा आदेश देत. लागलीच सम्राटाचे सैनिक त्या अपराध्यावर तुटून पडत. एक 'सम्राट' या नात्याने नरेन राजेशाही थाटात न्यायदान करत होता. इतरांकडून किंचितही बेगुमानी झाली तर ते खपवून घेत नव्हता. 'सम्राट आणि त्याचा दरबार' हा लुटुपुटीचा खेळ म्हणजे नरेनच्या आवडीचा विषय होता.

त्या काळात, जातीजातीतील भेद, विषमता, वागणूक यांना फार महत्त्व होते. त्या पद्धतीने तत्कालीन समाजांवर बसवलेला पगडा आणि वचक भयावह होता. नरेनला त्यातील रहस्य, गूढ चटकन कळत नव्हते. त्याच्या दृष्टीने ते गौडबंगाल अजब होते. एका जातीच्या माणसाने दुसऱ्या जातीतील माणसाच्या पंगतीला बसणे, हुक्क्याचा आस्वाद सामायिक पद्धतीने घेणे यावर असलेली बंदी त्याला अस्वस्थ करत होती. तो गोंधळात पडत होता आणि समजा एखाद्याने तसे केलेच तर पुढे काय हा प्रश्न त्याला सतावत होता. शेवटी, त्याने त्या भेदाच्या मूळाशी जाण्याचा निश्चय केला.

एके दिवशी त्याने मोठ्या धिटाईने कुटुंबाने खास राखून ठेवलेल्या धूम्रपान-दालनात प्रवेश केला. निरनिराळ्या जातींच्या लोकांसाठी वेगवेगळे हुक्के हारीने तेथे मांडून ठेवलेले होते. पठ्ठ्याने बेधडक प्रत्येक हुक्क्याचा एकेक झुरका मारला. अगदी एकूण एक. 'अरेच्च्या, तरीही आपण जिवंत आहोतच! छे:, छे:!' तो स्वत:शीच म्हणाला. इतक्यात त्याचे वडीलच तेथे आले. त्यांनी चटकन चौकशी केली – ''नरेन, येथे कशाला आलास? काय करत होतास?'' नरेनने उत्तर दिले – ''बाबा, जात सोडली तर काय होते हे समजून घेण्याचा मी प्रयत्न करत होतो. पण, बाबा, तसे काहीच वेगळे नाही घडले!'' त्याच्या त्या उत्तरावर विश्वनाथ दत्त अगदी मनापासून हसले आणि 'आलं लक्षात हं!' असा भाव चेहऱ्यावर आणत आपल्या अभ्यासिकेकडे चालू लागले. नरेनच्या ठायी असलेली बालसुलभ विशालता अशा प्रकारे आपले सर्वव्यापी दर्शन घडवत होती – म्हटले तर व्रात्य, म्हटले तर इतर काही!

नरेनच्या भविष्यकालीन महात्मतेची लक्षणे त्याच्या कोवळ्या वयातही लक्षात येत. काही ठराविक लोकांनाच त्यांचा प्रत्यय घेता आला. त्यातील एक होते काली प्रसाद, नरेनचे चुलत – आजोबा, एके काळचे दत्त-परिवार प्रमुख. १८६९ची गोष्ट.

कालीप्रसाद आपल्या आयुष्याच्या अखेरच्या घटका मोजत होते. त्यांना जाणवले की आता आपल्याकडे जगण्याचे काही थोडेच तास बाकी आहेत. त्यांनी आपल्या कुटुंबातील सर्वांना जवळ बोलावून घेतले आणि त्यांच्यातील मुलांना विचारले – "तुमच्यापैकी कोणीतरी मला महाभारतातील उतारे मोठ्याने वाचून दाखवेल काय? म्हणजे शेवटचा श्वास घेताना माझ्या आत्म्याला त्या महाकाव्यातील विचार आपल्याबरोबर नेता येतील. मला सुखाने मरण येईल. मला शांती मिळेल, मुक्ती मिळेल...!" मरणाच्या दारात उभ्या असलेल्या त्या वृद्धासाठी महाभारताचे वाचन मोठ्याने करायची लाज, संकोच प्रत्येकाला वाटू लागला. अपवाद होता फक्त नरेन व त्याची बहीण यांचा. ताबडतोब नरेनने तो जाडजूड पवित्र ग्रंथ उघडला आणि त्यातील रथीमहारथी आणि भगवान श्रीकृष्ण यांच्या वैभवशाली कर्तृत्वाचे अतिशय शुद्ध आणि स्पष्ट स्वरात मोठ्याने वाचन सुरू केले. वाचनाच्या ओघात नरेन एका विशिष्ट भागात आला. त्यात पक्षीश्रेष्ठ गरुड आपली माता, विनता, हिला आपल्या खांद्यांवर बसवून आकाशात उड्डाण करत असल्याचे वर्णन आले. ज्ञानाच्या पंखावर बसून आत्मा असाच मुक्तीच्या दिशेने प्रवास करतो याचे ते प्रतीकच होते. इकडे नरेन वाचत होता. तिकडे कालीप्रसादांचे श्वसन हळूहळू मंदावत होते. त्यांच्या आवाजात, घशात घरघर सुरू झाली असली तरी कधीकधी मृत्यूच्या आधीन होणाऱ्या माणसाला जाता जाता एखाद्या ज्वलंत दृष्टांताचा साक्षात्कार होत असतो तसे झाले. क्षणभर घरघर थांबली, आवाज स्पष्ट झाला. विझताना दिवा मोठा होतो तसा – आणि ते बोलून गेले – "बाळा, तुझा भविष्यकाल अतिउज्ज्वल आहे रे!" बस्स. ती भविष्यवाणी त्यांनी उच्चारली आणि त्यांचा आत्मा देहाबाहेर पडला.

१८७१ मध्ये, नरेनने त्या काळातील एका सुप्रसिद्ध शाळेत नव्याने नाव घातले. पंडित ईश्वरचंद्र विद्यासागर यांच्या मेट्रोपॉलिटन इन्स्टिट्यूटच्या इंग्रजी शाखेतील दुसरीच्या वर्गात. शाळेत नरेन सतत खूपच अस्वस्थ असायचा. एका जागी जास्त वेळ बसणे त्याला जमतच नसे. आणि तरीही त्याचे शिक्षक आणि वर्गबंधू या सर्वांना त्याच्या असामान्य बुद्धिमत्तेची पुरती ओळख झाली. शाळेतील सर्व खेळांत त्याने भरपूर रस घेतला. त्यातल्या त्यात मुष्टियुद्ध (बॉक्सिंग) व क्रिकेट या दोहोंत विशेष. भांडाभांडीचा त्याला तिटकारा होता. शारीरिक हाणामारी, लठ्ठालठ्ठी, गुद्देगुद्दी, ठोकाठोकी त्याला मानवत नव्हती. तो मनाने अतिशय हळवा होता. त्याचे अंतःकरण दयाळू होते. आपला एखादा वर्गमित्र आजारी झाला की तो त्याच्या सेवेला सदैव तयार असे.

नरेनच्या त्या अस्वस्थतेचे मूळ कशात असावे? बहुतेक त्याच्या प्रचंड चैतन्यशक्तीत, त्याच्या अफाट उत्साहात आणि त्याच्या दुर्दम्य आकांक्षांत. त्या आकांक्षांचा आवाका, त्यांची झेप, त्याच्या ठायी वसत असलेल्या विविध स्वभावधर्मांतून

प्रकट होत होती. त्याच्या चित्तवृत्ती अखंड उल्हसित असत. त्याच्या साहसीवृत्तीला मर्यादा ठाऊक नव्हत्या. ज्ञानलालसा आणि भ्रमंती यांची त्याला लागलेली कळकळ व तृष्णा अगाध होती. तोचतोचपणा आणि स्थितिप्रियता या गोष्टींना त्याच्या आयुष्यात थारा नव्हता. या सर्वांचा समुच्चय त्याला बेचैन करत होता आणि तरीही त्या कमालीच्या अस्वस्थतेत कधीकधी एखाद्या प्रेरणेने त्याचे अंत:करण उसळून येत होते, ती प्रेरणा त्याला भारून टाकत होती त्याच्या मनोवृत्तींना देहाच्या बाहेर काढून घेऊन दूर कोठेतरी घेऊन जात होती. त्याच्या याच सळसळत्या चैतन्यशक्तींनी नंतर त्याला प्रथम संपूर्ण भारतात आणि यथावकाश संपूर्ण जगात संचार करण्यास प्रवृत्त केले. बऱ्याच काळानंतर स्वामी विवेकानंदांनी आपल्या एका इंग्लिश शिष्याला सांगितले होते – ''माझ्या लहानपणी मी सतत अस्वस्थ असायचा, मला चैनच पडायची नाही. त्याला कारण माझ्या शरीरात वेगळी अमर्याद, अविनाशी उर्जा साठलेली आहे असा अनुभव मी घेत होतो. त्यामुळे माझी सदासर्वदा चुळबुळ चालायची, सारखी वळवळ! एकच तळमळ! एकच ध्यास! काही ना काही करून दाखवायचा!''

मेट्रोपॉलिटन इन्स्टिट्यूट मध्ये प्रवेश घेतल्यानंतर त्याला सांगण्यात आले की आता तुला इंग्लिश भाषा शिकावीच लागेल. सुरुवातीला, नरेनला ते जड गेले. आपल्या मातृभाषेवर नीट प्रभुत्व मिळवल्याशिवाय दुसरी एखादी विदेशी भाषा शिकण्यात त्याला रस नव्हता. त्याने त्यासाठी तयारी दाखवावी म्हणून त्याची भरपूर मनधरणी करावी लागली. ते पटवून देण्यात त्याचे शिक्षक, त्याचे आईवडील, आणि त्याची ज्यांच्यावर अतिशय श्रद्धा होती असे त्याचे वयोवृद्ध नातलग, नरसिंह दत्त या सर्वांना खूप कष्ट पडले. इतक्या प्रयासानंतर नरेन अखेर इंग्रजी शिकण्यास तयार झाला. पण एकदा ते मान्य केल्यानंतर मात्र त्याने त्यात आपले सर्वस्व ओतले. अगदी मन लावून इंग्रजी शिकू लागला. आणि पुढेपुढे त्याने त्या भाषेवर इतके प्रचंड प्रभुत्व मिळवले की वाहव्वा! त्याच्या मुखातून बाहेर पडणारे इंग्रजी शब्द आणि त्याने इंग्रजीतून केलेली भाषणे म्हणजे एक नवे प्रमाणित सत्यच ठरले. इतके अस्खलित, इतके संतुलित, इतके प्रासादिक, इतके अर्थपूर्ण वक्तृत्व कानावर पडताच ऐकणाराने मंत्रमुग्धच व्हावे.

भ्रमंती करणाऱ्या साधूसंन्याशांबद्दल नरेनला वाटणारी आस्था अजूनही शाबूतच होती. त्यांना भेटणे हा त्याच्या दृष्टीने एक नित्याचा सुखद अनुभवच होता. आपणही कधीतरी त्यांच्यासारखेच व्हावे अशी त्याला लागलेली पूर्वापरची आस कायमच होती. त्याच्या डोक्यातून ते वेड गेलेले नव्हते. आपल्या बालसुलभ उत्साहात तो कधीकधी आपल्या बालमित्रांसमोर आपला तळहात धरून त्याच्यावरच्या विशिष्ट हस्तरेषांकडे त्यांचे लक्ष वेधून घेत असे. कोणे एके काळी कोणा एका

म्हाताऱ्याने त्याला त्याचे भविष्य सांगितलेले होते म्हणे – ''बाळ, मोठा झालास की तू संन्यासी होशील!'' नरेनला ते पुरते भावलेले असल्यामुळे त्या रेषांवर बोट फिरवत तो म्हणे – ''बरं का रे, एकदा बैरागी बनलो ना की मी बरेच काही करणार, खूप खूप भटकणार...!''

त्या बालवयातही नरेनला लोकभ्रमांचा मनापासून तिटकारा होता. तसे काही निव्वळ ऐकल्यानंतर तो त्याच्यावर, त्याच्या खरेपणावर विश्वास ठेवतच नव्हता कधीच! त्याच्या स्वभावातील या वैशिष्ट्याने आयुष्याच्या अंतापर्यंत धरलेले त्याचे बोट सोडले नाही. त्या जन्मजात सवयीमुळेच की काय त्याने आपल्या सद्गुरुंवरही आक्षेप घ्यायला मागेपुढे पाहिलेले नव्हते. भगवान श्री रामकृष्णांनी त्याला ग्वाही दिलेली होती – ''होय, मी परमेश्वराला पाहिलेले आहे. अगदी तुझ्यामाझ्या स्वरूपात!'' नरेनला ते तेथल्या तेथे बिलकूल पटलेले नव्हते. ते खरे मानायची त्याची बिलकूल तयारी नव्हती. आणि म्हणूनच मोठ्या धिटाईने त्यांना प्रश्न केला होता – ''असं जर आहे तर तो दाखवता का मलाही?'' पुढेपुढे तर त्यांनी उद्घोषच केला – ''केवळ पुस्तकात, ग्रंथात वाचायला मिळालं म्हणून चटकन विश्वास ठेवू नका एखाद्या गोष्टीवर! त्याचप्रमाणे, दुसरा कोणी तसे म्हणतो म्हणूनही तसं नका करू. सत्याचा शोध तुम्ही स्वत: घ्या! तुमच्यासाठी केवळ त्यालाच 'साक्षात्कार' म्हणतात!''

नरेनच्या अचाट बुद्धिमत्तेबद्दल, त्याच्या अद्भुत स्मरणशक्तीबद्दल कसलीच शंका नव्हती. एखाद्या पुस्तकाचे एकदाच केलेले वाचन त्याच्या स्मरणात कायमचे राहात होते. त्यामुळे वर्गात त्याचा क्रमांक नेहमीच पहिला राहिला. बरे, त्यासाठी आपल्याजवळचा सगळा वेळ तो कधीच घालवत नव्हता. खेळांसाठी, मौजमजेसाठी वेगळा वेळ काढून तो त्यात रमत होता. मात्र, परीक्षा जवळ आली की किमान दोन ते तीन महिने तरी तो आपल्या अभ्यासात स्वत:ला पूर्ण गाडून घेत असे. साहजिकच, कोणतीही परीक्षा त्याला सोपी जात होती. त्याच्या पदरात भरपूर यश पडत होते. इंग्लिश, इतिहास आणि संस्कृत या विषयांची त्याला विशेष आवड होती. वडलांच्या हातावर हात ठेवायचा म्हणून की काय गणिताला तो चार हात लांबच ठेवत होता.

त्याप्रमाणे, नरेनला चित्रकलेतही छानपैकी रस होता. त्याचा आवाज सुरेल होता. आपल्या वर्गमित्रांत तो अगदी खेळीमेळीने रहात होता. त्याचे व्यक्तिमत्त्व मुळातच आकर्षक असल्यामुळे प्रत्येकजण त्याच्याकडे आपोआपच ओढला जात असे. तो बोलायला लागला की सगळेजण भारून जात. एखाद्याला बोलताबोलता निरुत्तर करायचे, त्याच्यावर मात करायची ही कला त्याच्याकडे भरपूर होती. त्याचे मानसिक संतुलन, प्रसंगावधान विलक्षण होते. कोणत्याही विषयावर आयत्या वेळी उत्तम भाष्य करण्याचे त्याचे कसब वाखाणण्याजोगे होते. नरेनच्या अंतरी अखंड

उल्हास असे. चेहरा पडलेला नरेन कोणाला पाह्यलाच मिळायचा नाही कधी. उलट, आपल्या मित्रांना सतत हसतखेळत कसे ठेवायचे हे त्याला झकास जमत होते. त्यामुळे त्याच्या वर्गमित्रांच्या वर्तुळात सतत 'आनंदी-आनंद गडे- इकडे तिकडे चोहीकडे' असे वातावरण नांदत होते. मनाने तो खंबीर व निर्भय होता. सत्याचरण हा तर त्याच्या संपूर्ण जीवनाचा कणाच होता. तो करत असलेल्या चेष्टा, थट्टा, विनोद नेहमी निष्पाप व निरागस असत. त्यात कटुतेचा लवलेशही आढळत नव्हता. त्याच्या ठायीची चिंतनशीलता, ध्यानमग्नता, त्यांच्याबद्दलची त्याची अढळ श्रद्धा या गोष्टी त्याच्या वयाचे बोट धरूनच वाढल्या.

नरेन केवळ आपल्या मनोबलाच्या वृद्धीबद्दलच जागरूक नव्हता. त्याला आपल्या शारीरिक बलाचीही तेवढीच काळजी होती. त्याचे जतनही त्याने तितक्याच आस्थेने केले. त्या दृष्टीने, हळूहळू त्याने लाठी खेळणे, भालाफेक, काठ्यांची तलवार चालवणे, नाव वल्हवणे, पोहण्याचा व्यायाम करणे आणि कुस्तीचे धडे गिरवणे या प्रकारांतही लक्ष घातले आणि यथावकाश त्यांत प्रावीण्यही मिळवले. त्यातल्या त्यात त्याला लाठी फिरवणे विशेष आवडत होते. एका जागी गप्प बसून राहणे त्याला मानवतच नसल्याने तो सतत काहीतरी करत असे. व्यायामशाळेत गुंतला नसेल तर वडिलांनी खास त्याच्यासाठी विकत घेतलेल्या घोड्याच्या तट्टावर स्वार होऊन रपेट करण्याचा त्याचा उद्योग चालूच घोडेस्वारी हा देखील त्याचा एक आवडीचा छंद होता. त्या कलेतही तो लवकरच वाकबगार बनला. हे झाले त्याच्या आवडीच्या क्रीडाप्रकारांचे. त्यांना जोडूनच इतर गोष्टीतही तो रमत होता. कधी घरातील मॅजिक-लॅन्टर्नवर चित्रे दाखव, तर कधी खेळातील गॅसलाईट आणि शीतपेये (त्या काळी कलकत्त्यात ती नुकतीच प्रचारात आलेली होती) बनव असा उद्योग तो करत असे. इतकेच नाहीतर त्याने खेळण्यातील-आगगाड्या आणि विविध प्रकारची यंत्रसामग्रीही बनवण्यात यश मिळवले होते. शिवाय जाता जाता तो उत्तम प्रतीचा स्वयंपाकही करायला शिकला होता.

नरेनचे आपल्या भावंडांवर निरतिशय प्रेम होते. त्यांनीही त्याला उत्तम प्रतिसाद दिला. रात्री झोपण्यापूर्वी ती सगळी नरेनची पाठ धरून त्याला 'गोष्ट सांग, गोष्ट सांग...' असा लकडा लावत. तोही त्यांच्या त्या आग्रही मागणीचा आनंदाने स्वीकार करी. आपल्या आई-आजीच्या तोंडातून ऐकलेल्या गोष्टी सांगे. तो एक उत्कृष्ट कथाकथनकार होता. बऱ्याच वेळा तो गोष्टीतील पात्रांचे बोलणे साभिनय करून दाखवायचा.

केवळ आपल्या कुटुंबातील लोकांशीच त्याची जवळीक नव्हती. त्याच्या आसपास राहणाऱ्या, वस्तीतील प्रत्येक कुटुंबाशी असलेले त्याचे नाते आपुलकीचेच होते. त्या सगळ्यांना तो प्रिय होता. ते सगळे त्याला मायेने वागवत. त्याच्या सहवासात शेजाऱ्यापाजाऱ्यांना वेगळा आनंद मिळायचा. नरेनचे बोलणेच एकदम

लोभसवाणे होते. त्यातील कळकळ, उत्साह, तत्परता यांच्यामुळे सर्वांची करमणूक होत असे. केवळ सुखाच्या क्षणीच तो त्यांची सोबत करत नव्हता तर एखाद्याच्या घरी घडलेल्या दुःखद प्रसंगात त्याचे सांत्वन करण्यातही तो तितक्याच कळकळीने पुढे होत होता. हळूहळू त्या बालसुलभ वागण्यात, वृत्तीत बदल झाल्याचे दिसून आले. आता त्याला ओढ लागली बौद्धिक कर्तृत्वाची! आपल्या बुद्धिमत्तेचा प्रकाश पसरवण्याची! त्या दृष्टीने, त्याने सार्वजनिक सभा-संमेलनातील व्याख्यानांना नियमितपणे हजेरी लावण्यास आरंभ केला. जे काही त्याच्या कानावर पडत गेले, जे काही त्याच्या वाचनात येत राहिले त्याची अभ्यासपूर्ण समीक्षा करण्याकडे त्याने आपली बुद्धी चालवली. त्याचा तो नवा पैलू पाहून त्याचे मित्र चकित झाले. केवळ समीक्षकच नव्हे तर एक अभ्यासू वादविवादपटू म्हणूनही तो पुढे येऊ लागला. कोणत्याही विषयावर चर्चा करण्याची क्षमता त्याने अंगी बाणवली.

१८७७ साली, नरेन चौदा वर्षांचा झाला. तेव्हा तो तिसरीच्या – म्हणजे आताच्या आठवीच्या – वर्गात शिकत होता. त्या वर्षी त्याच्या वडिलांना त्यांच्या व्यावसायिक कामासाठी मध्य-प्रांतातील रायपूरला स्थलांतर करावे लागले. साधारणतः तेथे त्यांना किमान दोन वर्षे तरी वास्तव्य करणे भाग होते. ते लक्षात घेऊन काही दिवसांतच त्यांनी आपल्या कुटुंबीयांना आपल्याकडे – रायपूरला बोलावून घेतले.

तो काळ असा होता, कलकत्त्याहून रायपूरला थेट पोचण्यासाठी वाहतुकीची सोय नव्हती. बैलगाडीचा आधार घेतल्याशिवाय गत्यंतर नव्हते. साधारणपणे पंधरा दिवसांचा प्रवास होता. त्या प्रवासाच्या नुसत्या कल्पनेनेच नरेन हरखून गेला. त्याच्या दृष्टीने ते एक चित्तथरारक साहसच होते. तो संपूर्ण प्रवास घनदाट अरण्यातून असल्यामुळे तर त्याच्या चित्तवृत्ती हेलावून गेल्या. आजूबाजूचा रमणीय निसर्ग पाहून त्याच्या अंतःकरणात सृष्टिकर्त्याबद्दल वेगळाच भाव निर्माण झाला. ईश्वरी शक्तीच्या विराट स्वरूपाचे दर्शन झाल्यामुळे त्या भक्तिभावाला सीमाच उरल्या नाहीत. तो पार मोहून गेला. एकदा तर काही काळ त्याला बाहेरच्या जगाचा संपूर्ण विसर पडून तो एका विलक्षण गाढ अशा समाधीत वाहून गेला. त्याचे आणखी एक वैशिष्ट्य म्हणजे कोणत्याही नव्या स्थळाच्या किंवा व्यक्तीच्या निकट यायचा अवकाश, त्यांच्याबद्दल त्याच्या मनात आपलेपणाची भावना निर्माण व्हायला वेळ लागत नव्हता. त्यांची त्याच्या अंतःकरणावर पडणारी छाप टिकून राहत होती. पण नंतर ते सगळे पुन्हा आठवणे त्याला जमत नव्हते.

रायपूरला पोचल्यानंतर एक अडचण आली. तेथे एखादी शाळा नव्हती. त्या परिस्थितीचा परिणाम असा झाला, मुलगा आणि वडील यांच्यातील जवळीक अधिकाधिक वाढली. पिता विश्वनाथांच्या उदात्त मनाने पुत्र नरेनच्या बुद्धिमत्तेला आकर्षून घेतले. शिक्षणाचा हेतू बालकाचे मन उत्तेजित करणे, त्या अधीर मनावर

आपल्या कल्पना थोपणे नसतो यावर त्यांचा विश्वास होता. त्यामुळे आपल्या चिरंजीवाशी संवाद साधत असताना त्यांनी त्याला बौद्धिक स्वातंत्र्य दिले. गंभीर विषयांवर चर्चा करायची झाल्यास विचारांची खोली, त्यातील अचूक व आटोपशीरपणा, सुसंगती, संतुलन आदींना महत्त्व असते – हे ठाऊक असूनही ते त्याच्याशी अशा चर्चा करत. अशाप्रकारे, एखाद्या गोष्टीतील मर्म जाणून घेऊन तिच्यावर आपली वैचारिक पकड बसवणे, एखाद्या मुद्द्याच्या, प्रश्नाच्या मुळाशी जाऊन त्यावर मत बनवणे आणि चर्चेसाठी घेतलेल्या विषयातील खरोखरचा मुद्दा उचलून धरणे या अंगी बाणलेल्या आपल्या क्षमतेचे श्रेय नरेनच्या वडिलांकडेच जाते. अनेक विद्वान, अभ्यासक, प्रकांडपंडित त्याच्या वडलांच्या – विश्वनाथ दत्तांच्या- भेटीस नेहमीच येत. विश्वनाथ दत्त व त्यांच्यात कित्येक वाद चर्चा घडत. त्या बैठकांत बसण्यास वडिलांनी नरेनला मज्जाव तर नाहीच केला पण कधीकधी त्या चर्चेत तो सहभागी झाला तरी ते त्यांनी आनंदाने चालवून घेतले. त्या वेळचा त्याचा आविर्भाव, आवेश आणि आविष्कार पाहून ते खूपच सुखावतही होते. ती ज्येष्ठ मंडळी नरेनला आपल्यात सामावून घेण्यात अनमान करत नाहीत याचा त्यांना आनंदच वाटे.

रायपूरच्या त्या दोन वर्षांच्या वास्तव्यात नरेनने बुद्धिबळाच्या खेळाची तत्त्वे, नियम शिकून घेऊन त्यातही प्रभुत्व मिळवले. त्याच्या वडिलांनी त्याला पाकशास्त्राचेही पाठ दिले. पाककलेतील कौशल्ये, गुपिते व युक्त्या शिकवल्या. पिताश्री विश्वनाथांनी नरेनला निरनिराळी गाणीही शिकवली. पुढे दत्त-परिवार कलकत्त्याला परतल्यानंतर त्यांनी नरेनला शास्त्रीय गायन आणि वादन शिकवण्या-साठी त्या त्या क्षेत्रातील नामवंत उस्तादांना पाचारण केले. शतपैलू नरेनने ती क्षेत्रेही लीलया पादाक्रांत केली. तबला, पखवाज, इसराज आणि सतार यासारखी वाद्ये तो समर्थपणे हाताळू लागला. वादनापेक्षा त्याने गायनात अधिक रस घेतला. एक उत्कृष्ट, जाणकार गायक म्हणून लोक त्याला ओळखू लागले. का कोण जाणे गायनाने त्याच्यावर घातलेली मोहिनी अजब होती. त्याने तो पुरता पछाडला होता. सिमला रस्त्यावरील त्याच्या आजीच्या (मातोश्रीच्या आईच्या) घरातील पहिल्या मजल्यावरच्या एका लहानशा खोलीत चालणारा त्याचा रियाज कित्येक तास चालत होता. त्याचे मित्र त्याचा रियाज ऐकायला गर्दी करत. त्याच्या घरचे लोक तर त्याच्या आवाजावर बिलकूल फिदा होते. त्यांच्यासाठी बऱ्याच वेळा तो आपली गायनाची मैफल जमवायचा. त्यातल्या त्यात वडलांसाठी तर अगदी हटकून...

नरेनच्या गायनाचे वैशिष्ट्य होते गीतातील अंगभूत आशय अलगद उलगडून दाखवण्यात. शिवाय, गायन ही एका परीने परमेश्वराची पूजा बांधणे आहे यावर त्याची गाढ श्रद्धा होती. या त्याच्या अप्रतिम गायनामुळेच तर त्याला त्याच्या सद्गुरुंच्या, भगवान श्री रामकृष्णांच्या, निकटच्या सान्निध्यात आणून सोडले.

नरेनच्या गायनावर रामकृष्ण इतके लुब्ध झाले की ते मधूर स्वर कानावर पडल्याबरोबर ते थेट समाधी अवस्थेतच गेले. त्यांचे देहभान पूर्णत: हरपले.

रायपूरातील वास्तव्याच्या निमित्ताने पितापुत्र-विश्वनाथ व नरेन परस्परांच्या निकट सान्निध्यात आले. विश्वनाथांनी त्याचा पुरेपुर लाभ उठवला. मुलाला आयुष्य कसे काढायचे याचेही धडे दिले. एका प्रसंगी, नरेन, अगदी धाडसाने, वडलांना म्हणाला – "बाबा, तुम्ही माझ्याकरता असं काय केलंय?" चिरंजीवाच्या त्या प्रश्नाने वडील बिलकूल चक्रावले नाहीत. ते ताडकन उत्तरले – "असं? जा, उभा रहा आरशाच्या पुढ्यात आणि स्वत:कडे नीट बघून घे!" आपले वडील कोणी सोमेगोमे नाहीत, ते राजे आहेत हे मुलाला कळून चुकले. आणखी एकदा नरेनने वडलांना प्रश्न केला – "बाबा, खऱ्याखुऱ्या उत्तम अशा वागण्याच्या पद्धतींचे मूलतत्त्व कोणते?" वडलांकडे उत्तर तयारच होते – "विस्मयचकित झाल्याचा भाव चेहऱ्यावर कदापिही आणू नका!" पितापुत्रातील या थेट वैचारिक देवाण-घेवाणीनेच स्वामी विवेकानंदांना बालवयातच जीवनातील गुंतागुंतीचा योग्य तो बोध झाला असावा. कारण, नंतरच्या आयुष्यात राजा असो वा रंक सर्वांना समान लेखले. स्वामीजींनी आपल्या वागण्यातील दर्जाचा समतोल ढळू दिला नाही. कदाचित, त्याचा पाया बाप-लेकांच्या सुखसंवादानेच घातला असेल.

रायपूरच्या मुक्कामात नरेनने व्यक्तिगत प्रतिष्ठा कशी राखायची याचे सूक्ष्म ज्ञान अवगत करून घेतले. १८७९ मध्ये, कलकत्त्यात परतल्यानंतर त्याच्या एकूण वागण्यात बदल झाल्याचे निदर्शनास आले. त्याची शारीरिक ढब आणि स्वभावधर्म दोहोतही फरक पडला. आता त्याने आपल्याभोवती गोळा होणाऱ्या मित्रांची पारख सुरू करून त्यांना चाळण लावली. ज्यांच्याकडे बौद्धिक कुवत होती अशांचीच निवड करून त्यांना जवळ केले. अर्थात, तरीही त्याने आपल्या अंत:करणातील विशालतेला फाटा दिला नाही. तो नेहमीसारखाच मोठ्या मनाचा आणि उदार अंत:करणाचाच युवक राहिला.

कलकत्त्याला परतल्यानंतर त्याच्या पूर्वीच्या-मेट्रोपॉलिटन इन्स्टिटट्यूटमध्ये नव्याने प्रवेश मिळण्यात किंचित अडचण आली. आणि तरीही त्याचा एकूण वकूब, एकूण क्षमता यांची पूर्ण कल्पना असल्यामुळे शिक्षकांनी त्याच्या बाबतीत अपवाद केला. वाया गेलेली दोन वर्षे भरून काढण्याची आणि त्याजबरोबर त्या वर्षाच्या प्रवेश परीक्षेसाठी तयारी करण्याची पाळी व जबाबदारी आता नरेनची होती. कारण, गेली उणीपुरी दोन वर्षे त्याने शाळेचे तोंडही पाहिले नव्हते. पण त्या प्राप्त परिस्थितीला नरेन डरतोय् कशाला! त्याने अगदी कसून अभ्यास केला. सगळे काही सहज साध्य केले. त्या वर्षी पहिल्या श्रेणीत प्रवेश परीक्षा उत्तीर्ण होणारा मेट्रोपॉलिटन इन्स्टिटट्यूटमधला एकमेव परीक्षार्थी होता – नरेन्द्रनाथ विश्वनाथ दत्त! मेट्रोपॉलिटन

इन्स्टिट्यूटमधल्या त्या अल्पकालीन दुसऱ्या नियमित सत्रात त्याने आपल्या अंगीच्या वक्तृत्वकलेचेही कसब दाखवले आणि तेही कोणा लुंग्यासुंग्याच्या उपस्थितीत नव्हे तर चक्क सर सुरेन्द्रनाथ बॅनर्जी या आघाडीवर असलेल्या तत्कालीन राष्ट्रनेत्याच्या आणि एक सर्वोत्कृष्ट वक्ता म्हणून विख्यात असलेल्या प्रसिद्ध पुरुषाच्या साक्षीने!

अशा प्रकारे, वयाच्या सोळाव्या वर्षी नरेन महाविद्यालयासाठी घेण्यात येत असलेल्या प्रवेश-परीक्षेत बहुमानाने यशस्वी झाला. १८८० च्या जानेवारी महिन्यात, त्याने प्रेसिडेन्सी कॉलेजच्या आर्ट्स् या विद्याशाखेत नाव घातले. कॉलेजच्या दुसऱ्या वर्षांत असताना नरेनला मलेरियाचा संसर्ग झाला आणि त्याची गैरहजेरी लागली. परिणामी, परीक्षेला बसण्यासाठी आवश्यक असणारे दिवस कमी पडले. त्याला प्रथम वर्ष कला-शाखेच्या परीक्षेला बसण्याची मनाई करण्यात आली. तथापि, स्कॉटिश जनरल मिशनरी बोर्ड या संस्थेने स्थापन केलेल्या

प्राचार्य विल्यम हेस्टी

जनरल असेंब्लीज इन्स्टिट्यूटने, जी आता स्कॉटिश चर्च कॉलेज या नावाने ओळखली जाते, त्याला प्रथम वर्षाच्या परीक्षेसाठी पाठवले. परीक्षेच्या आधी विद्यार्थ्यांना घालून दिलेल्या अभ्यासाच्या कडक व शिस्तबद्ध दैनंदिन कार्यक्रमाच्या साह्याने नरेनने आपला वाया गेलेला वेळ नीट भरून काढला, १८८१मध्ये त्याने प्रथम वर्ष परीक्षा पार केली. त्याला दुसरा वर्ग मिळाला. १८८४ ला बॅचलर ऑफ आर्ट्स् ही पदवी परीक्षा पास होईपर्यंत नरेन त्याच संस्थेत शिकला. १८९७च्या जानेवारीत पाश्चिमात्य देशातील आपल्या देदिप्यमान दिग्विजयानंतर नरेन जेव्हा मायदेशी परतला होता तेव्हा याच स्कॉटिश चर्च कॉलेजमधील विद्यार्थ्यांनी त्याच्यासाठी सजवलेल्या गाडीच्या घोड्यांना घातलेल्या वेसणी सोडून, त्यांना मुक्त करून ती गाडी आपल्या स्वत:च्या हातांनी ओढत नेलेली होती.

आपल्या प्रवेश-परीक्षेसाठी नरेन्द्रनाथाने निवडलेले विषय होते इंग्रजी, इतिहास व गणित. प्रथम वर्ष परीक्षेसाठी त्याने त्यात भर घातली तर्कशास्त्र व मानसशास्त्र यांची. पदवी परीक्षेसाठी म्हणजेच बी.ए. साठी त्याने तर्कशास्त्र व मानसशास्त्र यांच्याऐवजी तत्त्वज्ञान हा विषय घेतला. तत्त्वज्ञान व तर्कशास्त्र आणि उच्च गणिताचा काही भाग या विषयांत त्याने बारीक लक्ष घातले. मोठ्या औत्सुक्याने त्यांचा अभ्यास केला. त्याशिवाय, इंग्रजी भाषेवर प्रभुत्व मिळवण्यासाठी त्याने फार

मोठे परिश्रम घेतले. विशेषत:, संभाषण व वादविवाद यांच्या कलेत अधिक. आश्चर्य हे की त्या दोहोंतही त्याची गणना 'उत्कृष्टात' झाली.

आणखी एक. या जनरल असेंब्लीज इन्स्टिटट्यूशनमध्ये शिकत असतानाच नरेनच्या कानांवर पहिल्या प्रथम श्री रामकृष्ण परमहंस हे नाव व त्यांची थोरवी पडली. आणि तीही कोण्या ये-यागे-याकरवी नाही तर तत्कालीन प्राचार्य आणि एक बहुचर्चित विद्वान पंडित प्राध्यापक विल्यम हेस्टी यांच्या अधिकारवाणीतून! एके दिवशी, प्राध्यापक हेस्टी प्रख्यात आंग्लकवी, विल्यम वर्डस्वर्थ, याची 'एक्सकर्शन' ही कविता शिकवत असताना TRANCE हा शब्द आला. त्याचा नेमका अर्थ समजावून देताना विवेचनाच्या ओघात त्यांनी दक्षिणेश्वरच्या रामकृष्ण परमहंसांचा संदर्भ दिला. पुढे त्याच वर्षी नरेन श्री रामकृष्णांना प्रथम भेटला. त्या दोघांची ती भेट कलकत्त्यातील सिमला कॉलनीत असलेल्या श्री सुरेन्द्र नाथ मित्र यांच्या घरात झाली.

प्रथम वर्ष परीक्षा दिल्यानंतर नरेन्द्रनाथाने आपल्या बौद्धिक उद्दिष्टाची पूर्तता करण्यासाठी आपली स्वत:ची अशी एक खास शैली विकसित केली. आता त्याचे मन मोठ्या तीव्रतेने विश्लेषणात्मकतेचा पाठपुरावा करू लागले. तेथे कल्पना- विलासाला दुय्यम स्थान मिळून तार्किकतेला प्रथम स्थान मिळाले. प्रत्येक गोष्ट तर्काच्या निकषांवरच घासूनपुसून घेण्याची अतीव आस लागली. जन्मत:च तो एक आदर्शवादी, ध्येयनिष्ठ आणि सत्यशोधक होता. त्याच्या जागृत मनाखालून आणखी एक प्रवाह वाहत होता. सत्य किंवा वास्तव काय आहे याचा शोध घेणाऱ्या प्रबळ जिज्ञासेचा प्रवाह. फुकटचा दिमाख दाखवणे त्याला आवडत नव्हते. वागण्याची पद्धत वा पोशाख यांच्यातील दिखाऊपणा, त्यांचे प्रदर्शनीय स्वरूप त्याला सहन होत नव्हते. आणि तरीही त्याची साहसीवृत्ती नेहमीसारखीच तल्लख होती. एखाद्या प्रसंगाकडे खेळकर वृत्तीने पाहून त्यातील विनोदाच्या बाजूकडे इतरांचे लक्ष वेधवण्यात तो अग्रेसर होता.

आपल्या देशबांधवांना मदत करताना आयत्या वेळी त्याला अनेक क्लृप्त्या सुचत. त्याची अशीच एक ऐकिवातील कथा. फी भरण्याची आपली ऐपत नाही, आपण पैशाच्या अडचणीत आहोत हे पटवून देणाऱ्यांना फी-माफी देण्याची तरतूद दि जनरल असेंब्लीज इन्स्टिटट्यूशनने केलेली होती. नरेन्द्रनाथाचा एक वर्गमित्र, हरिदास चट्टोपाध्याय असाच एक गरजू. त्याच्यावर मोठे आर्थिक संकट गुदरलेले. परीक्षेपूर्वी आपल्या नावावर असलेली फीची बाकी चुकती करण्याची भ्रांत. संस्थेतील एक वरिष्ठ लिपिक, राजकुमार, याच्याकडे या प्रकरणात निर्णय घेण्याचे अधिकार सुपूर्द. हरिदासला फी माफ करण्यास त्याचा सपशेल नकार. हरिदासबद्दल नरेन्द्रनाथला कणव. या परिस्थितीत काय करायचे? हरिदासाची सुटका कशी करायची? नरेन्द्र नाथाला पडलेले प्रश्न. विचार चक्र गरगरा फिरायला सुरुवात झाली आणि काय

चमत्कार! सापडला उपाय. निघाला तोडगा. राजकुमारला अफूचे व्यसन. अफूच्या गुत्त्यावर नेमाने हजेरी. बस्स. त्याला तेथे पकडायचे. दिवस निवडला. कॉलेज सुटले. नरेन गुत्त्याजवळ राजकुमारची वाट पाहत उभा. राजकुमारची नित्याची फेरी चुकली नाही. राजकुमार आल्या आल्या नरेनने त्याला गाठले, हरिदासच्या वतीने याचना केली – "कृपा करून करा ना त्याचे काम. बिचारा परीक्षेला मुकेल. वर्ष वाया जाईल त्याचे! आणि एक ध्यानात ठेवा. जर विनंती धुडकावलीत तर मी तडक तुमच्या या अफूच्या व्यसनाची जाहिरात करेन, तुमच्या नावाने दिंडोरा पिटेन!" राजकुमार नरेनची गयावया करत म्हणाला- "तेवढं नको करूस बाबा! मी करेन त्याची फी माफ. मग तर झालं समाधान!" "धन्यवाद...!" नरेन म्हणाला. आणि राजकुमारने खरोखरच हरिदासची फी बाकी माफ केली. तो परीक्षेस बसू शकला.

परीक्षेसाठी अत्यावश्यक असेल तेवढाच वेळ नरेन्द्रनाथ आपल्या शैक्षणिक परीक्षांना देत होता. त्याचा बाकीचा वेळ व शक्ती ध्यानधारणा, अभ्यासेतर कार्यक्रम, संगीत, व्यायाम, वक्तृत्व, चर्चा, वादविवाद यांच्यासाठी खर्च होत होतो. शैक्षणिक प्राविण्याबाबत तो फारसा उत्सुक नव्हता. त्याचा ओढा वेगवेगळ्या क्षेत्रांतील कर्तबगारीकडे अधिक होता.

त्याच्या कल्पनेप्रमाणे संगीताची साधना म्हणजे प्रार्थनेचाच दुसरा प्रकार. त्यामुळे त्या संगीतसाधनेतून त्याला मिळणारा आनंद अपूर्व होता. तो नुसता महान गायकच नव्हता तर संगीतावर अधिकारवाणीने बोलू शकणारा सिद्धांतवादीही होता. त्याच्यापाशी संगीताकडे शास्त्रशुद्धतेने पाहण्याइतपतचे ज्ञान होते, जाणकारी होती. त्याने संगीतशास्त्राचा अभ्यास अगदी खोलवर जाऊन केलेला होता. कंठस्थ गायन आणि वाद्य-संगीत या विषयावर 'संगीत कल्पतरू' हा ग्रंथ बंगालीत १८५७ मध्ये प्रकाशित झाला होता. त्याचा त्याने सांगोपांग अभ्यास केला. 'संगीत संग्रह' या विविध भारतीय भाषांतील भक्तिगीते व प्रेरणादायी गीत संग्रहाला त्याने एक अतिशय प्रभावशाली प्रस्तावना लिहून त्या क्षेत्रातील आपला अधिकार प्रस्थापित केला होता. नंतरच्या आयुष्यकालात त्याने स्वत: अनेक गीते व कवने रचली. आजही, रामकृष्ण मिशनची भक्तमंडळी त्यांचे गायन करतात. या कलेतील त्याची गती येथेच खुंटली नव्हती. गातागाता नर्तन करण्यातही तो भलताच तयार होता. नृत्यातील त्याच्या हालचालींतला डौल देखणा होता. डोळ्यांचे पारणे फिटे असा.

ते दिवस भारताला आलेल्या राजकीय जाणिवेतून निर्माण होणाऱ्या पहिल्यावहिल्या चळवळींचे, जागृतीचे होते. त्या ओघात देश एका नव्या टप्प्यावर येऊन ठेपलेला होता. त्या टप्प्यावरून वाटचाल करणाऱ्या देशाला काही वेदनाही भोगाव्या लागत होत्या. त्या वेदनांपोटी विविध क्षेत्रांत सुधारणा घडवून आणण्यासाठीची आंदोलने आकार घेत होती. ब्राह्मो समाजाचे कार्य त्यापैकीच एक. एकीकडे समाजाला उदार

मतवाद, सुधारणावाद यांचे धडे द्यायचे तर त्याचवेळी दुसरीकडे हिंदू वंशाने विकसित केलेल्या विशेष लक्षणांचे जतन करणे. त्याचे ध्येय होते. फर्डा वक्ता म्हणून प्रसिद्धीस आलेल्या केशवचन्द्र सेन यांनी थोर समाजसुधारक राजा राम मोहन रॉय यांच्यापासून स्फूर्ती घेऊन ब्राह्मो समाजाची धुरा स्वतःच्या खांद्यांवर घेतलेली होती. त्या संस्थेने नरेन्द्रनाथाचे लक्ष वेधून घेतले. ब्राह्मो समाजाच्या बैठकांना तो बऱ्याच वेळा आपली हजेरी लागू लागला. समाजाच्या प्रगतिशील मतांचा प्रभाव त्याच्या विचार-प्रक्रियेवर पडल्यामुळे त्याने समाजाच्या ध्येयधोरणांचा, कार्याचा मोठ्या तळमळीने पाठपुरावा केला. तथापि, १८७८ मध्ये, ब्राह्मो समाजाची शकले उडाली. पंडित शिवनाथ शास्त्री व विजय कृष्ण गोस्वामी यांच्या नेतृत्वाखाली साधारण ब्राह्मो समाजाची स्थापना करण्यात आली. त्या वर्षाच्या १५मे ला स्थापन झालेल्या या फुटीर पक्षात नरेनने प्रवेश घेतला. ‘साधनांतून साध्याकडे’ या सूत्राचे समर्थन करण्याची तीव्र इच्छा नरेन बाळगून होता. त्याच्या आधारे, समाजात समता प्रस्थापित करण्याच्या आणि जुन्या, पार मोडीत निघालेल्या चालीरीतींपासून, पद्धतींपासून समाजाला मुक्त करण्याचे अभिवचन देणाऱ्या कशाशीही सख्य करण्याची त्याची तयारी असल्यामुळे त्याने तो निर्णय घेतला. नरेन्द्रनाथाच्या अष्टपैलू मनोवृत्तीला, त्या काळच्या पुन-रुत्थानाच्या एकूण एक कक्षा- धार्मिक, सांस्कृतिक व राष्ट्रीय – आक्रमित करण्याची आच लागलेली होती.

१८८३च्या डिसेंबरात नरेन आपल्या बी.ए.च्या परीक्षांना बसला आणि नंतर वडलांच्या सूचनेवरून त्याने त्या काळच्या मेट्रोपॉलिटन इन्स्टिटट्यूटमधील (आता त्या संस्थेला विद्यासागर महाविद्यालय म्हणून ओळखण्यात येते) तीन वर्षांच्या कायदेशिक्षणाच्या अभ्यासक्रमासाठी आपले नाव नोंदवले. तो अभ्यासक्रम पूर्ण केल्यानंतर इंग्लंडला जाऊन बॅरिस्टर होण्याचाही विचार त्याच्या मनात घोळत होता. पण ती त्याची मनीषा फळास आली नाही. कारण, मधल्या काळात त्याच्या प्रिय पिताश्रींचे अचानक दुःखद निधन झाले.

त्याच्या वडलांच्या दूरदृष्टीमुळेच वयाची वीस वर्षे पूर्ण करून एकविसाव्या वर्षात पाऊल टाकताच नरेनने ‘फ्री मेसन’ म्हणून आपले नाव नोंदवले. २० मे १८८४ला त्याने ‘मास्टर मेसन’ ही अत्युच्च धार्मिक पदवी प्राप्त करून घेतली. अशाच एका फ्री मेसनने – मि. जी. सी. कॉन्नॉर त्यांचे नाव – पुढे कधीतरी १८९४ मध्ये स्वामी विवेकानंदांचा परिचय इतर फ्रीमेसनधारकांशी करून दिला आणि त्यामुळेच शिकागोत त्यांच्या वाट्याला आलेल्या खडतर काळावर मात करणे त्यांना शक्य झाले. मि. कॉन्नॉर त्यांना सुरुवातीला कलकत्त्याच्या अँकर अँड होप लॉजमध्ये भेटलेले होते. त्यावेळची त्यांची ओळख पुढे अमेरिकेत कामी आली.

◆

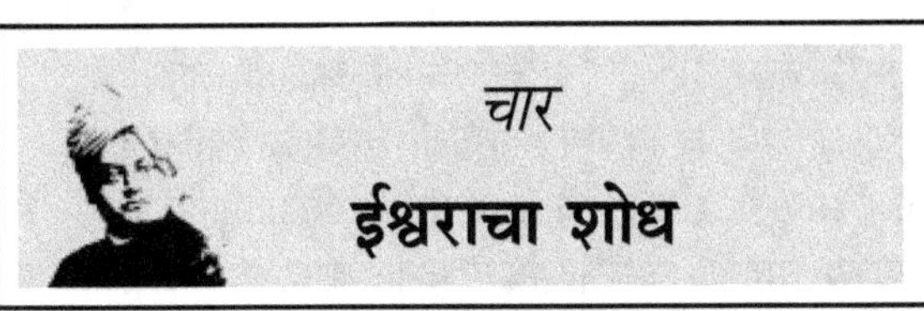

चार

ईश्वराचा शोध

नरेनच्या स्वभावातील प्रमुख घटक होता त्याच्या मनाची विशुद्धता. अगदी लहानपणापासूनच तारुण्यसुलभ जीवनमार्गांच्या अनुभवांचा आनंद उपभोगत असताना तो आडवळणी, अप्रामाणिक, वेड्यावाकड्या मार्गांचा नेहमीच अव्हेर करत होता. मनाची विशुद्धता हा सर्वांत महत्त्वाचा सद्गुण असून तो आध्यात्मिक जीवनाचा प्रत्यक्षात पायाच आहे असे तो नेहमीच मानत होता. येशू ख्रिस्ताच्या त्या महान शिकवणुकीतील गुणवत्ता त्याला कळून चुकलेली होती. ''अंत:करणाने शुद्ध असणारे जे कोणी असतील ते धन्य होत. कारण त्यांनाच देवाचे दर्शन होईल!'' या येशूच्या वचनातील मर्म त्याने नीट जाणून घेतलेले होते. विद्यार्थीदशेत प्रत्येकाने ब्रह्मचर्य पालनाचे ध्येय आपल्यासमोर ठेवायला हवे असे त्याचे मत होते.

त्याच्या तरुणपणी त्याच्या डोळ्यांसमोर दोन परस्परविरोधी दृश्ये तरळत एकीकडे, ऐषआरामी आणि चंगळवादी आयुष्य तर दुसरीकडे ज्याच्यापाशी कोणतीही ऐहिक वस्तू जवळ नाही, उलट ज्याला ईश्वराच्या अस्तित्वाची जाणीव झालेली आहे आणि जो केवळ ईश्वराची इच्छाच प्रमाण मानून चाललेला आहे असा एखादा सर्वत्र संचार करणारा संन्यासी दिसत असे. आपल्याकडे त्या दोन्ही प्रकारच्या आयुष्यांना आकार देण्याची क्षमता अवश्य आहे अशी त्याची धारणा होती. पण शेवटी त्याच्या अंतरात्म्याने हळूहळू संन्यस्त जीवनाच्या बाजूनेच कौल दिल्याने तोच मार्ग त्याने पत्करला. त्याने पाहिलेले ऐहिक, चंगीभंगी, चंगळवादी जीवनाचे चित्र क्रमाक्रमाने पुसट आणि यथावकाश पार पुसूनही गेले.

ब्राह्मो समाजाचे आध्यात्मिक व बौद्धिक वातावरण त्याला काही काळ समाधान देऊन गेले. निर्गुण, निराकार ब्रह्माच्या अस्तित्वावर त्याचा विश्वास बसण्यास आरंभ झाला. अद्वैत वेदांताला अभिप्रेत असणाऱ्या 'पूर्णम् अदा, पूर्णम् इदं' बद्दल खात्री पटली नाही. अर्थात, त्याचा यावरही विश्वास होता जर परमेश्वर खरोखरीच अस्तित्वात

असेल तर आपल्या भक्तांच्या कळकळीने केलेल्या त्याच्या प्रार्थनांना प्रतिसाद म्हणून तो त्यांना नक्कीच दर्शन देईल. हळूहळू त्याला असेही जाणवू लागले की ईश्वर प्राप्ती हेच त्याचे अंतिम ध्येय असेल तर ब्राह्मो समाजात सामील होण्यापूर्वी तो ईश्वरापासून जितका दूर होता तितकाच तो आजही आहे.

'सत्य' काय आहे ते जाणून घेण्याची तळमळ त्याला लागून राहिली. त्या आवेगात तो विश्वकवी रविन्द्रनाथ टागोरांचे वडील आणि ब्राह्मो समाजाचे एक अधिकारी-सदस्य, महर्षी देवेन्द्रनाथांकडे गेला. तसा तो त्या आधी त्यांना भेटलाही होता म्हणा. गेल्या गेल्या त्याने त्यांना बेधडक प्रश्न केला – 'महोदय, आपण ईश्वर पाह्यलाय का?' तो वंदनीय वृद्ध प्रथम दचकलाच. अचानक दत्त म्हणून पुढ्यात आलेल्या नरेनला पाहून आणि नंतर त्याने फेकलेला प्रश्न ऐकून. उत्तरादाखल ते इतकेच बोलले – ''बाळ, तू एखाद्या योग्याच्या नजरेने जगाकडे पाहतोस की!''

नरेनची निराशा झाली. तो रिकाम्या हातांनी तिथून परतला. मात्र त्याने त्या प्रश्नाचा पिच्छा पुरवला. इतर धर्मांच्या, पंथांच्या प्रमुखांकडेही तीच विचारणा केली. पण उत्तर मिळेना. प्रयास व्यर्थ झाले. त्यांच्यापैकी एकालाही खात्रीपूर्वक सांगता आले नाही – ''होय, मी ईश्वराला साक्षात पाहिलेले आहे!'' आणि नंतर त्याला आठवले श्रीरामकृष्ण! सुरेन्द्रनाथ मित्रांच्या घरात पाहिलेले, ज्यांच्याकरता आपण गाणेही म्हटलेले! त्या दिवशीच्या त्याच्या गायनावर ते बेहद्द खूष झालेले त्याला

महेन्द्रनाथ गुप्तसुरेन्द्रनाथ मित्र

आठवले. शिवाय, त्याच वेळी त्याला त्यांनी आपल्याकडे दक्षिणेश्वरला येण्याचे दिलेले आमंत्रणही त्याच्या कानात घुमले. चला, ठरले मग. आता थेट दक्षिणेश्वरी दत्त म्हणून उभे राहायचे, डोक्यात वळवळणारा हा प्रश्न त्यांनाही करायचा. नियतीची योजना तर पहा! १८८१च्या डिसेंबर महिन्यातील एके दिवशी त्याला सुरेन्द्रनाथ मित्र यांच्या कडून त्यांच्याबरोबर दक्षिणेश्वरला जाण्याचे आमंत्रणच मिळाले. चला, काम झाले म्हणत नरेनने ते आमंत्रण सहर्ष स्वीकारले.

ठरवल्याप्रमाणे, महर्षी देवेन्द्रनाथांना विचारलेलाच प्रश्न नरेनने श्री रामकृष्णांना विचारला. श्री रामकृष्णांनी त्या प्रश्नाचे उत्तर होकारार्थी तर दिलेच पण पुढे सविस्तर खुलासाही केला. – "हो, मी पाहतच असतो त्याला! अगदी आता, या क्षणी, मी तुला पाहत आहे तस्साच, अगदी हुबेहुब. अतिशय तन्मय होत न्याहाळतो मी त्याचे रूप! माणसाला भगवंताचे दर्शन जरूर घडू शकते. आता मी तुला जसा पाहत आहे, तुझ्याशी बोलत आहे तसेच आपण ईश्वराला पाहू शकतो आणि त्याच्याशी बोलूही शकतो. पण कोणाला आहे का ती काळजी, ती चिंता, तो ध्यास? माणसे आपल्या बायकापोरांसाठी, धनदौलतीसाठी ढसाढसा रडतात, त्यासाठी डोळ्यातून अश्रूंचे लोट फुटतात त्यांच्या पण ईश्वर प्राप्तीसाठी कोणी करतो का तसे? जो कोणी त्याच्यासाठी सतत तळमळेल, छाती बडवून घेऊन कळकळीने आक्रोश करेल त्याच्यासाठी तो नक्कीच धावून येईल. त्याच्या पुढ्यात उभा राहील!"

श्री रामकृष्णांच्या त्या आश्वासक उत्तराचा नरेनवर विलक्षण प्रभाव पडला. आज प्रथमच कोणीतरी त्याला ग्वाही देत होते – "हो, मी पाहिला आहे देव!..." कोणीतरी त्याला पटवून देत होते – "धर्म एक वास्तव आहे. त्याची जाण आपण करून घेतली पाहिजे. त्यातील भाव समजून घेतला पाहिजे...!" तसे पाहिले तर नरेन रामकृष्णांना एक 'वेडा पीर' म्हणूनच मानत होता. पण त्या दिवशी त्यांच्याजवळ बसलेल्या नरेनला एक विलक्षण अनुभूती आली.त्यांच्या संपूर्ण देहातून आणि मनातून एक चमत्कारिक लहर आरपार गेली. कोणीतरी आपल्यावर कृपाप्रसादाची, आशीर्वचाची बरसात करत आहे असा भास झाला.

नरेन व रामकृष्ण यांची दक्षिणेश्वरी झालेली ती मुहूर्ताची भेट म्हणजे नरेनच्या व्यक्तित्त्वात, सिद्धांतात झालेल्या परिवर्तनाची नांदीच ठरली. एका अज्ञेय-वादी आत्म्याला पुनःश्च हिंदुधर्माची महती पटवून देण्याचे महत्कार्य त्याच्या गुरुदेवांनी आरंभले. आपल्या संपूर्ण आयुष्यात त्यांनी त्याला त्याचे धडे दिले. समस्त मानव प्राण्यांच्या – त्यांची जात, त्यांचा पंथ, त्यांचे राष्ट्रीयत्व, अगदी त्यांचा धर्म देखील कोणताही असो – उन्नतीसाठी हिंदू धर्माने घालून दिलेली तत्त्वे आणि त्यांचे आचरण कसे उपयुक्त आहे हे त्याला समजावून दिले. नरेन समजून चुकला की तोच धर्म महान, सर्वश्रेष्ठ, जो 'स्वत्वा'शी इमान राखतो, जो 'स्वत्वा'वर पूर्ण श्रद्धा

कीर्तनात तल्लिन झालेले श्री रामकृष्ण परमहंस

ठेवण्याची शिकवण देतो. कारण, ''जर तुम्ही स्वतःच अस्तित्वात नसाल तर परमेश्वर तरी अस्तित्वात कोठून असेल? जर मी ईश्वराचा विचारच करू शकत नसेन, तर माझ्यापुरता का असेना ईश्वर अस्तित्वात असूच शकणार नाही...!'' या पद्धतीने श्री रामकृष्णांनी – नरेनच्या गुरुदेवांनी – त्याला 'सत्-चित्-आनंद' म्हणजेच ईश्वराचे अस्तित्त्व अशी संथा दिली.

श्री रामकृष्ण पुराणमतवादी विचारसरणीचे प्रतिनिधित्व करत होते. त्यातील आध्यात्मिकता, सर्वसंग परित्याग आणि साक्षात्कार या साऱ्याचे मूळ उपनिषदांत आढळत होते. आधुनिक काळातील प्रचलित तत्त्वप्रणालींबद्दल नरेनला काही शंका आणि संशय होते. कोणताही पडताळा घेतल्याशिवाय, प्रत्येक गोष्ट तपासून

घेतल्याशिवाय तिचा स्वीकार करण्यास तो तयार नव्हता. मग ती बाब सर्वोच्च धार्मिक सत्यांच्या संदर्भातील का असेना त्याला त्याची फिकीर नव्हती. हां, एक गोष्ट खरी. सत्य जाणून घेताना तो त्याचा पाठपुरावा अतिशय तळमळीने करत होता. माणसाची तर्कबुद्धी त्याच्या मनाला सापेक्षतेच्या पलीकडे नेऊन धर्मतत्त्वातील अंतिम सत्य जेथे वास करत असते त्या 'पूर्णत्वा' पर्यंत पोचवू शकत नाही हे नरेनला अद्याप उमजायचे होते. पण श्री रामकृष्णांशी आलेला त्याचा संपर्क, त्यांचा लाभलेला सहवास व कृपाप्रसाद आणि यथाक्रम घडलेल्या घटना यातूनच नरेंद्रनाथाचा लय होऊन ती जागा स्वामी विवेकानंदांनी घेतली. एक हिंदू संन्यासी पृथ्वीतलावर अवतरला. आपल्या आत्म्याच्या मुक्तीसाठी आणि जगाच्या कल्याणासाठी त्याने सदाचाराचा, सत्प्रवृत्तीचा मार्ग चोखाळला. 'आत्मनो मोक्षार्थं, जगद्‌हितायच' हे व्रत घेतले.

चर्चचा पाया घालण्यासाठी येशूने पीटरला निवडले, कृष्णाने गीतेचा संदेश अर्जुनाकरवी प्रक्षेपित केला आणि प्राणिमात्रांवर दया करा, या आपल्या संदेशाचा प्रसार करण्यासाठी बुद्धाने भिक्कू आनंदाची निवड केली – त्याचप्रमाणे श्री रामकृष्णांनी आपला संदेशवाहक म्हणून नरेनला निवडले...

'तुझ्या आधी अस्तित्वात असलेल्या जीवनाची विविध रूपे मागे टाकून आलेला तू ईश्वर कोठे शोधत आहेस? जो समस्त प्राणिमात्रांवर माया करतो तो त्या योगे ईश्वराचीच सेवा करतो.''

नरेनच्या चारित्र्याला आणि भवितव्याला योग्य तो आकार देणारे तीन घटक आपण पाहत आहोत – त्याची उपजत आध्यात्मिक वृत्ती, त्याचे कुटुंब व त्याचा अभ्यास यांचा प्रभाव आणि त्याचे आध्यात्मिक सद्‌गुरू, श्री रामकृष्णांचे मार्गदर्शन!

बहुतांश तत्त्वज्ञानविषयक पद्धतींनी आपल्या बौद्धिक प्रयासांत मानवी भावना, मनोविकार आदींना आपल्या अभ्यासाच्या कक्षेबाहेर ठेवले आणि त्यामुळे माणसाच्या कल्पक आणि प्रतिसादात्मक निसर्गदत्त मानसिक शक्ती बोथट झाल्याची नरेनला जाणीव होती. म्हणूनच की काय धर्मशास्त्रातील 'समजून न घेता विश्वास ठेवणे'चा आग्रह धरणारी तत्त्वप्रणाली आणि 'सत्या'ची महती पटवून देणारे तक्ते वा आकृत्या यात त्याला रस नव्हता. मात्र, हर्बर्ट स्पेन्सरचे तर्काला अधिष्ठान देणारे तत्त्वज्ञान त्याला रुचले. पुढे, त्याने त्याची सांगड उपनिषदे व वेदांत यांच्या शिकवणुकीशी घातली.

अशा प्रकारे, धर्ममार्तंडांच्या, पुरोहितांच्या बंधनात असलेल्या प्रचलित समाजव्यवस्थेच्या विरोधात नरेन उभा होता. जात व पंथ यांच्या आधारावर झालेले सामाजिक विघटन आणि विभक्तीकरण त्याच्या सहनशक्तीपलीकडचे आहे असे त्याला आढळून आले. लक्षावधी दीनदुबळे आणि पीडित यांचा विचार मनात आला की त्याचे अंत:करण मानसिक वेदनांनी रक्तबंबाळ होत होते. आणि तरीही भारतीय वंशाचे भवितव्य उज्वलच आहे असे स्वप्न तो पाहत होता. भगवान श्रीकृष्णाच्या

संदेशांत त्याला ख्रिश्चन धर्मातील प्रेमभावना, इस्लाम धर्मातील समता आणि बौद्ध धर्मातील करुणा यांचा समुच्चय झाल्याचे जाणवले होते. विविध धर्माचरणातील अंगभूत दोषांचे समूळ उच्चाटन करून त्यांना घालवून देण्याबद्दल त्याचा आग्रह होता. विविध धर्मांच्या लोकांनी 'मधमाशी' बनून तिचा जीवनमार्ग स्वीकारावा कारण फुलांच्या गंधकोषातील अमृतच तिला हवे असते. त्याच्या उलट 'माशी'चे वागणे बघा. ती फक्त भळभळणाऱ्या जखमांच्याच शोधात असते असा युक्तिवाद तो करत होता. थोडक्यात, 'मधमाशीला गुरु करा, माशीला उडवून लावा' असा त्याचा आग्रह होता. कालमानानुसार, या जगात अनेक प्रेषित होऊन गेले, साधु-संत झाले. मानवी प्रगतीच्या मार्गावरील मैलाचे दगड बनून त्या सर्वांनी मानवजातीला 'आगे बढो, चालत रहा' अशी कळकळीने याचना केली. पण आपल्या मानववंशाने त्यांच्या शिकवणूकीकडे डोळेझाक केली, ती मनावर तर नाहीच घेतली पण त्या विशिष्ट धर्मतत्त्वांच्या उद्‌घोषांना चिकटून राहण्यात धन्यता मानली. आणि तसे करताना त्यामूळ धर्मतत्त्वांना मात्र अडगळीत टाकले. यावर त्याने भर दिला. त्याच्या मते, धर्म ही एक प्रक्रिया होती आणि तिने घालून दिलेली तत्त्वे, सिद्धांत म्हणजे ईश्वराचा स्वीकार करण्यासाठी आत्म्याची पूर्ण तयारी करून घेण्यासाठी करायचे व्यायाम प्रकार, सरावाच्या गोष्टी होत्या. त्याचप्रमाणे, आधुनिक काळाच्या गरजा व समस्या लक्षात घेऊन, धर्माची फेररचना करून त्याची सांगड त्यांच्याशी कशी घालता येईल याचाही विचार झाला पाहिजे असे त्याला वाटत होते.

सृष्टीतील पदार्थ व माणसाची ज्ञानेंद्रिये यांच्या परस्परांवरील क्रियेतून ज्ञानाचा उगम होतो, काळ व स्थळ त्याची परिमाणे असतात. ही वस्तुस्थिती नरेनला मान्य होती. त्यामुळे, अंतरात्म्याच्या संपूर्ण साक्षात्काराची कल्पना अशक्यप्राय गोष्ट आहे कारण काळ व स्थळ यांचे मोजमाप तिला लागू पडत नसते. पण नरेन हेही जाणून होता की इंद्रियांना होणाऱ्या जाणिवा व नेणिवा या बहुतांशी व्यक्तिसापेक्ष असतात. त्यांच्या स्वरूपानुसार आणि केवळ त्यामुळेच त्या मूळ अनुभवाचे खरेखुरे प्रतिनिधित्वही करत नसतात. पाश्चिमात्य विचारवंत 'स्व'ला 'वस्तुनिष्ठ जाणीवे' पासून वेगळे करण्यात यशस्वी झाले नाहीत आणि म्हणूनच ते अंतिम सत्यापर्यंत पोचण्यात मागे पडले. इतके असूनही त्याला पाश्चात्यांच्या भौतिक शास्त्राबद्दल फार मोठा आदर होता. श्री रामकृष्णांचे विविध अलौकिक अनुभव तपासून घेताना तुलनेसाठी त्याने त्या शास्त्राच्या कसोटीच्या काट्याचा वापर केला आणि ज्यांनी ती कसोटी पार केली त्यांचाच स्वीकार केला.

श्री रामकृष्णांनी नरेनच्या अतृप्त बुद्धिमत्तेला दिव्य दृष्टी दिली खरी पण तरीही नरेनने पावलोपावली बौद्धिक संघर्ष केला आणि जेव्हा ती वस्तुस्थिती नाकारण्यात शहाणपणा नाही हा पडताळा घेतल्यानंतरच त्या कशाचा तरी स्वीकार केला. नरेनच्या बुद्धीला जेव्हा एखादी गोष्ट निर्विवाद पटली तेव्हाच तिने सत्याचे सार्वभौमत्व

स्वीकारून स्वत:चे समाधान करून घेतले. त्यामुळे संशयग्रस्तता आणि भौतिकवाद यांच्यावर मात करण्यास त्याला सत्याचे साह्य लाभले. नंतर तो क्षण आला. त्याच्या सर्वांत अंधकारमय अशा कसोटीचा. इंद्रियासक्त आसक्तीच्या आकर्षणांना काबूत ठेवण्याचा, तारुण्यसुलभ मोहमयी आकांक्षांना, आतुरतांना आवर घालण्याचा. त्या साऱ्या भावना अत्यंत गलिच्छ, ग्राम्य आणि विषयासक्त आहेत असे त्याच्या मनाने घेतले. आणि म्हणूनच त्याने त्यांना जाणीवपूर्वक झिडकारून वाळीत टाकले आणि त्यांचा चक्काचूर केला. त्या अग्निदिव्यातून तो सहीसलामत बाहेर पडला. त्याने आपल्या ठायी उत्कट संवेदनक्षमता बाणलेले विशुद्ध चारित्र्य विकसित केले. आता त्याने आपली साधना, उपासना, ध्यान-धारणा आदींचा सराव वाढवला. कधीकधी तो आपल्या अंतर्मनातील सर्वांत निबिड अशा कप्प्यात सहजगत्या प्रवेश करू लागला. कधीमधी त्याच्या मनाने उचल खाऊन आपले विचलन वाढवले तर त्या क्षणी श्री रामकृष्णांचे सांत्वनपर, आश्वासक आशीर्वंच नेहमी त्याच्या चुकलेल्या, वळण सोडून गेलेल्या मनाला पूर्वपदावर आणत. आपल्या ईच्छित उद्दिष्टाप्रत पोचताना तू जास्तीत जास्त तळमळीने, मनोभावाने वाटचाल कर, परमेश्वराला जीव तोडून सांग – ''देवा, मला तुझे खरेखुरे रूप उघड करून दाखव!'' त्यांनी त्याला हमी दिलेली होती जर त्याने आपल्या आराधनेत, उपासनेत, प्रार्थनेत आपले सर्वस्व, आपला प्राण ओतला तर ईश्वर त्याचे गाऱ्हाणे नक्कीच ऐकून घेईल.

आपल्या गुरुदेवांच्या त्या शब्दांनी नरेन उत्तेजित व्हायचा, आध्यात्मिक साधनेत स्वत:ला अधिकाधिक गुंतवून ठेवायचा. धर्मापासून तत्त्वज्ञानाची फारकत करताना हॅमिल्टनने घालून दिलेल्या मर्यादांची आठवण त्याला यायची. हॅमिल्टनचे प्रतिपादन असे होते – परमेश्वराच्या सत्यतेबद्दल बुद्धीला फक्त सूचना मिळू शकतील पण त्या सकलसाक्षी ईश्वराबद्दलच्या अचूक ज्ञानापर्यंत कोणी पोचू शकणार नाही. ईश्वरोपासनेबरोबरच नरेनने आपला अभ्यास, आपली संगीतसाधना चालू ठेवत आपल्या मनाला गुंतवून ठेवले.

नेमक्या याच काळात, सिमुलियाच्या म्हणजेच सिमल्याच्या दत्त-मंडळींची आर्थिक परिस्थिती कमालीची खालावली. जवळजवळ कोसळलीच म्हणा. आतापर्यंत एकोप्याने कालक्रमित असलेल्या त्या भल्यामोठ्या कुटुंबात तट पडले. परिणामी, आपला कबिला बरोबर घेऊन विश्वनाथ दत्तांवर आपले वडिलोपार्जित घर सोडणे भाग पडले. आता त्यांनी कुटुंबासाठी भाड्याने घर घेतले. ७, भैरव विश्वास आळीत. नरेनच्या मातोश्रींच्या आईच्या घरालगतच होते नवे घर.

विश्वनाथ दत्त कोणाचे तरी वडील होते. नरेन त्यांचा एकुलता एक मुलगा होता. कोणताही बाप आपल्या मुलाच्या दोन हाताचे चार हात कधी होतील या काळजीत असतोच. जगात कोठेही गेलात तरी सगळे वडील सारखेच असतात.

साहजिकच, नरेनने लवकरात लवकर विवाहबद्ध व्हावे असे विश्वनाथांना वाटत होते. तथापि, श्री रामकृष्णांचा त्या कल्पनेला पुरेपूर विरोध होता. आणि खरोखरच ज्या ज्या वेळी त्या बाबतीत काही ना काही प्रगती होत असे त्या त्या वेळी अचानक कोणती ना कोणती अडचण आकस्मिकरीत्या पुढे येऊन तो विषय तेथल्या तेथे सोडून देणे भाग पडे. पण अशीही एक वेळ आली जेव्हा नरेनचे पिताश्री त्याचा विवाह पक्का करण्यात यशस्वी झाले. त्यांनी नरेन- साठी कलकत्त्याच्या एका बंगाली कुटुंबातील कन्यका वधू म्हणून नेमस्त केली. मुलगी चांगल्या वजनदार आणि श्रीमंत घरातील होती. तिच्याकडच्या लोकांनी मुलाला भरपूर हुंडा देऊन लग्न करण्याचे अभि-वचनही दिले होते. सगळी प्राथमिक बोलणी पक्की झाली खरी पण प्रत्यक्षात नियोजित वराने- नरेननेच- लग्नाला नकार दिला. तिकडे

स्वामीजींचा तळहात

खुद्द पिताश्री विश्वनाथही एकाएकी निजधामास गेले. जमलेले लग्न रद्द करण्यावाचून गत्यंतर उरलेच नाही.

श्री रामकृष्ण नरेनकडे एका वेगळ्या दृष्टीने पाहत होते. नरेन त्यांना अनेक आत्म्यांचा रक्षणकर्ता म्हणून दिसत होता. त्यामुळे त्याला एकाच व्यक्तीच्या किंवा एकाच कुटुंबाच्या जोखडात अडकून पाडण्याला त्यांची संमती कदापिही मिळणार नव्हती. आपल्या आईवडिलांच्या आणि नातलगांच्या आग्रहाचे ओझे तो कितपत पेलू शकेल याची त्यांना भीती वाटत होती. त्या अनावर आग्रहाला बळी पडून नरेन स्वतःला विवाह बंधनात जखडून तर नाही ना घेणार अशी शंका त्यांना भडेसावू लागली. त्यामुळे, या ना त्या कारणाने नरेन लागोपाठ कित्येक दिवस दक्षिणेश्वरला आला नाही तर ते स्वतः कलकत्त्याला त्याच्याकडे जात आणि त्याच्याकडून ध्यानधारणा आणि त्यानुषंगिक इतर आध्यात्मिक साधना आपल्या देखरेखीखाली करून घेत. नरेनने आजन्म ब्रह्मचर्यव्रताचे पालन करण्याचेच ठरवले. आपले संपूर्ण आयुष्य एखाद्या संन्याशाप्रमाणे व्यतीत करण्याचा त्याने निर्धार केला. संन्यासी एखादी लौकिकप्राप्त, लोकप्रिय, धनवान किंवा सत्ताधारी व्यक्ती यांच्या थोरवीत, मोठेपणात फरक असतो. त्याचा मृत्यू त्या महात्मतेचा नाश करू शकत नाही.

कारण, संन्यासी शाश्वत सत्याचा शोध घेऊन त्याची प्राप्ती करून घेतो. ते सत्य अबाधित असते, अपरिवर्तनीय असते, तो त्यात गुंतूनही पडत नसतो. आत्मानंदात अविरत मग्न असलेला संन्यासी आणि लौकिकार्थाने महान वाटणारी व्यक्ती या दोघांच्या आयुष्यात जीवनक्रमातील या फरकाचा वेध नरेनने अचूक घेतला होता.

२५ फेब्रुवारी १८८४ ला नरेनच्या वडिलांचे, विश्वनाथ दत्तांचे निधन झाले. आता नरेनच्या पुढ्यात ऐहिक जगातील कठोर वास्तव खडे ठाकले. त्याचे वडील विश्वनाथ दत्त – कुटुंबातील एकटेच मिळवते गृहस्थ होते. मुळातच परोपकारी असणाऱ्या विश्वनाथ दत्तांनी आपल्या कुटुंबासाठी आर्थिक बचत करून ठेवलेली नव्हती. ज्येष्ठ पुत्र या नात्यांनी कुटुंबाचा भार नरेनवरच पडणार होता. सात माणसांच्या उदरनिर्वाहाची सोय त्याला करायची होती. शिवाय त्याच्याकडे उत्पन्नाचे कसलेही साधन नव्हते. एकवीस वर्षांचा तरुण नरेन तसा भांबावूनच गेला. आपली उपासमार होणार म्हणून हवालदिल झाला. त्या बिकट परिस्थितीतही तो संपूर्ण निर्धाराने आयुष्याला सामोरा गेला. कुटुंबासाठी करता येण्यासारखा जास्तीत जास्त त्याग त्याने केला. वकिलाच्या हाताखालची कारकुनी सोडून त्याने थोड्याफार काळापुरते का असेना मेट्रोपॉलिटन इन्स्टिटट्यूशनमध्ये शिक्षक म्हणून काम सुरू केले. १८८६च्या जूनमध्ये तो मुख्याध्यापकही झाला.

त्या कठीण काळात नरेन आणि मातोश्री, भुवनेश्वरी देवी, यांच्यातील नाते अतिशय दृढ झाले. पतीच्या आकस्मिक निधनानंतर घरच्या परिस्थितीत झालेल्या अचानक बदलाशी जुळवून घेताना त्यांनी असाधारण कर्तृत्व दाखवले. अगदी आदर्शवत् करारी गृहिणी बनून प्रपंचाचा गाडा मोठ्या धीराने पुढे रेटला. लक्षात घेण्यासारखी वस्तुस्थिती पहा! नवरा हयात असताना महिन्याला हजार रुपये खर्च करणारी ती माता आता आपला घरखर्च केवळ तीस रुपयांच्या तुटपुंज्या रकमेत भागवू लागली. त्या मानाने नगण्य वाटणाऱ्या पैशात आपल्या मुलाबाळांचा व स्वतःचा उदरनिर्वाह करू लागली. या खडतर परिस्थितीतही तिच्या चेहऱ्यावर कधीही विषादाची वा उदासीनतेची छटा उमटली नाही. तिकडे, नरेनला मात्र आपल्या आईची व भावंडांची परवड पाहवेना. ती अवस्था पाहून त्याच्या मनात ईश्वराच्या अस्तित्वा-बद्दल शंका निर्माण होऊ लागल्या. बालवयातच त्याला झालेल्या ईश्वरीदृष्टांताच्या अनुभवांच्या आठवणी त्याला नेहमी येतच होत्या. श्री रामकृष्णांच्या सहवासात त्यांना अधिक बळकटी आली.

आताच्या परिस्थितीत त्या आठवणींनी त्याचा पिच्छा पुरवला. ईश्वर खरोखरच अस्तित्वात आहे आणि त्याच साक्षात्कार घडून येण्याचा मार्ग असलाच पाहिजे हा विश्वास त्याच्या मनात ठाम रुजला. नंतर एका रात्री त्याला एक दृष्टांत झाला. कोणती तरी दैवी शक्ती त्याला ईश्वरी न्याय व दया यांच्यातील सह-अस्तित्वाची

सत्यता आणि ईश्वरप्राप्तीच्या स्वर्गीय आनंदाच्या निर्माणातही अरिष्टांची हजेरी या गोष्टी उलगडून दाखवतांना दिसली. बस्स. तेथून पुढे नरेन आपल्या आजोबांच्या पावलावर पाऊल ठेवून गुपचूपपणे जगातील ऐहिकाचा त्याग करण्याच्या तयारीस लागला. त्यासाठीचा दिवसही त्याने मुक्रर केला. त्याच्या आनंदात भर घालणारी आणखी एक गोष्ट त्याला कळली. नेमक्या त्याच दिवशी गुरुदेव श्री रामकृष्ण कलकत्यात येणार होते ही. पण प्रत्यक्षात घडले असे की श्री रामकृष्णांची व त्याची भेट झाल्याझाल्या त्यांनी त्याला आपल्याबरोबर दक्षिणेश्वरला परतायला सांगितले.

दक्षिणेश्वरला पोचताच श्री रामकृष्ण समाधी अवस्थेत गेले आणि त्यांनी असे एक गाणे म्हणायला सुरुवात केली ज्याचा आशय होता – "बाळ नरेन, मला तुझ्या मनीच्या हेतूची कल्पना आलेली आहे, तू घरदार सोडून निघाला आहेस हे माझ्या ध्यानात आलेले आहे बरे...!" त्यानंतर, रात्री ते दोघेच बोलत बसले असताना, श्री रामकृष्ण नरेनला म्हणाले – "मला ठाऊक आहे तुझा जन्म कालीमातेचे कार्य चालवण्यासाठीच झालेला आहे, तुला ऐहिक जीवनाची कसलीही आस लागलेली नाही, तू त्याचा त्याग करू पाहतोस. पण, बाळा, किमान माझ्यासाठी तरी तू इतक्यात तसे नको करूस. मी जिवंत असेपर्यंत तरी या जगातच वावरत रहा...!"

दुसऱ्या दिवशी, नरेन घरी परतला खरा पण कुटुंबाच्या गरजा कशा काय भागवायच्या या विचाराने व्याकूळ होऊन पुन्हा एकदा गुरुगृही दाखल झाला. परमेश्वर श्रीरामकृष्णांचे गाऱ्हाणे ऐकून घेतो हे त्याला ठाऊक होते. त्याला याचीही कल्पना होती की आर्थिक समस्यांतून आपली सुटका करावी यासाठी ते ईश्वराकडे प्रार्थना करण्यास नाही म्हणणार नाहीत. गुरुदेवांनी त्याला सांगितले त्यांनी त्या-बद्दल अनेकदा परमेश्वराकडे आण भाकलेली होती. पण मंदिरातील कालीमातेचा 'स्वीकार' नरेनने अद्याप केलेला नसल्यामुळे तिने त्यांच्या प्रार्थनांचा स्वीकार केला नव्हता. त्यांनी स्नेहपूर्ण शब्दांत त्याला समजावले – "अरे, मी आईला कितीदा तरी सांगितलय. म्हणून म्हणतो आता तू स्वतःच जा. आज मंगळवार. आईचाच शुभ वार. माझी माता ब्रह्मशक्ती आहे. ती काय वाटेल ते करू शकते. आज रात्री मंदिरात जा, तिच्यापुढे हात जोड आणि काय हवं ते माग. मागशील ते मिळेल...!"

आता गुरुदेव सांगतात म्हटल्यावर नरेनचा त्यांच्यावर विश्वास बसला. तो मंदिरात शिरला आणि त्याला आईची मूर्ती दिसली. क्षणातच मूर्तीच्या जागी कालीमातेची जिवंत प्रतिमाच उभी राहिली. भक्ती व प्रेम या भावना अनावर झाल्या. त्याचे हृदय उचंबळून आले. भोवतालच्या जगाचा विसर पडला. देवीकडे मागायचे होते ते लुप्त झाले. त्याच्याऐवजी त्याने कोणता वर मागितला असेल असे वाटते तुम्हाला? "आई, मला विवेक दे, वैराग्य दे, ज्ञान दे, भक्ती दे! तुझे अखंड दर्शन

निरंतर मिळू शकेल, असं मला कर, आई!''
इतके मागणे मागून नरेन मंदिरातून बाहेर
आला. गुरुदेवांकडे परतला. गुरुदेवांनी
विचारले – ''काय रे, कौटुंबिक समस्या
सुटाव्यात म्हणून केलीस ना प्रार्थना
आईकडे?'' नरेन एवढेच म्हणाला- ''नाही.
विसरूनच गेलो की ते!'' गुरुदेव म्हणाले-
''ठीक आहे. जा, आणखी एकदा जाऊन
ये.'' नरेन परत मंदिरात गेला. पण या
खेपेला त्याने देवीकडे मागणी केली- ''प्रेम
दे, भक्ती दे!'' पुन्हा गुरुदेवांनी त्याची
खरडपट्टी काढली आणि त्याला तिसऱ्यांदा
तिकडे पाठवले. आता मात्र तो भलताच
शरमला. त्याला स्वतःची लाज वाटली.

दक्षिणेश्वरची देवी भवतारिणी

''मी काय चालवलंय हे! छे:, साक्षात कालीमातेकडे इतक्या किरकोळ, क्षुद्र
गोष्टीसाठी साकडे घालायचे! हे म्हणजे अतिच झालं. एखाद्या दिमाखदार राजाकडे
भुक्कड भाजीपाला मागण्यासारखं! नाही आता मी दुसरेतिसरे काहीही न मागता
फक्त ज्ञान आणि भक्तीच मागून घेणार. बस्स!'' आणि त्याने तेच केले. आता
त्याला जाणीव झाली, त्याला कळून चुकले ही सारी किमया, लीला गुरुदेवांची,
श्री रामकृष्णांची! आणि म्हणून शेवटी नरेनने श्री रामकृष्णांकडेच हट्ट धरला –
''गुरुदेवा, आता आपणच माझ्यावर कृपा करा. तुम्हीच मला असा वर द्या की ज्या
योगे माझ्या घरातल्या माणसांना येथून पुढे दारिद्र्याच्या यातना भोगाव्या लागणार
नाहीत.'' गुरुदेवांना त्यासाठी त्याने खूपच आग्रही असे साकडे घातले. अगदी
काकुळतीला येऊन. अखेर गुरुदेवच ते. आपल्या प्राणप्रिय शिष्याची प्रार्थना त्यांनी
ऐकली आणि त्याला अभिवचन दिले – ''उठ, येथून पुढे तुझ्या घरातील कोणालाही
अन्नवस्त्राचा तुटवडा कदापिही भासणार नाही. जा, निश्चिंत मनाने घरी जा!''

हा प्रसंग नरेनच्या आयुष्यातील एक अविस्मरणीय घटना ठरली. त्या दिवशी
त्याच्या आयुष्याला वेगळी कलाटणीच मिळाली. आजवर मूर्तिपूजा म्हटली की
त्याच्या कपाळाचा शूळ उठत होता. त्या प्रकाराबद्दल त्याच्या मनात सतत प्रचंड
अढीच होती, तिरस्कार होता. पण आता त्याचे डोळे उघडले. मूर्तिपूजेचा अर्थ
आणि उद्देश त्याला कळून चुकला. त्याजबरोबर कालीमाता म्हणजेच ईश्वर ही
संकल्पना दृढ झाली. नरेनच्या त्या मतपरिवर्तनाने श्री रामकृष्ण खूपच सुखावले आनंदले.

◆

गुरुदेवांच्या चरणयुगुली...

श्री रामकृष्णांचा निव्वळ सहवास हा तपश्चर्या आणि आध्यात्मिक साधना याचा एक चालताबोलता वस्तुपाठच होता. गुरुदेवांच्या ऐहिक तत्त्वज्ञानाचा ठाव घेणे वाटते तितके सोपे नव्हते. त्यांच्या ईश्वरदत्त दिव्य भावविश्वात प्रवेश करण्यासाठी पराकाष्ठेच्या एकाग्रतेची गरज लागत होती. इतरत्र जे पाह्यला मिळत नव्हते ते गुरु-शिष्य संबंध तेथे आढळत होते. अतिशय कोमल, सुलभ, सहजसुंदर मानवी भावनांचा तेथे कल्लोळ माजत होता. संपूर्ण वातावरण दिव्यत्वाने बहरलेले होते. आणि तरीही आपल्या शिष्यांच्या आध्यात्मिक जीवनाला आकार देणारे गुरुदेव ते कार्य अगदी रमतगमत, हसतखेळत, गम्मतजम्मत करत करायचे.

आपल्या शिष्यांच्या अप्रकट आध्यात्मिक शक्तींचा अंदाज गुरुदेवांना अगदी स्पष्ट येत असे. त्यांना योग्य दिशेने वळण लावण्यासाठी ते त्यांना प्रोत्साहित करत. शिष्य भरकटत आहेत असे दिसले की ते त्यांना वेळीच सावध करत आणि त्यांच्या आयुष्यक्रमातील बारीकसारीक तपशीलांचे शांतपणे आणि विशेष पुढे पुढे न करता निरीक्षण करून त्यांना नियंत्रणाखाली आणत. श्री क्षेत्र दक्षिणेश्वर मुळातच पवित्र गंगा नदीच्या काठावरच वसलेले होते. तेथील पंचवटीचा एकांतवास शिष्यांच्या ध्यानधारणेला पूरकच ठरत होता. त्या नीरव शांततापूर्ण वातावरणात चालणाऱ्या विविध प्रकारच्या साधनमार्गांवरून वाटचाल करणाऱ्या शिष्यांना गुरुदेवांचे साह्य होत असे. आपल्या शिष्यांनी आयोजित केलेल्या वनभोजनात गुरुदेवही मोठ्या आत्मीयतेने सामील होऊन त्यांच्या मौजमजेत सामील होत.

दक्षिणेश्वरात गेले की, नरेनला आपले बालपण परत आल्यासारखे वाटत होते. त्याच्या अंगभूत व्रात्यपणाला उकळी फुटत होती. त्याची उच्छृंखलता शिगेला पोचत होती. परिस्थितीच्या दडपणाखाली कोंडून राहिलेला त्याचा उत्साह, ज्याला त्या आधी पुरेसा वाव मिळाला नसल्याने त्याची झालेली घुसमट, आतल्या आत

पंचवटी, दक्षिणेश्वर

झालेली छळणूक सगळे बांध फोडून बाहेर पडायचे. आता तो मनाला वाटेल ते करायला मोकळा होता, बंधनातून मुक्त झाला होता. त्याच्या आध्यात्मिक उर्जेला एखाद्या कड्यावरून कोसळणाऱ्या धबधब्याचे स्वरूप प्राप्त झाले होते. तिच्या प्रकटीकरणाला अडवणारे कोणीही तेथे नव्हते. श्री रामकृष्णांना नरेनच्या आत्म्याच्या अवकाशातील भराऱ्यांची उत्तम कल्पना होती. त्यामुळे, ते त्याच्या मनोविकारांना भरपूर मोकळीक देऊन त्याचे मनोबल वाढत जाऊन त्यावर त्याचेच स्वामित्व कसे प्रस्थापित होईल हे पाहत होते. नरेन यांच्याबद्दल ज्या शंका उपस्थित करी, किंवा त्यांची कसोटी पाहण्याचा प्रयत्न करी त्याला ते अटकाव करत नव्हते. उलट उपदेशच करत – "केवळ सहमती वा असहमती व्यक्त करून जे साध्य करायचे आहे ते पदरात पडत नाही. ध्येयपूर्ती म्हणजे प्रत्यक्षात भरभक्कम असा साक्षात्कार!"

श्री रामकृष्णांची महात्मता केवळ एकट्या नरेनलाच पुरती उमजलेली होती असे विधान बेलाशक करता येईल. तो एकटाच त्यांच्याविषयी, त्यांच्या प्रतिपादनाविषयी शंका उपस्थित करण्याचे धाडस करत होता. बाकीचे सगळे त्यांच्या मुखातून येणारा एकूण एक शब्द प्रमाण धरून चालत होते. श्री रामकृष्णांच्या शिष्यगणांत नरेन ही एकच व्यक्ती अशी होती की त्यांच्याबद्दल सर्वोच्च आदर आणि भक्तिभाव असूनही त्यांच्या शिकवणूकीचा स्वीकार करण्या-पूर्वी, त्यांचे प्रतिपादन ग्राह्य मानण्यापूर्वी त्यात अंतर्भूत असलेल्या सत्यतेचा पडताळा घेतल्या-नंतरच, स्वत:चे संपूर्ण समाधान झाल्यानंतरच तो त्या विधानांचा, त्या तत्त्वाचा अंगीकार करत असे. श्री रामकृष्णांनीही नरेनच्या ठायीचे सुप्त बौद्धिक सामर्थ्य पुरते ओळखले होते.

काशीपूर येथील श्री रामकृष्णांची खोली

आपल्या इतर भक्तांना त्याच्या बद्दल सांगताना ते म्हणत – "नरेनच्या अंतर्मनाचा, त्याच्या पाशी असलेल्या अंतर्ज्ञानाचा ठावच लागत नाही. मला तर नाहीच, पण प्रत्यक्ष आईला (कालीमाता) स्वत:लाही नाही. कारण, तिनेच त्याला तसा वर या आधीच दिलेला आहे. आज नरेनजवळ अठरा असाधारण सिद्धी, शक्तिस्रोत आहेत. त्यातली फक्त एखादी दुसरी वापरात आणली तरीही त्या बळावर तो संपूर्ण जगात प्रसिद्धी पावू शकतो...!"

श्री रामकृष्णांची पाठपद्धती, शिकवण्याची रीत अस्सल आणि अतुलनीय होती. त्यासाठी ते आपल्या देहबोलीचा वापर करत असत. शिवाय जे शिष्याच्या मनावर बिंबवायचे, ठसवायचे ते लोककथा व नीतिकथांच्या व गीतांच्या माध्यमातून. त्या साठीचे सूत्र होते – "जेव्हा अंत:करणात साक्षात्काराची पदचिन्हे उमटतात तेव्हा सर्व साधकबाधक वादावादी संपुष्टात येते आणि ईश्वर प्राप्तीची ज्ञानज्योत प्रज्वलित होऊन तिची प्रभा सर्वत्र पसरते...'' विश्वातील अंतिम सत्याचे प्रत्यक्ष दर्शन घडल्यामुळे श्री रामकृष्णांना तर्कशास्त्रीय आधाराची गरज लागतच नव्हती. ज्या माणसाने वैश्विक प्रेम आणि सहिष्णुता यांचा संदेश दिला तो त्याने स्वत: प्रत्यक्षात जगूनही दाखवला. त्यांच्या शिकवणुकीचा मुख्य विषय होता माणसाला वाटणारी कळकळ, लागलेली तळमळ! ते म्हणत – "तुम्ही करत असलेल्या प्रार्थनेची पद्धत कोणती का असेना, प्रार्थना करण्याचे थांबवू नका. ईश्वराच्या कानावर एखाद्या मुंगीचा पायरवदेखील तात्काळ पोचतो! तुम्ही करत असलेला पूजापाठ, कोणता का असेना, त्यातून भक्ताला त्याचा ईश्वर प्रकट होत असल्याची जाणीव होत असेल तर मला तो मान्य आहे!'' माणसाच्या रूपात स्वत: ईश्वरच प्रकटतो यावर श्री रामकृष्णांचा गाढ विश्वास होता आणि म्हणून त्यांनी 'मानवाची सेवा हीच परमेश्वराची पूजा' या तत्त्वाचा पक्ष घेऊन त्याचा प्रसार केला. श्री रामकृष्णांनी हिंदूधर्माचे आचरण ज्या पद्धतीने ती त्यांनी पुरस्कारलेली आचार-पद्धती विधायक, ठोस, व्यावहारिक आणि समूर्त साक्षात्कार होता.

गुरुदेवांच्या शिकवणुकीचा प्रभाव नरेनवर उत्तम पडला. त्यामुळे नरेनच्या

साक्षात्कारी वृत्तींना जाग आली. आता त्याने खऱ्याखुऱ्या हिंदूधर्माच्या या मूलतत्त्वांना छातीशी कवटाळून धरण्याची तयारी केली. सर्वसाधारण जगासमोर असलेल्या आणि बहुतांशांकडून प्रसारित केल्या जाणाऱ्या सांप्रदायिक हिंदुत्त्वाचा अव्हेर करण्याचे ठरवले. आपल्याबद्दल आक्षेप घेणाऱ्या नरेनलाच त्यांनी आपला सर्वोच्च पट्टशिष्य बनवला. नरेन श्री रामकृष्णांचा सर्वांत विश्वासू शिष्योत्तम होता. त्याच्याइतके श्री रामकृष्णांना समजून घेणारा कोणीही आढळत नव्हता. नरेनला सत्-चित्- आनंदाची ओळख करून देण्यात आली. ईश्वरावर कोणी कितीही प्रेम करावे हे त्याच्या मनावर बिंबवले गेल्यामुळे सदासर्वदा ध्यानात गढून जाण्यास कोणाचीही हरकत नव्हती. आणि म्हणूनच आजवर नरेनच्या मुखातून फक्त निर्गुण 'ब्रह्मा'च्या स्तुतिपर भजनांचा स्रोत वहात होता त्या जागी आता आली श्रीकृष्णाची राधा. आता नरेन राधेच्या अतीव आध्यात्मिक प्रेमाचे वर्णन करणारी गाणी गाऊ लागला.

गुरुदेवांनी नरेनच्या महान भवितव्याबद्दल केलेल्या भाकिताचे नरेनला मोठे अप्रूप वाटले. त्यावर गुरुदेवांनी ठेवलेल्या विश्वासाचा त्याच्यावर उत्साहवर्धक परिणाम झाला. ते भविष्य अचूकच असणार याची जाणीव त्याला झाली कारण ते केले होते अशा एका व्यक्तीने ज्याची आध्यात्मिक महत्ता गगनालाही गवसणी घालत होती. ती महत्ता वैद्यक व तत्त्वज्ञान या शास्त्रांत निपुण असलेल्यांच्या कसोट्यांना उतरलेली होती. नरेनच्या सर्वांगीण विकासाबद्दल गुरुदेव सतत जागरूक होते. त्यांनी त्याच्याकडून करून घेतलेल्या साधना, तपश्चर्या त्याची ग्वाही देत होत्या. शारीरिकदृष्ट्या तो एक तगडा, तरणाबांड, दमदार पुरुष होता. त्याच्या देहात सळसळते चैतन्य वास करत होते. तो वयाने तरुण असला तरी वृत्तीने डौलदार व करारी होता. त्याच्याकडे एखाद्या अलौकिक पुरुषाकडे असलेले संतुलित व समदर्शी मन होते, एक अतिशय समंजस व सखोल असा अलिप्तपणा होता. स्वत:कडे तो त्या अलिप्तपणानेच पाहत होता. स्वभावत: तो एक तत्त्वज्ञ होता आणि त्याला लाभलेल्या श्री रामकृष्णांच्या निरतिशय प्रेमभावामुळे त्या तत्त्वज्ञाचे परिवर्तन एका नि:स्सीम अशा भक्त श्रेष्ठातही झाले. नरेनची आध्यात्मिकता त्याच्या बुद्धिमान अंतर्दृष्टीतून जन्मास आलेली होती. तिच्यावर दैवी कृपेचे लख-लखते पाणी चढून ती मुलायम बनली. गुरुदेवांचे त्याच्यावर असलेले प्रेम पराकाष्ठेचे नि:स्वार्थी होते, निरामय

श्री रामकृष्ण परमहंस

होते. त्यातील आर्तता अप्रतिम होती. त्यातील भावाकुलता अलौकिक होती. त्या पराकोटीला गेलेल्या प्रेमभावनेचा आविष्कार त्यांच्या शब्दांतून व्हायचा. एकदा नरेनशी बोलताना गुरुदेव टोकाला जात म्हणाले – ''अरे माझ्या लाडक्या नरेना, अरे तुझ्यासाठी मी काहीही करेन, अगदी दारोदार भिक्षा मागत फिरेन! तुला हे ठाऊक आहे का?...'' गुरु-शिष्यातील या अतूट स्नेहभावाने नरेनला पार जखडून टाकले. तो श्री रामकृष्णांचा दासानुदास बनला.

नरेनच्या चारित्र्याची जडणघडण त्याच्या वाट्याला आलेली दु:खे आणि त्याला लाभलेले थोर सहवास या दोहोंच्या मुशीतून झाली. त्याच्या वाट्याला आलेल्या दैन्यावस्थेने त्याला गरीबांबद्दल सहानुभूती बाळगण्याचे धडे दिले तर गुरुदेवांकडून त्याला बौद्धिक सामर्थ्य आणि आध्यात्मिकता यांच्यातील फरक कळण्यास मदत झाली. श्री रामकृष्णांनी नरेनच्या स्वभावधर्मातील या दोन हिऱ्यांना पैलू पाडून एक पूर्णत्वाला पोचलेले अद्वितीय रत्न तयार केले. त्यांनी तो साचा त्यांना पडलेल्या त्याच्या संदर्भातील एका दृष्टांतातून उचललेला होता. श्री रामकृष्ण भारतीय आध्यात्ममार्गातील एक कुशल, कसबी जवाहिरे होते. रत्नपारखी होते. त्यांनी केलेली नरेनची निवड अचूक होती. त्यांना ज्याचे अपार कौतुक होते तो नरेन यथावकाश स्वामी विवेकानंद म्हणून प्रगट झाला. श्री रामकृष्णांना पक्की खात्री होती नरेनच्या डोळ्यासमोरची वाट संन्यस्त जीवन जगण्याचीच होती आणि म्हणूनच त्यांनी त्याचे बोट लागलीच पकडले आणि त्याला सुखेनैव मार्गस्थही केले. जाता जाता त्याला ईशाराही दिला – ''बाळ नरेन, एक गोष्ट ध्यानात ठेव. ऐहिक सुखांचा बराचसा उपभोग घेतल्यानंतर जे संन्यासमार्ग स्वीकारतात त्यांची वाट तशी बिकटच असते. त्यांचे पूर्वायुष्य त्यांना सहजासहजी झटकता येत नाही. त्यावेळच्या काही गोष्टी त्यांच्या मागे रेंगाळत राहतात. त्या काळातील सखेसोबती संधी मिळेल तेव्हा त्याला भंडावतात देखील. अशा चित्त विचलित करू पाहणाऱ्यांपासून सावधान!'' त्यांनी नरेनला असेही सांगितले – ''मन, अंत:करण शुद्ध असले तरच भक्तिमार्ग सोपा होतो, ईश्वरावरची निष्ठा दृढ होते.'' स्वामी विवेकानंदांचे स्वत:चे शब्द असे होते – ''माझे गुरुदेव म्हणजे बाह्यात्कारी मूर्तिमंत भक्तिसागर आणि अंतर्यामी अथांग ज्ञानसागर! माझे त्याच्या उलट आहे. माझे बाह्य कवच संपूर्णत: ज्ञानमय आहे तर माझ्या अंत:करणातील इंच न् इंच भक्तीने व्यापलेला आहे!''

श्री रामकृष्णांच्या सहवासात नरेन पाच एक वर्षे होता. त्या संपूर्ण काळात त्याच्या गुरुदेवांनी त्याचे शिक्षण चालूच ठेवले होते. दक्षिणेश्वरच्या त्यांच्या प्रत्येक भेटीत त्या दोघांतील नाती अधिकाधिक दृढ होत गेली. गुरुदेवांच्या कल्पना आणि आदर्श आत्मसात करायला त्याची मदत झाली. श्री रामकृष्णांनी त्याला पुत्रवत् मानून पित्याचे प्रेम दिले. त्याच्यासाठी ज्ञान व भक्ती यांचा खजिना खुला करून

त्यांची मनमुराद लयलूट करण्याची संधी त्यांचा मानसपुत्र म्हणून वारसाहक्काने त्याच्याकडे चालत आली. गुरुदेवांचे जीवन म्हणजे सर्व आध्यात्मिक उद्दिष्टे हस्तगत करण्याच्या साधनांचे चालतेबोलते प्रात्यक्षिकच आहे असे त्याला भावले. त्यांच्या साह्याने खुद्द या विश्वातील अंतिम सत्याचा वेध घेणे शक्य आहे अशी त्याची धारणा बनली आणि त्या ध्येयसिद्धीची स्वप्ने त्याच्या विशाल, तेजस्वी नेत्रांसमोर तरळू लागली. श्री रामकृष्णांच्या ठायी त्याला नव्या चैतन्यप्रभूंचे, नव्या शंकराचार्यांचे, नव्या गौतम बुद्धांचे दर्शन झाले. श्री रामकृष्णांची शिकवण हिंदुत्वाचे पुनरुत्थान करेल असा विश्वास निर्माण झाला.

गुरु-शिष्य एकत्र आल्याला चार वर्षे झाली होती. पाचवे वर्ष चालू होते. ते गुरुदेवांच्या दृष्टीने शेवटचेच वर्ष ठरले. त्यांच्या घशाला जडलेला रोग त्या मानाने दीर्घकालीन व असाध्यही ठरला. तो रोग त्यांना जडला तरी कसा याबद्दल भरपूर अंदाज बांधण्यात आले. पण श्री रामकृष्णांच्या भक्तांची खात्री पटलेली होती तसल्या फालतू तर्कवितर्कांत वेळ घालवण्यात अर्थ नव्हता. त्यांचे जीवित ध्येय होते त्यांचे उदाहरण, त्यांचा आदर्श डोळ्यांसमोर ठेवून वाटचाल करणे, त्यांची मन लावून सेवा करणे. आपल्या परमप्रिय गुरुदेवांची सेवा करण्याची संधीच या

श्री रामकृष्णांच्या निर्वाणानंतर काशीपूर
येथील त्यांचे शिष्यगण

श्री रामकृष्ण परमहंस
यांचे महासमाधी स्थल

निमित्ताने आपल्याला मिळत असताना ती वाया का घालवायची असा विचार करून सारे भक्त श्री रामकृष्णांच्या सेवेत रत झाले. नरेनच्या डोळ्यांसमोर माणसाचा जन्म घेऊन पृथ्वीतलावर अवतीर्ण झालेले श्री रामकृष्ण आणि परमेश्वर परस्परांपासून अभिन्न कसे काय असू शकतात हे दृश्य तरळायला सुरुवात झाली. आणि तरीही आपल्या गुरुदेवांची प्रकृती काळजी वाटावी इतपत खालावत चालल्याचे दुःख त्याला झाले. डिसेंबरच्या सुमारास गुरुदेव जवळजवळ निश्चेष्ट पडून राहू लागले. नरेन आणि त्याचे अकरा सहकारी भक्त अहोरात्र त्यांच्यावर पाळीपाळीने लक्ष ठेवू लागले.

१८८६च्या जानेवारीत गुरुदेवांना किंचित बरे वाटू लागले. एका दुसऱ्या डॉक्टरने दिलेल्या काही नव्या औषधांचा उपयोग झाला असावा. एके दिवशी तर कमालच झाली. बिछान्यावरून उठून बागेत फेरफटका मारण्याची इच्छा त्यांनी भक्तांकडे व्यक्त केली. बागेत गेल्यावर त्यांनी आध्यात्मिकतेचा सर्वोच्च कळस गाठला आणि आपल्या भक्तांच्या सर्व मनोकामना पूर्ण व्हाव्यात म्हणून भोवतालच्या सर्वांना आशीर्वाद दिला. श्री रामकृष्णांचे जीवितकार्य अव्याहत पुढे चालू ठेवण्यासाठी आपले संपूर्ण आयुष्य समर्पित करण्याचा त्यांनी निर्धार केलेला होता. त्या बारा भक्तांचे, आपल्या शिष्यांचे नेतृत्व नरेनने करावे या साठी ते शांतपणे त्याच्याकडून ती तयारी करून घेत होते. त्यांचा तो प्रयास जवळजवळ पूर्ण झाला होता. पण नरेनचे मन मात्र गुरुदेवांच्या आजाराच्या, प्रकृतीच्या चढउतारात व्यग्र होते. आपल्याला त्यांच्यापासून जे काही शिकून घ्यायचे असेल किंवा जे मिळवायचे असेल ते सगळे जास्तीत जास्त जलद साध्य करण्याची गरज होती. त्याने आपल्या ध्यान धारणेची गती वाढवली, आवश्यक असलेली कौशल्ये विकसित केली. परिणामी, लवकरच त्याला त्याच्या आत्मिक शक्तींचा, आत्म-रूपाच्या ताकदीचा साक्षात्कार घडून येण्यास आरंभ झाला. इकडे त्याच्या गुरुदेवांनी त्याला सावध करताना म्हटले – ''बेटा नरेन, जरा धीराने घे बाबा... पुरेसा संचय होण्यापूर्वीच हातात आहे ते खर्च करायला आरंभ करू नकोस, बाळा!''

श्री रामकृष्णांची प्रकृती पुन्हा एकदा खालावत चालली. त्या चिंताजनक अवस्थेतही ते आनंदी दिसले. कारण एकच. त्यांना होणाऱ्या यातना फक्त शारीरिकच होत्या. ती व्याधी त्यांच्या ठायीचा आत्मानंद, त्यांची मानसिक शांती हिरावून घेऊ शकत नव्हती. १८८६च्या मार्च महिन्यात त्यांचा अंतकाळ जवळ आल्याची कल्पना सर्वांना आली. आपले गुरुदेव खुद्द आपल्या आईचा (कालीमाता) अंश धारण करत आहेत याबद्दल नरेनची खात्री पक्की झाली. आता ती बाब त्याच्या दृष्टीने वादातीत होती. आता सर्व भक्त आपले दिवस भक्तिसेवा, दुःख, गुरुसेवा आणि बेहोषी यासारख्या संमिश्र अवस्थांत ढकलत होते. नरेन त्यात पुढाकार घेत होता. अर्थात, हे सगळे पार पाडत असताना आपल्या गुरुदेवांवरील त्यांचे लक्ष क्षणमात्रही विचलित होणार नाही याची दक्षता त्यांनी घेतलेली होती. ती त्यांची सेवा अविश्रांत चालू राहिली.

१८८६च्या जुलैच्या उत्तरार्धात गुरुदेव श्रीरामकृष्ण परमहंसांची प्रकृती पार बिघडली. या त्यांच्या शेवटच्या काळात त्यांचे दर्शन घेण्यासाठी भेटीस येणारांची रीघच लागली. अधिकाधिक लोक त्यांचा आशीर्वाद घेण्यासाठी दक्षिणेश्वरात गर्दी करू लागले. ऑगस्टमध्ये तर त्यात खंडच पडला नाही. श्री रामकृष्णांचे शिष्यगण आपल्या गुरुदेवांची अवस्था पाहून शोकाकुल झाले. कारण, गुरुदेव त्यांना पित्यासमान

तर होतेच पण मार्गदर्शकही तितकेच. आपल्या शिष्यांना श्री रामकृष्णांनी मातेची माया दिलेली होती, पोटच्या पोराप्रमाणे त्यांना जीव लावला होता. तिकडे, गुरुदेवांनीही आपली आवराआवर चालवलेलीच होती. आपल्या-पाशी जे काही आहे ते सर्व आपल्या शिष्यांत संक्रमित करायचा त्यांनी निर्धारच केलेला होता. विशेषत: त्यांची सर्व भिस्त नरेनवर होती. दररोज सायंकाळी ते त्याला आपल्या खोलीत बोलावून घेत. आध्यात्मिक साधनेच्या संदर्भात अंतिम सूचना देत. आपल्या गुरुबंधूंना एकत्र कसे राखायचे, त्यांच्यात फाटाफूट बिलकूल होऊ द्यायची नाही, त्यांच्या संन्यस्त आयुष्याचा प्रवास सुरळीत होण्यासाठी त्यांना मार्गदर्शन व प्रशिक्षण कसे द्यायचे या साऱ्या गोष्टी त्यांनी नरेनला नीट समजावून दिल्या. नंतर एके दिवशी त्यांनी नरेनखेरीज इतर सर्व शिष्यांना आपल्याजवळ बोलावून घेतले आणि आपल्या निर्वाणानंतर नरेन हाच तुमचा प्रमुख असेल, त्याचे आदेश तुम्ही सर्वांनी पाळायचे आहेत असा त्यांना आदेश दिला. त्यानंतर त्यांनी नरेनला वेगळे बोलावणे पाठवले आणि उरलेल्या अकराजणांना त्याच्या हवाली केले. पुन्हा, दुसऱ्या दिवशी, गुरुदेवांनी नरेनला हाक मारली. त्याच्याकडे एकटक पाहत ते समाधी अवस्थेत गेले. विद्युत प्रवाहासारखी एक सूक्ष्म शक्ती आपल्या शरीरात प्रवेश करत असल्याची जाणीव नरेनला काही काळ झाली. आणि भानावर येताच त्याने पाहिले की गुरुदेव चक्क रडत आहेत आणि रडतरडतच म्हणताहेत- ''नरेन! आज मी फकीर झालोय. मी तुला आपलं सर्वस्व देऊन मोकळा होत आहे. आज मी तुझ्या शरीरात संक्रमित केलेल्या शक्तीच्या बळावर या जगात तुझ्या हातून महान कार्यें घडून येतील. ती कार्यपूर्ती झाल्यानंतर तू निजधामी – जेथून आलास तेथे – जाशील...!'' त्यानंतर काही थोड्याच दिवसांत – १६ ऑगस्ट १८८६च्या पहिल्या पहिल्या घटिकांत गुरुदेव श्री रामकृष्ण परमहंसांनी महासमाधीत प्रवेश केला आणि आपल्या मर्त्य देहाचा निरोप घेतला. त्यांच्या शिष्यगणांनी दु:ख व्यक्त केले नाही. त्या प्रत्येकाच्या चेहऱ्यावर 'पावे ते निवांता साहोनि जावे' या धर्तीच्या शांतरसाची रेषा उमटली. आपले गुरुदेव आपल्यातून निघून गेले आहेत याचा स्वीकार त्यांनी अजूनही केला नव्हता.

◆

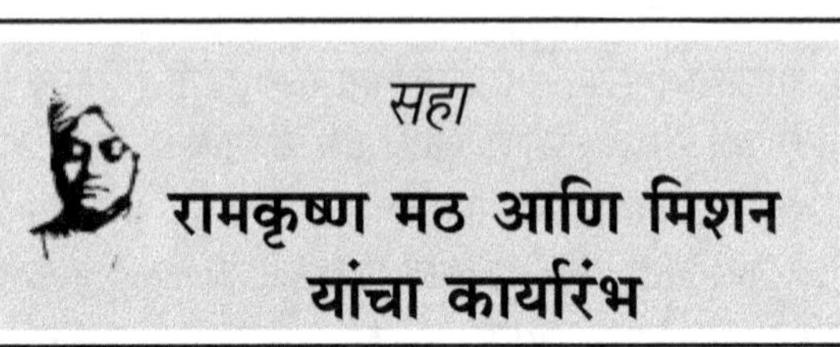

श्री रामकृष्णांनी आपल्या मागे दोन प्रकारचे भक्त ठेवले होते. एक, अंतिम सत्याचा शोध घेण्यासाठी घरदार, ऐहिक जग यांचा त्याग करून संन्याशाचे व्रत घेतलेले बारा शिष्य आणि दुसरे त्यांचा योगक्षेम चालवणारे प्रापंचिक! गुरुदेवांनी महासमाधी घेतल्यानंतर त्या दोन समूहांत अपेक्षित असा कलह सुरू झाला. श्री रामकृष्णांच्या पवित्र अस्थीसाठी जागा कोणती निश्चित करायची या मुद्द्यावर दोन तट पडले. एक प्रापंचिकांचा आणि दुसरा शिष्यांचा. प्रापंचिकांचे पुढारीपण राम-बाबूंनी केले. त्यांचा आग्रह होता त्या पवित्र अस्थी आपल्या गावाबाहेरच्या, लोक-वस्तीपासून दूर एकांतात असलेल्या कंकुरगाची बंगल्यात ठेवाव्यात. ते निवास-स्थान गुरुदेवांची स्मृती जतन करण्यासाठी समर्पित करण्याची आणि पूजेकरता सर्वांसाठी खुले ठेवण्याची त्यांची तयारी होती. दुसरीकडे, नरेन आणि त्याचे गुरुबंधू यांना गुरुदेवांच्या इच्छा प्रमाण मानून गंगा नदीच्या काठावर एखादी वास्तू बांधून घेऊन तेथे ते अवशेष जतन करावेत अशी कळकळ होती. साहजिकच विवाद खडा झाला. पण त्यावर तोडगा काढला नरेननेच. त्याने आपल्या गुरु-बंधूंकडे बाजू मांडताना म्हटले – "तसे पाहिले तर आपल्याकडे स्वतःचे असे एखादे घर आहे का सध्या? आपला अधिकृत पत्ता काय द्यायचा? तेव्हा असं करू या. रामबाबूंच्या त्या निवासात अस्थींचा काही भाग ठेवू. उरलेला आपल्याकडे. कधी काळी आपली स्वतःची वास्तू बांधून तयार झाली की त्या आपल्याकडच्या अस्थींची स्थापना त्या ठिकाणी करू!" त्याप्रमाणे समझोता झाला. प्रश्न मिटला. २३ ऑगस्ट १८८६ला जन्माष्टमीच्या दिवशी श्री रामकृष्णांचा अस्थिकलश मिरवणूकीने रामबाबूंच्या कंकुरगाची 'योगोद्यान'कडे नेण्यात येऊन तेथे त्याची विधिपूर्वक प्रतिष्ठापना करण्यात आली. आता आणखी एका समस्येने डोके वर काढले. त्या बारा शिष्यांनी निवडलेला

संन्यस्त जीवनाचा निर्धारित मार्ग प्रापंचिकांना पसंत नव्हता. त्यांनी असेही मत मांडले, श्री रामकृष्णांनी संन्यस्त जीवनाच्या आदर्शपाठाची शिकवण दिलेली नसल्यामुळे एखादा मठ स्थापन करण्याची गरज नव्हती. दुसरीकडे, त्या तरुण शिष्यगणाच्या मता-मतांत अंतर पडले. त्यांच्यापैकी काहींचे म्हणणे पडले गुरुदेवांच्या संदेशाचा जगभर प्रसार करण्याची किंवा मानवतेची सेवा करण्याची गरजच काय? त्यापेक्षा, प्रथम आपण ईश्वरसाक्षात्कार घडावा म्हणून प्रयत्न-शील राहणे महत्त्वाचे आहे. त्यावर नरेन्द्र-नाथांनी आपला निर्णय दिला – ''आपण सर्व संन्याशांनी मानव जातीची सेवा करताना परमेश्वराचीच पूजा करत आहोत असा

स्वामी विवेकानंद,
बेळगाव (१८९२)

भाव ठेवला तर त्यायोगे आपण ईश्वराच्या साक्षात्कार घडण्याच्या टप्प्यावर आपोआपच पोचणार आहोत!''

मात्र, त्यांची ती सर्वसंमत वाटचाल त्या मानाने खूपच खडतर ठरली. त्यांना अनेक यातना सोसाव्या लागल्या, त्यांच्यावर अनेक आपत्ती आल्या. श्री शारदामातांना – श्री रामकृष्णांच्या पत्नींना – त्यांचे हाल बघवेनात. शेवटी, त्यांनी थेट श्री रामकृष्णांचीच आण भाकून त्यांना प्रार्थना केली – ''आपल्या संन्यस्त लेकरांच्या प्राथमिक गरजा तरी पुरवा. त्यांच्या अन्नपाण्याची, निवाऱ्याची तरतूद करा. ज्यायोगे ती सारी तुमच्या शिकवणुकीवर, तिचा प्रसार करण्यावर एकाग्रचित्ताने ध्यान लावतील.... काहीतरी करा हो!'' असे सांगतात, त्यानंतर काही दिवसांतच श्री रामकृष्ण, सुरेन्द्रनाथ मित्र या आपल्या एका प्रापंचिक भक्ताच्या स्वप्नात आले. त्यांनी श्री. मित्रना सूचना दिली – ''माझ्या तरुण शिष्यांची ताबडतोब भेट घेऊन त्यांच्या पोटापाण्याची तरतूद करा'' गुरुदेवांची आज्ञा प्रमाण मानून सुरेन्द्रनाथ लागलीच नरेनच्या घराकडे गेले आणि त्यांच्या कानांवर श्री गुरुदेवांनी त्यांना दिलेल्या दृष्टांताचा वृत्तांत घातला. आपण तुम्हा सर्वांसाठी एखादे भाड्याचे घर बघून देऊ, तेथे तुम्ही गुरुदेवांच्या प्रतिमेची स्थापना करू शकता, त्यांचा अस्थिकलश ठेवून त्याची नित्य पूजा करू शकता, आपली रोजची साधना, ध्यानधारणा करू शकता... आपण त्यासाठी लागेल ती मदत करू वगैरे आश्वासने त्यांनी दिली. परिस्थितीला मिळालेली कलाटणी पाहून नरेनला अत्यानंद झाला. त्याने आपल्या गुरुबंधूंसाठी घर शोधायला लगेच सुरुवात केली.

वराहनगर मठ

शेवटी, एक जागा सापडली. दक्षिणेश्वर आणि कलकत्ता यांच्या मध्यावर असणारी. त्या भागाचे नाव वराहनगर होते. तसे पाहिले तर घर जुने, मोडकळीस आलेले होते. भरपूर दुरुस्त्या करण्याची आवश्यकता होती. त्यानंतरच त्याला सुस्थिती, नवे देखणे रूप लाभणार होते. मात्र, दुसरा एक फायदा होता. घर खूपच प्रशस्त होते. त्याचे आवारही विस्तृत होते. आनंदाची बाब ही की घराला एक आऊट हाऊस (पडशाळा) ही होते. त्याचा उपयोग सर्वांच्या मनाजोगता करता येणार होता. गुरुदेवांसाठी अस्थिकलश मंदिर उभे करणे सहज शक्य होते. आणखी एक गंमत. ते घर भूताखेतांनी पछाडलेले आहे, त्यांची वस्ती त्या घरात असते वगैरे समजुती लोकांत पसरलेल्या असल्यामुळे ते बरेच दिवस पडून होते. त्याच्याकडे कोणाचे लक्षच नव्हते. साहजिकच, घर अगदी स्वस्त भाड्यात उपलब्ध झाले. त्या युवा संन्याशांच्या आनंदात आणखी एका गोष्टीने भर घातली. ते गंगा नदीच्या जवळ अंतरावर होते. काशीपूरचा स्मशानघाटही लांब नव्हता. त्या घाटावरच त्यांच्या गुरुदेवांच्या मृतदेहाला अग्नी देण्यात आला होता. सर्वांत अनुकूल बाब म्हणजे तो संपूर्ण परिसर अतिशय शांत होता. सगळीकडे एकान्तच एकान्त पसरलेला असे. त्यामुळे, त्या संन्यस्त युवकांच्या साधनेला, ध्यान-धारणेला अतिशय परिपूर्ण असे पोषक वातावरण आपोआपच तयार झाले होते.

अशा प्रकारे, गुरुदेवांच्या आत्म्याने त्यांची कुडी त्यागून सहा आठवडे पूर्ण

होण्याच्या आतच मठ अस्तित्वात आला. नरेन पूर्णांशाने गुरुदेव श्री रामकृष्णांचा प्रवक्ता बनला. गुरुबंधूंच्या त्याच्यावर असलेल्या प्रेमभावाचे रूपांतर त्याच्या-विषयीच्या पूज्य भावात झाले. गुरुदेवांनी त्यांना केलेला अंतकालीन उपदेश त्यांच्या स्मरणातून गेला नव्हता. आणि म्हणूनच नरेनचा स्वीकार नेता म्हणून करण्यात त्यांनी किंचितही कुचराई वा कुरकूर केली नाही. तथापि खरा चमत्कार घडून आला तो अंतपूरात. मार्तंगिनी देवीच्या घरात. अंतपूर हे एक हरिपालजवळचे दुर्गम खेडे आहे. तारकेश्वरच्या वाटेवर ते लागते. १८८६च्या नाताळच्या सुटीत तो शिष्यगण अंतपूरला गेला होता. तेथे त्यांच्यातील संन्यस्तवृत्ती आतल्या आत भडकून उठली. उपस्थित असलेल्या नऊजणांना आध्यात्मिक शक्तीच्या प्रचंड अस्तित्वाची प्रकट जाणीव परस्परांत झाली. ते जग त्यांच्यापुरते मर्यादित असले तरी त्यांना एकत्र बांधून ठेवणारी एक सूक्ष्म शक्तीही त्या प्रसंगी त्या ठिकाणी कार्यरत होती.

त्या दिवशी अंतपूरला जे घडले, जे अनुभवाला आले त्यातूनच श्री रामकृष्ण-प्रणित बंधुत्वाला गती मिळाली आणि पुढे थंडीच्या मोसमातील एका रात्री, निरभ्र नभांगणाखाली, एका पवित्र होमकुंडासमोर त्यांच्या कार्याचा रीतसर आरंभ झाल्याचे दिसून आले. त्या रात्री सर्वांची ध्यानसाधना आटपल्यानंतर, नरेनने आपल्या गुरुबंधूंना येशूची कथा सांगायला सुरुवात केली. एका कुमारिकेच्या पोटी झालेल्या जन्माचे, त्याच्या मृत्यूचे आणि त्याच्या पुनरुत्थानाचे रहस्य उकलून दाखवले. नरेन बोलत असताना त्याच्या अंत:करणातील तळमळ त्याच्या भावपूर्ण चेहऱ्यावर स्पष्टपणे उमटत असल्याचे त्यांना दिसले. त्याच्या शब्दांतून प्रकट होणारा निर्धार, अनेक अडचणी, संकटे, प्रतिकूल परिस्थिती यांना न जुमानता सेंट पॉलने येशू ख्रिस्ताचा संदेश प्रसारित करण्याच्या निर्धाराच्या तोडीचाच आहे अशी त्यांना प्रचीती येत राहिली. नरेनने अतिशय व्याकूळ होत त्यांना विनवले- ''माझ्या प्रिय गुरुबंधूंनो, तुम्हीही एक ख्रिस्त व्हा, ईश्वरी साक्षात्कार प्राप्त करून घेऊन जगाला पापमुक्त करण्यास आपला हातभार लावा आणि ख्रिस्ताप्रमाणे जगाचा त्याग करा...!'' गुरुबंधूंच्या लक्षात नंतर आले, नंतर शोध लागला की तो सारा विचार विनिमय नेमका नाताळ-सणाच्या संध्यासमयीच घडून आला होता. काय म्हणावे त्या मणिकांचन योगाला! त्या शुभमुहूर्ताची स्मृती जागती ठेवावी म्हणून आजही रामकृष्ण मिशनच्या बेलूर मठातील मुख्यालयात नाताळचा सण मोठ्या जल्लोषात, धामधूमीत साजरा होत असतो.

नरेन व त्याचे गुरुबंधू अंतपूरहून कलकत्त्याला परतल्यानंतर लागलीच त्या रात्री सोडलेले संकल्प साकार होण्यास आरंभ झाला. मठाच्या स्थापनेपासून नरेन मठातच राहत होता. हळूहळू शशी, शरत्, शारदा, निरंजन आणि बाबूराम हे सर्व गुरुबंधू एका पाठोपाठ एक असे घर कायमचे सोडून वराहनगर मठात राहायला

आले. १८८७च्या जानेवारीत, राखाल मोंघीरहून परतल्यानंतर त्यांच्यात सामील झाला. १८९०च्या जूनमध्ये, भरपूर उशीरा, गंगाधर आपली तिबेट-यात्रा संपवून हजर झाला. लाटू तथा रखुराम मठात सामील होण्यासाठी वृंदावनाहून आला. तसाच योगेनदेखील. तो श्री शारदामाँच्या बरोबर तीर्थयात्रेला गेला होता. १८८७मध्ये, कधीतरी हरीचे आगमन झाले. हरिप्रसन्न १८९६च्या अखेरच्या दिवसांत दाखल झाला. एव्हाना मठाची जागा बदललेली होती. वराहनगर सोडून मंडळी आलमबझारला स्थलांतरित झाली. आलमबझार त्या मानाने दक्षिणेश्वरला अधिक जवळ होते. हे सगळे घडत असताना नरेन्द्रनाथाच्या समर्थ हातातच मठाचे सुकाणू होते. तीन वर्षे ते त्याने आपल्या हातात ठेवून मिशनचा कारभार चालवण्याच्या संदर्भात आपल्या

श्री रामकृष्ण मंदिर, बेलूर

गंगेच्या पश्चिम तीरावरील
बेलूर मठ

गुरुबंधूंना उत्तम व उचित मार्गदर्शन करून मिशनची नौका व्यवस्थित हाकारली. त्या तीन वर्षांनंतर नरेनने परिव्राजक जीवन स्वीकारले.

१८८६ ते १८९२ या काळात, रामकृष्ण मठ वराहनगर परिसरात कार्यरत होता. पुढे त्याचे स्थलांतर आलमबझारात झाले. १८९७मध्ये त्याची जागा पुन्हा एकदा बदलण्यात आली. आज त्याने आपला पसारा नीलांबर मुखर्जी यांच्या बेलूर येथील उद्यान-गृहात मांडला. आता त्याला 'जुना मठ' म्हणून ओळखतात. १८९८च्या डिसेंबरात त्याने खुद्द बेलूरातील एका जागेत प्रस्थान ठेवले. तेव्हापासून तो आजतागायत तेथेच ठाण मांडून आहे. जुन्या मठापासून किंचित उत्तरेच्या बाजूने सरकलेला. गंगा नदीच्या पश्चिम तीरावरची प्रशस्त जागा खुद्द स्वामी विवेका-नंदांनी निवडलेली होती. ९ डिसेंबर १८९८ला त्यांनीच स्वहस्ते श्री गुरुदेवांचा अस्थि-कलश तेथे नेऊन त्याची प्रतिष्ठापना केली. १८९९च्या जानेवारीपासून मठाचे कामकाज तेथून सुरू झाले.

रामकृष्ण समाजाचे ध्येय दुहेरी आहे. एक, श्री रामकृष्णांच्या जीवनात प्रकट होणारे वेदांताचे ज्ञान जगात सर्वत्र प्रसारित करणे आणि दुसरे, भारतीय जनतेचे सामाजिक जीवन, भारतीयांची सामाजिक स्थिती यांच्यात सुधारणा घडवणे.

बेलूर मठात, गुरुदेवांना समर्पित केलेले एक भव्य स्मृतिमंदिर उभारण्यात यावे अशी स्वामी विवेकानंदांची उत्कट इच्छा होती. रामकृष्ण मिशनमध्ये सामील होण्यापूर्वी व्यवसायाने इंजिनियर असलेल्या स्वामी विज्ञानानंद यांच्यावर त्या स्मारकाचा आराखडा, रचना इत्यादींची जबाबदारी सोपवण्यात आली. त्यांनी ती कर्तव्यभावनेने स्वीकारली आणि त्या दृष्टीने, आपल्या परीने, कलकत्त्याच्या एका नामवंत युरोपियन वास्तूतज्ज्ञांशी सल्लामसलत केली. त्या दोघांनी एकत्र येऊन प्रस्तावित मंदिराचा आराखडा तयार करून तो स्वामी विवेकानंदांना सादर केला. स्वामींनी त्याला संमती दिली. दुर्दैवाने, १९०२ला स्वामी विवेकानंदांचे अकाली निधन झाले आणि तो आराखडा अडगळीत पडला. त्याच्याकडे कोणाचेच लक्ष गेले नाही.

स्वामीजींच्या परिनिर्वाणानंतर जवळजवळ तीस वर्षें गेली. त्यांच्या काही निष्ठावंत अमेरिकन विद्यार्थ्यांनी पुढाकार घेऊन त्या विशाल स्मृति-मंदिराच्या उभारणीसाठी आर्थिक साह्य देण्याची तयारी दाखवली आणि तो आराखडा पुन्हा एकदा प्रकाशात आला. स्वर्गस्थ स्वामी विवेकानंदांची मनीषा फळास येण्याची सुचिन्हे दृष्टिपथात आली. काय योगायोग पहा! १९३५मध्ये मंदिराची पायाभरणी कुणाच्या शुभहस्ते झाली असेल? चक्क स्वामी विज्ञानानंदांच्या! त्या आराखड्याच्या जनकांपैकी एकाच्या. स्वामी विज्ञानानंद त्या काळात मिशनचे उपाध्यक्ष होते. १९३८मध्ये, मंदिराचे बांधकाम पूर्ण झाले. आणि पुन्हा एकवार स्वामी विज्ञानानंदांच्याच शुभहस्ते ती वास्तू जनतेला समर्पित करण्यात आली. कारण, त्या क्षणी ते संस्थेचे अध्यक्षपद भूषवत होते. १४ जानेवारी १९३८ रोजी तो उद्घाटन-समारंभ संपन्न झाला. मंदिरात श्री रामकृष्णांच्या संगमरवरी दगडातील अतिशय भव्य स्वरूपातील शिल्पाकृतीची धार्मिक विधींच्या पवित्र घोषात प्रतिष्ठापना करण्यात आली. तो अविस्मरणीय समारंभ, ते शास्त्रोक्त धार्मिक विधी, तो धीरगंभीर मंत्रघोष, ते भक्तिभावाने केलेले समर्पण जवळपास पन्नास हजार भक्त व प्रेक्षकांच्या उपस्थितीत पार पडले. ते स्मृतिमंदिर म्हणजे वास्तूशिल्प शास्त्रातील भव्यतेचा, सौंदर्याचा आद्य नमुनाच ठरेल. मंदिराची विशालता नजरेत साठवावी इतकी देखणी आहे. मंदिराच्या शिल्पाकृतीत जगातील सर्व प्रस्थापित धर्मांच्या विविध धर्मस्थळांच्या वास्तूंच्या रचनांतील ठळक, पायाभूत वैशिष्ट्ये समाविष्ट केलेली आहेत. आजघडीला, देशभरात रामकृष्ण मिशनची अजमासे नव्वद केन्द्रे आपल्या विहित मानवतावादी पवित्र कार्यांत मग्न आहेत. त्या विविधांगी उपक्रमांत शिक्षण कार्य, वैद्यक सेवा आणि आपत्कालातील मदत कार्य यांचा समावेश होतो. मिशनच्या विदेशातील

केन्द्राचे कार्य प्रामुख्याने श्रीराम-कृष्णांच्या संदेशांचा, त्यांच्या तत्त्वांचा, शिकवणीचा प्रसार करणे हेच आहे. ही केन्द्रे अमेरिका, ब्रिटन, फ्रान्स, स्वित्झर्लंड, अर्जेन्टिना, मॉरिशस, फिजी, सिंगापूर, श्रीलंका आणि बांगलादेश आदी देशात कार्यरत आहेत.

साधारणपणे, १८८७ च्या जानेवारी महिन्यात, कधीतरी, नरेनने आपल्या गुरुबंधूंसमोर एक प्रस्ताव ठेवून त्यावर त्यांची मते मागितली. आजवर ते सगळे 'संन्यासी' म्हणून जगत असले तरी धर्मशास्त्राने संमत केलेला 'संन्यासधर्म' त्यांनी विधीवत् स्वीकारलेला नव्हता. आता त्या सर्वांनी त्या औपचारिक सव्यापसव्यांतून जावे असे त्याने मांडले. सर्व गुरुबंधूंनी त्या प्रस्तावाला आनंदाने आपापला पाठिंबा दिला. त्याप्रमाणे, जानेवारीच्या तिसऱ्या आठवड्यातील एका शुभदिनी सर्वांना विधीवत् दीक्षा देण्यात आली. त्या समारंभाचे पौरौहित्य कालीने केले. त्याला विराज-यज्ञाच्या मंत्रांची संथा त्या आधीच मिळालेली होती. शिवाय, संन्यास धर्माची दीक्षा देताना त्याच्याशी निगडित असलेल्या बारीकसारीक गोष्टी त्याने जगन्नाथपूरी-संप्रदायातील एका संन्याशाकडून शिकून घेतल्याही होत्या. प्रथम कालीने मंत्र-उच्चारण सुरू केले. नरेन आणि इतर गुरुबंधूंनी त्याचा पुनरुच्चार करून देवाला बली अर्पण केले. आपल्याला आठवत असेल श्री रामकृष्णांनी काशीपूरच्या उद्यानात असाच एक छोटा समारंभ केला होता. त्यांना भगवी वस्त्रे घालून संन्यासी बनवले होते. आज त्यावर विधीवत् शिक्का मोर्तब झाले. नरेन आणि श्री रामकृष्णांच्या कृपाप्रसादाने पावन झालेले ते युवा संन्यासी आता खऱ्या, शास्त्रोक्त, धर्मसंमत अर्थाने 'संन्यासी तथा स्वामी' ठरले. संन्यास घेणे म्हणजे आपल्या पूर्वायुष्यावर तुळशीपत्र ठेवणे. त्यात प्रथम आपले पाळण्यातले नाव बदलणे ओघाने आलेच. दीक्षाविधी संपन्न झाला आणि साऱ्यांची नावे बदलण्यात आली.

राखाल झाला स्वामी ब्रह्मानंद, बाबूराम-स्वामी प्रेमानंद; शशी-स्वामी राम-कृष्णानंद, सरत- स्वामी शारदानंद, निरंजन-स्वामी निरंजनानंद, काली-स्वामी अभेदानंद, शारदा- स्वामी त्रिगुणातीतानंद, तारक-स्वामी शिवानंद, गोपाळ (ज्येष्ठ)-स्वामी अद्वैतानंद. त्यानंतर लाटू झाला स्वामी अद्भुतानंद व योगेन-स्वामी योगानंद. हरी (चतर्जी) ने१८८७ ला दीक्षा घेतली आणि तो झाला स्वामी तुरियानंद. १८९० मध्ये, गंगाधर झाला स्वामी अखंडानंद. सुबोध स्वामी सुबोधानंद बनून त्यांच्यात सामील झाला. हरिप्रसन्नने १८९६ मध्ये सर्वसंग परित्याग करून स्वतःसाठी स्वामी विज्ञानानंद नाव निवडले. या सगळ्या पंधरा संन्याशांना श्रीरामकृष्णांचे अंतरंग शिष्य मानण्यात येते कारण ते त्यांचे प्रत्यक्षातले शिष्य होते. त्यांच्यापैकी नरेन्द्र, राखाल, बाबू-राम, योगेन, निरंजन, आणखी एकजण कदाचित हरिप्रसन्न असेल यांना गुरुदेव श्री रामकृष्ण 'ईश्वर कोटी'– आपले अगदी निकटवर्ती, अवतारी पुरुषाच्या सर्वांत गूढ अशा आतल्या गोटातील व्यक्ती... त्यातील गूढार्थ असा की जेव्हा तो अवतार माणसाचा जन्म घेऊन

वराहनगर मठातील संन्याशांचा चमू (१८८७)
(उभे-डावीकडून) : स्वामी शिवानंद, रामकृष्णानंद, विवेकानंद, प्रेमानंद,
देबेन मुजुमदार, महेन्द्रनाथ गुप्त, स्वामी त्रिगुणातीतानंद व मुस्ताफी,
(बसलेले-डावीकडून) : स्वामी अभेदानंद, स्वामी निरंजनानंद सदानंद,
ब्रह्मानंद व अभेदानंद

पृथ्वीवर येईल तेव्हा या सगळ्यांना जन्म घ्यावाच लागेल.

नरेन स्वतःसाठी स्वामी रामकृष्णानंद नाव घ्यावे या मताचा होता. त्याचा कल त्या नामाभिधानाकडे झुकणे तसे स्वाभाविकही होते. पण शशीची रामकृष्णांवरील भक्ती जाणून घेऊन त्याने त्याला ते नाव घेऊ दिले. स्वामी अभेदानंदांच्या म्हणण्याप्रमाणे नरेनने सुरुवातीला निवडलेले नाव होते - विविदिशानंद! त्याचा वापर तो क्वचितच करत होता. पुढे जेव्हा त्याने आपली संन्याशाची भ्रमंती सुरू केली तेव्हा आपल्या गुरुबंधूंनी आपली पाठ धरू नये म्हणून, त्यांना रोखून धरण्यासाठी १८९१ च्या फेब्रुवारीत आपल्या नावात पहिला बदल केला स्वामी विवेकानंद असा आणि लगेच १८९२ च्या ऑक्टोबरात त्याच्या ऐवजी स्वामी सच्चिदानंद नाव घेतले. पुढे, १८९३ च्या मे महिन्यात पश्चिमेच्या प्रवासास निघण्यापूर्वी, अगदी निघण्याच्या दिवशीच, कदाचित खेत्रीच्या महाराजांच्या विनंतीचा आदर करून, पुन्हा एकदा स्वामी विवेकानंद या आपल्या जुन्या नावाचा त्याने नव्याने स्वीकार केला असावा.

◆

परिव्राजकाची भ्रमंती

नरेन्द्रनाथाने रामकृष्ण-संप्रदायाचा पाया घातला, त्याला बळकटी आणली. गुरुदेवांनी त्याच्यावर सोपवलेले कार्य मार्गी लागले. आता त्याला आस लागली आपल्या स्वत:च्या ध्येयसिद्धीची. पण, त्याच्यासमोर एक पेच उभा राहिला. रामकृष्ण मठ व त्याचे अंगीकृत कार्य आणि स्वत:करता निर्धारित केलेल्या परिव्राजक जीवनाचा अखंड ध्यास या दोहोंपैकी कशाला प्रथम प्राधान्य द्यायचे या कात्रीत तो सापडला. १८९० च्या जुलैपर्यंत त्याचा बहुतांश वेळ आपल्या संन्यस्त जीवनप्रती गुरुबंधूंच्या समवेत गेला होता.

व्रतस्थ संन्याशाने एकाच जागी स्वत:ला खिळून ठेवायचे नसते या संकेतावर नरेन्द्रनाथाचा विश्वास होता. त्यामुळे, मठ ही आपल्या पायात पडलेली एक बेडीच आहे, ईश्वरप्राप्तीच्या आपल्या विहित ध्येयाच्या आड ती येत आहे, त्या दिशेने चाललेल्या आपल्या प्रगतीत तिचा खोडा पडत आहे वगैरे विचार त्याच्या मनात येऊ लागले. शेवटी, ती बेडी तोडून टाकून मानवतेच्या आपल्याला अपरिचित असलेल्या प्रदेशात भ्रमंती करण्याचा त्याचा निश्चय पक्का झाला. त्यापूर्वी, मठातील त्याची गैरहजेरी त्या मानाने तात्पुरतीच असे. एखाद्या निमित्ताने तेथून बाहेर जावेच लागले तरी तो फार दिवस मठाबाहेर राहत नव्हता. मात्र, पुढे १८९० च्या जुलै महिन्यात, मठाबाहेर पडलेले त्याचे पाऊल, तब्बल सात वर्षांच्या कालावधीनंतरच – १८९७ च्या फेब्रुवारीतच – पुन्हा त्या प्रांगणात नव्याने प्रकट झाले. पाश्चात्य प्रदेशांत प्रचंड पराक्रम गाजवून मायभूमीस परतलेल्या विश्वविजयी, विश्वश्रेष्ठ, विश्वविख्यात स्वामी विवेकानंदांचे पाऊल!

निर्धार केल्याप्रमाणे नरेन्द्रनाथ आपल्या भ्रमंतीला, विश्वसंचारासाठी सज्ज झाला. अंगात पायघोळ अशी भगवी कफनी, एका हातात संन्याशाचा कमंडलू, दुसऱ्यात त्याचा दंड अशा तयारीनिशी त्याचे पदभ्रमण सुरू झाले. नरेन्द्रनाथ

परिव्राजक दशेतील स्वामी विवेकानंद

प्रथमदर्शनीच कोणाच्याही नजरेत भरत होता. त्याचा प्रवास प्रामुख्याने पायीच होत असे. मात्र, वाटेत एखादा अगत्यशील वाहनचालक भेटला, त्याने त्याच्याबरोबर चलण्याची विनंती केलीच तर तो तिचा आदर करून वाहन घरत असे. कधीकधी, असाही कोणीतरी भेटायचा, त्याच्या रेल्वेच्या तिकीटाची व्यवस्था करायचा. ठीक आहे म्हणत नरेन्द्रनाथ आगगाडीही पकडायचा. नरेन्द्रनाथाने आपल्या त्या संचाराची क्रमवार टिपणे केलेली नसली तरी घटनांची वळणे सूचित करतात की त्याने मुक्काम केलेले पहिले नगर होते वाराणशी!

वाराणशी म्हणजे साधू-संन्याशांचे माहेरघरच जणू. साक्षात भगवान शिवाचे स्थान. विद्वत्तेचे, ज्ञानसाधनेचे विख्यात केन्द्र. स्वामीजींना तेथे अनेक विद्वज्जन आणि संन्यासी भेटले. त्यांच्याशी त्यांनी गहन, गूढविषयांवर चर्चा करून विचारांची देवाणघेवाण केली. गंगा नदीचा पवित्र प्रवाह, ईश्वरचरणी समर्पित झालेले, त्याच्या जपजाप्यात ध्यानमग्न झालेले भक्त, सर्वत्र पसरलेले पवित्र वातावरण, विश्वनाथ व अन्नपूर्णा यांची मंदिरे, याच वाराणशी क्षेत्रात बुद्ध व शंकराचार्य यांनी केलेला

धर्मप्रचार या सगळ्यांची त्यांच्यावर अगदी ठळक छाप पडली. त्यांनी जवळच्या सारनाथलाही भेट दिली. भगवान बुद्धाने आपले पहिलेवहिले प्रवचन येथेच केले होते. या वाराणशीच्या मुक्कामात स्वामींना एक विलक्षण अनुभव आला. त्यातून त्यांनी एक धडाही घेतला. ज्याचा उल्लेख, कित्येक वर्षांनंतर, आपल्या न्यूयॉर्कच्या एका व्याख्यानातही त्यांनी केला होता. तसे पाहिला गेले तर अनुभव अगदी साधाच होता. वाराणशीतील वानरांकडून प्राप्त झालेला. रस्त्याने निघालेल्या स्वामीजींना

वाराणसी घाट   बलराम बोस

पाहून ती वानरे त्यांच्या मागेच लागली. चीत्कार करत, केंकाटत, आसपास उड्या मारत वगैरे. स्वामीजी गोंधळून गेले. त्यांनी एका देवालयात आश्रय घेतला. वानरे पाठच सोडेनात. इतक्यात, बाजूने चाललेल्या एका वृद्ध संन्याशाने ते पाहिले. त्याला स्वामीजींची दया आली. त्याने सल्ला दिला – ''बाळ, त्यांच्यापासून पळ काढू नकोस. त्यांना सामोरे जा. त्यांना चांगलेच हटक. तू त्यांना घाबरत आहेस असे बिलकूल दाखवू नकोस. मग बघ ती कशी पळ काढतात ते!'' संन्याशाचा सल्ला मानून स्वामीजी वानरांच्या त्या जथ्थ्यावर त्वेषाने धावले, त्यांना चांगलेच हटकले. वानरांनी धूम ठोकली. या प्रसंगाचा संदर्भ देताना स्वामी म्हणाले – ''त्या दिवशी मला मिळालेला वस्तुपाठ माझ्या आयुष्यभर पुरला. मी आपल्याला अवश्य सांगतो आयुष्यातील कोणत्याही बिकट प्रसंगाचा प्रतिकार, धिटाईने करा म्हणजे, त्या वानरांप्रमाणेच, तुमच्या आयुष्यातील संकटे तसाच पळ काढतील!''

वाराणशीनंतर ते अयोध्यानगरीत दाखल झाले. अयोध्या ही प्रभू रामचंद्रांची जन्मभूमी. तेथे प्रभू रामांनी आपल्या 'रामराज्या'चा कारभार केला. अयोध्येहून ते लखनौला आले. औधच्या राजवंशाने त्या नगरात उभारलेल्या भव्य, देखण्या, शोभायमान वास्तू पाहून ते अवाकच झाले. त्यांचा त्या पुढचा थांबा होता आग्रा. आग्र्याच्या ताजमहालाचे सौंदर्यशाली दर्शन त्यांना अचंबित करून गेले. आग्र्या-नंतर आले वृंदावन. भगवान श्रीकृष्णाचे वसतिस्थान. वृंदावनच्या पवित्र भूमीत

संचार करताना स्वामीजी परमानंदात न्हाऊन निघाले.

वृंदावनहून हरिद्वारला जाण्याची योजना स्वामीजींनी मनात धरली. त्यादृष्टीने चौकशी करावी म्हणून ते हथ्रस रेल्वे-स्थानकात गेले आणि तेथे त्यांना आपला पहिलावहिला चेला सापडला – शरतश्चन्द्र गुप्ता, रेल्वे-स्थानकाचा सहाय्यक स्टेशन-मास्टर! स्वामीजींच्या व्यक्तिमत्त्वाची, त्यांच्या शिकवणीची त्याच्यावर पडलेली मोहिनी इतकी प्रचंड होती की त्याने तेथल्या तेथे आपल्या नोकरीवर राजीनाम्याचे तुळशीपत्र ठेवले, घरादाराचा, प्रपंचाचा, ऐहिकाचा त्याग केला आणि चक्क स्वामीजींच्या भ्रमंतीत सामीलही झाला. अशाप्रकारे, शरतच्या सोबतीने स्वामीजींनी हृषिकेशची वाट धरली.

हृषिकेशला स्वामीजी व त्यांचा तो प्रथम शिष्य तेथील साधूंच्या संगतीत राहिले. आपल्या आध्यात्मिक साधनांत वेळ घालवू लागले. गंगामाईचा गुंजारव आणि हिमालयाची हाक या दोन्ही गोष्टी स्वामीजींना उत्साहित करून गेल्या. पण, दैवाच्या मनात काही वेगळ्याच योजना होत्या. अचानक शरत आजारी पडला. त्याचा आजार वाढला. नुसताच वाढला नाही तर तो गंभीर असल्याचेही जाणवले. त्यामुळे, दोघेही हथ्रसला परतले. तेथे पोचल्यानंतर स्वत: स्वामीजीही आजारी झाले. आपल्या गुरुबंधूंच्या आग्रहाचा आदर करण्यासाठी स्वामीजींना कलकत्त्याला परतणे भागच पडले. तेथे ते जवळजवळ वर्षभर राहिले. त्यानंतर, आपल्या दुसऱ्या फेरीला त्यांनी आरंभ केला. आता त्यांनी बिहारातील वैद्यनाथ धामपासून सुरुवात केली.

तोपर्यंत, स्वामीजींच्या कानावर एक बातमी पडली. त्यांचे एक गुरुबंधू अलाहाबाद येथे आजारी आहेत असे कळले. त्यांना भेटण्यासाठी आपला प्रवासाचा कार्यक्रम त्यांना बदलावा लागला. ते वाराणशीमार्गे अलाहाबादला आले. अलाहाबादला गंगा, यमुना व पुराणातील सरस्वती या नद्यांचा त्रिवेणी संगम झालेला आहे. अलाहाबादहून स्वामीजी गाझीपूरला गेले. पवहरी बाबा या अद्वैत वेदान्त सिद्धांताचे अधिकारी पुरुष असलेल्या योगेन्द्रांना भेटण्यासाठी. या गाझीपूरलाच स्वामीजींना काही युरोपीय अधिकारी भेटले असावेत. त्यांना स्वामीजींनी सनातन धर्मविषयीची आपली मते सांगणारा पाठ देण्याची पहिली संधी घेतली असावी. त्या अधिकाऱ्यांनी स्वामीजींची मतप्रणाली, विवेचन ऐकून घेतल्यानंतर त्यांना त्या कल्पनांचा, तत्त्वज्ञानाचा प्रचार करण्यासाठी युरोपला जाण्यासाठी प्रोत्साहन दिले असावे. गाझीपूरला असताना स्वामीजींनी आणखीही एक अनुभव घेतला. त्या योगे तेथून पुढे कोणत्याही अधिकारी पुरुषासाठी तळमळत राहण्याचे मनाला लागलेले वळण त्यांनी सोडून दिले. त्यापेक्षा मन अधिक सबल, सक्षम व समर्थ बनवून, एकाग्र-चित्ताने स्वत:च्याच बळावर लक्ष केन्द्रित करून, आपल्या साधनेची, ध्यान-धारणेची कास धरून,

गुरुचरणांशीच दृढ व स्थिर दृष्टी ठेवून जगण्याचा निर्णय घेतला. गाझीपूरहून स्वामीजी पुन्हा वाराणशीला गेले. तेथे त्यांना बलराम बोस यांच्या एप्रिल १८९० ला झालेल्या निधनाची बातमी कळताच ते तसेच कलकत्त्याला परतले. बलराम बोस त्यांच्या गुरुदेवांचे एक नि:स्सीम प्रापंचिक भक्त होते.

२५ मे १८९० ला, अशाच आणखी एका भक्ताचे – सुरेन्द्रनाथ मित्र यांचेही निधन झाले. सुरेन्द्रनाथांच्या निधनामुळे आणखी एक हानी झाली. त्यांच्या आर्थिक मदतीच्या बळावरच मठाचा कारभार, देखभाल विनासायास चालत होता. ते खऱ्या अर्थाने मठाचे आश्रयदाते, उपकारकर्ते होते. ते गेल्यामुळे त्या संदर्भात बरीच मोठी पोकळी निर्माण झाली. तसे पाहिले तर गिरीश घोष, महेन्द्र नाथ आणि इतर काहीजण मठाला मन:पूर्वक मदत करत होते. पण तेवढ्यावर सगळे भागत नव्हते. त्यामुळे, तेथून पुढे मठातील संन्याशांनी मठातच मुक्काम न ठोकता बाहेर फिरत राहण्याचा जीवनमार्ग स्वीकारण्याचा निर्णय घेतला. मठाच्या खर्चात तेवढीच कपात व्हावी हा त्यामागचा हेतू होता.

या खेपेला स्वामींनी साधारणपणे तीन एक महिने मठात मुक्काम केला. त्यानंतर, जुलैच्या तिसऱ्या आठवड्यात पुन्हा बाहेर पडले. आपली आध्यात्मिक ध्येयपूर्ती झाल्याशिवाय परतायचे नाहीच असा निश्चय करून. या खेपेला, सुरुवातीच्या काही दिवसांत, गंगाधर तथा स्वामी अखंडानंद – ज्यांना स्वामीजी मोठ्या प्रेमाने 'गंगा' म्हणून हाक मारत – त्यांच्या बरोबर होते. त्यांचा पहिला मुक्काम भागलपूरला पडला. मन्मथनाथ चौधरींच्या घरात. मन्मथ बाबू एक कट्टर 'ब्राह्मो' होते. स्वामीजींच्या प्रभावी वक्तृत्वाने आणि आध्यात्मिकतेने त्यांना पुन्हा एकदा हिंदुत्वाची दीक्षा दिली. त्याच काळात, नाथनगर येथील मंदिरात राहणाऱ्या जैन साधूंच्या संपर्कातही स्वामीजी आले. त्यांच्याशी झालेल्या चर्चेत त्यांनी जैन व बौद्ध धर्म यांच्यामधील परस्पर संबंध जाणून घेतला. त्यांचा पुढचा थांबा होता वैद्यनाथ धाम. स्वामी अखंडानंद यापूर्वी तेथे गेले नव्हते. तेथून ते दोघे प्रथम गाझीपूर, नंतर वाराणशी, पुढे अयोध्या असे गेले. अयोध्येत त्यांची भेट संस्कृत व फारशी भाषांत पारंगत असलेल्या महंत जानकीवर शरण या विद्वान पंडितांशी झाली.

स्वामीजींच्या दौऱ्याच्या कार्यक्रमातील पुढचा टप्पा होता नैनिताल. तेथून बद्रिकाश्रम करून ते अल्मोड्याला पोचले. एके दिवशी, स्वामीजी काक्री- घाट या नावाने ओळखल्या जाणाऱ्या, अल्मोड्यापासून अजमासे चौदा एक मैलाच्या अंतरावर जेथे कोसी आणि स्वियाल या दोन नद्यांचा संगम झालेला आहे अशा गावी एका पिंपळाच्या झाडाखाली ध्यानस्थ बसलेले असतांना त्यांना एक विलक्षण दृष्टांत झाला. 'संपूर्ण विश्व एका अणूत सामावलेले आहे...' असे दिसले. या अल्मोड्याजवळच स्वामीजींना एकमेव अशी एक गुहा आढळली. त्या गुहेतील नि:शब्द, निगूढ, एकांतावर

स्वामी इतके लुब्ध झाले विचारू नका. लागलीच त्या गुहेत त्यांनी प्रवेश केला आणि अंतिम सत्याचा शोध घेण्यासाठी कराव्या लागणाऱ्या सर्वांत खडतर अशा आध्यात्मिक साधना प्रकारांना त्यांनी प्रारंभ केला. पण ती साधना, ती तपश्चर्या त्यांनी मध्येच खंडित केली. लोकांत मिसळून त्यांची सेवा करण्याचे व्रत आपण धारण केलेले आहे याचे स्मरण त्यांना झाले. त्या उर्मी उसळून वर येत राहिल्या. अशा एखाद्या व्यक्तिगत आकांक्षेच्या जंजाळात अडकून पडणे योग्य नाही असा विचार बळावताच ते

स्वामी सदानंद

गुहेतून बाहेर आले. अल्मोड्यात स्वामीजींची गाठ स्वामी शारदानंद आणि गुरुदेवांचे त्यांच्या बरोबर असलेले एक भक्त यांच्याशी पडली. ते चौघेजण एकत्रच अल्मोडा टाळून बद्रिनाथ धामच्या दिशेने मार्गस्थ झाले. मात्र वाटेत एक अडथळा आला. सरकारने बद्रिनाथला जाणारा रस्ता बंद केला होता. स्वामीजी आणि त्यांचे सहप्रवासी या सर्वांनी मग गढवाल आणि तेहरी भागात भटकंती केली आणि जवळजवळ दोन महिन्यांनंतर मंडळी, डेहराडूनला पोचली.

तेथून स्वामीजी पुन्हा एकदा हृषिकेशला गेले. तेथे त्यांना घटसर्पाची लागण झाली. एका साधूने त्यांना वाचवले. त्याच सुमारास, तेहरी संस्थानचे दिवाण हृषिकेशजवळून निघालेले होते. त्यांना स्वामीजींच्या आजाराची बातमी कळताच त्यांनी स्वामीजींची भेट घेतली आणि त्यांच्या प्रकृतीबद्दल दिल्लीच्या एका प्रसिद्ध हकीमांना कळवले. पण स्वामीजी प्रथम हरिद्वार, नंतर शरणपूर करत मीरतला पोचले. तेथे त्यांची स्वामी अखंडानंद, ब्रह्मानंद, शारदानंद, तुरियानंद, अद्वैतानंद आणि कृपानंद यांच्याशी ते सगळे राहत असलेल्या शेटजींच्या मळ्यात पुनर्भेट झाली. तेवढ्यापुरता तो मळा दुसरा वराहनगर मठच बनला. सगळे एकत्र आल्यामुळे मजा आली. सगळ्यांचा वेळ ध्यान, प्रार्थना, भजन, धर्मग्रंथांचा अभ्यास, संस्कृत आणि इंग्रजीतील साहित्य वाचन यात सुरेख जाऊ लागला.

काही आठवडे त्यात गेले आणि पुन्हा एकदा स्वामीजी अस्वस्थ झाले. आत्म-साक्षात्कार व एकांतवास याची हूरहूर पुन्हा सुरू झाली. त्यांनी आपल्या गुरुबंधूंकडे आपले मन उघड केले. त्यांना म्हणाले -''माझ्या भविष्यात मी काय करावे याचा आदेश मला ईश्वराकडून आलेला आहे. तेव्हा आता मी तुमचा निरोप घेतो. मला परवानगी द्या!'' त्याप्रमाणे निरोप घेऊन ते मार्गस्थ झाले. एकला चलो रे... म्हणत. मीरतहून दिल्लीला ते एकटेच गेले. १८९१च्या उत्तरार्धात कधीतरी तसे घडले.

राजधानी दिल्लीची गुलाबी हिवाळी थंडी, नगराचा राजेशाही थाट, हिंदू व मुस्लीम या दोन्ही वंशांच्या राजसत्तेखाली भारताची राजधानी म्हणून त्या नगराला लाभलेला दीर्घ इतिहास या साऱ्यांचा प्रभाव त्या विद्वान, व्यासंगी संन्याशांवर फार मोठ्या प्रमाणात पडला. त्या काळात, आपल्या गुरुबंधूंना चकवण्यासाठी स्वामीजींनी स्वत:साठी विविदिशानंद हे नाव धारण केले होते. पण त्यात ते सफल झाले नाहीत. कारण, एव्हाना दिल्लीत दाखल झालेल्या त्यांच्या गुरुबंधूंच्या कानांवर दिल्लीत एका इंग्रजी अस्खलित बोलू शकणाऱ्या संन्याशाचे आगमन झाल्याची बातमी पोचलेली होती. त्यांनी स्वामीजींना शोधून काढले व त्यांची मोठ्या आनंदाने भेटही घेतली. तिकडे स्वामीजी मात्र नाराज झाले. त्यांनी केलेल्या त्या खटाटोपावर. त्यांनी आपली नाराजी स्पष्ट शब्दांत त्यांच्याकडे बोलून दाखवण्यास हयगय केली नाही.

दिल्लीहून स्वामीजींनी राजस्थानचा रस्ता धरला. त्यांचा पहिला थांबा होता भूतपूर्व संस्थान – अलवर! संस्थानच्या दवाखान्यात त्याचा कारभार पाहणारे डॉक्टर योगायोगाने एक बंगाली गृहस्थ होते. त्यांनी स्वामीजींसाठी स्थानिक बाजारपेठेतील एक खोली पाहिली. तेथे त्यांच्या मुक्कामाची सोय झाली. डॉक्टरनी त्यांची ओळख आपल्या एका मुस्लीम मित्राशी करून दिली. ते गृहस्थ स्थानिक प्रशालेत उर्दू व फारसी या भाषांचे अध्यापन करत. धार्मिक बाबींच्या संदर्भात स्वामीजींकडे असलेल्या सखोल ज्ञानाचा, धर्म या विषयावरील त्यांच्या प्रभुत्वाचा पत्ता लोकांच्या बोलण्यातून, तोंडी प्रसिद्धीतून सर्वत्र पसरला. दररोज त्यांच्या भेटीला येणारांची संख्या वाढत चालली. ती खोली अपुरी पडू लागली. त्यांच्यासाठी यजमानांना दुसरी जागा पाहणे अपरिहार्य ठरले. पंडित शंभूनाथ म्हणून अलवर संस्थानच्या सेवेतील एका निवृत्त इंजिनियरांच्या घरात सोय करण्यात आली. हिंदू-मुसलमानांतील विविध जाती-जमातींचे, त्या समाजातील विविध स्तरांतील लोक स्वामीजींकडे येत राहिले. स्वामीजींनी दोघांनाही सारख्याच इतमामाने वागवले. त्यांच्यापैकी अनेकजण त्यांचे भक्तही बनले. विशेष म्हणजे स्वामीजी बऱ्याच वेळा आपले भोजन त्यांच्या मुस्लीम भक्तांच्या घरात बसून घेत होते. कारण तसा भेद करणे त्यांच्या तत्त्वातच बसत नव्हते.

त्यानंतर काही दिवसांतच अलवरच्या महाराजांच्या दिवाणांना स्वामीजींबद्दल कळले. लगेच त्यांनी स्वामींना आपल्या घरी पायधूळ झाडण्याची प्रार्थना केली. त्याप्रमाणे स्वामीजी तिकडे गेले. स्वामीजींना वेगळे भेटल्यानंतर दिवाण महोदयांची खात्री पटली की आपल्या महाराजांवर आंग्ल विचारसरणीचा, शिष्टाचारांचा, वर्तनाचा नको तितका प्रभाव पडलेला आहे, त्यांना त्यापासून परावृत्त करून त्यांचे काही ना काही भले करण्याची पात्रता फक्त स्वामीजींपाशीच आहे. प्रयत्न करून पाहिला

काय हरकत आहे असा विचार करून त्यांनी स्वामीजी व अल्वरचे महाराज मंगलसिंग यांच्या भेटीचा घाट घडवून आणला.

स्वामीजींची जन्मजात धिटाई आणि महाराजांचा उपजत उद्धटपणा परस्परांच्या तोडीस तोड ठरले. अखेर जीत स्वामीजींचीच झाली. स्वामीजींच्या असामान्य बुद्धिमत्तेच्या तेजाने महाराजांचे डोळे दिपले. पहिल्याच भेटीत महाराज त्यांच्या प्रेमात पडले. देवपूजा म्हटले की महाराजांच्या कपाळाला आठ्या पडल्याच. पूजाबिजा सगळे खोटे आहे असा त्यांचा ग्रह बनलेला होता. महाराजांच्या मनात ठाण मांडून बसलेला मूर्तिपूजेविषयीचा तो तिरस्कार स्वामीजींनी एका विलक्षण कृतीने हद्दपार करून टाकला. स्वामीजींच्या कल्पकतेचा, आत्मविश्वासाचा तो एक अपूर्व नमुना होता. त्यांनी त्या साठी फार मोठे प्रयास केले नाहीत, अवडंबर माजवले नाही.

ज्या दालनात सगळेजण – महाराज, त्यांचे अधिकारी, मानकरी वगैरे बसलेले होते त्याच्या भिंतीवर महाराजांचे एक छायाचित्र लटकत होते. स्वामीजींनी दिवाणांना सांगितले – ''तो फोटो थोडा वेळ खाली काढा. येथे समोर खुर्चीवर ठेवा आणि त्याच्यावर तुमच्या तोंडातील थुंकीची एक पिचकारी टाका! बस्स! चला, चला, वेळ नका लावू... आटपा झटकन!'' दिवाणांना धाडस होईना. स्वामीजी इतरांना म्हणाले – ''या, तुमच्यापैकी कोणीतरी पुढे या. मी दिवाणांना जे सांगितले ते करून दाखवा!'' कोण कशाला होतंय पुढे! इतकेच नाही दिवाणांनी स्वामीजींच्या त्या आज्ञेचा जाग्यावर निषेधही केला. थोडा वेळ जाऊ दिल्यानंतर स्वामीजी शांतपणे उद्गारले – ''पाहिलंत? तुमच्यापैकी एकाचीही छाती झाली नाही थुंकण्याची! आता लक्षात घ्या, नीट लक्ष देऊन ऐका. खुर्चीवर ठेवलेला फोटो महाराजांचाच असला तरी तो म्हणजे साक्षात महाराज नव्हेत. आणि तरीही जेव्हा फोटोवर थुंकायची वेळ आली तेव्हा त्याच्या जागी दिवाणसाहेबांना किंवा तुमच्यापैकी प्रत्येकाला साक्षात चालत्याबोलत्या महाराजांचेच दर्शन होत होते. आणि म्हणूनच फोटोवर थुंकायला कोणीही धजत नव्हता. मूर्तीचेही नेमके तसेच आहे. मूर्तीसमोर मनोभावे पूजेला बसलेला भक्त ती मूर्ती पाहत नाही तर तिच्या ठायीचा त्याचा हृदयस्थ देव किंवा देवताच पाहत असतो, त्याची पूजा करत असतो...!'' स्वामीजींचे ते निरपवाद, निर्विवाद भाष्य ऐकून महाराजांचे अंत:करण भडभडून आले. ते स्वामीजींना म्हणाले – ''महाराज, मला क्षमा करा!'' त्यावर स्वामीजी त्यांना म्हणाले- ''थांबा, क्षमायाचना ईश्वराची करा, माझी नको....!''

संचारासाठी तयार केलेल्या कार्यक्रम पत्रिकेतील त्यानंतरचे स्थळ होते संस्थान जयपूर! तेथे स्वामीजी दोन आठवडे राहिले. त्या मुक्कामात स्वामीजी व राज्याचे सेनाधिपती, सरदार हरी सिंग, यांचे सख्य खूपच जुळले. त्यांच्या निवासस्थानी

उभयतांनी आध्यात्मिक आणि धर्मशास्त्रविषयक बाबींवर उपयुक्त चर्चा केल्या. जयपूरहून ते अजमेरला गेले. अजमेरच्या हिंदू व मुस्लीम राज्यकर्त्यांच्या भव्य कामगिरीच्या अनेक आठवणी तेथे जागत्या स्वरूपात उभ्या आहेत. विशेषत: अजमेरचा दर्गाह! विख्यात मुस्लीम साधू मोईनुद्दीन चिस्ती यांचा हा दर्गाह म्हणजे हिंदू व मुसलमान दोघेही सारख्याच पूज्य भावाने जेथे एकत्र येतात असे एक पवित्र स्थळ आहे. अजमेरहून स्वामीजींनी माऊंट आबूला प्रयाण केले. दिलवारा देवालये नावाने प्रसिद्ध असलेली तेथील जैन मंदिरे म्हणजे वास्तुशिल्प शास्त्रकलेत प्रावीण्य मिळवलेल्या माणसांना आनंदित करणाऱ्या रचना आहेत.

या माऊंट अबू येथेच, प्रसंगवशात, स्वामीजी खेत्रीच्या महाराजांच्या संपर्कांत आले. हाच नृपती यथावकाश त्यांच्या महान भक्तांपैकी एक म्हणून प्रख्यात झाला. कोटाच्या महाराजांचा एक मुस्लीम वकील प्रथम स्वामीजींना तेथील पर्वतराशीतील एका गुहेत भेटला. स्वामीजींची मुलाखत झाली. त्यांच्या विद्वत्तेचा त्याच्यावर भलताच प्रभाव पडला. त्याने स्वामीजींची आर्जवे करून त्यांना आपल्या बंगल्यावर मुक्काम करण्याची प्रार्थना केली. स्वामीजींनी त्याची तळमळ जाणून त्याचा आग्रह

खेत्रीचे महाराज
अजितसिंग

खेत्रीचा राजवाडा :
या राजवाड्यात स्वामी विवेकानंद राहिले होते.

मानला व ते त्याच्याकडे राहायला गेले. योगायोगाने खेत्रीच्या राजाचे खासगी सचिव, मुन्शी जगमोहन लाल त्या बंगल्यावर कामानिमित्त गेले. मोठ्या उत्सुकतेने जगमोहननी स्वामींना प्रश्न केला, ''बाबा, आपण तर एक हिंदूधर्मीय संन्यासी आहात आणि तरीही आपला मुक्काम एका मुसलमानाच्या घरी कसा? काय आहे यातले रहस्य?...'' स्वामीजींनी उत्तर दिले – ''परमेश्वराने वा धर्मशास्त्रीय ग्रंथांनी तसे कसलेही भेदाभेद विचारात वा चर्चेत घेतलेले नाहीत. ते सारे कारस्थान समाजाचे आहे. आपली स्वत:ची सोय लावण्यासाठी टाकलेला, नव्हे लादलेला,

तो एक डाव आहे बरं!'' स्वामीजींचे ते सडेतोड प्रतिपादन आणि त्याचा उच्चार करताना त्यांच्या चेहऱ्यावर उमटलेला तो रक्तिमा, त्या तेजोशलाका पाहून जगमोहन अवाकच झाले. स्वामीजींना कोठे ठेवू, कोठे नको अशी त्यांची अवस्था झाली. त्यांनी स्वामीजींना प्रार्थना केली – ''स्वामीजी, आमच्या राजांची व आपली भेट व्हायलाच हवी. आपण अवश्य यावे!''

खेत्री संस्थानच्या डायरीतील नोंदीप्रमाणे खेत्रीचे महाराज राजा अजित सिंग आणि स्वामीजी यांची पहिली भेट माऊंट अबू येथे ४ जून १८९१ला झाली. त्या वेळी जोधपूरचे हरदयाळ सिंगही उपस्थित होते. नंतरच्या काही दिवसांत खेत्रीच्या राजांनी स्वामीजींशी अनेक विषयांवर खल केला. बऱ्याच वेळा स्वामीजींनी त्यांच्यासाठी गायन-वादनही केले. त्या निमित्ताने, कोटाच्या राजांचे पाहुणे म्हणून राजप्रासादात आलेली अनेक मंडळी त्यांना भेटली. स्वामीजींच्या मुखातून श्रवणाच्या ज्ञानगंगेच्या संथ प्रवाहात स्नान करून पावन होताना झालेला त्यांचा आनंद कल्पनातीत होता. त्या भरात, त्यांनी स्वामीजींना याचना केली – ''महाराज, आपण माझ्याबरोबर खेत्रीला चलावं... आपली सेवा करण्याची संधी मला द्यावी... मी मनोभावे आपली सेवा करून स्वतःला धन्य समजेन!''

त्याप्रमाणे, स्वामीजींनी राजा खेत्रींच्या सोबत माऊन्ट अबू सोडले. तेथून जयपूर, खैरथळ, कोटा करत करत ते खेत्रीला ७ ऑगस्ट १८९१ला पोचले. राजाच्या आध्यात्मिक बैठकीचा अभ्यास केल्यानंतर, त्यांचा तिकडे झुकणारा एकंदर कल लक्षात घेऊन स्वामीजींनी त्यांना आध्यात्मिक साधनेचे अनेक धडे दिले. एकूणच स्वामीजींना त्यांच्या तळमळीचे, त्यांच्या सखोल ज्ञानाचे अपूप वाटून ते समाधान पावले, पार भारावून गेले. त्यांच्या संबंधातील रेशीमगाठी अतूट राहिल्या. स्वामीजी अमेरिकेहून ज्यांना पत्रे लिहीत त्या मोजक्या विशेष कृपांकितांपैकी ते एक होते.

या खेत्रीच्या मुक्कामात स्वामीजींची गाठ एका धंदेवाईक नायकीणीशी पडली. तिच्याशी त्यांना एक विचित्र सामना करावा लागला. विशेष म्हणजे त्यात त्या मुलीची जीत झाली. त्या घटनेने स्वामीजींना एक अतिशय अमूल्य असा धडा शिकायचा संधी मिळाली. त्याचे असे झाले. एका रात्री, राजेसाहेबांकडे बडेबडे पाहुणे आले होते. आदरातिथ्यात काही कमी पडता कामा नये अशी सरबराई ठेवण्यात आलेली होती. पाहुण्यांसमोर नाचगाण्याची मैफल जमवण्याचाही त्यात समावेश होता. स्वामीजी स्वतःही पाहुण्यांपैकीच एक होते ना! राजांनी सर्वांना एका दालनात एकत्र येण्यासाठी आमंत्रण दिले. एक संन्यासी या नात्याने स्वामीजींनी दालनात उपस्थित राहून मैफलीत प्रत्यक्ष सामील होण्यास नकार दिला. स्वामीजींच्या त्या निर्णयावर ती युवती नाराज झाली. तिला खरोखरच दुःखी झाले. ताबडतोब तिने आपल्या मैफलीची सुरुवात विख्यात वैष्णव सत्पुरुष संत सूरदास – यांच्या

एका भजनाने केली. त्या गीताचा आशय होता. ''परमेश्वर सर्व प्राणिमात्रांच्या ठायी अस्तित्वात आहे, सर्वव्यापी आहे, एकच आहे...!'' पलीकडच्या दालनात बसलेल्या स्वामीजींच्या कानांवर ते आर्त, करुणामय स्वर पडले आणि त्यांचे अंत:करण पार हेलावले. ''अरे, आपण काय करून बसलो आहोत हे! त्या गायिकेच्या बाबतीत आपण असा भेद का करत आहोत? अखेर तीही माझ्यासारखीच एक माणूसच आहे ना? मग तिला माझ्याकडून अशी वागणूक का मिळावी? छे:, मला माझी चूक, माझा प्रमाद वेळीच सुधारून घेतलाच पाहिजे. चल, उठ...!'' म्हणत ते तात्काळ आपल्या खोलीतून बाहेर आले आणि कार्यक्रमांसाठी एकत्र आलेल्या श्रोतेमंडळीत सामील झाले. गायिका संतोष पावली.

स्वामीजींचा खेत्रीतील मुक्काम बराच लांबला. जवळजवळ अडीच महिने ते आपला तळ तेथे ठोकून होते. २७ ऑक्टोबर १८९१ला त्यांनी तो हालवला आणि अजमेरला प्रस्थान ठोकले. तेथे दोन आठवडे घालवल्यानंतर कदाचित ते तत्कालीन मुंबई प्रांतात म्हणजेच नंतर द्विभाजन झालेल्या गुजराथ व महाराष्ट्रात पोचले असावेत. त्यांचा पहिला मुक्काम अहमदाबादला पडल्याचे कळते. अहमदाबादचे पूर्वीचे नाव होते कर्णावती. ते भारतातील सर्वांत देखण्या शहरांपैकी एक आहे. तेथल्या जैन मंदिरांच्या भव्यतेने स्वामीजी अगदी चकित झाले. तेथेही त्यांनी विद्वान जैन मुनींशी विधायक संवाद साधला. मोगलांच्या काळात अहमदाबाद राजधानीचे शहर होते. गुजराथच्या सत्ताधीश सुलतान राजवंशाने येथेही आपल्या वास्तुशिल्पकलेचे व संस्कृतीचे सुरेख दर्शन घडवले. स्वामीजींच्या मनातही ते ओतप्रोत भरले.

अहमदाबादहून स्वामीजी काठेवाडमार्गे लिंबडीला आले. काठेवाडच्या राणीक देवी सती मंदिरासमोर उभे राहिलेल्या स्वामीजींच्या मनात पारंपरिक हिंदू जनमानसात विवाहबंधनाच्या पावित्र्याचा आग्रह किती खोलवर रुजलेला होता याचे विचार आले. याच लिंबडीत त्यांना एक विचित्र अनुभवही आला. साधूचे सोंग घेऊन लिंगपूजा करणाऱ्या, वैषयिक भावनांनी पछाडलेल्या एका विकृत यौन-साधक पंथाच्या समूहाने त्यांच्यावर जवळजवळ दबा धरून हल्लाच केला. लिंबडीचे राजे, ठाकूरसाहेब जसवंत सिंग यांना त्यांची सुटका करण्यासाठी धाव घ्यावी लागली. वेदांतावर स्वामीजींनी दिलेल्या प्रवचनांची ठाकूरांवर चांगलीच छाप पडली. ठाकोरसाहेब स्वत: काही वर्षांपूर्वी, इंग्लंड-अमेरिकेचा दौरा करून आले होते. त्यांनीही स्वामीजींच्या डोक्यात पाश्चात्य देशांना अवश्य भेट देण्याची कल्पना घातली.

लिंबडी सोडल्यानंतर स्वामीजी भावनगर व सिरोही मार्गे जुनागडला गेले. लिंबडीचा अनुभव जमेस धरून स्वामीजी बरेच सावध झाले. स्वत:साठी मुक्कामाची जागा निवडणे किंवा लोकात मिसळणे याबाबतीत त्यांनी दक्षता बाळगली. जुनागडला ते त्या संस्थानचे दिवाण, हरिदास विहारीदास देसाई यांच्या घरी पाहुणे म्हणून

राहिले. लिंबडीच्या ठाकूर साहेबांनी त्या संबंधात त्यांना ओळखपत्र दिल्यामुळे ते जमले. जुनागडच्या बाहेरच्या भागात एक अशोक स्तूप आहे. त्यावर सम्राट अशोकाने आपल्या आज्ञा कोरलेल्या आहेत. त्या शिलालेखाच्या वाचनात स्वामीजींनी मोठा रस घेतला. त्यानंतर जवळच्या गिरनार या सुप्रसिद्ध यात्रा-स्थळालाही भेट दिली. गिरनार पर्वतावर सुमारे दहा टेकड्यांचा एक समुच्चय आढळतो. त्यातील सर्वात उंच टेकडीला गोरखनाथ टेकडी म्हणतात. गिरनारचे वैशिष्ट्य हे की त्या पवित्र स्थळाची यात्रा बौद्ध, जैन व हिंदू धर्मीय सारख्याच भक्तिभावाने करतात. त्यातल्या त्यात बौद्ध-धर्मीयांच्या दृष्टीने ते एक पवित्र धर्मस्थळ ठरते. दहाही टेकड्यांवर देखणी, कोरीव शिल्पांनी नटलेली एकापेक्षा एक सरस अशी अनेक जैन व हिंदू मंदिरे आहेत. मात्र, तेथे पोचण्यासाठी खडकात खोदलेल्या सुमारे दहा हजार पायऱ्या चढण्याचा प्रयास भाविकांना करावा लागतो. जुनागडलाच स्वामीजींना त्यांचे गुरुबंधू, स्वामी अभेदानंद, भेटले. योगायोगाने त्याच सुमारास ते गुजराथेत संचार करत होते. त्यांच्या कानावर स्वामीजींच्या वर्णनाशी मिळताजुळता असलेल्या एका संन्याशाची वार्ता पडली. साहजिकच, त्यांनी त्यांचा शोध घेऊन त्यांची भेटही घेतली. जुनागडहून स्वामीजींनी कच्छ प्रदेशातील भूजचाही धावता दौरा केला.

स्वामीजींच्या संचारक्षेत्रात त्यानंतर आले प्राचीन ऐतिहासिक नगर वेरावल, आणि पट्टण सोमनाथचा महान प्रदेश आणि तेथील इतिहास प्रसिद्ध उध्वस्त अवशेष! सोमनाथच्या नशिबात तब्बल सात वेळा उध्वस्त होण्याची आणि पुनर्बांधणीची पाळी आलेली होती. त्या अवशेषांचे अवलोकन केल्यानंतर स्वामीजी इंदूरच्या राणी अहिल्याबाई होळकरांनी बांधलेल्या नव्या सोमनाथ मंदिरातही गेले. त्यांनी पुराणप्रसिद्ध सरस्वती, हिरण्या व कपिला या नद्यांच्या त्रिवेणी संगमात तीर्थस्नान केले. काही दिवसांनंतर स्वामीजींनी आणखी एका प्राचीन नगराचे दर्शन घेतले. ते स्थळ म्हणजे पोरबंदरजवळचे सुदामपुरी. तेथे त्यांची गाठ एका थोर वेदाभ्यासकांशी पडली. त्यांचे नाव होते पंडित शंकर पांडुरंग. ते पोरबंदर संस्थानचे दिवाण व कारभारी होते. त्या काळात ते वेदांचे भाषांतर करत होते. आपल्याकडे पाहुणे म्हणून ठेवून घेतलेल्या स्वामीजींच्या संस्कृतवरील प्रभुत्वाचा लाभ उठवण्याची आयती चालून आलेली संधी त्यांनी सोडली नाही. त्यांनी केलेल्या आग्रहाचा आदर करून स्वामीजींनी आपला पोरबंदरचा मुक्काम वाढवला. पंडित शंकर पांडुरंगांना त्यांच्या भाषांतराच्या कामात मदत केली. त्या निमित्ताने वेदाध्ययन तरी झाले म्हणून स्वामीजी समाधान पावले. येथेही पूर्वीचीच पुनरावृत्ती झाली. स्वामी त्रिगुणातीतानंद या गुरुबंधूंची भेट झाली. थेट स्वामी अभेदानंदांच्याच चालीवर. पोरबंदरचे त्यांचे वास्तव्य खरोखरच सार्थकी लागले. त्यांनी त्याच काळात पाणिनीचे 'महाभाष्य' ही वाचून काढले. शिवाय, पंडितजींच्या आग्रहावरून फ्रेंच भाषाही शिकून घेतली.

येथेही पंडितजींनी स्वामीजींना सांगितले – ''काहीही करा आणि परदेशाचा दौरा करा. तुमच्या विद्वत्तेची कदर तेथेच अधिक होईल!''

थोडक्यात, स्वामीजी जेथे जेथे गेले तेथे तेथे त्यांच्या अगाध विद्वत्तेचा, ज्ञानाचा, व्यक्तिमत्त्वाचा प्रभाव जाणकारांवर अवश्य पडला आणि म्हणूनच काहींनी त्यांना परदेशगमनाचा अनाहूत पण प्रामाणिक सल्ला दिला. त्यामुळे जवळजवळ याच काळात स्वामीजींच्या मनात तो विचार मूळ धरू लागला – 'जायला हवे पश्चिमेकडे!' स्वामीजींचे चिंतन सुरू झाले. या देशाच्या वैभवशाली प्राचीन संस्कृतीची होत असलेली अवनती आणि त्याला कारणीभूत असणाऱ्या तथाकथित सुधारणावाद्यांची खुळचट कार्यपद्धती आणि दुटप्पी जीवनक्रम, सुधारणांचा निव्वळ उच्चार, प्रत्यक्षात आचरण शून्य! वगैरे पाहून ते अतिशय अस्वस्थ झाले होते. त्याच महाभागांचे आणखी एक निंदनीय कृत्य म्हणजे विदेशी राज्यकर्त्यांनी त्यांचे डोळे दिपवून टाकल्यामुळे त्यांना अंधत्व आलेले होते. परिणामी, ती मंडळी आपल्या स्वदेशी-भारतीय-संस्कृतीने बहाल केलेल्या युगायुगांच्या अनुभवांना, सिद्धांतांना दडपून टाकण्याच्या प्रयत्नात गढून गेलेली पाहून त्यांना अतोनात यातना होत होत्या. आणि केवळ त्यासाठीच सुसंस्कृत जगासमोर भारताचे खरेखुरे चित्र रंगवून त्याला त्याची महती पटवून देण्यासाठी, त्याच्या समजूतीत बदल घडवून आणण्यासाठी आपल्याला त्याच्यापर्यंत जाऊन भिडलेच पाहिजे याची तीव्र जाणीव स्वामीजींना झाली. त्यांना चैनच पडेना. भारताच्या आध्यात्मिक पुनरुत्थानाच्या अभ्युदयासाठी प्रयत्नशील राहण्याचा प्रचंड ध्यास त्यांना लागून राहिला.

स्वामीजी नंतर श्री-कृष्णाच्या द्वारकानगरीत प्रवेश करते झाले. द्वारका म्हणजे भगवान श्रीकृष्णाच्या दंत-कथांनी व्यापलेले एक तेजस्वी नगर. तेथे त्यांनी आपला मुक्काम आद्य श्री शंकराचार्यांनी स्थापन केलेल्या शारदा मठात ठेवला. द्वारकेतील उध्वस्त पुराण-कालीन अवशेष पाहताना स्वामीजी खूपच व्यथित झाले. त्यांच्या नियोजित कार्यक्रमा-तील

द्वारका

पुढचा थांबा होता कच्छमधील मांडवी! तेथे त्यांनी नारायण सरोवर आणि आशापूरी या स्थळांना भेटी दिल्या.

गुरुबंधू स्वामी अखंडानंदांनी स्वामीजींचा निरोप घेताना त्यांना सांगून ठेवलेले होते, ''ज्या क्षणी मला तुम्हाला भेटण्याची तहान लागेल तेव्हा तुम्हाला शोधून काढण्यासाठी जगाच्या टोका-चाही प्रवास करेन.'' आणि खरोखरच त्यांनी आपला शब्द पाळला. जयपूरहून स्वामीजींचा माग काढत ते मांडवीपर्यंत आले. शेवटी, त्यांनी स्वामीजींना गाठलेच. इतकेच नाही तर आता आपण तुमची पाठ सोडणारच नाही असा हट्ट धरला. पण नंतर स्वामीजींनी त्यांची समजूत काढली – ''अरे बाबा, माझ्या कामगिरीवर मला एकट्यालाच जायचे आहे!'' तेव्हा कोठे त्यांनी माघार घेतली. ते म्हणाले – ''ठीक आहे. मला तुम्हाला भेटण्याची फार मोठी तहान लागलेली होती. तुमची भेट झाली. माझे समाधान झाले. जा, तुम्ही एकटेच निघा पुढच्या प्रवासाला!'' स्वामीजींनी आपल्या लाडक्या 'गंगा'च्या पाठीवरून प्रेमभराने हात फिरवला.

स्वामीजी पुढे निघाले. पलिटाण्याला पोचले. जैन व मुसलमान या दोघांनाही ते स्थळ पवित्र वाटते. पलिटाण्याचा पवित्र शत्रूंजय पर्वत प्रसिद्ध आहे. पलिटाण्याहून स्वारी नडियादला आली. मुक्काम टाकला जुनागडचे दिवाण हरिदास विहारीदास देसाई यांच्या वडिलोपार्जित घरात. तेथे त्यांचा बहुतांश वेळ दिवाणसाहेबांच्या ग्रंथालयात गेला. तेथे त्यांना विख्यात चित्रकार, राजा रविवर्मा यांनी चितारलेली उत्कृष्ट चित्रे पाह्यला मिळाली. ती पाहताना त्यांच्या शरीरावर रोमांच उभे राहिले. तेथून स्वामीजींनी सयाजीराव गायकवाड यांच्या घराण्याची राजधानी बडोदा गाठले. तेथे ते एका मंत्रिमहोदयांच्या घरी उतरले. तेथे असताना त्यांना लिंबडीचे राजे महाबळेश्वरला आल्याचे. ताबडतोब त्यांनी बडोद्याचा आपला मुक्काम संपवून थेट महाबळेश्वर गाठले. ठाकोर साहेबांबरोबर ते जवळजवळ अडीच महिने राहिले. तेथून निघताना त्यांनी आपल्या बरोबर ठाकोर साहेबांचे शिफारसपत्र घेतले. १८९२च्या जून महिन्याच्या शेवटच्या दिवसांत कधीतरी ते खांडव्यालाही जाऊन आले.

खांडव्याला स्वामीजी बाबू हरिदास चतर्जी या मूळच्या बंगाली असलेल्या वकिलाच्या घरी ते पाहुणा म्हणून राहिले होते. खांडव्याला तीन आठवडे काढून ते इंदोरला गेले. याच काळात, त्यांचा परिचय कोण्या एका अक्षयकुमार घोष यांच्याशी झाला. या घोष मोशॉयना पुढे मिस म्युलर नावाच्या एका इंग्लिश महिलेने दत्तक घेतले. १८९४च्या ऑक्टोबरात, स्वामीजी अमेरिकेहून इंग्लंडला गेले होते. त्यांच्या त्या भेटीची सर्व तयारी या गृहस्थांनीच त्यात लक्ष घालून केलेली होती. आपल्या खांडव्याच्या मुक्कामातच स्वामीजींनी शिकागो येथे भरवण्यात येणाऱ्या जागतिक सर्वधर्म महासभेला उपस्थित राहण्याचा आपला मनोदय प्रथमच बोलून दाखवला. त्या परिषदेबद्दल त्यांनी काठेवाडला असताना प्रथम ऐकले होते.

त्याच वर्षी, जुलैमध्ये कधीतरी स्वामीजी खांडव्याहून मुंबईला गेले. तेथे त्यांचा परिचय मुंबईचे एक नामांकित बॅरिस्टर, सेठ रामदास छबिलदास यांच्याशी करून देण्यात आला. याच छबिलदासांनी स्वामीजींच्या शिकागो-प्रवासात त्यांना सोबत केलेली होती. मुंबईत स्वामीजींना कळले बंगालमधील सुशिक्षित वर्गाने सरकारने मांडलेल्या 'संमतीच्या वया' संबंधीच्या कायद्याला विरोध केलेला आहे. ते ऐकून त्यांना फार मोठे दु:ख झाले. मुंबईच्या मुक्कामातील त्यांच्या दृष्टीने घडलेली सकारात्मक व समाधानकारक घटना म्हणजे कान्हेरीच्या एकशे नऊ बौद्ध लेण्यांची भेट. कान्हेरी मुंबईच्या उत्तरेस सुमारे वीस मैलांवर आहे. त्या लेण्यांच्या परिसरात फिरताना स्वामीजींच्या अंतरंगात, कोठेतरी खोलवर, खळबळ माजली. त्या विशिष्ट स्थळाबद्दलच्या त्यांच्या भावना उचंबळून आल्या त्यांना पुन्हा पुन्हा जाणवू लागले आपल्या पूर्वायुष्यात आपण या ठिकाणी वास केलेला आहे.

स्वामीजी मुंबई महानगरात जवळपास दोन महिने थांबले. नंतर ते पुण्याला जाणाऱ्या रेल्वेत बसले. दैवगती कशी असते पहा! त्याच गाडीतून लोकमान्य बाळ गंगाधर टिळकही स्वगृही म्हणजे पुण्याला चालले होते. स्वामीजींना निरोप देण्यासाठी, 'शुभास्ते पंथान:' चिंतण्यासाठी आलेल्यांनी टिळकांची व त्यांची ओळख करून दिली. टिळकांच्या पुण्यातल्या घरात स्वामीजींनी साधारण दहा दिवस मुक्काम केला. त्या काळात टिळकां-समवेत त्यांनी डेक्कन क्लबलाही भेट दिली. त्या भेटीत त्यांनी आयत्या वेळी, अगदी अभावितपणे एक तत्त्वज्ञान विषयक व्याख्यान दिले. त्यांच्या जीभेवर साक्षात सरस्वती वास करत असल्याचा अनुभव श्रोत्यांना आला. उपस्थित पार अचंबित झाले. त्या व्याख्यानाने स्वामीजींच्या त्या विषयावरील ज्ञानाची खोली किती अगाध आहे हे श्रोत्यांसमोर उलगडून दाखवले. त्याचा बोलबाला इतका झाला की त्या प्रसंगानंतर गीता आणि उपनिषदे यांच्याबद्दल अधिकाधिक माहिती समजून घेण्यासाठी लोक मोठ्या संख्येने त्यांच्याकडे येत राहिले.

पुण्याहून स्वामीजी कोल्हापूरात दाखल झाले. आपल्याबरोबर त्यांनी भावनगरच्या महाराजांनी स्थानिक महाराजांकरता दिलेले ओळखपत्र ठेवलेले होते. कोल्हापूरच्या महाराणीसाहेब स्वामीजींच्या भक्त झाल्या. त्यांनी स्वामीजींना एक नवे भगवे वस्त्र अर्पण केले. तेथे जास्त दिवस न राहता स्वामीजींनी आपला मोहरा दक्षिणेकडे वळवला. १५ ऑक्टोबर १८९२ला ते बेळगावला पोचले.

बेळगावला स्वामीजी एका महाराष्ट्रीय सद्गृहस्थाकडे पाहुणा म्हणून राहिले. कोल्हापूरच्या महाराजांच्या खासगी सचिवांचे ते स्नेही असल्यामुळे ती व्यवस्था झाली. बेळगावच्या त्यांच्या यजमानांच्या चिरंजीवांनी – प्रा. जी. एस. भाटे यांनी आपल्या रोजनिशीत जे लिहून ठेवले त्यातून एक गंमत कळते. स्वामीजी प्रस्थापित धर्मधारणांशी मिळतेजुळते घेणारे नव्हते, त्यांना मांसाहाराचे वावडे नव्हते. त्यांना

संस्कृत धर्मग्रंथांचे अगदी सखोल असे मूलभूत ज्ञान होते. एका अर्थाने आपल्याला एक हिंदू संन्यासी म्हणवून घेणारा हा गृहस्थ अजबच म्हणायला हवा... वगैरे गोष्टीमुळे सुरुवातीला घरातली माणसे त्यांचा पाहुणचार करण्याबाबत अस्वस्थच झाली म्हणे! तथापि, नंतर त्यांना शोध लागला हा गृहस्थ एक असाधारण व्यक्तिमत्त्व धारण करणारी व्यक्ती आहे, स्थानिक सभ्य समाजाला आपलेसे करण्याचा वकूब तिच्यापाशी आहे. पुढे त्या भाटे-मंडळींनी स्वामीजींच्या आदरा- तिथ्यात कसलीही कसर बाकी ठेवली नाही.

त्याचवेळी, बेळगावचे उप-विभागीय वनखाते अधिकारी, हरिपाद मित्र, स्वामीजींच्या प्रवचनांवर पुरते भाळले होते. शिवाय, मुळात ते बंगालीही होते. साहजिकच त्यांनी स्वामीजींकडे त्यांनी ताबडतोब आपल्या घरी येऊन त्यांचा पाहुणचार स्वीकारावा अशी इच्छा प्रदर्शित केली. पण स्वामीजींनी त्या महाराष्ट्रीय कुटुंबाच्या आदरातिथ्याचा अव्हेर करणे नाकारले. 'थोडे दिवस वाट पहा. मी नक्कीच येईन आपल्याकडे...!' म्हणून त्याची बोळवण केली. ते हरिपाद बाबूंकडे साधारण नऊ दिवस राहिलेही. स्वामीजींनी त्यांच्याकडेही अमेरिकेला जाण्याची आपली इच्छा बोलून दाखवली. त्याचवेळी हेही स्पष्ट केले, की रामेश्वरला भेट देण्याचा आपला पण प्रथम पूर्ण केल्यानंतरच आपण त्याचा विचार करू. हरिपाद बाबू आणि त्यांची पत्नी या दोघांनी अगदी पाठच धरल्यामुळे स्वामीजींनी उभयतांना अनुग्रह देऊन धन्य केले.

बेळगावहून स्वामीजी गोव्याला पोचले. त्या काळी गोवा पोर्तुगीजांची वसाहत होती. गोव्यात त्यांनी 'सच्चिदानंद' हे नाव धारण केले. स्वामीजी तेथे प्रत्यक्ष पोचण्यापूर्वीच मार्मागोवा येथील त्यांच्या आगमनाची बातमीच प्रथम पोचली. मग काय गोवेकरांनी त्यांच्या स्वागताची तयारी जय्यत केली. त्यांना वाजतगाजत, मिरवणुकीने सुब्राय नाईक या त्यांच्या यजमानांच्या निवासात नेले. सुब्राय नाईक एक विद्वान गृहस्थ होते. बेळगावच्या डॉ. शिरगावकरांचे जिवलग मित्रही. गोव्याला प्रस्थान ठेवण्यामागे स्वामीजींचा मुख्य उद्देश ख्रिश्चन धर्माचा कसून अभ्यास तेथे उपलब्ध असणारी पुराणकालीन लॅटिन पुस्तके आणि हस्तलिखिते – जी फक्त गोव्यातच मिळणार याची त्यांना खात्री होती – यांच्या साह्याने करण्याचा होता. सुब्राय नाईकांनी स्वामीजींची ओळख त्यांचे एक विद्वान ख्रिश्चन स्नेही, जे. पी. अल्वारिस यांच्याशी करून दिली. त्यांना स्वामीजींच्या उद्देशाची कल्पना दिली. लागलीच अल्वारिसनी स्वामीजींची व्यवस्था राशॉलसेमिनरीत (धर्मशिक्षण देणारी पाठशाळा) यथास्थित लावून दिली. सेमिनरीत लॅटिन भाषेतील दुर्मिळ साहित्य- हस्तलिखित व मुद्रित दोन्ही स्वरूपात ठेवलेले होते. स्वामीजी सेमिनरीत तीन दिवस राहिले. स्वामीजींची व्यासंगी-वृत्ती आणि अभ्यासासाठी घेतलेल्या विषयाची आकलन शक्ती या दोहोंमुळे त्यांना चर्चमधूनही काही मित्र मिळाले. सुब्राय नाईक

तर स्वामीजींच्या पूर्ण आधीन झाले, त्यांचे निष्ठावंत अनुयायी बनले. इतक्यावरच ते थांबले नाहीत. काही कालावधींनंतर त्यांनी संन्यासधर्माची दीक्षादेखील घेतली. सुब्राय नाईकांचे रूपांतर स्वामी सुब्रमण्यानंद तीर्थ यांच्यात झाले. स्वामीजी सुब्राय नाईकांच्या घरातील ज्या खोलीत राहिले होते ती खोली नाईकांच्या वंशजांनी आजही जशीच्या तशी सुरक्षित ठेवलेली आहे.

गोव्याचा मुक्काम संपवून स्वामीजींनी बंगलोरला प्रयाण केले. त्यासाठी मार्गगोव्यात रेल्वे पकडून धारवाड मार्गे ते बंगलोरला पोचले. तेथे बंगलोर नगरपरिषदेचे वैद्यक अधिकारी, डॉ. पी. पल्पू यांनी त्यांना आपल्याकडे ठेवून घेतले. डॉ. पल्पू मूळचे केरळवासी. त्यांची जमात एइवा. तो काळ असा विचित्र होता की दक्षिणेकडचे उच्चवर्णीय हिंदू खालच्या जातीच्या समाजाचा अतिशय विपरित असा दुःस्वास करत. त्या जातिभेदाला प्रथम प्राधान्य देऊन त्या समाजातील सत्पात्र व्यक्तींना, त्यांच्याकडे आवश्यक ती शैक्षणिक वा इतर गुणवत्ता असूनही शासकीय सेवांत सामावून घेत नसत, बेलाशक त्यांचा हक्क हिरावून घेत. स्वामीजींना त्यांच्या त्या दयनीय परिस्थितीबद्दल सहानुभूती वाटून त्यांना सल्ला दिला – ‘‘नका जाऊ त्या ब्राह्मणांकडे! नका धरू त्यांचे पाय! त्यापेक्षा आपल्या स्वतःच्या समाजातील एखादी उमदी, उदात्त व्यक्ती शोधून काढून तिची बरोबरी करा!’’ खुद्द डॉ. पल्पू स्वतःच त्या दुष्ट प्रवृत्तीचे एक बळी ठरलेले होते. त्रावणकोर या आपल्या जन्मभूमीनेच त्यांना झिडकारलेले होते आणि म्हणूनच ते एका परराज्यात नोकरी करत होते. डॉक्टर पल्पूंनी स्वामीजींचा सल्ला जरूर मनावर घेतला आणि एक तशी व्यक्तीही शोधून काढली. तिचे नाव होते श्री नारायण गुरु! त्यांनीही ते आव्हान स्वीकारून उत्तम समाजकार्य केले. अल्पावधीतच ते एइवा जमातीचे आदरणीय नेते व मार्गदर्शक बनले.

आता आले म्हैसूर. सुरुवातीला, स्वामीजी म्हैसूर संस्थानचे दिवाण, श्री के. शेषाद्री अय्यर यांचे पाहुणे म्हणून त्यांच्याकडे उतरले. त्यांच्या निवासस्थानी स्वामीजींना भेटण्यासाठी संस्थानचे अनेक अधिकारी आणि म्हैसूरच्या महाराजांच्या दरबारातील अनेक मानकरी येत राहिले. त्या प्रत्येकावर स्वामीजींच्या सखोल अंतर्ज्ञानाचा आणि विद्वत्तेचा सुरेख प्रभाव पडला. दिवाण बहादुरांची खात्री झाली की त्यांचे महाराज, श्री. चामराजेन्द्र वोडियर, स्वामीजींना भेटल्यास खूप आनंदित होतील आणि म्हणून ते त्या ‘तरुण आचार्याला’ महाराजांकडे घेऊन गेले. त्यांची ती भेट अविस्मरणीय ठरली. ‘असे तेजस्वी विचार, असे मोहक व्यक्तिमत्त्व, असे अगाध ज्ञान, अशी अफाट विद्वत्ता आणि अशी मर्मभेदक धार्मिक अंतर्दृष्टी’ महाराजांनी प्रथमच अनुभवली. स्वामीजींनी महाराजांना पूर्णतः जिंकून घेतले. महाराजांनी स्वामीजींना सन्मानपूर्वक रीतसर आमंत्रण पाठवून राजवाड्यावर बोलावून

घेतले, त्यांना संस्थानिकांच्या विशेष अतिथी पदावर आरूढ केले आणि त्यांच्यासाठी खुद्द राजवाड्यातील एक सुसज्ज, प्रशस्त असे दालन, राहण्यासाठी सुरेख व्यवस्था आदींची योजना केली.

म्हैसूरच्या वास्तव्यात, स्वामीजींनी संस्थानच्या एका मुस्लीम मंत्रिमहोदयां-वरही – अब्दुलरहमान साहेबांवर – आपल्या सर्वांगीण विकसित व्यक्तित्त्वाची छाप पाडली. स्वामीजी केवळ हिंदूंच्या धर्म-शास्त्रांतच पारंगत नसून त्यांना आपल्या मुस्लीम धर्मग्रंथांचेही तितकेच सखोल ज्ञान आहे हे त्यांना कळून चुकले आणि म्हणूनच ते पवित्र कुराणाबद्दलच्या त्यांच्या काही शंकांचे निरसन करून घेण्यासाठी स्वामीजींकडे जाऊ लागले. केवळ धर्मशास्त्रपारंगत अशी आपली प्रतिमा तयार होऊ नये म्हणून स्वामीजींनी प्रसंगवशात आपल्याकडे असलेल्या पाश्चात्य संगीताच्या ज्ञानाचा आविष्कार करून प्रत्येकाला त्याचा 'आ' वासायला लावला. राजवाड्यात आलेल्या एका ऑस्ट्रियन संगीतकाराबरोबरच्या चर्चेतून त्यांच्या ठायीच्या एका अतिशय वेगळ्या पैलूचे दर्शन सर्वांना घडले. तीच प्रचीती त्यांच्याकडे असलेल्या आणखी एका निव्वळ कल्पनातीत अशा पैलूने आणून दिली. राज-वाड्यात खेळवण्यात आलेल्या वीजप्रवाहाची विविध उपकरणे ठीकठाक करण्याचे, निकामी झालेली काढून टाकून त्यांच्या जागी नवी बसवण्याचे भौतिकशास्त्रीय काम चाललेले होते. त्या कामावर देखरेख करणाऱ्या माणसांबरोबर स्वामीजी अगदी शास्त्रोक्त चर्चा करून विद्युत प्रवाहाच्या साधक बाधक साधनांची, पद्धतीची एखाद्या वाकबगार तंत्रज्ञाच्या थाटात चर्चा करताना पाहायला मिळाले. आहे की नाही आश्चर्य! स्वामीजींच्या व्यक्तित्त्वात इतक्या ज्ञान-विज्ञान शाखांचा समुच्चय झालेला होता.

म्हैसूरचे महाराज श्री चामराज वाडियार

इतक्या सहजपणे लीलया संचार करणारा हा महापुरुष संस्थानच्या प्रधानांनी भरवलेल्या पंडितांच्या विद्वत्परिषदेतही तितक्याच अधिकारवाणीने आपले वैचारिक, तात्त्विक प्रतिपादन करू शकत होता. बंगलोरच्या राजवाड्यातील एका सभागृहात ती परिषद भरलेली होती. तिच्यासमोर स्वामीजींनी वेदांतासंबंधीच्या आपल्या कल्पना विशद केल्या. उपस्थितांच्या डोक्यात लखख प्रकाश पडून अज्ञान, पूर्वग्रह आणि लोकभ्रम यातून त्यांची मुक्तता झाली. स्वामीजींनी त्यांना वेदांताचा खराखुरा अर्थ समजावून दिला. सगळे विद्वज्जन पार भारावून गेले. स्वामीजींच्या विवेचनातील नवनिर्माण क्षमता, विषया-वरची त्यांची सखोल, अस्सल जाणीव आणि तो मांडण्याची पद्धती या गुण-वैशिष्ट्यांनी भरून वाहणाऱ्या त्या वाक्‌गंगेच्या प्रवाहात न्हाऊन निघालेले सर्व-जण त्या दिवशी धन्यता पावले, पावन झाले.

एके दिवशी, महाराजांनी स्वामीजींना विचारले, ''स्वामीजी, मी आपल्यासाठी काय करू शकतो?'' स्वामीजींनी आपल्या मृदू स्वरात त्यांना उत्तर दिले – ''मला भारतीय जनसामान्यांच्या सद्य:स्थितीत सुधारणा घडवून आणायची इच्छा आहे. मी जनकल्याणाचे व्रत हाती घेतलेले आहे. त्याच संदर्भात मी अमेरिकेला जाऊ इच्छितो. पाश्चात्यांना भारताच्या तत्त्वज्ञानविषयक आणि आध्यात्मिक सार्व-भौमत्वाचे दर्शन घडवायचे आहे आणि त्याचवेळी त्यांच्याकडून भारतीयांसाठी आधुनिक कृषीविज्ञान, औद्योगिक प्रगती-विषयक व इतर तंत्रविज्ञान शास्त्रे यांचे शिक्षण मिळण्यासाठी काय प्रयत्न करावे लागतील याचा शोध घ्यायचा आहे. बस्स!''

स्वामीजींचे अंगीकृत कार्य आणि ते पाहत असलेले स्वप्न यांच्याबद्दल खुद्द त्यांच्या मुखातून झालेल्या उच्चारणाने महाराज पुरते प्रभावित झाले नसते तरच नवल! त्यांनी तेथल्या तेथे स्वामीजींच्या परदेशगमनासाठी लागणारा संपूर्ण खर्च उचलण्याची तयारी दाखवून तसे अभिवचनही त्यांना दिले. तथापि, महाराजांचा तो प्रस्ताव ताबडतोब स्वीकारण्यास स्वामीजींनी नकार दिला. पण त्यातून एक गोष्ट निष्पन्न झाली. महाराज व त्यांचे प्रधानमंत्री स्वामीजींचे थोर प्रशंसक बनले.

महाराजांना स्वामीजींचा अक्षरश: लळाच लागला. त्यामुळे, जेव्हा स्वामीजी त्यांचा निरोप घेऊ लागले तेव्हा त्यांना भडभडून आले, वियोगाच्या दु:खातिशयाने त्यांचे अंत:करण जड झाले. स्वामीजींच्या म्हैसूर-भेटीची स्मृती जतन करण्याच्या दृष्टीने त्यांचा आवाज ग्रामो-

श्री काली माता

फोनच्या तबकडीवर ध्वनिमुद्रित करण्याची अनुमती त्यांनी स्वामीजींकडून घेतली. आजही ती तबकडी राजवाड्याच्या वस्तूसंग्रहालयात पाहायला मिळते अर्थात, काळाच्या ओघात ध्वनिमुद्रित करण्यात आलेला तो आवाज आता तेवढा स्पष्ट ऐकू येत नाही. निरोपादाखल स्वामीजींना मौल्यवान, किंमती वस्तू देणगी म्हणून देऊन स्वामीजींचे ओझे वाढवायची महाराजांची इच्छा भली असो पण स्वामीजी ते स्वत:च्या खांद्यावर वागवायला तयार नकोत! त्याप्रमाणेच झाले. त्या भेटवस्तूंच्या ढिगातून स्वामीजींनी आठवणी-दाखल सुंदर नक्षीकाम केलेला रोजवूडचा एक हुक्का फक्त उचलला.

म्हैसूरच्या प्रधानांनी काढून दिलेल्या रेल्वे तिकीटावर प्रवास करत स्वामीजी शोरनूरकडे निघाले. शोरनूर म्हणजे त्रिचूरचे प्रवेशद्वारच. शोरनूर रेल्वे स्थानकावर उतरल्यानंतर स्वामीजींनी त्रिचूरला पोचण्यासाठी लागणारे शेवटचे एकवीस मैलांचे अंतर चक्क बैलगाडीत बसून तोडले. त्रिचूरहून स्वामीजी कोडुंगल्लूर संस्थानाकडे निघाले. ते संस्थान तिथले काली मंदिर आणि त्याचप्रमाणे संस्कृतचे पीठ म्हणूनही प्रसिद्ध आहे. येथे खुद्द स्वामीजीच जातिवादाचे बळी ठरले. त्यांच्या अंगावर भगवी वस्त्रे असूनही त्यांना काली मंदिरात प्रवेश मिळाला नाही. तथापि, धार्मिक विषयांच्या बाबतीत स्वामीजींना असलेले सखोल ज्ञान आणि संस्कृत वरील त्यांचे प्रभुत्व या दोन गोष्टींचा अंदाज आलेल्या त्या संस्थानाच्या राजपुत्रांनी व राजकन्यांनी काली मंदिराजवळच्या एका वटवृक्षाखाली बसून त्यांच्याकडून आपल्याला हवे ते मार्गदर्शन घेतले.

कोडुंगल्लूरहून स्वामीजी कोची संस्थानची राजधानी एर्नाकुलमला गेले. तेथे त्यांची भेट नारायण गुरुंचे गुरु चट्टांबी स्वामीकल यांच्याशी झाली. दोघांनी परस्परांचे दृष्टिकोण समजावून घेऊन समाधान व कौतुक व्यक्त केले. पण तरीही गंमत याची वाटली की त्या गुरुशिष्यांनी स्वामीजींना चालत असलेल्या मांसाहाराबद्दल मात्र नाके मुरडली. चट्टांबी स्वामीकल स्वामीजींच्या आवाजावर बेहद्द खूष होते. म्हैसूरच्या प्रधानांचे परिचयपत्र दाखवल्यामुळे कोची संस्थानच्या दिवाणांनी स्वामीजींचा पाहुणचार केला.

साधारणपणे ६ डिसेंबर १८९२च्या सुमारास स्वामीजी एर्नाकुलमहून त्रावणकोर संस्थानची राजधानी तिरुवनंतरपूरमला पोचले. तेथे स्वामीजी त्रावण-कोरच्या महाराजांच्या पुतण्याचे खासगी शिक्षक, प्रा. सुंदरम अय्यर यांच्या घरी उतरले. महाराजांचा पुतण्या एम.ए.चा अभ्यास करत होता. स्वामीजींचे व्यक्तिमत्त्व, त्यांची बोलण्याची पद्धत, ढब आणि श्री रामकृष्णांबद्दल त्यांच्या ठायी असलेला भक्तिभाव आदींचा प्रभाव त्याच्यावर इतका पडला की त्या दिवशी त्यांनी राजवाड्याच्या आपल्या नित्याच्या कामाला सुट्टी दिली आणि त्याच्याऐवजी ते स्वामीजींना घेऊन त्रिवेन्द्रम

महाविद्यालयातील रसायन विषयाचे प्राध्यापक आणि लौकिक प्राप्त विद्वान व विज्ञानशास्त्री प्रा. रंगाचार्य यांच्या भेटीसाठी त्यांच्याकडे गेले. आपल्या सभोवताली जे जे घडत आहे त्याचे सूक्ष्म निरीक्षण, त्यांचे सभ्य व सौम्य वर्तन, त्यांचा गोड स्वभाव, त्यांचे प्रसंगावधान आणि एखाद्या विरोधकाला गप्प बसवताना त्याला दिलेल्या प्रत्युत्तरातील ताकद या साऱ्या गोष्टी तिरु-वनंतपूरच्या सुशिक्षित व विद्वान मंडळींना खूप भावल्या. त्या साऱ्यांच्या अंत:करणात स्वामीजींना सन्मानाचे व आपुलकीचे स्थान मिळाले.

आपल्या यजमानांचे विद्यार्थी राजपुत्र मार्तंड वर्मा यांच्याशी झालेल्या भेटीत स्वामीजींनी आपल्या भारतभर केलेल्या भ्रमंतीत विविध संस्थानिकांच्या दरबारांना दिलेल्या भेटींचे वर्णन त्यांना ऐकवले. खेत्रींचे रजपूत राजे, बडोद्याचे गायकवाड आणि बंगलोरचे सत्ताधीश यांच्याविषयी त्यांनी गौरवोद्गार काढले. त्या मानाने दक्षिणेकडील संस्थानिकांबद्दल मात्र त्यांनी तक्रारीचा सूर काढला. त्यांचे खालावत चाललेले चारित्र्य आणि क्षमता यांच्याबद्दल त्यांच्या मनात बऱ्याच शंका होत्या. स्वामीजी त्रावणकोरच्या महाराजांनाही भेटले खरे पण त्यांच्या एकूण स्वभावाची त्यांच्यावर फारशी छाप पडली नाही. राजपुत्र मार्तंडांच्या अभ्यासात मात्र त्यांनी विशेष रस घेऊन त्यांना मार्गदर्शनही केले. राजपुत्रही स्वामीजींकडे मोठ्या प्रमाणात आकर्षित झाले. इतकेच नाही तर त्यांनी स्वामीजींचे एक सुरेख छायाचित्रही काढले. पुढे ते त्यांनी मद्रास म्युझियम येथे भरलेल्या विविध कला प्रदर्शनासाठी पाठवले.

तिरुवनंतपूरम येथे दिलेल्या आपल्या व्याख्यानांतून स्वामीजींनी अनेक विषयांचा उहापोह केला. विज्ञानाने या विश्वाची रहस्ये या पूर्वीच उघड केलेली आहेत असा विचार करणाऱ्या, काही लोक करत असलेल्या अवास्तव व अतिशयोक्तीपूर्ण दाव्यांवर त्यांनी कडाडून हल्ला चढवला. खुद्द विज्ञानच उत्क्रांतीच्या टप्प्यावर आहे, मानवी मनाच्या सूक्ष्म आणि सुप्त अशा कार्यपद्धतीचे आकलन त्याला नीट झालेले नाही, त्या बाबतीत विज्ञान कोसो मैल दूर आहे, मानवी मनाला त्या अमूर्त अशा आदि अनंताचे अस्तित्व जाणून घेऊन त्याच्याशी एकरूप होण्याची तळमळ लागल्याची, तसा साक्षात्कार घडावा म्हणून त्याने चालवलेल्या धडपडीची विज्ञानाला अद्यापही जाणीव होत नाही, पण आजही विज्ञान भौतिकाच्याच बंधनात राहून त्या वर्तुळातच, त्या प्रकटीकरणातच मग्न आहे, असे मत त्यांनी मांडले. स्वामीजींनी लौकिक (जड वस्तू) आणि अलौकिक (तरलवस्तू) यांच्यातील फरकही विशद केला. या दोहोंनी माणसाला इंद्रियांच्या बंधनात कसे जखडून टाकलेले आहे. तो ती बंधने झुगारून देऊन स्वत:ला त्याहीपेक्षा वरच्या पातळीवर घेऊन जाईल, ऐहिकाच्या क्षुद्र, पोकळ, असार मायाजालात गुंतून कसा पडणार नाही हेही खुलासेवार स्पष्ट केले. त्याजबरोबर त्यांनी जातियवादालाही आपले लक्ष्य बनवले.

त्यांनी ब्राह्मणांना ठणकावून सांगितले जोपर्यंत ब्राह्मण मंडळी इतर लोकांसाठी आपल्याजवळचे ज्ञान भांडार मुक्तपणे खुले करण्याची नि:स्वार्थी वृत्ती दाखवतील तोपर्यंतच त्यांची उपयुक्तता टिकून राहील. समाजातील महिलांच्या स्थानाबद्दल बोलताना ते म्हणाले, ''माझ्या मते, महिलांना पवित्र धर्मग्रंथांचे शिक्षण मिळालेच पाहिजे, आपली प्राचीन आध्यात्मिक संस्कृती त्यांनी अंगी बाणवायला हवी आणि आपल्या ऋषीमुनींनी घालून दिलेले आध्यात्मिक आदर्श आचरणात आणावेत. धर्मातील शाश्वत सत्याचे ज्ञान आणि आपल्या गरजा यांची साक्षात्कारी जाणीव यांच्या बळावर महिला स्वत:च धीट बनून आपल्या समोरील समस्यांची सोडवणूक करून घेतील.'' विविध क्षेत्रांतील जाणकार, अभ्यासक आणि इतर ज्ञानी व्यक्ती यांच्याबरोबर झालेल्या चर्चासत्रांत स्वामीजी स्पेन्सर पासून शेक्सपियर व कालिदास, डार्विनच्या उत्क्रांतीवादापासून ते ज्यूंच्या इतिहासापर्यंत, आर्यांच्या संस्कृतीपासून वेदांपर्यंत आणि इस्लामपासून ख्रिश्चन धर्मतत्त्वापर्यंतच्या नानाविध विषय क्षेत्रांत अगदी सहजस्फूर्त, अधिकारवाणीने संचार करून त्या प्रत्येकाचा अचूक वेध घेत. ते म्हणत – ''या विश्वातील सर्व प्राणिमात्रांमध्ये मनुष्य हा एकच प्राणी असा आहे ज्याचे अंत:करण प्रत्येक गोष्ट केव्हा आणि कोठे, का आणि कशामुळे घडते हे जाणून घेण्यासाठी सतत आसुसलेले असते. त्याला लागलेली ज्ञानप्राप्तीची भूक कधीच भागत नाही...!''

काहीजणांच्या मते, बंगलोरच्या आपल्या मुक्कामात स्वामीजींनी डॉ. पल्पूंना 'आपला नेता आपल्यांतूनच शोधा'हा सल्ला दिला. ती प्रेरणा घेऊनच केरळमधील शांततापूर्ण सामाजिक क्रांती घडून आली. शैक्षणिक प्रगती व समाजाला उन्नत करणारी इतर साधने यांच्या बळावर सामाजिक सुधारणा घडवून आणण्यावर तेथे भर देण्यात आला. १८९७ला, पाश्चात्य देशांचा दौरा करून परतल्यानंतर दक्षिण भारतात स्वामीजींनी भारतीयांसाठी, समस्त जातीजमातीसाठी दिलेली चेतावणी या मताला बळकटी आणते.

तिरुवनंतपूरमला असताना स्वामीजींनी मन्मथनाथ भट्टाचार्य या आपल्या जुन्या मित्राला शोधून काढले. त्या काळात, ते मद्रासला अकाऊंटन्ट जनरलचे सहाय्यक म्हणून काम पाहत होते. आता त्यांची नेमणूक तिरुवनंतपूरमला झालेली होती. एकदा भेट झाल्यानंतर दोघेही, अगदी न चुकता, रोजची सकाळ एकत्र घालवत. २२ डिसेंबर १८९२ला मित्रांच्या त्या दुक्कलीने रामेश्वरला प्रयाण केले. वाटेत, त्यांना कन्याकुमारी लागले. कन्याकुमारीच्या शिलाखंडावर आसनस्थ होऊन स्वामीजींनी ध्यानधारणा केली असे म्हणतात. आता त्या शिलाखंडांना 'विवेकानंद रॉक्स' या नावाने ओळखण्यात येते. त्याचप्रमाणे, त्यांनी मन्मथ बाबूंच्या छोट्या कन्येच्या रूपात 'कुमारी पूजा' विधी केला त्या योगे, 'जगन्मातेची' पूजा केली.

कन्याकुमारी मंदिरातील माता कुमारी

समुद्रात किनाऱ्यापासून सुमारे दोन फर्लांगावर दोन शिला आहेत. पुराणकथा अशी आहे त्या दोहोंपैकी आकाराने मोठ्या असलेल्या शिलाखंडावर जगन्माता अवतरलेली होती. त्या दोन खडकापासून दूर अंतरावर कोठेतरी उभे राहून देवी कन्येने भगवान शिवच आपल्याला पती लाभावा म्हणून तपश्चर्या केली. आणि म्हणूनच, 'शक्ती'चे पूजक तथा शाक्त संप्रदायी त्या स्थळाला तपश्चर्येचे पुण्यस्थळ मानतात. ते मनात आणून स्वामीजींनाही त्याच पुण्यस्थळावर जाऊन ध्यान करण्याची तीव्र इच्छा झाली. पण तिथे पोचायचे कसे हा प्रश्न आला. आसपास एखादा नावाडीही दिसत नव्हता. पुढचा मागचा विचार बिलकूल न करता स्वामीजींनी स्वतःला बेधडक उसळत्या लाटांच्या स्वाधीन केले. त्यांच्यावर स्वार होऊन खडक गाठला. असे सांगतात स्वामीजी सलग तीन दिवस त्या खडकावर ध्यानस्थ बसून होते. त्या दरम्यान, त्यांना आपल्या प्रिय भारतभूमीच्या महानतेचा आणि सध्याच्या दौर्बल्याचा साक्षात्कार झाला. त्यांना कळून चुकले भारताच्या अधोगतीला धर्म कारणीभूत नाही तर त्या धर्माचरणातील विकृतीच तिच्या मूळाशी आहेत. त्यांना हेही जाणवले भारताच्या सर्वोच्च आध्यात्मिक चेतनेचे पुनरुज्जीवन, तिचे पुनर्जागरण केल्यानेच त्याला त्याचे गतवैभव प्राप्त होईल. एके काळी भारत सर्व जगातील धर्मांचे पाळणाघर होता. त्याला पूर्वपदावर आणायचे झाल्यास या देशात ऋषीमुनींनी रुजवलेली संस्कृती नव्याने रुजण्याची, फोफावण्याची गरज आहे. धर्म मार्तंडांचे वर्चस्व, जातिवादाची एकाधिकारशाही, बेगुमान जुलूम जबरदस्ती आणि त्यामुळे समाजसंस्थेत निर्माण झालेले भेदाभेद आणि परिणामी बहुसंख्याकांच्या वाट्याला आलेली बहिष्कृतता या साऱ्यांनी भारतवर्षाच्या प्रगतीत अभेद्य असे अडथळे निर्माण

केलेले आहेत. याची कल्पना त्यांना आली. विवेकानंदांना जाणवले या परिस्थितीवर मात करण्यासाठी एक उपाय आहे. संन्यस्त जीवन जगणारांनी भारतीय पददलितांच्या पाठीशी ठामपणे उभे ठाकायलाच हवे. त्यांना हेही पटले की भारतात परिस्थिती अशी आहे की कोणी ना कोणीतरी बहुजन समाजाला जाऊन भिडले पाहिजे, ते लोक आपल्याकडे येण्याची वाट पाहत वेळ काढता कामा नये. पण विचारांती त्यांना दिसून आले की आपण स्वत: अकिंचन आहोत, असहाय्यही तितकेच! त्यांना निराशेने ग्रासले. आणि त्या अथांग महासागराच्या लाटांमधून अचानक एक आशेचा किरण प्रकाशमान झाला. त्यांच्या गुरुदेवांनी दाखवलेल्या दिशा त्यातून सूचित होत आहेत असे त्यांना आढळले. आपल्या बुद्धिमत्तेच्या बळावर अमेरिकेतून धनप्राप्ती करून घेऊन त्याचा विनियोग भारतातील जनसामान्यांच्या कल्याणासाठी करायचा. कन्या-कुमारीच्या खडकावर ध्यानस्थ बसून भारताच्या पुनरुत्थानासाठी केलेले स्वामीजींचे हे गहन चिंतन म्हणजे एक सुखद फलनिष्पत्तीच मानावी लागेल.

पण अद्याप स्वामीजींना आपली नियोजित रामेश्वर यात्रा पूर्ण करायची होती. म्हणून त्यांनी प्रथम ती वाट धरली. वाटेत ते मदुराईला थांबले. तेथे त्यांना रामनाडचे राजे, भास्कर सेतूपती भेटले. ते एक ज्ञानी राज्यकर्ते होते. राजे-साहेबांनाही स्वामीजींबद्दल आस्था निर्माण झाली. त्यांनी त्यांचे शिष्यत्वही पत्करले. स्वामीजींनी अमेरिकेला अवश्य जावे, शिकागोत भरणाऱ्या जागतिक धर्ममहासभेच्या अधिवेशनास उपस्थित राहण्याची संधी जरूर घ्यावी आणि त्यायोगे भारताच्या आध्यात्मिक तत्त्वज्ञानाकडे, विचाराकडे जगाचे लक्ष वेधून घ्यावे असे टुमणेच लावले. पण स्वामीजींना ओढ लागलेली होती रामेश्वराची अधिक. त्यामुळे त्यांनी राजांचा निरोप घेतला. अमेरिकेला जाण्याचा आपला निर्णय झाला की त्याबद्दल लवकरात लवकर कळवण्याचे त्यांना आश्वासन दिले.

पवित्र रामायणाने रामेश्वरला अमरत्व प्राप्त करून दिलेले आहे. त्याच ठिकाणी हनुमान व त्याची वानरसेना यांनी भारत व लंका यांना सांधणारा सेतू बांधला अशी कथा आहे. रावणाने सीतेला आपल्या लंकानगरीत बद्ध केलेले होते. प्रभू रामचंद्र तिला तेथून सोडवून आणण्यासाठी सिद्ध झाले होते. रावणाशी संघर्ष करण्यासाठी लंकेवर स्वारी करावी लागणार होती. त्या करता सागर पार करणे प्राप्त होते. वीर हनुमानाने त्यांचा मार्ग सोपा केला. या पुराणकथेला दुजोरा देण्याचे काम अलीकडे 'नासा' या संस्थेने केलेले आहे. तिने त्या जलप्रदेशाची छायाचित्रे विशेष तयारीने, प्रयत्नपूर्वक घेऊन खरोखरच तसा एक सेतू अस्तित्वात होता असे सूचित केलेले आहे.

असे सांगतात रावणाशी युद्ध करून ते जिंकल्यानंतर, सीतेला श्रीलंकेतून सोडवून आणल्यानंतर श्री रामाने रामेश्वरमला एका शिवलिंगाची प्रतिष्ठापना केली. सध्याचे रामेश्वरचे मंदिर त्या शिवलिंगाभोवतीच बांधलेले आहे. त्या शिवलिंगावर

रामेश्वर मंदिर

मस्तक ठेवून भगवान शिवाच्या ठायी आपली भक्त रुजू करण्याची फार मोठी तळमळ स्वामी विवेकानंदांना सदासर्वदा लागून राहिलेली होती. त्यामुळे रामेश्वरच्या पवित्र भूमीत प्रवेश करण्याने त्यांच्या भारतयात्रेची सुखद सांगता झाली. सर्व इच्छा आकांक्षा सफल झाल्या. चारी धाम यात्रा करणे हे भाविक भारतीयाच्या आयुष्यातील एक प्रधान उद्दिष्ट असते. भारताच्या जवळपास चारी कोपऱ्यांत चार पवित्रस्थळे उभी आहेत. स्वामीजींनी पश्चिमेकडील द्वारका आणि दक्षिणेकडील रामेश्वरम यांच्या यात्रा पूर्ण केल्या. उत्तरेकडील बद्रीनाथने त्यांना बगल दिली. त्या दरम्यान सरकारने त्या देवालयाकडे जाणारा रस्ताच बंद केला. स्वामीजींना दर्शन घडले नाही. पूर्वेकडील, जगन्नाथ पुरीला ते कधीही गेले नाहीत.

परिव्राजकाचे जीवन एका अर्थाने विलक्षण असते. तो ज्या ज्या स्थळांना भेट देतो त्या त्या ठिकाणांची वैशिष्ट्येच फक्त उलगडून दाखवतो असे नाही तर त्याच्या संपर्कात येणाऱ्या अनेकविध व्यक्तींचीही आपल्याशी भेट घडवून आणतो. तसे घडले नसते तर ती माणसे अज्ञातच राहिली असती. तारी घाट स्टेशनवर स्वामीजी भुकेने कळवळत असताना त्यांच्यासाठी जेवण घेऊन जाणारा तो मिठाईवाला आठवा ना! त्याच्या स्वप्रात श्री प्रभूराम आले आणि त्यांनी त्याला सुचवले त्याबद्दल. आता तो मिठाईवाला म्हणजे पवित्र अशा आत्म्याचे प्रकटनच म्हणावा लागेल.

तीच अवस्था त्या खालच्या – अस्पृश्य मानण्यात येणाऱ्या-जातीच्या माणसाची. बिचारा स्वामीजींना पाहत होता अखंड बोलताना. त्यांना भेटायला येणाऱ्या लोकांची गर्दी काही केल्या तुटत नव्हती आणि स्वामीजी बोलायचे थांबवत नव्हते. लागोपाठ तीन दिवस पोटात पाण्याचा थेंब नाही, अन्नाचा कण नाही. बिचारा पार कळवळला.

स्वामीजींसाठी जेवण करायला तयारच होईना. का तर तो शूद्र, स्वामीजी कायस्थ! आपल्या-कडून ते पाप व्हायचे नाही म्हणत असताना त्याच्या शरीराला कंप सुटला. स्वामीजींनी त्याला परोपरीने विनवून सांगितले अरे, तसे काही नाही रे! तेव्हा कोठे कबूल झाला. स्वामीजींच्या पोटात त्याने शिजवलेले अन्न गेले अखेर. आता त्याची भक्ती अधिक सरस म्हणायची की त्याच्या राजाची – खेत्रीच्या महाराजांची? स्वामीजींना झालेला आत्मसाक्षात्कार हेच त्यांचे बलस्थान होते. त्यामुळे शरीरातील सर्व गात्रे जरी शिणली असली तरी ती परिव्राजकाच्या हालचाली रोखून धरू शकत नाहीत, कारण त्याची अंत:प्रेरणा आतून प्रज्वलित होत असते. आत्म्याला लाभलेले अमरत्व त्याच प्रकारचे असते- 'भय नाही, मरण नाही, मुळात मी कधी जन्मलोच नव्हतो, कधी मृत्यूही पावलो नव्हतो...' हा अनुभव तसा विलक्षणच होता. दुसरीकडे तो बहुपतित्ववादी तिबेटी गृहस्थ पहा. स्वामीजींनी त्या समाजात प्रचलित असलेल्या त्या पद्धतीचा कडाडून धिक्कार केला. त्यावर त्याने केलेला प्रतिवाद तसा साधासुधा आणि प्रामाणिक-पणाने केलेला होता. जरी तो सदोष, चुकीचा असला तरीही. तो त्याच्या श्रद्धेचा प्रश्न होता ना! त्याने स्वामीजींसमोर आपली बाजू मांडताना म्हटले, ''खरे सांगू, कुटुंबातील भावाभावांनी कसलाही आपपर भाव ठेवता कामा नये, आपल्या स्वत:ची अशी खास वस्तू बाळगू नये. जे काही घरात असेल ते आपापसात नीट वाटून घ्यावे – अगदी आपल्या स्वत:च्या बायकादेखील!'' आता बोला... काय म्हणायचे या पात्राला! परिव्राजकाला अशी माणसेही भेटतात.

१८९३च्या सुरुवातीला कधीतरी स्वामीजी पाँडिचेरीमार्गे मद्रासला पोचले. त्यांचे स्नेही मन्मथनाथ होतेच हजर त्यांच्या सेवेला. तेथे त्यांना एक विद्वान पंडित भेटले. वृत्तीने ते सनातनी, जुन्या मताचे, वळणाचे होते. हिंदूधर्माच्या मूलतत्त्वात काडीचाही बदल करण्यास त्यांचा सक्त विरोध होता. तसली एखादी कल्पनाही त्यांच्या मनाला शिवत नव्हती, रुचत तर नव्हतीच. यदाकदा हिंदूंचा संपर्क पाश्चात्यांशी आलाच तर त्यामुळे हिंदूंचे नैतिक अध:पतन होईल असे ते मानत. त्यांच्या मते, परमेश्वराने हिंदू आणि म्लेन्छ (बहिष्कृत) यांच्या देशासाठी सागरांच्या काळ्या पाण्याच्या सीमारेषा निश्चित केलेल्या आहेत, त्यांचे विभाजन पूर्ण केलेले आहे आणि म्हणूनच आपण त्या रेषा कदापिही ओलांडायच्या नसतात.

रेल्वे स्टेशनवर स्वामीजींचे यथोचित स्वागत करण्यासाठी मन्मथनाथांनी काही मोजक्याच पण गुणी युवकांना एकत्र आणलेले होते. स्वामी विवेकानंदांच्या रूपाने हिंदू धर्माला एक नवा उद्गाता मिळाला होता. त्याने लोकांसमोर ठेवलेल्या नव्या हिंदू विचारप्रणालीचे अनेक प्रागतिक युवकांनी कौतुक चालवले होते. विशेष म्हणजे मद्रास महानगराने त्याचे अस्तित्व कबूल केले होते. या त्याच्या तरुण प्रशंसकांनीच त्यांच्या अमेरिकेच्या प्रवास खर्चासाठी गोळा केलेल्या निधीतील

बहुतांश वाटा उचललेला होता. या मद्रास नगरातच त्यांना असेही लोक आढळले ज्यांच्या तारा गुरुदेव श्री रामकृष्णांच्या शिकवणीशी जुळलेल्या होत्या. शिवाय, त्यांच्या मद्रासेतील शिष्यांनीच ते पश्चिमेकडून परत येण्याआधी त्यांच्या संदेशाचा समरसून प्रचार केला होता. मद्रास हेच पहिले असे शहर होते जेथून त्यांनी आपल्या संघटनात्मक आणि ग्रंथप्रकाशन कार्यास आरंभ केला.

मद्रासमध्ये विवेकानंदांना ज्या व्यक्ती प्रथम भेटल्या त्यापैकी एक होते जी. जी. नरसिंहाचारी. ते ट्रिप्लिकेन लिटररी सोसायटी, मद्रास या संस्थेचे सदस्य होते. स्वामीजींच्या ज्ञानाच्या अमर्याद कक्षांचा अंदाज आल्यामुळे ते पुरते भारावून गेले. सर्व थरांतील सुशिक्षित, प्रबुद्ध आणि प्रतिष्ठित माणसे स्वामीजी उतरलेल्या ठिकाणी झुंडीने जात होती, कोणत्याही आणि कोठल्याही विषयांवरच्या त्यांच्या व्याख्यानाने मोहून जात होती असे त्यांना दिसून आले. सी. रामानुजाचारी हा असाच एक तरुण. स्वामीजींच्या ज्ञानाने, त्यांच्या वक्तृत्वशैलीने, विनोदप्रचुरतेने पार दिपून गेला. पुढे, आपले सर्व आयुष्य त्याने मद्रास येथील रामकृष्ण मिशनच्या कार्याला वाहून घेण्यातच घालवले. स्वामीजींच्या तडफदार, तेजस्वी वक्तृत्वाकडे तरुण मुले चटकन आकर्षित होत. प्रथमदर्शनीच त्यांच्या प्रेमात पडत. तर दुसरीकडे, वयस्कांवर त्यांच्या भाषणांतून प्रकट होणाऱ्या त्यांच्या सखोल ज्ञानाचा प्रभाव पडे. सांगायचा मुद्दा हा की समाजातील यच्चयावत लहानथोरांनी स्वामीजींची पात्रता, त्यांचा दर्जा मान्य केला. स्वामीजी करत असलेले वेदांचे शास्त्रोक्त निरुपण आणि वेदांतावरचे त्यांचे व्यक्तिगत भाष्य या दोन्ही बाबी श्रोत्यांचा आदरभाव आणि त्यांची श्रवणातील एकतानता आपल्याकडे खेचून घेत. स्वामीजींच्या मुखातून येणाऱ्या शब्दागणिक त्यात वाढ होत असे.

मद्रासमधल्या विवेकानंदांच्या चाहत्यांमध्ये कामाक्षी नटराजन या त्या काळातील एका अतिशय समर्थ अशा भारतीय पत्रकाराचा समावेश होत होता. त्याचप्रमाणे, दिवाण बहादूर रघुनाथ राव नामक एक राष्ट्रीय पातळीवर मान्यता पावलेली व्यक्ती आणि कित्येक कायदाविषयक प्रबंधांचे ख्यातनाम लेखकही स्वामीजींचे चाहते होते. हे दोघे स्वामीजींच्या एका व्याख्यानाला उपस्थित होते. त्या व्याख्यानात स्वामीजींनी पौर्वात्य संस्कृतीचा पाश्चिमात्यांनी लावलेला अर्थ हा विषय मांडला होता. त्या दोन्ही नामवंत तज्ज्ञांना ती मांडणी एकदम सुरेख व प्रभावी वाटली. स्वामीजींना शिकागोला पाठवण्याचा निर्णय त्यानंतरच्या काही दिवसांतच घेण्यात आला. विवेकानंदांबद्दल कौतुक वाटणारे आणखी एक नाव होते सिंगरवेलू मुदलियार. मद्रासच्या ख्रिश्चन कॉलेजातील विज्ञानाचे प्राध्यापक. मुळात नास्तिकच पण तरीही ख्रिश्चन धर्मातील व्यावहारिक मूल्यांबद्दल कौतुक असणारे. स्वामीजीं-बरोबर वाद घालण्याच्या ईराद्याने आलेल्या प्रा. मुदलियारना स्वामीजींची भूलच पडली, त्यांच्याशी

झालेल्या संभाषणाने त्यांची दांडीच उडाली. आपण कशासाठी आलो होतो याचा विसरच त्यांना पडला. ते स्वामीजींचे परमभक्त व आवडते शिष्यच बनले. पुढे, पाश्चात्य देशांचा दौरा करून मायदेशी परतल्यावर स्वामीजींनी 'प्रबुद्ध भारत' हे एक नियतकालिक मद्रासेत सुरू केले त्याचे ते मानद व्यवस्थापक म्हणून काम पाहू लागले. आणखी एक जण, व्ही. सुब्रमण्यम अय्यर, सहज गंमत करू या म्हणून आपल्या कॉलेजातील मित्रांसोबत स्वामीजींच्या भेटीस गेले खरे पण स्वामीजी कसले वस्ताद! त्यांच्या मनीचा हेतू ओळखून स्वामीजींनी त्या सर्वांचा डाव त्यांच्यावरच उलटून प्रत्येकाला त्याची जागा दाखवली. त्यानंतर तोच अय्यर स्वामीजींच्या संध्याकाळच्या फेरफटक्यात त्यांच्याबरोबर सावलीसारखा राहू लागला. असेच फिरत निघालेले असताना स्वामीजींनी अय्यरला अचानक प्रश्न केला – 'काय रे भिडू, कुस्ती येते काय?' अय्यर म्हणाला – 'हो येते ना!' लगेच स्वामीजी म्हणाले – 'चल, खेळ माझ्याबरोबर!' आणि काय मजा, स्वामीजी आणि अय्यर यांची खडाखडी झाली सुरू. निकाल काय लागला कोण जाणे! पण स्वामीजींच्या व्यक्तिमत्त्वातील आणखी एक पैलू प्रकट झाला. त्यांच्याकडे केवळ अफाट बौद्धिक ताकद तर होतीच पण शारीरिक, मर्दानगीही तितकीच! त्या दिवसापासून अय्यर त्यांना 'पठाण स्वामी' म्हणू लागला.

थोडक्यात, स्वामीजी म्हणजे एक अजब, अद्भुत रसायनच होते. कुस्ती, तलवारबाजी या व्यायाम प्रकारात ते जितके तरबेज, पारंगत होते तितकेच वैश्विक आत्मा या सारख्या गूढ, गहन विषयावर सखोल चर्चा करण्यातही ते तितकेच तल्लख व प्रवीण होते. कदाचित, त्यांच्या या सर्वगुणसंपन्नतेवरच मद्रासचे लोक लुब्ध झाले असावेत आणि परिणामी त्यांचे निकटवर्ती बनले असावेत. स्वामीजी म्हणजे अस्सल मातीचे पाय असणारी व्यक्ती होते. केवळ स्वप्नसृष्टीत विहार करणारा, आपल्याच नादात रंगून स्वतःला इतरांपेक्षा वरचढ मानणारा माणूस नव्हते. याचा प्रत्यय मद्रासी माणसांना जरूर आला. केवळ पांडित्याच्या गोष्टी करणे त्यांच्या स्वभावात नव्हते. त्यांची विनोदबुद्धी शाबूत होती. लोकांना हसवत खेळत ठेवायचे त्यांना उत्तम जमत होते. त्यांचा स्वभाव खेळकर होता. या सगळ्या वैशिष्ट्यांवर मद्रासची मंडळी बेहद् खूष होती. स्वामीजींबद्दलचे त्यांचे प्रेम, त्यांचा आपलेपणा सतत वाढत गेला. पण त्याहीपेक्षा त्यांना भावला स्वामीजींचा प्रखर आणि प्रचंड देशाभिमान, त्यातील निडरता! या तरुण संन्याशाने आयुष्यातल्या सगळ्या ऐहिकांवर तुळशीपत्र ठेवलेले असले तरीही आपल्या देशाविषयी वाटणाऱ्या अभिमानाने, प्रेमाने तो पुरता पछाडलेला आहे आणि म्हणूनच त्याची अधोगती पाहून तो शोकाकुल झालेला आहे असे त्यांना दिसून आले. ते म्हणत असतील – "आर्यन राष्ट्रांना लागलेल्या ओहोटीच्या तळाला भारताने पडून रहावे यामागचे

एखादे कारण तुम्ही शोधून काढाल का? मला सांगा माझी मायभूमी बुद्धिमत्तेच्या बाबतीत निकृष्ट आहे का? हस्तकौशल्याच्या बाबतीत तिच्याकडे काही उणे आहे का? अरे, तिच्या कलाविष्काराकडे, तिच्या गणिती ज्ञानाकडे, तिच्या तत्त्वज्ञानाकडे एक दृष्टिक्षेप टाका, तिला नीट पाहून घ्या आणि म्हणा बघू 'हो'? नाही ना? आता फक्त एकच गोष्ट हवी आहे. आपल्या संमोहावस्थेतून स्वतःला बाहेर काढून आणि आपल्या युगानुयुगांच्या निद्रावस्थेतून तिने जागे व्हायची गरज आहे. जगातील राष्ट्रांच्या रांगेतील आपले हक्काचे स्थान प्राप्त करून घ्यायचे आहे!''

स्वामी विवेकानंदांवर खिळलेल्या मद्रासच्या लोकांच्या आशा श्री रामकृष्णांनी त्यांच्याबद्दल कधीकाळी काढलेल्या उद्गारांमुळे पल्लवित नव्हत्या झाल्या. त्यांना अंकुर फुटले होते त्यांच्याशी घडून आलेल्या व्यक्तिगत सहवासातून, साह-चर्यातून! अनेकांना त्यांच्या रोमारोमात भिनलेल्या पवित्र धर्मग्रंथांतील प्रवृत्तींचे दर्शन झाले. तर इतरांना त्यांनी आत्मसात केलेल्या पाश्चात्यांच्या तत्त्वज्ञानविषयक आणि वैज्ञानिक दृष्टिकोनाचे! त्यांच्या एका शिष्याने लिहून ठेवलेले आहे – "ऋग्वेदापासून ते रामायणापर्यंत, वेदांताच्या तत्त्वज्ञानापासून ते कांट व हेगेल यांच्या आधुनिक तत्त्वज्ञानापर्यंत; प्राचीन, उदात्त राजयोगापासून ते आधुनिक वैज्ञानिक प्रयोगशाळांच्या गुंतागुंतीच्या, किचकट निष्कर्षांपर्यंतचे सगळे आणि त्यांच्या जोडीला प्राचीन व अर्वाचीन साहित्य, संगीत, कला हे सगळे त्यांच्या मानसिक दृष्टिपथात सहजगत्या येऊन ते चित्र स्पष्ट होत असे..!''

शिकागोला भरणाऱ्या जागतिक धर्म महासभेला उपस्थित राहून तिच्या कामकाजात सहभागी होण्याची आकांक्षा विवेकानंदांच्या मनात पूर्वापर घर करून बसलेली होती. मद्रासमधल्या आपल्या परिचितांकडे त्यांनी आपल्या मनीच्या हेतूची जाहीर वाच्यता केली. ती कानावर पडताच काहीजणांनी त्यांच्या प्रस्तावित प्रवासाच्या खर्चासाठी पैसे गोळा करायला आरंभही केला. पण स्वामीजींना 'आई (कालीमाता)' कडून तसा स्पष्ट आदेश अद्याप मिळालेला नव्हता. सबब, त्या जमवलेल्या निधीचे वाटप गरीब लोकांत करावे असे आपल्या शिष्यांना सांगितले. आता स्वामी एका वेगळ्या भावावस्थेत गेले, त्यांचे मन भक्तिरसात न्हाऊन निघाले. जवळजवळ संपूर्ण दिवस 'आई' व 'गुरुदेव' यांच्याकडे अखंड प्रार्थना करण्यात जाऊ लागला. 'आई, गुरुदेवा, मला मार्ग दाखवा...!'' अशी काकुळती त्यांच्याकडे केली आणि त्या दृष्टीने सर्व आत्मिक शक्ती पणाला लावून, संपूर्ण एकाग्रतेने ध्यानमग्न झाले.

मधल्या काळात, विवेकानंदांच्या कीर्तीचा डंका हैदराबादेतही वाजू लागला. हैदराबादवासीयांना ती माहिती त्यांच्या मद्रास येथील मित्रांकडून मिळाली. लागलीच त्यांनी स्वामीजींना गळ घातली दोनचार दिवसांसाठी का असेना त्यांनी हैदराबादला यावे. स्वामीजींनी ती विनंती मान्य केली. त्या दृष्टीने स्नेही मन्मथ-नाथांनी आपल्या

हैदराबादच्या मित्रांना, निजामांच्या सेवेत असलेले सुपरिन्टेन्डेन्ट इंजिनियर, मधुसूदन चतर्जी, यांना तार करून कळवले स्वामीजी १० फेब्रुवारी १८९३ला तिकडे पोचताहेत. हैदराबादला स्वामीजींचे आगमन होताच हैदराबाद व सिकंदराबाद या जुळ्या शहरांनी त्यांचे भव्य स्वागत केले. समाजाच्या सर्व थरांतील लोकांनी त्या साठी रेल्वे स्टेशनवर मोठी गर्दी केली होती. स्वागतात पुढाकार घेणारांत शाही दरबारातील नामवंत सदस्य होते. त्यांच्या जोडीला सरदार घराण्यांतील अनेकजण, अनेक शास्त्री पंडित, वकील आणि व्यापारीही उपस्थित होते. एखाद्या राजाचे स्वागत होताना जो भव्य थाट, डौल, जामानिमा असतो ते सगळे पाह्वला मिळाले.

दुसऱ्या दिवशी सकाळी विवेकानंदांनी गोवळकोंडा किल्ला फिरून पाहिला. तेथून परतल्यानंतर त्यांच्यासाठी हिज हायनेस निजामांचे आमंत्रण घेऊन नबाबांच्या मेहुण्याचे खासगी सचिव, खुर्शीद झा, के.सी. एस.आय., त्यांची वाट पहात असल्याचे त्यांना आढळले. ती भेट दुसऱ्या दिवशी सकाळी ठरलेली होती. त्याप्रमाणे, स्वामीजी वाड्यावर गेले. निजामाबरोबर त्यांनी हिंदू, ख्रिश्चन व इस्लाम धर्मतत्त्वांवर चर्चा केली. चर्चेच्या ओघात, नबाबांनी हिंदूधर्मातील व्यक्तिगत देवतेच्या कल्पनेवर आक्षेप घेतला. त्यावर स्वामीजींनी खुलासा केला प्रत्येक अनुभव हा व्यक्तिप्रधान असतो. तो ज्याचा त्यानेच घ्यायचा असतो. साहजिकच ईश्वराची संकल्पना साकार होताना व्यक्तिगत पातळीवरील मानवी विचार अत्युच्च पातळी गाठणे अपरिहार्यच ठरते आणि म्हणूनच ईश्वराला एक व्यक्ती मानून 'त्याला' 'तुला' वगैरे संज्ञा वापरणे भाग पडते. त्यांनी असेही पटवून दिले की एका हिंदूधर्माचा अपवाद वगळला तर बाकीच्या धर्मांची स्थापना या ना त्या व्यक्तीने केलेली आहे. फक्त वेदांताची मांडणी शाश्वत तत्त्वांना प्रमाणभूत मानून झाल्यामुळे हिंदूधर्म हा विश्वधर्म असल्याचा दावा करणे शक्य ठरते. जगातील विविध धर्मांचे आकलन विवेकानंदांनी ज्या पद्धतीने करून घेतलेले होते ते ऐकून नबाब अतिशय खूष झाले. नंतर, शिकागो शिखरपरिषदेला विवेकानंद उपस्थित राहण्याच्या बेतात आहेत हे कळताच त्यांनी ताबडतोब एक हजार रुपयांची थैली त्यांना देणगी म्हणून अर्पण करण्याची इच्छा व्यक्त केली. पण स्वामीजींनी नबाबांना सांगितले आपण 'आदेशा'च्या प्रतीक्षेत आहोत. आदेश प्राप्त होताच आपल्याला त्याबद्दल जरूर कळवेन.

दुसऱ्या दिवशी सकाळी, स्वामीजी संस्थानचे प्रधान व इतर काही दरबारी यांना भेटले. त्या सर्वांनी स्वामीजींच्या प्रस्तावित अमेरिका भेटीला अगदी आनंदाने सर्वतोपरी साह्य करण्याची तयारी दाखवली. दुपारी, मेहबूबा महाविद्यालयात स्वामीजी 'माय मिशन टू द वेस्ट' (पश्चिमी देशातील माझी नियोजित विशेष कामगिरी) हा विषय घेऊन त्यावर सविस्तर बोलले. त्या व्याख्यानाला जवळपास हजारोंनी हजेरी

लावलेली होती. विशेष म्हणजे श्रोत्यांमध्ये अनेक युरोपीय मंडळीही होती. व्याख्यान ठरवूनच दिल्यामुळे अनेकजण आवर्जून उपस्थित होते. इंग्रजी भाषेवरील असामान्य प्रभुत्व, प्रचंड ज्ञान आणि विषयाच्या मांडणीतील ताकद या सर्व वैशिष्ट्यांना त्या दिवशी बहर आला होता. साहजिकच जमलेले मंत्रमुग्ध झाले नसतील तर नवलच! लगेच दुसऱ्या दिवशी बेगम बझारातील बँकर्सनी स्वामीजींना प्रवास खर्चासाठी लागणाऱ्या पैशाची चिंता नका करू, आम्ही आहोत कशाला म्हणत तोंड भरून वचने दिली.

विवेकानंदांचा सश्रद्ध साधेपणा, अक्षय आत्मसंयमन आणि प्रगाढ चिंतन या साऱ्याचा हैदराबादच्या नागरिकांवर उमटलेला ठसा कदापिही पुसला जाणार नाही इतका खोल होता. १७ फेब्रुवारीला आपला आठवडाभराचा मुक्काम आटपून स्वामीजी परतीच्या प्रवासाला – मद्रासला – निघण्यासाठी रेल्वे स्टेशनवर तेव्हा त्यांना साश्रू नयनांनी, श्रद्धाभावाने निरोप देणाऱ्या गर्दीत किमान हजार लोक तर निश्चितच होते. जसे भव्य स्वागत, तसा भव्य निरोप! मद्रासलादेखील स्वामींच्या शिष्यांनी त्यांचे स्वागत प्रेमभरे केले.

आता, प्रतिदिनी स्वामीजींकडे नियतीने नवे शिष्य, नवे भक्त पाठवले. त्यांच्या सततच्या सामूहिक मनधरणीचा परिणाम होऊन की काय स्वामीजी अमेरिकेला जाण्याच्या कल्पनेवर अधिकाधिक गंभीर विचार करू लागले. शेवटी, त्यांनी प्रवासखर्च व इतर यासाठी आर्थिक निधी जमवण्यासाठी एक सार्वजनिक समिती स्थापन करण्यास आपली संमती दिली. समितीच्या प्रमुखपदी त्यांचे एक निष्ठावंत अनुयायी व त्यांच्या कार्याला समर्पित भावनेने वाहून घेतलेले त्यांचे एक भक्त, श्री अलसिंगा पेरूमल, यांच्याकडे सोपवण्यात आले. निधी जमवताना तो जनसामान्यांकडूनच गोळा करावा, धनिकांची आर्जवे बिलकूल करू नयेत अशी सूचना स्वामीजींनी दिली. त्यांच्या त्या इच्छेमागे एक वेगळा भाव होता. जनसामान्यांचा लागणारा हातभार म्हणजे त्या उद्दिष्टाला लाभलेला जगदंबेचा आधार अशी त्यांची श्रद्धा होती. लोकांनीही त्यांना निराश नाही केले. केवळ त्यांच्यावरची भक्ती म्हणून नव्हे तर अमेरिकेला निघालेले स्वामीजी आपली मोहीम, आपली विशिष्ट कामगिरी फत्ते करूनच परतरणार याबद्दल जनसामान्यांना वाटणाऱ्या खात्रीचाही तो एक भाग होता.

एप्रिल महिन्याच्या मध्यावर स्वामीजींसाठी पसरण्यात आलेली झोळी जनसमान्यांनी दिलेल्या पैशाने पुरती भरली. आपल्या शिष्यांची तत्परता आणि आवश्यक असलेला पैसा सहजस्फूर्त जमण्याची प्रक्रिया यातून कालीमातेचा कौल आपल्या बाजूने लागत असल्याची लक्षणे स्वामीजींना जाणवत असली तरी त्यावर त्यांचे समाधान होईना. ते आपल्या गुरुदेवांच्या प्रत्यक्ष आदेशाच्या प्रतीक्षेत होते. त्यामुळे त्यांनी

कालीमाता व गुरुदेव यांना साकडे घालणे चालूच ठेवले. आणि तो भाग्यशाली दिवस उजाडला. त्या रात्री, अर्धवट झोपेत असलेल्या स्वामींना स्वप्न पडले. त्यातून त्यांना हवा तो 'आदेश' मिळाला. त्या स्वप्नात त्यांना साक्षात आपले गुरुदेव श्री रामकृष्ण परमहंस दिसले! समुद्रकिनाऱ्यावर फेरफटका मारताना अचानक सागराच्या लाटांवर आरूढ होत स्वामीजींना आपल्यामागून येण्यासाठी ते साद घालत असल्याचे दिसले! बस्स. झाले काम. मिळाला ईश्वरी आदेश. विवेकानंदांच्या मनातील साऱ्या शंका तात्काळ मिटल्या.

पण त्याला जोडूनच एक दुःस्वप्नही पडले. स्वप्नात त्यांच्या मातोश्रींची प्रकृती बिघडल्याचे दिसले. त्या चिंतेने त्यांची मनःशांती विचलित झाली. अमेरिकेला जाण्यासाठी निघण्यापूर्वी प्रत्यक्षातील स्थिती काय आहे हे जाणून घेण्याची इच्छा बळावली. आपला पत्ता कोणाला मिळू नये म्हणून स्वामीजी कलकत्त्यातील कोणाशीही पत्राने संपर्क साधत नसत. त्यामुळे त्यांनी ते काम आपले स्नेही मन्मथनाथ यांच्यावर सोपवले. त्यांनी लगेच कलकत्त्याला तार पाठवून स्वामीजींच्या मातोश्रींच्या प्रकृतीची चौकशी केली. उत्तर आले – ''काळजी नसावी. प्रकृती ठीक आहे!'' अशा प्रकारे, आणखी एक अडसरही दूर झाला.

दरम्यानच्या काळात, मद्रासच्या थिऑसॉफिकल सोसायटीत स्वामींनी किमान दोन तरी व्याख्याने दिली. ती व्याख्यानेही श्रोत्यांना आनंदित करून गेली. पाश्चात्य तत्त्वज्ञान आणि आधुनिक विज्ञान यांच्या संदर्भातील त्यांचे अष्टपैलूत्व सर्वांना खूप भावले, अगदी मोहून गेले सारे. नंतर, स्वामीजींनी त्या सोसायटीचे सदस्यत्व स्वीकारावे अशी इच्छा व्यक्त करण्यात आली पण स्वामीजींनी त्यांना नकार कळवला. सोसायटीचे अध्यक्ष त्यांच्यावर रूष्ट झाले. इतकेच नव्हे तर त्या कर्नल ऑल्कॉटनामक अमेरिकन सद्गृहस्थाने स्वामींना अमेरिकेत उपयोगी पडू शकणारे परिचयपत्रही दिले नाही. काय कढले की नाही उद्दे या घमेंडीत!

आपल्या आधीच्या अस्थिर मानसिक अवस्थेत स्वामीजींनी गुरुदेव श्री राम- कृष्णांच्या पत्नींना – श्री शारदा माँना – एक पत्र पाठवून आपल्या अमेरिकेच्या प्रयाणासाठी त्यांची अनुमती व आशीर्वाद मागितला होता. आपल्या लाडक्या नरेनचे

श्री रामकृष्णांच्या पत्नी
श्री शारदा माँ

इतक्या दीर्घ कालावधीनंतर आलेले ते पत्र पाहून माँ हर्षभरित झाल्या होत्या. त्यांनी लागलीच आपली अनुमती स्वामींना कळवली. कारण त्यांच्या गुरुदेवांचीच ती इच्छा होती हे त्या जाणून होत्या. माँचे पत्र हातात पडण्याचा अवकाश स्वामींना आनंदातिशयाने अक्षरश: रडूच कोसळले. स्वामीजी हर्षातिरेकाने जाहीर करू लागले – ''चला, तयारीला लागा. अगदी कसून. वेळ न गमावता. गुरुमातेच्या मुखातून साक्षात कालीमाताच बोलली माझ्याशी!''

शिष्यगण पटापट कामाला लागले. प्रवासाची सिद्धता पूर्ण झाली. मद्रासला बोट पकडून समुद्रमार्गाने अमेरिका गाठायची निश्चित झाले. इतक्यात, खेत्रीहून महाराजांचे खासगी सचिव, मुन्शी जगमोहनलाल झाले की मद्रासमध्ये दाखल. त्यांनी आपल्याबरोबर महाराजांचे प्रार्थना-पत्र आणलेले होते. पत्रात याचना केली होती – ''आपल्याच आशीर्वादाने मला पुत्रप्राप्ती झालेली आहे. त्याबद्दल आयोजित केलेल्या जन्मोत्सवाला आपली कृपामय उपस्थिती अत्यावश्यक आहे... वगैरे.'' जगमोहनलालांनी स्वामीजींच्या पायांवर लोटांगण घातले आणि त्यांना आर्जवी स्वरात प्रार्थना केली – ''निदान एक दिवसाची का होईना सवड काढाच. कोणत्याही परिस्थितीत बालकाच्या मस्तकावर आपला शुभहस्त पडायलाच हवा! मी कळकळून विनवत आहे आपल्याला...!'' त्या अचानक उद्भवलेल्या अकल्पित अडचणीतून स्वत:ची सुटका करून घेण्याचा आटोकाट प्रयत्न स्वामींनी केला खरा पण अखेर जगमोहनलालांच्या सततच्या विनवण्यांचा अव्हेर करण्यात त्यांना यश आले नाही. त्यांनी खेत्रीला जाण्याचे ठरवले. त्यामुळे, आता मद्रासऐवजी मुंबईलाच बोटीत चढणे अपरिहार्य झाले.

स्वामीजींच्या मद्रासस्थित शिष्यांनी त्यांना भारावलेल्या अंत:करणाने निरोप दिला. स्वामी मुंबईमार्गे खेत्रीकडे निघाले. मुंबईला त्यांना अचानक भेटले हरिभाई (स्वामी तुरियानंद) आणि राखाल (स्वामी ब्रह्मानंद). आपल्या यात्रा-प्रवासाच्या ओघात ते कराचीहून मुंबईला पोचले होते. गुरुबंधूंची भेट झाल्याचा आनंद स्वामींना अवश्य झाला. स्वामी तुरियानंदांना स्वामीजींनी आपल्या अमेरिका प्रयाणाच्या योजना सांगितल्या. मुंबईला काही दिवस थांबून जगमोहनलाल आणि स्वामीजी खेत्रीला निघाले.

आपल्या राजाला मुलगा झाला म्हणून खेत्रीचे समस्त प्रजाजन मोठ्या उत्साहाने जन्मोत्सवाच्या समारंभात सामील झाले होते. संपूर्ण खेत्रीनगर गुढ्या-पताकांनी, पुष्पमालांनी, भरजरी तोरणांनी सुशोभित करण्यात आलेले होते. जन्मोत्सवात सहभागी होण्यासाठी मिळालेल्या आग्रही आमंत्रणाचा आदर करून राजपुतान्यातील छोटेमोठे संस्थानिक आणि प्रमुख खेत्री संस्थानचे पाहुणे म्हणून उपस्थित होते. मोठ्या आकर्षक पद्धतीने सजवलेल्या शाही दालनात सर्वजण आसनस्थ झाले

होते. दरबार हॉलमध्ये स्वामीजींचे आगमन होताच तुताऱ्या निनादल्या. हर्षभरित झालेल्या राजाने अतिशय विनम्रभावे स्वामीजींना सर्वांसमक्ष साष्टांग नमस्कार केला. ते पाहून उपस्थितही उठून उभे राहिले. नंतर राजांनी जमलेल्या पाहुण्यांना स्वामीजींचा परिचय करून दिला. सनातन धर्माच्या सिद्धांतांचा प्रचार करण्याच्या उद्देशाने स्वामीजी पश्चिम-प्रवासाला निघत आहेत हे कळताच जमलेल्या सर्व मान्यवरांनी मन:पूर्वक टाळ्या वाजवत आपला आनंद व्यक्त केला. त्यानंतर स्वामीजींचे शुभाशीर्वाद घेण्यासाठी छकुल्या राजपुत्राला त्यांच्या पुढ्यात ठेवण्यात आले.

स्वामीजी जवळजवळ तीन आठवडे खेत्रीत राहिले. दहा मेला ते मुंबईला जाण्यासाठी तेथून निघाले. अमेरिकेच्या जलप्रवासाची तयारी करायची होती. या खेपेलाही जगमोहन त्यांच्याबरोबर मुंबईला आले. प्रवासाच्या दृष्टीने स्वामीजींना काय हवे, काय नको याची व्यवस्था त्यांनी केली. खेत्रीच्या महाराजांच्या विनंतीवरूनच स्वामीजींनी स्वत:साठी 'विवेकानंद' हे नामाभिधान पुन्हा निश्चित केले. दक्षिणेत ते 'सच्चिदानंद' या नावाखाली वावरले होते. मुंबईच्या मार्गावर असताना अबू रोड स्टेशनवर पुन्हा एकदा त्यांची गाठ गुरुबंधू हरिभाई व राखाल यांच्याशी पडली. ते दोघे माऊंट अबूहून खास स्वामीजींना भेटण्यासाठी स्टेशनवर आले होते. त्या वेळी, स्वामीजींनी तुरियानंदांना सांगितले – "तू ताबडतोब मठाकडे जाऊन तेथे चाललेल्या गुरुदेवांच्या कार्याला चालना दे आणि त्याजबरोबर मठाची स्थिती सुधारण्यातही लक्ष घाल!"

आपल्या मद्रासस्थित शिष्यांना स्वामीजींनी त्या आधीच कळवलेले होते- "आता मी मद्रासऐवजी मुंबईतच बोटीवर चढेन...!" त्या निरोपाप्रमाणे, अलसिंगा पेरुमल त्यांना उतरून घेण्यासाठी मुंबईला पोचले. खेत्रीच्या राजांनी जगमोहनना सूचना देऊन ठेवलेली होती. स्वामीजी धर्ममहासभेसाठी परदेशी जात आहेत, तेव्हा त्यांच्यासाठी उत्तमोत्तम कपडे विकत घ्या. सुरेख रेशमी पायघोळ कफन्या आणि साफे खरेदी करा. त्याचप्रमाणे एखादा वुलनचा सूटही असू द्या. सगळे भारी असले पाहिजे. पैशाकडे पाहू नका... वगैरे. प्रत्यक्षात, स्वामीजींनी त्या सगळ्या प्रकाराला आक्षेपही घेतला. पण जगमोहन त्यांना पुरून उरले. राजेसाहेबांच्या सर्व सूचना त्यांनी तंतोतंत अंमलात आणल्या. त्यांच्यासाठी पहिल्या वर्गाचे जहाजाचे तिकीटही काढून दिले. स्वामी विवेकानंद विजयी वीरासारखे सिद्ध झाले.

३१ मे १८९३ला स्वामीजी 'पेनिनशूलर' या स्टीमरवर चढले. पायघोळ रेशमी कफनी आणि साफा त्यांनी परिधान केलेला होता. निरोपादाखलच्या भेटीगाठी, परदेशच्या प्रवासातील अनिश्चितता व औपचारिकता आणि जवळ असलेल्या अनेक वस्तू यांच्या नकळत होणाऱ्या कटकटींनी त्यांना पार रुतवून टाकले होते. आपली मातृभूमी नजरेआड होईपर्यंत ते बोटीच्या डेकवर उभे होते. तेथे उभे राहून त्यांनी

त्यांच्यावर प्रेम करणाऱ्या आणि त्यांनी ज्यांच्यावर प्रेम केले त्या सर्वांना आपले आशीर्वाद धाडले. त्यांचे डोळे अश्रूंनी भरून आले. त्यांच्या मन:पटलावर अनेक व्यक्ती व दृश्ये तरळली. त्यांना आठवले त्यांचे गुरुदेव, त्यांच्या शारदा माँ, त्यांचे गुरुबंधू, भारतवर्ष आणि त्याची संस्कृती, भारतभूमीची थोरवी आणि तिचे भोग, महापुरुष व ऋषीमुनी आणि आपला सनातन धर्म! सगळे सगळे समूर्त साकार झाले त्यांच्या अंत:चक्षूंसमोर आणि त्यांच्या भावना उचंबळून आल्या. त्या भावाकुलतेला आवर घालणे कठीण झाले.

भारताच्या या टोकापासून त्या टोकापर्यंत केलेल्या भ्रमंतीतून स्वामी विवेकानंदांना, जैन व बौद्ध धर्म यांचे सार, रामानंद व दयानंद यांची चैतन्यशक्ती पूर्णपणे कळून चुकलेली होती. तुलसीदास व निश्चलदास यांच्यावर त्यांची भक्ती जडली. त्यांना महाराष्ट्र, अल्वर आणि दक्षिण भारतातील संतश्रेष्ठांची माहिती मिळाली. त्याजबरोबर त्यांना अतिशूद्र म्हणून गणले जाणारे भंगी व पददलित यांच्या आशाआकांक्षा काय आहेत हेही कळून चुकले. सर्वसामान्य भारतीयांच्या अवतीभवती सर्वत्र पसरलेले अज्ञान, दैन्य व दारिद्र्य पाहून त्यांच्या अंत:करणाला तीव्र वेदना झाल्या. 'त्या सगळ्या दुष्ट आणि दुर्दैवी परिस्थितीत बदल घडवण्याची भयंकर इच्छा' निर्माण झाली. आपल्या देशबांधवांच्या हालअपेष्ठा, यातना समजावून घेऊन त्या कचाट्यातून त्यांची सोडवणूक करणे, त्यांना मुक्त करणे आपले विहित 'कर्म'च आहे यावर त्यांचा दृढविश्वास होता. भुकेल्यांची सेवा हेच ईश्वरापर्यंत पोचण्याचे एक उत्तम साधन आहे यावर त्यांची श्रद्धा बसली. आपल्या भ्रमंतीत त्यांनी मुख्यत्वेकरून राजेरजवाडे, त्यांचे दिवाण यांचीच निवड आपल्या मुक्कामासाठी कशी काय केली अशी टीका त्यांच्यावर झाली. त्या टीकेला उत्तर देताना ते म्हणाले – "माझ्या डोळ्यांसमोर जे ध्येय आहे त्याच्या पूर्ततेसाठीच मी तसे करतो. आज ज्यांच्याकडे सत्ता आहे, संपत्ती आहे, हजारोंच्या व्यवहारांची नोंद घेऊन त्यांना नियंत्रित करणारे प्रशासन आहे. त्यांना माझ्या त्या उद्दिष्टांची कल्पना देऊन त्यांना जिंकून घेण्याचा माझा प्रयत्न आहे. एखाद्या राजाला माझ्या विचारांच्या प्रभावाखाली आणू शकलो तरी त्यायोगे मी अप्रत्यक्षपणे हजारोंचे कल्याण करू शकेन व एका परीने तीच माझी ध्येयपूर्ती असेल!''

ज्यांची गणना आपण सर्वोत्कृष्ट कलाकृतींत करतो त्या सर्वांतून विवेकानंदांनी एक बोध घेतला. त्या प्रत्येकांत एकत्रित बांधून ठेवण्याचे नैतिक मूल्यांवर आधारित असे सूत्र आहे. शहाजहानचा ताजमहाल आणि कालिदासाचे शाकुंतल घ्या, साध्वी मीरा आणि तानसेन यांची गीते, गुरुनानकांची ग्रंथवाणी घ्या सगळ्यांचा मथितार्थ एकच. दिल्लीचा पृथ्वीराज चौहान आणि चितोडचा राणा प्रताप यांच्या शौर्यगाथा वेगळे काय सांगतात? तीच गोष्ट शिव-पार्वती (उमा), कृष्ण-राधा आणि राम-

सीता यांची. सूत्र तेच, धागा तोच! स्वामी विवेकानंद भारताच्या ज्वलंत महाकाव्याने भारून गेले होते. त्यांच्या अंत:करणाने, त्यांच्या आत्म्याने त्याचा ध्यासच घेतला होता. त्यांच्या महान मन:पटलावर वर निर्दिष्ट केलेल्या कृतींतील एकात्मता चित्रित होत असे. इतरेजन त्यांना परस्परांपासून वेगळे करून एकेकाचा विचार करत. स्वामीजींचे तसे नव्हते. ते कोणत्याही गोष्टीचा वेध मुळापासून घेत, थेट तिच्या आत्म्याला जाऊन भिडत आणि नंतर वस्तुस्थितीची क्रमवार मांडणी करत. खरोखर, त्यांचे मन विश्वव्यापी होते. त्या मनोव्यापारांनी परिपूर्ण व्यावहारिक संस्कृतीचे भान व्यवस्थित ठेवलेले होते. स्वामी विवेकानंद ही एकच व्यक्ती अशी होती की जिला भारताचे बलस्थान कशात आहे याचे अचूक ज्ञान होते. त्यांना कळून चुकले होते – ''भारताची शान व मान उंचावयाची असेल तर त्यासाठी रक्तामासाचा नाही तर आत्मबलाचा वापर करावा लागेल; हातात संहाराचा ध्वज न फडकावता त्याच्या जागी सद्भावना, शांती व प्रेम या भावनांची ध्वजा घ्यावी लागेल!'' अशा प्रकारे, शिकागोच्या धर्मपरिषदेत भारताचे प्रतिनिधित्व पूर्णांशाने करणारा माणूस एकच होता- स्वामी विवेकानंद!

◆

पश्चिम दिग्विजय

स्वामी विवेकानंद प्रथमच बोटीने प्रवास करत होते. जहाजाचा प्रवास म्हणजे एक नवा अनुभवच होता. पण तरीही त्यांनी या नव्या जीवनाशी हळूहळू जुळवून घेतले. त्याला कारण ठरला सभोवती पसरलेला अथांग महासागर आणि त्याचा तो प्रचंड विस्तार, उत्साहवर्धक हवामान जहाजावरचे मुक्त वातावरण आणि जहाजावरच्या सर्वांची सौजन्यशील वागणूक. लवकरच, त्यांच्यासमोर येणाऱ्या माहिती नसलेल्या जेवणाची, अनोळखी वातावरणाची आणि लोकांचीही त्यांनी सवय करून घेतली. त्याजबरोबर, युरोपियनांचे शिष्टाचार, त्यांच्या चालीरीती, रूढी या देखील अवगत करून घेतल्या.

जहाजाने आपला पहिला नांगर कोलंबोला टाकला. त्या संधीचा फायदा घेत स्वामीजींनी कोलंबो शहरात फेरी टाकली. तेथे त्यांना पाठ टेकून बसलेल्या बुद्धाचा अवाढव्य पुतळा पाह्यला मिळाला. पुतळ्याची भव्यता त्यांना खूपच आकर्षक तशीच मोहकही वाटली. त्यानंतर जहाज थांबले पेनांगला. मलाया द्वीपकल्पातील एका बंदराला. त्या शहरात मुस्लिमांची वस्ती त्या मानाने बहुतांश होती. पेनांगमध्ये अगदी अलीकडे चाच्यांचा सुळसुळाट भरपूर होता म्हणतात. पुढचे बंदर होते सिंगापूर. स्ट्रेटस सेटलमेंटची राजधानी. स्वामीजींनी तिथल्या वस्तुसंग्रहालयाला आणि बोटॅनिकल गार्डनला भेट दिली. सिंगापूरच्या वाटेतले सुमात्राही त्यांनी ओझरते पाहिले.

त्यानंतर जहाजाने हाँगकाँग बंदरात नांगर टाकला. त्यामुळे स्वामीजींना चीनचा पहिला अनुभव आला. चीनचे नुसते नाव घेताच त्यांच्यासमोर एका स्वप्रभूमीची आणि अद्भुतरम्य जगाची प्रतिमा आली. चिनी लोक व्यापारउदीमात तरबेज असल्याचे त्यांना आढळून आले. बंदर आणि सि-कियांग नदीवरच्या नावाड्याच्या जीवनपद्धतीचे निरीक्षण करताना त्यांना चिनी व भारतीय लोकांत एक साम्य

सहजासहजी कळून आले. दोघेही दारिद्रयाने पिचलेले असल्यामुळे त्यांच्यातील प्रत्येकजण कुजू नये म्हणून रसायन घालून ठेवलेल्या प्रेतवत संस्कृतीशी जखडला गेला होता. हाँगकाँगपासून ऐंशी मैलावर असलेल्या कॅन्टनला ते तेवढ्यात जाऊन आले तेव्हा त्यांनी ते निरीक्षण केले. कॅन्टनमध्ये स्वामीजींनी अनेक बौद्ध मंदिरांना भेटी दिल्या. आजूबाजूला पाहताना त्यांना एक विचित्र गोष्ट दिसली व ते आश्चर्यचकित झाले. भारतात उत्तरेकडील महिला जनाना-पद्धत (बुरखा घालणे) पाळतात. येथे चिनी महिलाही त्या जुन्यापुराण्या पद्धतीच्या नाहक बळी ठरत होत्या. बरीच मोठी अडचण निवारल्यानंतर त्यांनी एका चिनी मठात प्रवेश मिळवून तेथील माहिती करून घेतली. सामान्यत: विदेशवासीयांना तेथे मज्जाव असतो म्हणे.

हाँगकाँगला जहाज तीन दिवस नांगर टाकून होते. तेथून त्याने जपानमधल्या नागासकी बंदराची दिशा धरली. जपानी लोक जगांतील सर्वांत स्वच्छ लोकांत मोडतात असे स्वामीजींना आढळले. त्यांच्या 'चित्र काढून घ्यावे इतक्या देखण्या' जीवनपद्धतीकडे पाहून स्वामीजी भलत्याच कोड्यात पडले. त्या देशाविषयी अधिक काही जाणून घ्यावेच लागेल असे ठरवून ते कोबे बंदरात उतरले आणि तेथून खुश्कीच्या मार्गाने योकोहामाला आले. दरम्यान, त्यांनी जपानची भूतपूर्व राजधानी ओसाका या औद्योगिक शहराला आणि सांप्रतची राजधानी टोकियोला भेटी दिल्या. जपानमध्ये ज्ञानार्जनाच्या प्रत्येक क्षेत्रात आधुनिकतावादाने मारलेली मुसंडी, केलेला शिरकाव आणि आधुनिक काळातील गरजांची सर्वसामान्य जाणीव पाहून ते प्रथम दर्शनीच जपानच्या प्रेमात पडले. त्या तिन्ही शहरातील सर्व महत्त्वाच्या मंदिरांत ते जाऊन आले. त्यांनी तेथील धार्मिक विधी, समारंभ आणि जपानी लोकांच्या चालीरीती यांचा अभ्यास केला. त्या मंदिरातील काहींच्या आतल्या भिंतींवर, चीनप्रमाणेच, जुन्या बंगाली लिपीत संस्कृत धर्मग्रंथांतील वचने कोरलेली पाहून ते थक्क झाले. त्यावर विचार करताना त्यांच्यासमोर एकच खुलासा आला. इतिहासकाळात काही बंगाली भिक्कू किंवा बौद्ध संन्यासी तेथे नक्कीच भेट देऊन गेले असतील; त्या दोन देशात बौद्ध धर्माचा प्रसार करण्यात त्या संन्याशांनी महत्त्वाची भूमिका बजावली असण्याचा संभवही नाकारता येतच नाही.

१४ जुलैला स्वामींनी योकोहामा सोडले. आता ते व्हॅन्कुवरला पोचणार. तो प्रवास जहाज बदलून होणार. नव्या जहाजाचे नाव 'द एम्प्रेस ऑफ इंडिया'. जहाज पूर्वीच्या 'पेनिन्शुलर'पेक्षा मोठे होते. त्याप्रमाणे, २५ जुलैला सायंकाळी जहाज ब्रिटिश कोलंबियाला पोचले. आता जलप्रवास संपला. तेथून त्यांनी कॅनेडियन पॅसिफिक रेल्वे घेऊन शिकागोला प्रयाण केले. कॅनडा, मिनिसोटा व विस्कॉन्सिन ही अमेरिकन संस्थाने पार करायला रेल्वेने जवळजवळ पाच दिवस घेतले. इतका दीर्घ प्रवास करून ३० जुलै १८९३ ला स्वामीजी बहुधा शिकागोला पोचले

असावेत. रेल्वे स्टेशनवर त्यांना आलेले पहिलेपहिले अनुभव फारसे सुखद व प्रोत्साहित करणारे नव्हते. त्याचे भान ठेवून, सावधगिरी बाळगून, त्यांनी शिकागोच्या त्या मानाने मोठ्याच म्हणता येईल अशा एका हॉटेलात खोली घेतली.

तसे पाहिले तर धर्ममहासभेचे अधिवेशन सुरू व्हायला अजून तीन महिने बाकी होते. पण परिषदेची पितृसंस्था, आंतरराष्ट्रीय जत्रा, जागतिक मेळा, आधी सुरूही झाला होता. त्या मेळ्यात अगदी परवापरवा लागलेले शोध आणि कलांचे नमुने यांचे प्रदर्शन तेथे भरलेले होते. प्रदर्शनात मांडलेल्या कृती-वैज्ञानिक व कलात्मक – पाहताना विवेकानंदांचे डोळे विस्फारले. त्या निर्मितीमागचा मानवी मनांचा आवाका व झेप, कल्पकता व कष्ट यांचेच विचार अधिक आश्चर्यचकित होऊन उफाळून आले. शिकागो अमेरिकेतील एक मोठे आणि महागडे शहर होते. स्वामीजींनी आपल्या खिशाचा सल्ला घेतला. धर्ममहासभा सहा एक आठवड्यांनी सुरू होणार, त्या मुदतीत आपली गंगाजळी नक्कीच आटणार याची त्यांना कल्पना होती. त्यात भर म्हणजे त्यांच्याकडे परिषदेत सहभागी होणाऱ्या प्रत्येक प्रतिनिधीकडे आवश्यक असलेली ओळखपत्रेही नव्हती. मधल्या काळात शिकागोच्या तुलनेत बोस्टन कमी खर्चाचे शहर आहे असे त्यांना कळले आणि म्हणून शिकागोत बारा दिवस घालवल्यानंतर ते बोस्टनला जाणाऱ्या रेल्वेत बसले.

गाडीच्या डब्यात योगायोगाने बोस्टनची रहिवासी असलेली एक महिला त्यांना भेटली. कॅथरीन ऑबट सॅनबोर्न नावाची. स्वामीजींना पाहून, त्यांच्याशी बोलून घेतलेल्या त्या बाई अतिशय प्रभावित झाल्या आणि कोठे जायचे ते ठरलेले नसलेल्या स्वामीजींना तिने आपल्याच घरी पाहुणे म्हणून का येत नाही अशी विचारणा केली, नव्हे, विनंतीच केली म्हणू या. श्रीमती सॅनबोर्न या एक प्राध्यापिका व लेखिकाही होत्या. त्यांचे सामाजिक स्नेहवर्तुळही छान होते. आपल्या मनमिळाऊ स्वभावाने त्यांनी इतरांशी बऱ्यापैकी मैत्री जमवलेली होती. श्रीमती सॅनबोर्न यांच्या मार्फतच स्वामीजींची व डॉ. जॉन हेनरी राईट यांची ओळख झाली. डॉ. राईट हार्वर्डसारख्या एका सुप्रसिद्ध विद्यापीठात ग्रीक भाषेचे अध्यापन करत. ओळखीचे रूपांतर मैत्रीत झाले. डॉ. राईटनी स्वामीजींना आठवड्याची दोन दिवसांची सुटी आपल्या कुटुंबीयासमवेत घालवण्याचे आमंत्रण दिले. ॲटलांटिक महासागराच्या किनाऱ्यावर मॅसाच्युसेट्स येथे खेडेवजा भागात एक टुमदार, शांत रेझॉर्ट (निवारास्थान) होते. डॉ. राईट कुटुंबीय आपली आठवड्याची सुटी त्या ठिकाणी घालवत. त्या आमंत्रणाचा आनंदाने स्वीकार करून स्वामीजी त्यांच्याकडे २६ व २७ ऑगस्ट या दोन दिवसांसाठी रहायला गेले.

डॉ. राईट एक गाढे विद्वान प्राध्यापक होते. अशा एका ज्ञानी, व्यासंगी, विद्वत्ताप्रचुर व्यक्तीवर विवेकानंदांच्या अतिशय समृद्ध, सखोल अशा ज्ञानसंपदेचा

अनुभव चांगलाच आला. जातिवंत विद्वानालाच ती पारख होणार. शिकागोच्या धर्ममहासभेत स्वामीजींनीच हिंदूधर्माचे प्रतिनिधित्व करावे असा आग्रह त्यांनी त्यांच्याकडे धरला. स्वामीजी त्यांना म्हणाले – ''ते सगळे जरी खरे असले तरी माझ्याकडे त्यासाठी आवश्यक असलेले अधिकृत शिफारसपत्र नाही ना? त्याचे काय करायचे?'' प्राध्यापक डॉ. राईट उसळून उठले व त्या आवेशात बोलून गेले– ''स्वामीजी, तुमच्याकडे योग्यतेच्या, पात्रतेच्या प्रमाणपत्राची मागणी करणे म्हणजे साक्षात सूर्यदेवालाच तुला तळपण्याचा अधिकार कोणी दिला असा प्रश्न करण्यासारखे झाले की! थांबा, मीच ती व्यवस्था करतो...!'' डॉ. राईट मुळातच नामांकित, अधिकारी व्यक्ती. त्यामुळे महासभेशी निगडित असलेल्या अनेक प्रतिष्ठितांना ते चांगले ओळखत होते. त्यांनी ताबडतोब प्रतिनिधींची निवड करणाऱ्या समितीच्या अध्यक्षांनाच पत्र लिहून त्यांना स्वामीजींचा परिचय करून दिला. आपल्या पत्रात त्यांनी नमूद केले – ''हा माणूस इतका विद्वान आहे, त्याची विद्वत्ता इतकी अगाध आहे आपल्याकडील सगळ्या विद्वान प्राध्यापकांना झाडून एकत्र केले तरी ती विद्वत्ता या गृहस्थाच्या पासंगालाही पुरी पडणार नाही...!'' एवढ्यावरच ते थांबले नाहीत त्यांनी स्वामीजींना शिकागोच्या प्रवासखर्चाचे पैसेही भेट म्हणून तर दिलेच दिले पण पौर्वात्य देशांतील प्रतिनिधींच्या निवासाची व इतर बाबींची जबाबदारी असलेल्या समित्यांच्या सभासदांनाही स्वामीजींसाठी परिचय पत्रे दिली.

डॉ. जॉन हेन्री राईट यांच्या रूपाने एक देवदूतच स्वामीजींच्या मदतीला धावून आला की काय! या ईश्वरी कृपाप्रसादाने सूचित केलेल्या भावी घटनांचा विचार मनात आणून स्वामी विवेकानंद अत्यानंदित झाले. पण शिकागोला परतण्यापूर्वी स्वामी मॅसाच्युसेटसच्या श्रीमती केट टॅनाट वुड्स यांच्या घरी आठवडाभर मुक्कामाला होते. तो त्यांचा आठवडा अगदी धावपळीत गेला. त्यांनी अनेक समूहांसमोर भाषणे केली. त्या समूहांना भारतीय संस्कृती, हिंदू धर्माचे तत्त्वज्ञान आणि भारताच्या सद्य:स्थितीतील गरजा समजावून दिल्या.

चार सप्टेंबरला स्वामींनी श्रीमती वुड्स यांचे घर सोडले. तेथून ते न्यूयॉर्कमधील साराटोगाला गेले. तेथे त्यांची तीन भाषणे झाली. अमेरिकन सोशल सायन्स असोसिएशनने त्यांचे आयोजन केले होते. बोस्टनच्या श्रीमती कॅथरीन सॅनबोर्न यांचे बंधू त्या संस्थेचे सचिव असल्यामुळे त्यांनी तो घाट जमवून आणला होता. एका तरुण, अपरिचित हिंदू संन्याशाचा त्यांनी केलेला तो तसाच वेगळाच होता.

९ सप्टेंबर १८९३च्या अलीकडे-पलीकडे विवेकानंद शिकागोला परतले. पण तेथे असे काही तरी घडले ज्यामुळे ते त्या शहराच्या ईशान्य भागात उतरले. त्या भागातील बहुतांश वस्ती मूळचे जर्मन असलेल्यांची होती. तेथे पहिली अडचण आली भाषेची. त्यामुळे सगळेच खुंटले. त्यात पुन्हा वेळ रात्रीची. सकाळ उजाडण्याची

वाट पाहत स्वामीजी रेल्वेयार्डात परतले. आलिया भोगासी असावे सादर...म्हणत झोपण्यासाठी जागा शोधू लागले. यार्डात एक भला मोठा खोका पडला होता. त्यात शिरले आणि झोपी गेले बिनधास्त! सकाळी उठताउठताच त्यांच्या पोटात भुकेने थैमान घातले. काहीतरी खायला देणारा कोणी भेटतो का पाहू लागले. कारण खिसा रिकामा होता. संन्यासी ना! परिषदेच्या सर्वसाधारण समितीचे अध्यक्ष, डॉ. जॉन हेन्री बरोज यांच्या कार्यालयाच्या दिशेने पाय ओढत ओढत निघाले. पोटातली भूक शमलेली नव्हती. त्या स्थानिक लोकांनी त्यांना अतिशय उद्धटपणाची वागणूक दिली. कोणी त्यांची दखलच घेईना. स्वामींना वैताग आला. त्यांचे अवसान गळून गेले. ते खूप निराशही झाले. भूकेने व्याकूळ झालेले स्वामी अखेर दैवावर हवाला ठेवून एका खेळाच्या मैदानाच्या पायऱ्यावर गप्प बसून राहिले.

इतक्यात चमत्कार झाला. क्रीडांगणासमोरच्या घरातून एक बाई बाहेर आल्या. त्यांनी मृदु स्वरात त्यांना विचारलं – "महाशय, आपण धर्म-महासभेच्या अधिवेशनातील प्रतिनिधी आहात काय?" स्वामीजी म्हणाले- "होय, मॅडम! मी त्या परिषदेसाठीच आलो आहे. हे पहा माझ्याजवळचे ओळख-पत्र!" त्या बाईंची खात्री पटली आणि त्या सौ. जॉर्ज डब्ल्यू. हेल यांनी स्वामीजींना आपल्याबरोबर घरी नेले. त्यांची सगळी सोय केली. प्रथम स्वामीजींनी मनसोक्त स्नान करून स्वतःला शुचिर्भूत करून घेतले. त्यांचा शीण कमी झाला. तिकडे बाईंनी त्यांच्यासाठी नाष्टाही तयार ठेवला होता. रात्रभर स्वामीजी उपाशीच होते. त्यामुळे नाष्ट्याची चव अधिकच वाढली. पोटात काहीतरी गेल्यामुळे तरतरीही आली.

स्वामी विवेकानंद आणि नरसिंहाचार्य

सगळे यथासांग आटपल्यानंतर बाई स्वतः स्वामीजींना घेऊन महासभेच्या कार्यालयात गेल्या.

कार्यालयाने, स्वामी विवेकानंदांच्या प्रतिनिधित्वाला अधिकृत स्वीकृती दिली. त्यांच्या राहण्याची व्यवस्था मिशिगन अव्हेन्यूवरच्या क्र.२६२ या घरात, श्री व सौ. जॉन बी. लिऑन, यांच्याकडे केली. स्वामीजींनी आपला सर्व वेळ प्रार्थनेत व ध्यानधारणेत घालवला. परमेश्वराला कळकळीने विनवले – "देवा, मला आशीर्वाद दे. हिंदूधर्माचा खराखुरा प्रवक्ता आणि आपल्या गुरुदेवांच्या संदेशाची ध्वजा

फडकवणारा त्याचा खराखुरा शिष्य बनण्याचे सामर्थ्य दे!'' परिषदेसाठी आलेल्या इतर अनेक प्रतिनिधींचा परिचयही त्यांनी करून घेतला.

शिकागो जागतिक जत्रेला जोडूनच धर्ममहासभेचे अधिवेशन बोलावले होते. सप्टेंबर ११ ते २३ या काळात त्याचे कामकाज चालले. जगातील सर्व धर्मांच्या, विशेषत: हिंदू धर्मांच्या- इतिहासावर उमटलेला तिचा ठसा कल्पान्तीही पुसला जाणारा नव्हता. अधिवेशनाला जगातील प्रत्येक धर्माच्या संघटित श्रद्धाळूंचे प्रतिनिधी जगभरातू न आले होते.

धर्ममहासभेने पाश्चिमात्य जगाला एक नवी जाणीव करून दिली. त्या जाणिवेच्या लाटा सर्वत्र उसळल्या. त्यातल्या त्यात अमेरिकेत अधिक प्रमाणात. परिषदेच्या विज्ञान-विभागाचे अध्यक्ष, माननीय मर्विन-मेरी स्नेल यांनी त्या जाणिवेला दिलेले

महासभेच्या मंचावर स्वामीजी

शब्दरूप असे होते – ''या परिषदेच्या प्रमुख फलनिष्पत्तींपैकी एक बाब महत्त्वाची आहे, तिने ख्रिश्चन जगताला, विशेषत: युनायटेड स्टेट्सच्या जनतेला, एक महान वस्तुपाठ दिला – या जगात ख्रिश्चन धर्मखेरीज इतरही अधिक वंदनीय, पूजनीय धर्म आजही अस्तित्वात आहेत. त्यांचे ते अस्तित्व नुसते नाममात्र नाही तर त्यांच्याकडे असलेली तत्त्वज्ञानाची सखोलता, आध्यात्मिक तीव्रता, स्वतंत्र विचारसरणीतील चैतन्य, त्यांचा विशाल दृष्टिकोन आणि मानवा-कडे सहानुभूतीपूर्ण दृष्टीने पाहण्याची तळमळ या साऱ्या गोष्टींत ते वरचढच आहेत. एकीकडे या

साऱ्याचा प्रत्यय आणून देताना दुसरीकडे त्यांच्या नैतिक अधिष्ठानाला लाभलेले सौंदर्य व क्षमता अप्रतिम आहे. त्या ख्रिश्चनधर्माला एका केसाचाही वाव मिळू देत नाहीत...!''

परिषदेत सहभागी झालेल्या प्रतिनिधींची संख्या हजारांत मोजण्याइतकी मोठी होती. स्वामी विवेकानंदांचे वय सर्वांत कमी होते. बिगर-ख्रिश्चन धर्मपंथांतील आठ मोठ्या धर्मांचे प्रतिनिधित्व करणारे तेथे उपस्थित होते – बौद्ध धर्म, कन्फ्युशियन पंथ, हिंदू धर्म, जैन धर्म, यहुदी धर्म, माझ्दाई पंथ, मुस्लीम धर्म व शिन्टोपंथ! भारतातून सहा प्रतिनिधी परिषदेला अधिकृतपणे उपस्थित होते – हिंदूधर्माचे, स्वामीजी ब्राह्मोसमाजाचे प्रतापचंद्र मुजुमदार, जैन धर्मातर्फे वीरचंद गांधी, थिऑसॉफिकल सोसायटीतर्फे चक्रवर्ती, श्रीमती ॲनी बेझंट आणि नगरकर!

ती ऐतिहासिक, तशीच अभूतपूर्व धर्ममहासभा शिकागोतील नव्यानेच बांधलेल्या मिशिगन अव्हेन्यूवरील आर्ट इन्स्टिट्यूटच्या भव्य इमारतीत भरली होती. महासभेचे अधिवेशन सतरा दिवस चालले. त्यासाठी आलेल्या प्रतिनिधींत आणि श्रोतृवर्गात जगातील नामांकित, ज्ञानी व्यक्तींचा समावेश होता. महासभेची मुख्य सत्रे हॉल ऑफ कोलंबसमध्ये भरली तर प्रबंध वाचन आणि अधिक शास्त्रोक्त व लोकांना मुळातच कमी प्रमाणात आवडणाऱ्या इतर विषयांवरील भाषणे त्यालाच जोडून असलेल्या वॉशिंग्टन हॉल किंवा इमारतीतील त्या मानाने लहान असलेल्या दालनात आयोजित करण्यात आलेली होती. स्वामी विवेकानंदांची कार्यक्रम-

द आर्ट इन्स्टिट्यूट ऑफ शिकागो

पत्रिकेत नमूद केलेली अभिभाषणे व इतर आयत्यावेळी गळ्यात पडलेली किरकोळ व्याख्याने कोलंबस हॉलमध्येच झाली. त्याशिवाय वॉशिंग्टन हॉलमध्येही ते अनेक वेळा बोलले.

परिषदेचे उद्‌घाटन सकाळी झाले. सर्व प्रतिनिधी आर्ट इन्स्टिट्यूटमध्ये एकत्र

आले. तेथून त्यांना एका भव्य मिरवणूकीने हॉल ऑफ कोलंबस या सभागृहात नेण्यात आले. सभागृह खचाखच भरून गेले होते. श्रोत्यांना जागा पुरलेली नव्हती. सुरुवातीचे औपचारिक समारंभ संपल्यानंतर श्रोत्यांना प्रतिनिधींची एका पाठोपाठ एक या क्रमाने ओळख करून देण्यात आल्यानंतर ते वक्त्यांसाठी उभारलेल्या व्यासपीठाकडे जात आणि श्रोत्यांशी संवाद साधत. अनुक्रमाने स्वामी विवेकानंदांच्या वाट्याला क्र. ३१ आला होता. पण आपल्याला शेवटी बोलू द्यावे अशी विनंती त्यांनी अध्यक्षांना केली. त्यांची छाती धडधडत होती, जीभ जवळजवळ सुकलेली होती. विशेष म्हणजे इतरांप्रमाणे त्यांच्याकडे आधीच लिहून काढलेले भाषण वा मुद्द्यांचे टिप्पणही नव्हते.पण कधी ना कधी येणारी त्यांची पाळी आलीच अखेर. देवी सरस्वतीची प्रार्थना करत ते व्यासपीठाच्या पायऱ्या चढून वर गेले. डॉ. बरोजनी त्यांचा परिचय करून दिला. स्वामीजींनी आपले धैर्य एकवटले, चित्त एकाग्र केले, क्षणभर डोळे मिटून आपल्या गुरुदेवांचे स्मरण केले आणि संबोधनाचे फक्त पाचच शब्द उच्चारले. आणि नंतर जे काही घडले त्याने अक्षरशः इतिहासच घडवला.

'सिस्टर्स ॲन्ड ब्रदर्स ऑफ अमेरिका (माझ्या अमेरिकन बंधू-भगिनींनो)' त्यांच्या मुखातून ते शब्द उमटले, श्रोत्यांच्या कानावर पडले आणि क्षणार्धात

शिकागो येथील धर्मपरिषद

सगळेजण आपापल्या जाग्यावर उभे राहिले. टाळ्यांचा प्रचंड कडकडाट झाला. सातएक हजारांइतक्या श्रोत्यांनी खचाखच भरलेला तो भव्य, प्रशस्त हॉल दणाणून गेला. त्या टाळ्या नव्हत्या, अक्षरशः मेघगर्जनाच होती जणू ! सलग दोन मिनिटे पूर्ण झाल्यानंतरच टाळ्या थांबल्या. प्रथम दर्शनीच, स्वामीजींचे स्वागत अमेरिकनांनी अशा अभूतपूर्व उत्स्फूर्त पद्धतीने केले. यथावकाश, सभागृहात पुन्हा एकदा शांतता पसरली. आता श्रोत्यांनी कान टवकारले. स्वामीजींचे भाषण ऐकण्यासाठी. आपल्या फार मोठ्या नसलेल्या भाषणाची सुरुवात, त्यांनी जगातील सर्वांत प्राचीन अशा साधूसंतांच्या – वैदिक परंपरेतून पुढे आलेल्या संन्याशांच्या वतीने, जागतिक राष्ट्र

समूहातील वयाने सर्वांत लहान असलेल्या राष्ट्राचे – अमेरिकेचे – आभार मानून केली. आणि नंतर हिंदूधर्माची महती सांगताना त्याचा परिचय करून देताना तो धर्म सर्व धर्मांची जननी आहे, त्या धर्माने जगाला सहिष्णूतेची आणि वैश्विक ऐक्याची शिकवण दिलेली आहे... असे ठाम प्रतिपादन केले.

स्वामीजींच्या संदेशाचे सार होते – विश्वधर्म! कोणताही धर्म श्रेष्ठही नाही, कनिष्ठही नाही, कोणत्याही धर्माची तुलना दुसऱ्या धर्माशी कधीच करायची नसते हे त्यांनी मोठ्या आवेशाने, आग्रहाने घोषित केले. आपल्या विवेचनाला त्यांनी हिंदू धर्मग्रंथांचा आधार घेतला. ते म्हणाले – "ज्या प्रकारे वेगवेगळ्या ठिकाणी उगम पावणारे ओढेनाले हे सर्व शेवटी सागराच्या लाटांतच विलय पावतात, त्याप्रमाणे, हे ईश्वरा, निरनिराळ्या प्रवृत्तींच्या माध्यमांतून माणसे निरनिराळे मार्ग स्वीकारतात. ते मार्ग जरी वेगळे, वेडेवाकडे किंवा सरळ दिसत असले तरी शेवटी ते माणसाला तुझ्याकडेच घेऊन जातात...!" त्यांचा तो संदेश म्हणजे 'विविधतेतून एकता!' हाच होता. स्वामीजींनी उलगडा केला आपण हे सारे आपल्या गुरुदेवांच्या, श्री रामकृष्णांच्या चरणांशी बसून शिकलो. त्यांनीच आम्हांला शिकवलेले होते ते. इतकेच नव्हे तर त्यांनी ते सगळे आचरणातही आणलेले होते. श्री रामकृष्ण सतत सांगत सगळे धर्म एकच आहेत, सर्व धर्म म्हणजे ईश्वराकडे माणसाला घेऊन जाणारे विविध मार्गच आहेत.

११ सप्टेंबरला, स्वामीजींनी केलेले भाषण प्रास्ताविक किंवा स्वागतपर भाषण होते. त्यानंतर १५ सप्टेंबरच्या त्यांच्या भाषणाचा विषय होता – "आम्ही सहमत का नाही?' १९ सप्टेंबरच्या भाषणात त्यांनी 'हिंदूधर्म' हा विषय घेतला. २०सप्टेंबरला त्यांनी 'धर्म ही भारताची आत्यंतिक गरज नाही' या विषयावर विवेचन केले. २६ सप्टेंबरला त्यांनी 'बौद्धधर्म तथा हिंदूधर्माची फलश्रुती' या विषयाची मांडणी केली आणि २७ सप्टेंबरच्या अखेरच्या सत्रात त्यांनी आपले समारोपाचे भाषण केले.

'आम्ही सहमत का नाही' या विषयाची फोड करताना आपलाच धर्म श्रेष्ठ आहे असे मानणाऱ्या भिन्न भिन्न धर्मावलंबी माणसांची तुलना त्यांनी विहिरीत राहणारा बेडूक ज्याप्रमाणे त्या विहिरीपेक्षा अधिक अवाढव्य असे दुसरे काही जगात असूच शकत नाही या भ्रमात असतो त्या कुपमंडूकाशी केली. आपल्या भाषणात त्यांनी धर्ममहासभेच्या आयोजकांना धन्यवाद देताना म्हटले त्या विहिरी मोडून काढून, पार बुजवून टाकून खरे सत्य उजेडात आणण्याचा परिषदेचा प्रयत्न प्रशंसनीयच आहे. स्वामीजींनी वैश्विक धर्माचा पुरस्कार केला पण त्याचवेळी सांगून टाकले तरीही तत्त्वज्ञान, पुराणशास्त्र आणि वेगवेगळ्या धर्मांचे पूजाविधी, सण, व्रतवैकल्ये यांच्यातले फरक स्वाभाविकच असतील. त्याचप्रमाणे त्यांनी कोणत्याही स्वरूपांत

व्यक्त होणाऱ्या 'सत्या'चा स्वीकार करण्यात यावा असेही मांडले.

'हिंदूधर्म' या विषयावर बोलताना स्वामीजी म्हणाले – हिंदूधर्म हा एकच धर्म अनादिकालापासून चालत आला असून आजही तो लोकांच्या आचरणात आहे. इतर दोन धर्मांबद्दल बोलताना ते म्हणाले – यहुदीधर्माने ख्रिश्चन धर्माला आपल्यात सामावून घेतले नाही, नव्हे, त्यांना ते जमलेही नाही. परिणाम असा झाला त्याच्याच दिग्विजयी सुकन्येने – ख्रिश्चियानिटीने-त्याला हुसकावून लावले. झरतुष्ट्राने स्थापन

शिकागो परिषदेतील स्वामीजींचे भित्तीचित्र

केलेला धर्म अतिशय उदात्त होता. पण काळाच्या ओघात त्याचाही लय झाला. आता उरलेत मूठभर पार्शी. त्याची स्तोत्रे गायला, गुणगान करायला. हिंदूधर्माचे गणित मांडताना स्वामीजी म्हणाले – हिंदूधर्मांत अस्तित्वात असणाऱ्या इतर धर्मांत हाच फरक आहे. बाकीच्यांची संस्थापना एका विशिष्ट व्यक्तीने केली. हिंदूंना त्यांचा धर्म मिळाला अविनाशी, चिरंतन वेदांपासून! वेद म्हणजे तरी काय? वेगवेगळ्या व्यक्तींनी वेगवेगळ्या काळात शोधून काढलेल्या आध्यात्मिक सिद्धांतांचा समुच्चित खजिना. त्या वेदांतून झालेला साक्षात्कार म्हणजेच हिंदूधर्म...! त्यांनी असेही सूचित केले, ज्याप्रमाणे गुरुत्वाकर्षणाच्या सिद्धांताचा प्रत्यक्षात शोध लागण्याच्या आधीपासूनच तो सिद्धांत अस्तित्वात होता. त्याप्रमाणे, आत्म्याआत्म्यातील आध्यात्मिक संबंध नियंत्रित, नियमित करणारे कायदे, व्यक्तिगत आत्मे आणि त्यांच्यावर सत्ता गाजवणारा परमात्मा यांचे संबंध निरनिराळ्या ऋषीमुनींनी त्या दृष्टीने तपश्चर्या करून त्यांचा शोध घेण्यापूर्वीही अस्तित्वात असतीलच. विश्वाच्या उत्पत्तीबद्दलची वेदांची जी शिकवण आहे तिला आरंभही नाही व अंतही नाही. आता एक वैज्ञानिक सिद्धांत सांगतो. विश्वाची उत्पत्ती अंतरिक्षातून पृथ्वीकडे येणाऱ्या उर्जेच्या किरणांची बेरीज आहे. आत्मा अमर आहे, मृत्यू म्हणजे आत्म्याचा एका देहातून दुसऱ्या देहात झालेला प्रवेश यावरही त्यांनी जोर दिला. ते म्हणाले वेद असेही शिकवतात की आत्मा म्हणजेच ईश्वर. मुक्तीच्या मार्गाने व्यक्तीच्या आत्म्याचे परमात्म्याशी मीलन होऊ शकते. व्यक्तीचे वर्तन निष्कलंक, निर्मळ, विशुद्ध असले की त्या योगे त्याला मुक्ती मिळू शकते. अशा प्रकारे, हिंदूधर्माचे सारासार उद्दिष्ट एकच आहे. पूर्णत्वातून दिव्यत्व प्राप्त करून घेण्याचे, 'याचि देहि याचि डोळा' परमेश्वराचे दर्शन घेऊन त्याच्यापर्यंत पोचण्याचे! स्वामीजींनी या प्रक्रियेची तुलना शास्त्रज्ञाच्या, संशोधकाच्या कार्याशी केली. ज्या-प्रमाणे शास्त्रज्ञ, वैज्ञानिक, संशोधक आपापल्या अंगीकृत शास्त्रीय संशोधनात परिपूर्णता आणण्यासाठी अविश्रांत मेहनत करतात आणि झाले तर यशस्वीही होतात त्याप्रमाणे परमेश्वर प्राप्ती हा असाच एक अनंताचा, अज्ञाताचा शोध आहे. हिंदूधर्माला तेच अभिप्रेत आहे.

'द कम्प्लीट वर्क्स् ऑफ स्वामी विवेकानंद'या ग्रंथाला भगिनी निवेदितांची प्रस्तावना लाभलेली आहे. त्यात या अभिभाषणाचे त्यांनी केलेले वर्णन अतिशय अचूक आहे – ''धर्ममहासभेला उद्देशून केलेल्या स्वामींच्या या अभिभाषणाबद्दल असे म्हणता येईल की जेव्हा त्यांनी आपला विषय मांडायला आरंभ केला तेव्हा ते हिंदूंच्या धार्मिक कल्पनांचा उहापोह करत होते, पण जेव्हा त्यांनी आपले भाषण संपवले तेव्हा प्रत्यक्षात हिंदूधर्मच तेथे अवतरला.''

'धर्म ही भारताची आत्यंतिक गरज नाही' या भाषणात स्वामीजींनी ख्रिश्चनांना चांगलेच फैलावर घेतले. भारतात मिशनरी पाठवण्यावर भरपूर कोरडे ओढले.

भारतवासीयांच्या आत्म्यांचे रक्षण करणयासाठी त्यांना तिकडे पाठवण्यात येते म्हणे. स्वामीजी म्हणाले आज भारतीयांना, त्यांच्या शरीरांना उपासमारीपासून वाचवा आणि नंतर आत्म्याची बात करा. आज त्यांना हवी आहे भाकरी प्रथम. पौर्वात्यांना धर्मकारणाचे अजीर्ण झालेले आहे,त्यांना त्याची मुळीच गरज नाही असेही त्यांनी सांगितले. त्यांनी उघडपणे जाहीर केले – ''मी येथे आलो आहे माझ्या अर्धपोटी लोकांसाठी काही मदत मिळेल का याचा शोध घ्यायला. भुकेल्यांना धर्माच्या गोष्टी सांगणे म्हणजे एका परीनेत्यांची विटंबनाच करणे होय...''

बौद्धधर्म व हिंदूधर्म यांच्या परस्परांवरील संबंधांवर बोलताना स्वामी विवेकानंदांनी त्यांची तुलना ख्रिश्चन धर्म व यहुदीधर्म यांच्यातील संबंधांशी केली. त्यांनी श्रोत्यांना आठवण करून दिली की ज्यूं (यहुदी) नी येशू ख्रिस्ताला केवळ नाकारले नाही तर त्यांना क्रूसावर ठेवून, खिळे मारून ठार केले. तिकडे हिंदूंनी शाक्यमुनींना- ज्यांना ते बुद्ध म्हणून ओळखत – ईश्वराचा अवतार मानून त्याची आदरभावे पूजा केली. फरक इतकाच आहे यहुदांना येशूच्या शिकवणीचा बोध नीट झाला नाही तर इकडे खुद्द बौद्धधर्मीयांनाच बुद्धाच्या शिकवणुकीचे मर्म व महत्त्व नीट कळले नाही. त्यांनी निदर्शनास आणून दिले हिंदूंनी आपल्या धर्माचे दोन भाग केलेले आहेत – एक, धार्मिक विधींचा, दुसरा अध्यात्माचा! बहुजनांनी स्वीकारलेल्या पहिल्या भागात जाती-पद्धतीला प्राधान्य मिळाले. साधुसंतांनी, संन्याशांनी अनुसरलेल्या दुसऱ्या भागात समारंभांना, विधींना फाटा मिळून त्यांची जागा अभ्यासाने घेतली. शाक्यमुनी हे असे एक संन्यासी होते ज्यांनी वेदाच्या अंतरंगात लपून बसलेले अज्ञात सत्य शोधून काढून ते जगासमोर प्रकट स्वरूपात ठेवले. पण बुद्धाच्या अनुयायांनी केले काय? वेदांनी घातलेला, चिरंतन शाश्वत आणि भक्कम असा पाया उखडून काढण्यासाठी त्याच्यावर आपली डोकी बडवून घेतली आणि अनादि, अनंत, अमर असा जो ईश्वर त्याला जनसामान्यांपासून हिरावून घेण्याचा घाट घातला. परिणामी, आपल्याच जन्मभूमीत-भारतातच-बौद्धधर्माला नैसर्गिक मरण आले. वस्तुस्थितीच अशी आहे की बौद्धधर्म असो वा हिंदूधर्म दोन्हीही आपापल्या अस्तित्वासाठी एकमेकांवर अवलंबून आहेत. त्यांच्यातील विभक्तपणाच भारताच्या अवनतीचे कारण आहे.

धर्ममहासभेच्या अधिवेशनाच्या समारोपाच्या सत्रात बोलताना स्वामीजींनी आयोजकांचे मन:पूर्वक आभार मानले – ''अशा तऱ्हेचे संमेलन बोलावण्याची संकल्पना ज्यांनी मांडली आणि तिला वास्तवात उतरवले त्या संयोजकांचे, आपापली प्रागतिक मते मांडलेल्या प्रतिनिधींचे आणि शेवटी समस्त श्रोत्यांचे- त्यांनी मला दाखवलेली सूत्रबद्ध सहानुभूती आणि धर्माधर्मांतील परस्पर संघर्षाची धार बोथट करण्याच्या दृष्टीने मी त्यांच्यासमोर ठेवलेल्या एकूण एक विचारांचे,

मतांचे त्यांनी केलेले कौतुक वगैरेसाठी आभार मानतो!'' त्यांनी पुन्हा एकदा आपल्या आवडत्या 'विविधतेतून ऐक्याकडे' संदेशावर भर दिला. आणि त्याला जोडूनच विविध धर्मांतील विविधतेचा आदर करण्याचा सल्लाही दिला. धर्म-महासभेत झालेल्या प्रचंड वैचारिक मंथनातून वर आलेल्या चैतन्यवृत्तीची तुलना करताना त्यांनी 'आधी बीज एकले, बीज अंकुरले, रोप वाढले...' त्या बीजवृद्धीशी केली. ते म्हणाले – ''आपण बी पेरतो, त्याचे रूपांतर रोपात होते. त्यासाठी त्याच्या मदतीसाठी येतात जमीन, हवा आणि पाणी आणि तरीही प्रत्यक्षात त्या तिन्हीपैकी एकही बनत नाही. प्रत्येक धर्माची वाढ त्या धर्तीवर व्हायला हवी. प्रत्येक धर्माने आपले स्वत:चे वैशिष्ट्य कायम राखून इतर धर्मांतील सार ग्रहण केले पाहिजे. आणि त्या बळावर पुष्ट होऊन आपल्या स्वत:च्या नीतीनुसार वाढत गेले पाहिजे. आणि म्हणूनच मी उच्चरवाने उद्घोष करतो – 'संघर्ष नको, साह्य करा! एकरूपता हवी, विनाश नको, कलह नको, सुसंवाद हवा, शांती हवी ...!''

धर्ममहासभेच्या अधिकृत प्रतिनिधींसाठी आयोजित केलेल्या सत्रात स्वामीजी पाच दिवस बोलले. त्याजबरोबर परिषदेच्या विज्ञान-विभाग व जागतिक धर्म ऐक्य मेळाव्यासमोरही त्यांनी भाषणे दिली. त्यात त्यांनी सनातनी हिंदू आणि वेदांताचे तत्त्वज्ञान, भारतातील आधुनिक धर्म, हिंदूधर्माचा गाभा, पौर्वात्य धर्मांत महिलांचे स्थान, परमेश्वराची भक्ती आणि इतर विषय हाताळले.

काय गंमत पहा! पहिल्या दिवशी स्वामींना वाटत होते वक्त्यांच्या यादीत आपले नाव शेवटी आले तर बरे होईल आणि आता खुद्द संयोजकच हेतूपूर्वक त्यांना शेवटचा क्रमांक देऊ लागले. काय कारण असेल त्या हेतूच्या बुडाशी? कारण स्पष्ट होते. एव्हाना स्वामी विवेकानंद सभागृहातील उपस्थितांमध्ये कमालीचे लोकप्रिय झालेले होते. त्यांचे भाषण झाले की उठायचे असा बेत करूनच तेथे हजेरी लावत होते. साहजिकच, संयोजकांनीही ते अचूक हेरलेले असल्यामुळे कार्यक्रम संपेपर्यंत श्रोतृगण जाग्यावरच असायला हवा अशी त्यांची धारणा होती. आणि ती जादू फक्त स्वामीजींच्या वक्तृत्वात होती. खरोखर, स्वामी विवेका-नंदांच्या चित्तवृत्ती आणि त्यांचा आत्मविश्वास जबरदस्त होता. वास्तविक त्यांच्या भोवतालची परिस्थिती, तेथील वातावरण संपूर्णत: परके असूनही स्वामी त्यांनी निवडलेल्या विषयांवर केवळ अस्खलित आणि परिणामकारक भाष्यच करत असे नव्हते, तर बोलण्याच्या ओघात, आवेशात ते यजमान राष्ट्राच्या आणि अधिवेशना-तील इतर प्रतिनिधींच्या अज्ञानावरही तुटून पडायला अनमान करत नसत. अगदी बेलाशक त्यांना विशिष्ट मुद्द्यांवरून हटकायला हयगय करत नसत.

एकदा असेच झाले. आपला अधिकारवाणीने ओसंडत असलेला खळखळता व सळसळता वाक्प्रवाह मध्येच खंडित करत स्वामीजींनी नम्रपणे श्रोत्यांसमोर प्रश्न

टाकला – ''आपल्यापैकी ज्या कोणी हिंदूंच्या पवित्र ग्रंथांचे वाचन केलेले आहे आणि म्हणूनच ज्यांनी हिंदू धर्माचे, मूळापासूनचे ज्ञान प्राप्त करून घेतलेले आहे त्यांनी हात वर करावेत...'' किती हात वर आले असतील कल्पना करा – मोजून तीन! स्वामीजींचा आवाज ताडकन चढला. अगदी पार टिपेला गेला. त्या आवाजात खरडपट्टीची धार होती. शेवटी स्वामीच ते! त्यांचा आवेश उसळून आला, नंतरच्या शब्दांतून प्रकटही झाला – ''अरे वा! आणि तरीही तुम्ही आमची न्यायोचित पारख करायचे धाडस करता! कमाल आहे!''

आणखी एकदा असेच घडले. त्या दिवशी स्वामीजी हिंदूधर्मावरचा आपला प्रबंध वाचणार होते. पुढचे वक्ते म्हणून त्यांचे नाव पुकारताच श्रोत्यांनी अपेक्षित-रीत्या टाळ्यांचा कडकडाट केला. टाळ्या थांबल्या. आपल्या प्रबंधाचे वाचन सुरू करण्यापूर्वी स्वामींनी बोलण्यास आरंभ केला – ''आपण जाणताच की आम्ही पौर्वात्य देशातून आलो आहोत, दिवसामागून दिवस येथे बसून राहत आहोत. आमच्या कानांवर सतत एकच गोष्ट पडत आहे. ती गोष्ट आमच्यावर बिंबवण्याचा प्रयत्न करणाऱ्या महनीयांचा सूर एखाद्या उपकारकर्त्याचा आहे असा आमचा समज झालेला आहे. त्या सर्वांचे आवाहन आहे ख्रिश्चन धर्माचा स्वीकार करणे आमचे कर्तव्यच ठरावे. कारण काय तर म्हणे सांप्रतची ख्रिश्चन राष्ट्रे अतिशय संपन्न आणि संपूर्ण जगात भरभराटीला आलेली राष्ट्रे आहेत. ठीक आहे. आम्ही आमच्या अवतीभवती पाहू लागलो. आम्हाला दिसले ख्रिश्चन धर्मातील सर्वांत जास्त भरभराट झालेले राष्ट्र म्हणजे इंग्लंड! बरोबरच आहे थोड्याथोडक्या नव्हे तर चक्क २५ कोटी आशियायी जनतेच्या नरड्यावर पाय ठेवून ती भरभराट त्याने पदरात पाडून घेतलेली आहे. वर्तमान थोडा वेळ बाजूला ठेवून आम्ही मागे वळून जगाच्या इतिहासात डोकावून पाहिले. काय दिसले? ख्रिश्चन धर्मीय युरोपच्या भरभराटीची सुरुवात स्पेनपासून झाली. पण तीही कशी? मेक्सिको पादाक्रांत करून! याचा अर्थच हा की ख्रिश्चन धर्म आपल्या बांधवांचे गळे घोटून स्वत:साठी सुबत्ता प्राप्त करून घेतो. इतकी अमानुष किंमत देऊन भरभराटीस येणे हिंदूंच्या नीतीत बसत नाही. आजही मी येथे बसलोच आहे, ते ऐकतोच आहे. असहिष्णुतेची हद्द झाली. रक्त आणि तलवार हे शब्द हिंदूंच्या करता बिलकूल उपयोगाचे नाहीत. कारण त्यांच्या धर्माचा पाया दया, प्रेम या मुद्द्यावर घातला गेलेला आहे...''

स्वामी विवेकानंदांबद्दल वृत्तपत्रांनाही आपुलकी वाटू लागली. त्यांनी त्यांची खूपच वाखाणणी करणारे वृत्तांत दिले. इतकेच नाही तर काही लौकिक प्राप्त नियतकालिकांनी त्यांची रोजची भाषणे संक्षिप्तात न छापता अगदी तपशीलवार प्रकाशित केली. वृत्तपत्रांचे सोडा, अगदी कट्टर व सनातनी ख्रिश्चन देखील म्हणू लागले... 'खरोखर तो माणूस नाही, तर राजा आहे त्यांच्यातला!' त्यांची एक

देशबांधव आणि धर्म परिषदेला उपस्थित असलेली एक प्रतिनिधी, त्यांच्या-सारखीच एक व्याख्याती, ॲनी बेझंट, यांना झालेले स्वामीजींचे प्रथम दर्शन असे होते – 'शिकागोच्या ढगाळ आकाशात भारताचा सूर्यच तळपत आहे की काय!' ...'स्वामी विवेकानंद पूर्वेचे असामान्य इव्हेनजलच (बायबलचे थोर प्रचारक) वाटले...' आपल्या त्यांच्याविषयीच्या अभिप्रायांचे तपशीलवार स्पष्टीकरण करण्याऐवजी कोलंबस हॉलमधून स्वामी विवेकानंदांचे अप्रतिम भाषण ऐकून बाहेर पडणाऱ्या एका श्रोत्याचे, त्यांच्या कानावर पडलेले उद्गारच त्यांनी उद्धृत केले. तो गृहस्थ म्हणत होता – ''या माणसाला असंस्कृत म्हणायचे? त्याच्या देश-बांधवांकडे आपण आपल्या मिशनऱ्यांना पाठवतो! छान, खरे तर त्यांनीच त्यांचे मिशनरी आपल्याकडे पाठवणेच अधिक योग्य ठरेल!'' अप्रसिद्धीतून प्रसिद्धीत झालेले स्वामी विवेकानंदांचे हे रूपांतर आकाशातून अकस्मात पृथ्वीवर कोसळणाऱ्या तेजस्वी उल्केप्रमाणे घडून आले. सुरुवातीला संयोजकांच्या व अमेरिकनांच्या खिजगणतीतही नसलेले विवेकानंद परिषदेच्या पहिल्याच दिवशी सर्वांना प्रभावित करून राहिले. आता त्यांच्या नावाचा जप सुरू झाला. ते सगळे पाहिल्यानंतर खरोखर असेच म्हणता यावे – 'एका रम्य प्रभातकाली त्याला जाग आली त्याला कळले आपण एक नामांकित व्यक्ती बनलो आहोत.' किंवा असेही म्हणतात ना – 'तो आला, त्याने पाहिले, त्याने जिंकले!' स्वामी विवेकानंदांच्या बाबतीत तो प्रत्यय अचूक आला.

धर्म महासभेच्या कामकाजासंबंधी आणि स्वामी विवेकानंदांविषयीच्या बातम्या सप्टेंबरपासूनच भारतीय वृत्तपत्रांत झळकत असल्या तरी भारतातील लोकांवर, सामान्यत: त्यांचा विशेष असा प्रभाव पडला नव्हता. पण, नंतर 'बोस्टन इव्हिनिंग ट्रॅन्स्क्रिप्ट' या अमेरिकन नियतकालिकाच्या २३ सप्टेंबरच्या अंकात 'हिंदूज ॲट द फेअर (जागतिक जत्रेत हिंदू)' या शीर्षकाखाली प्रकाशित झालेल्या वृत्ताचे भारतातील तीन प्रांतांतून प्रकाशित होणाऱ्या प्रमुख वृत्तपत्रांनी पुनर्मुद्रण नोव्हेंबर-मध्ये केले. त्याकडे, मात्र लोकांचे भरपूर लक्ष जाऊन त्यांनी त्यात रस घ्यायला आरंभ केला. स्वामी विवेकानंदांच्या सुयशाच्या अमेरिकेत प्रसिद्ध होत असलेल्या बातम्या नियमितपणे प्रमुख भारतीय वृत्तपत्रांतून – विशेषत: 'द इंडियन मिरर'मधून – पुन:प्रकाशित होऊ लागल्या.

धर्ममहासभेतील स्वामीजींची कामगिरी नेत्रदीपक झाल्यामुळे त्यांच्या नावाचा डंका संपूर्ण जगात घुमू लागला. पण त्या नावलौकिकाचा व प्रसिद्धीचा कसलाही प्रभाव स्वामीजींवर पडला नाही. ते एक संन्यासी होते, संन्यासीच राहिले. त्या प्रसिद्धीच्या प्रकाशमान झोतापासून पुरते अलिप्त – 'सिंपे न जळी पद्मपत्र' बनून! दीनदुबळ्या भारतीय गोरगरीबांच्या भविष्यात बदल घडवून आणण्याची इच्छा

त्यांच्या अंत:करणात पेटून उठत होती. अशा प्रकारे, त्यांच्या योगदानातील लोककल्याणकारी कार्याला आरंभ झाला. एका अर्थाने त्या परिव्राजकाच्या संन्यस्त जीवनाची इतिश्री त्या योगे झाली असली तरी तेथून पुढे त्या दृष्टीने विचार व कार्य यांची चक्रे त्याच्या डोक्यात मोठ्या तीव्रतेने व अतिदक्षतेने फिरू लागली.

धर्मपरिषदेची सांगता झाली. आता आपल्या स्वत:च्या ध्येयसिद्धीत लक्ष घालायला स्वामीजी मोकळे झाले. त्या दृष्टीने एक संधी चालून आली. 'स्लेटन लिक्कम लेक्चर ब्यूरो' या संस्थेने स्वामीजींची भाषणे अमेरिकेतील निरनिराळ्या शहरांत व्यावसायिक पद्धतीवर आयोजित करण्याचा निर्णय घेऊन तसा रीतसर करारही केला. स्वामीजींना बऱ्यापैकी बिदागी मिळाली. त्यानुसार स्वामीजींचा व्याख्यान दौरा १८९३च्या हिवाळ्यात सुरू होऊन तो १८९४च्या अखेरीस संपला. पूर्व अमेरिकेचा तो दौरा तसा लाभदायकच ठरला म्हणता येईल. नंतर त्यांना उत्तरेच्या टोकाला असलेल्या कॅनडा व दक्षिणेकडील मेम्फीस येथूनही व्याख्यानासाठी आमंत्रणे आली. कधीकधी तर स्वामीजींनी एका आठवड्यात चक्क चौदा व्याख्याने दिली. त्यामध्ये शिकवणी-वर्ग व बैठकीच्या खोलीतील चर्चा यांचाही समावेश होता. मात्र, सगळ्याच व्याख्यानांचा विषय 'धर्म' हा एकच नव्हता. १८९५च्या आरंभी, स्वामीजींनी न्यूयॉर्क शहरात एक भाड्याचे घर घेऊन तेथ योगासनांचे साप्ताहिक वर्ग आणि चर्चासत्रेही चालू केली.

स्वामीजींच्या मते, या पृथ्वीवरील अब्जावधी लोकांचे चार पायाभूत वर्ग कल्पिता येतील. पहिला वर्ग, कार्मिकांचा – सदासर्वदा ईश्वरी कार्यात गढून गेलेल्यांचा! दुसरा वर्ग, भक्तांचा – ज्यांच्या अंत:प्रेरणा आयुष्यात ईश्वराचा शोध घेऊन काहींतरी दिव्य प्राप्त करून घेणारांचा! तिसरा वर्ग, गूढवाद्यांचा – माणसांतील सर्वसाधारण धार्मिक प्रवृत्तींचे पृथक्करण करून त्यांच्या मनाचे कार्य जाणून घेऊन त्यांच्या अंतरंगात आणि त्याच्या पलीकडे जाऊन अंतिम सत्याचा शोध घेणारांचा! शेवटचा चौथा वर्ग तत्त्वज्ञान्यांचा – प्रत्येक आध्यात्मिक गोष्ट बुद्धी व तर्क यांच्या निकषांवर घासूनपुसून घेणारांचा!

त्यांना अभ्यासांतील असेही दिसून आले की वेदांताने पुरस्कारलेला वैश्विक धर्म प्रत्यक्षात आणायचा असेल तर वेदांतात सांगितलेल्या चार वेगवेगळ्या प्रकारच्या योगशाखांचा उपयोग करता येईल. त्या शाखा वर उल्लेख केलेल्या चार भिन्न प्रवृत्तींच्या माणसांना परस्परपूरक ठरतील. त्या प्रत्येक वर्गातील व्यक्ती कोणत्या ना कोणत्या जीवनमूल्यांना प्रमाण मानते. त्यांच्या भोवतालच्या वातावरणाला, परिस्थितीला अनुलक्षून घडणाऱ्या कृतींचा प्रभाव ते प्रमाणित जीवनमूल्य ठळकपणाने जगासमोर मांडते.

कार्मिकाच्या दृष्टीने त्यातून व्यक्ती आणि मानवसमाज यांचे ते सुखद मीलन

असते. भक्तांच्या नजरेला त्याचे स्वत:चे आणि भक्तिदेवतेचे मीलन दिसते. गूढ-वाद्याला ते मीलन आत्मा व परमात्म्याचे आहे असा अनुभव येतो. तत्त्वज्ञानी त्याच्यात अद्वैताचे दर्शन घेतो, द्वैतस्थिती उरलेलीच नाही याची त्याला जाणीव होते.

आणि म्हणूनच स्वामीजींनी कार्मिकांसाठी कर्मयोग, ईश्वरभक्तांसाठी भक्ति-योग, गूढवाद्यांसाठी राजयोग आणि तत्त्वज्ञान्यांसाठी ज्ञानयोग अशी वाटणी करून त्या प्रत्येकांना तशी शिफारस केली.

कर्मयोग

'कर्म' हा शब्द संस्कृत 'क्रि' या धातूपासून आलेला आहे. सर्व कृतींचा समावेश 'कर्मा'त होतो. तांत्रिकदृष्ट्या या शब्दात कृतींचे परिणामही सामावलेले आहेत. मात्र, 'कर्म योग' फक्त निष्काम कर्माचाच ऊहा-पोह करतो.

पौर्वात्य तत्त्वज्ञानानुसार ब्रह्मज्ञान हेच मानव-जातीचे उद्दिष्ट आहे. ज्ञानप्राप्तीचा ध्यास घ्यायचा सोडून जेव्हा माणसे मूर्खांसारखी सुखप्राप्तीसाठी धडपडतात तेव्हा त्यांच्या वाट्याला दु:खे येतात. सुख आणि दु:ख दोन्हीही उत्तम शिक्षक आहेत. सुष्ट व दुष्टही त्याच जातीचे. माणसाचे चारित्र्य घडवण्याचे कार्य या सर्वांकडून घडते.

ते ज्ञान माणसाकडे उपजतच असते. आत्मा ज्याचा थांगही लागत नाही अशा ज्ञानाची खाणच आहे.

आत्म्यावरचे आवरण दूर करणे, त्याचा शोध घेणे म्हणजेच शिक्षण. आपल्या स्वत:च्या मनाचा अभ्यास करण्याची मिळणारी सूचना म्हणजेच आपल्याभोवतालचे बाह्यात्कारी जग. अभ्यासाची वस्तू खुद्द मनच आहे. झाडा-वरून सफरचंद खाली पडले आणि न्यूटनला सूचना मिळाली. त्याने आपल्या स्वत:च्या मनाचा अभ्यास केला, त्याचा अंदाज घेतला, त्याच्या मनात त्या आधीच आलेल्या विचारांचे सांधे एकत्र केले, त्यांची फेररचना केली आणि त्याला नाव दिले गुरुत्वाकर्षण! गारगोटीत ज्याप्रमाणे विस्तव आधीच साठलेला असतो त्याप्रमाणे ज्ञान मनात आधीच अस्तित्वात असते. अग्नी प्रज्वलित करायचा असेल तर दगडावर दगड घासावा लागतो. ते घर्षण म्हणजेच मनाला मिळणारी सूचना.

बऱ्याच बाबतीत ज्ञानाचा शोधच लागत नाही. शिकण्याच्या निरनिराळ्या अवस्था 'शिकण्याच्याच' शोध घेण्याच्या प्रक्रियेच्या प्रगतीवर अवलंबून असतात. ज्या माणसाकडे आवरण दूर करण्याची व शोध घेण्याची क्षमता नसते तो माणूस अज्ञानी असतो. ज्या माणसाकडे ते काही प्रमाणात दूर करणे शक्य होते त्याला हुशार आणि ज्याने ते आवरण पूर्णत: दूर केलेले आहे त्याला सर्वज्ञ म्हणतात.

मनाला होणारे मानसिक व शारीरिक आकलन त्याला या ना त्या गोष्टीचे ज्ञान करून देते. कर्म म्हणजे ते ज्ञान. आपल्या हातून घडणारी प्रत्येक कृती मग ती शारीरिक असो वा मानसिक, तिची गणना 'कर्मा'त होऊन त्याचा ठसा आपल्यावर उमटतो. माणसाच्या चारित्र्यावर होणारा 'कर्मा'चा परिणाम म्हणजे एक सर्वांत प्रचंड अशी शक्ती असते. त्या शक्तीशी माणसाला जमवून घेण्याची गरज अपरिहार्यपणे भासते. आयुष्यात घडणाऱ्या महान घटना अगदी नीचातल्या नीच पातळीवर असलेल्या मनुष्य प्राण्याला कोणत्या ना कोणत्या प्रकारची महता मिळवून देतात, त्याच्यात ती भावना निर्माण करतात. पण जो खऱ्या अर्थाने महान असतो तो अगदी सामान्यांतील सामान्य कृतीही सतत त्याच पद्धतीने प्रत्यक्षात आणत असतो. भले तो कोठेही का असेना

स्वामीजी पुढे सांगतात आपल्या वाट्याला जे येत राहते व जे आपण आत्मसात करू शकतो ती सगळी योजना आपले 'कर्म'च करते. आपण जे आहोत त्याला जबाबदार आपणच असतो आणि आपण जी काही इच्छा मनात धरू त्याप्रमाणे स्वत:ला घडवण्याची ताकद आपल्याकडे असते. आज या क्षणी आपण जे कोणी आहोत तो सगळ्या आपल्या भूतकालीन कृतींचा परिपाक आहे. तसे जर असेल तर भविष्यात आपण कोण होऊ इच्छितो ते आपल्या वर्तमानकालीन कृती घडवू शकतात हे नक्कीच ओघाने येते. 'कर्मयोग' आपल्याला तीच शिकवण देतो – आपल्या भावी काळात आपल्याला जे मिळवायचे आहे ते प्राप्त करून घेण्यासाठी आता कोणती कृती कशी करायची ते दाखवतो.

कर्मयोगाचे वर्णन भगवद्गीता असे करते – 'आपले काम शहाणपणाने व शास्त्रीय पद्धतीने करत त्यायोगे मनाचे उपजत सामर्थ्य प्रकट करून आत्म्याला जाग आणणे! माणसाला कर्म करण्याचा अधिकार आहे, स्वातंत्र्य आहे खरे. पण त्याचे फळ मिळणे कधीही त्याच्या ताब्यात नसते. म्हणून, एखाद्याला महान वा भले काम करण्याची इच्छा असली तरी त्याचे फळ काय मिळेल याची चिंता करता कामा नये. फलाची अभिलाषा न धरता माणसाने स्वत:शी ठाम राहून अतिदक्षतेने काम पार पाडले पाहिजे.' ती गरज मोठी आहे. आदर्श पुरुष तोच की जो पराकाष्ठेच्या शांत वातावरणात आणि कमालीच्या एकांतात स्वत:साठी जास्तीत जास्त कडक, प्रखर असे कर्म काढून, त्यात गढून जाताना, त्या व्यापातच वालुकामय प्रदेशातील निगूढ शांतता व एकांत शोधतो. अशा पुरुषाने आत्म-संयमनाचे रहस्य पूर्णत: शिकून घेतलेले असते आणि त्यामुळेच एक आदर्श कर्मयोगी म्हणून आपले स्थान प्रस्थापित करण्यात तो यशस्वी होतो.

वेगवेगळे लोक वेगवेगळे हेतू मनात धरून कर्मे करतात. कोण कीर्तीसाठी, कोण पैशासाठी, तर कोण सत्तेसाठी आणि तसाच एखादा स्वर्ग प्राप्तीसाठीही! पण

त्यांनाही हाताच्या बोटावर मोजता येण्यासारखे अपवादही असतात. ते कर्मासाठीच कर्म करतात. त्यांना नावलौकिक, प्रसिद्धी आणि स्वर्गप्राप्तीचीही अभिलाषा नसते. अशा पुरुषांमधूनच एखादा ख्रिस्त वा एखादा बुद्ध तयार होतो.

माणसाने सुरुवातीपासूनच त्या भावनेने कर्माचा आरंभ करावा. कर्मे जसजशी येतील तसतशी हाती घ्यावीत आणि हळूहळू, जाणाऱ्या दिवसागणिक स्वत:ला अधिकाधिक अभिलाषारहित बनवावे. आपल्या वाट्याला येणाऱ्या कर्माचा स्वीकार आपल्याला करावाच लागतो आणि म्हणून ते कर्म पार पाडावेच लागते. तसे करताना आपण आपल्या पाठीशी उभे असलेल्या, त्या कर्मासाठी आपल्याला प्रवृत्त करणाऱ्या भक्तीचा शोध घेऊन तिला आपलेसे केले पाहिजे. सुरुवाती सुरुवातीला आपल्याला कळेल आपले हेतू स्वार्थी आहेत. पण आपण दाखवलेल्या चिकाटीमुळे तो स्वार्थ हळूहळू लयाला जाईल. शेवटी, एक वेळ, एक क्षण, असा येईल की जेव्हा कोणतेही कर्म आपण मनात कोणताही स्वार्थी हेतू न धरता करू शकू. आपण सारे आशा करू या की कधी ना कधी आपण सर्वजण त्या स्थितीप्रत अवश्य पोचून पूर्णत: नि:स्वार्थी बनू. ज्या क्षणी, आपण ती अवस्था हस्तगत करू त्या क्षणी आपल्या सर्व शक्ती एका केन्द्रस्थानी संक्रमित होतील आणि आपल्या साठी ब्रह्मज्ञानाची जे – आपले एकट्याचे, स्वत:चे आहे – दारे खुली होतील.

भक्तियोग

भक्ती म्हणजे भगवंताविषयी गाढ प्रेम आणि भक्तियोग म्हणजे ईश्वराचा शोध. त्याची सुरुवात, त्याची प्रगती व त्याचा शेवट दिव्य प्रेमात होतो. जेव्हा माणूस ईश्वरावर खरेखुरे प्रेम करू लागतो, तेव्हा तो सर्वभूती प्रेमच करतो, तो कोणाचाही द्वेष करत नाही. सतत समाधानी असतो. ती भक्ती माणसाच्या ऐहिक इच्छांच्या

पलीकडची असते आणि बऱ्याच वेळ जगातील इतर प्रत्येक गोष्टीचा निषेध करण्यास कारणीभूत होते. मात्र, काही पूजक असे असतात की त्यांची मने मूळातच दुबळी व अविकसित असतात. ते भक्तिमार्गाच्या त्या मानाने खालच्या पातळीवर असतात. पुष्कळ वेळा आपल्या अपरिपक्व भक्तीच्या अतिरेकाने वाहत जाऊन ते फक्त आपल्या स्वत:च्या इष्टदेवतेवरच निष्ठा ठेवून इतर सर्व आदर्शांकडे डोळेझाक करतात. आणि त्यातूनच

धर्मांधता जन्मते. स्वामी विवेकानंदांनी या प्रकारच्या भक्तीची तुलना आपल्या धन्याच्या चीजवस्तूला कुणी हात लावू नये म्हणून त्याची राखण करणाऱ्या कुत्र्याच्या सहजप्रवृत्तीशी केली आणि पुढे त्यावर अधिक स्पष्टीकरण देताना म्हटले

त्या कुत्र्यात आणि धर्मांध माथेफिरूत एक फरक आहे. आपला मालक कोणत्याही वेषात आला तरी त्याला शत्रू मानण्याची चूक कुत्रा कधीही करत नाही.

भक्तीचा आरंभ साधारण पूजाअर्चेपासून होऊन पुढे तिचे पर्यवसान ईश्वराबद्दलच्या गाढ प्रेमात होते. धार्मिक अनुभूती यावी म्हणून केले जाणारे सततचे, एका पाठोपाठ एक असे केलेले यत्न म्हणजेच भक्ती. या ईश्वराचे स्वरूप आहे तरी कसे? ''ज्याच्यापासून हे विश्व जन्मास येते, ज्याच्यात ते सतत वास करते आणि शेवटी ज्याच्यातच ते विलीनही होते त्यालाच ईश्वर म्हणतात. तो परमेश्वर अनंत, शुद्ध, नित्यमुक्त, सर्वशक्तिमान, सर्वज्ञ, परम करुणामय आणि गुरुचाही गुरु आहे...'' (ईश्वराचे तत्त्वज्ञान-स्वामी विवेकानंद मधून)

आपल्या इच्छित दिशेकडे उडत चाललेला पक्षी आपले दोन पंख आणि त्याला वळण देणारे त्याचे शेपूट यांचा उपयोग करतो. त्याप्रमाणे, भगवंताबद्दल आपल्या मनात प्रेम निर्माण व्हावे अशी इच्छा बाळगणारांनी ज्ञान व भक्ती यांची कास धरावी व त्या दोहोतील संतुलन साधण्यासाठी योगसाधनेचा अवलंब करावा. केवळ भक्ती किंवा केवळ ज्ञान या मार्गांचा अवलंब केल्याने इच्छित ध्येय साध्य होत नाही यावर स्वामीजींनी भर दिला.

त्यांनी भक्तियोगाची विभागणी दोन अवस्थांत केलेली आहे – गौण तथा अपरा! म्हणजे सुरुवातीची तयारी आणि परा तथा सर्वोच्च! गौण तथा प्राथमिक अवस्थेत धर्मातील पौराणिक व प्रतीकात्मक भाग साधकाला ईश्वराकडे जाण्यास साह्य करत असतात. भक्तियोगाची ही अवस्था जे लोक ऐहिक सुखोपभोग आणि ऐषआराम म्हणजेच जीवन असे मानतात त्यांच्यात तथाकथित समाजसुधारणा घडवते इतकेच. त्यामुळे, असे भक्त आपल्या त्या 'भक्ती'तच रममाण होऊन स्वतःला कृतकृत्य समजतात. त्यांच्या दृष्टीने इतर कोणत्याही अवस्था निरर्थक व अडगळीत टाकण्याजोग्या असतात.

प्रत्येक जीव पूर्णत्व प्राप्त करून घेणार आहे. प्रत्येक प्राण्याला शेवटी सिद्धावस्था लाभणार आहे. आपण आज जे काय आहोत ते आपल्याच पूर्वकर्मांचे व विचारांचे फलित आहे. आज आपण करत असलेली कर्मे आणि विचार या गोष्टीच आपले भविष्य घडवणार आहेत. ज्या व्यक्तीच्या आत्म्यापासून इतरांच्या आत्म्यांत शक्ती संक्रमित होत असते त्या व्यक्तीला 'गुरु' म्हणतात. गुरुकडून तशी शक्ती प्राप्त झाली की एखाद्याच्या ठायी सुप्त असलेल्या उदात्त, उच्च शक्ती स्फुरण पावू लागतात, आध्यात्मिक जीवनाला जाग येऊन गती मिळते, उन्नती त्वरेने होते आणि तो साधक शुद्ध व पवित्र होऊन अखेरीस सिद्ध होतो. 'शिष्य' या संज्ञेस तो पात्र होतो. अशा तऱ्हेचे संक्रमण व्हायचे असेल तर प्रथम 'गुरु'कडे ती क्षमता, ती शक्ती असायला हवी आणि त्याजबरोबर ज्याच्यात ती संक्रमित

होणार असेल त्या 'शिष्या'च्या ठिकाणी ती ग्रहण करण्याची पात्रताही आवश्यकच आहे. तसा मिलाफ झाला तरच खऱ्याखुऱ्या आध्यात्मिक शक्तींचा विकास होईल. खऱ्या धार्मिक गुरुकडे विशुद्धता असावी, 'धर्मशास्त्रांतील मर्म' पूर्णत: अवगत असावे, केवळ शब्दपांडित्य नको. त्याच्याकडून होणारे ज्ञानदान निर्हेतूक आणि नि:स्वार्थी प्रेमभावाने संक्रमित होण्याची गरज आहे. दुसरीकडे, शिष्याकडेही विशुद्ध, निर्मळ अंत:करण व ज्ञानार्जनाची खरीखुरी तहान असावी. त्या शिवाय, त्याच्याकडे चिकाटी, तळमळ याही गोष्टी हव्यात. आणि सर्वांत महत्त्वाचे लक्षण म्हणजे गुरुभक्ती आणि पूज्य गुरुभाव असावा.

मनाची विशुद्धता, मनोबल, मनोविकारांवर नियंत्रण आणि तारतम्य जाणून घेण्याची वृत्ती ही भक्तियोगाची काही अत्यावश्यक अंगे आहेत. सत्याचरण, कळकळ, नि:स्वार्थी वृत्तीने, स्वत:साठी कसलीही अभिलाषा न धरता इतरांचे भले करण्यासाठी कष्ट आणि अहिंसा-विचार, शब्द व कृती यांच्या द्वारा इतरांना कसलीही इजा होणार नाही याची दक्षता- म्हणजेच खरेखुरे विशुद्ध मन. भक्तियोग्याकडे मानसिक व शारीरिक दोन्ही प्रकारचे बल असलेच पाहिजे आणि त्या दोहोतही तो तितकाच तरबेज व तत्पर असला पाहिजे.

ईश्वराचे नामस्मरण, व्रतवैकल्ये, पूजाविधी आणि प्रतीके यांचे अनुसरण भक्तियोगाच्या साधनेच्या प्रारंभिक अवस्था आहेत. पण ज्याला या योगाचे सर्वोच्च शिखर गाठण्याची इच्छा आहे, ती वाटचाल करण्यापूर्वी त्याने ऐहिकाचा, जगातील सुखोपभोगांचा, संपूर्ण त्याग करून स्वत: भगवंताच्या दिव्य, अलौकिक प्रेमभावात पूर्णपणे अंत:र्धान पावले पाहिजे.

तसे पाहता, भक्तियोग्याचे वैराग्य अगदी सहजगत्या त्याच्या ठायी येते. त्याचे भगवंताविषयीचे गाढप्रेम त्याच्या मूळाशी असते. भक्तियोगाचा पुकारा एकच असतो. 'प्रेम, प्रेम, अत्युत्कट ईश्वर प्रेम!' भक्तियोग 'सोडून द्या' म्हणत नाही. भक्तिमार्ग आपल्याला आध्यात्मिक आनंदाची वाट दाखवतो. भक्तियोग-साधना आपले हृदय प्रेमसागराच्या दिव्य लाटांनी भरून टाकतो, त्या प्रेमलहरी म्हणजे प्रत्यक्षात ईश्वरच! त्या प्रेमस्वरूपाच्या सान्निध्यात संपूर्णत: मिसळून गेले की प्रेम करण्यासाठी इतरत्र जागाच उरत नाही.

राजयोग

राजयोग हे एक शास्त्र आहे. माणसात असणाऱ्या धार्मिक प्रवृत्तींचा सर्वंकष अभ्यास, संशोधन आणि सामान्यीकरण यांचे त्यात मूलगामी विश्लेषण करण्यात आले आहे. राजयोग स्पष्टीकरण न करता येणाऱ्या वस्तुस्थितीचे अस्तित्व नाकारत नाही. उलट, राजयोग नि:संदिग्ध शब्दात सांगतो की ज्यांना आपण चमत्कार

म्हणतो त्या घटना आणि आपल्या प्रार्थनांना लाभणारी इच्छित पर्यवसाने वगैरेंचे आकलन करताना त्यांना लोकभ्रमांचा आधार देणे आणि ती करणी कोणत्या तरी अद्भुत वा अज्ञात शक्तीची आहे असे म्हणणे चूक आहे.

त्याची घोषणा ही आहे प्रत्येक व्यक्तीच्या पाठीशी ज्ञानाचा व सामर्थ्याचा एक अथांग, अनंत असा सागर आहे. अखिल मानवजातीची पाठराखण तो करत असतो. त्याची शिकवण आहे कोठेही व केव्हाही एखादी वासना, एखादा अभाव किंवा एखादी प्रार्थना रुजू होते तेथे तेथे व तेव्हा तेव्हा त्या अनंत सागरातूनच ते सगळे प्राप्त झालेले असते. कोणतीही अनैसर्गिक शक्ती, अद्भुत प्राणी त्यामागे नसतो.

राजयोगी त्या अद्भुत शक्तीचे अस्तित्व जरूर नाकारतो. मात्र त्याजबरोबर तो दोन प्रकारच्या प्रकटीकरणावर भर देतो – स्थूल आणि सूक्ष्म. त्यातील सूक्ष्म हे कारण असते, स्थूल त्याचे कार्य. इंद्रिये स्थूलाचा प्रत्यय सहज घेऊ शकतात, सूक्ष्माच्या बाबतीत ते घडत नाही. राजयोगाच्या अभ्यासाने सूक्ष्माचा प्रत्यय येणे सोपे जाते. 'पतंजलीची योगसूत्रे' हा राजयोगावरील सर्वश्रेष्ठ प्रमाणग्रंथ आहे. प्रत्येक जीव हा अव्यक्त असा ईश्वरी अंश असतो. बाहेरच्या व आतल्या जगावर काबू मिळवून आपल्या अंतर्यामातील दिव्यत्वाचे प्रकटीकरण घडवून आणण्याचे ध्येय त्याने स्वत:समोर ठेवलेले असते असे तो ग्रंथ मानतो.

आपले सर्वच ज्ञान अनुभवावर आधारलेले असते. केवळ विज्ञान म्हणून गणल्या गेलेल्या शास्त्रांत जी सत्ये सांगितलेली असतात त्याचा पडताळा घेणे शक्य असते. मात्र, धर्माच्या बाबतीत तसे म्हणता येणार नाही. कारण, धर्म हा श्रद्धा व विश्वास यांच्यावर आधारलेला असतो. जगात प्रचलित असलेल्या विभिन्न धर्मांचे आणि निरनिराळ्या देशातील विविध पंथांच्या सिद्धांताचे अनुशीलन व पृथक्करण केल्यास एक गोष्ट कळून येते. आपल्या समस्त ज्ञानाचा सार्वजनीन आणि सुदृढ आधार जो 'प्रत्यक्ष अनुभव' त्यावरच जगातील सर्व धर्म आधारलेले आहेत. त्या निरनिराळ्या धर्मांच्या आचार्यांना ईश्वराचे दर्शन तसेच आत्मदर्शनही झाले होते, स्वत:चे अनंत स्वरूप त्यांनी जाणले होते. त्याचाच त्यांनी प्रचार केला. राजयोगाच्या आचरणाने नेमका तोच अनुभव घेणे, त्याचा प्रत्यय येणे शक्य आहे.

जीवनातील हे अंतिम सत्य प्राप्त करून घेण्याची एक व्यवहार्य आणि शास्त्र-शुद्ध साधनाप्रणाली राजयोगाचे शास्त्र आपल्यासमोर मांडते. राजयोग आपल्या मनाचा वापर यंत्र म्हणून करतो आणि त्या योगे आपल्या 'अंतरंगात' आणि

'आपल्या पलीकडच्या जगात' डोकावतो. त्यासाठीचा उपाय आहे मन अंतरंगात वळवल्यानंतर मनाच्या सर्व शक्ती एकत्रित केन्द्रीभूत करून खुद्द मनावरच स्थिर करत, स्वत:च्या अगदी अंतरंगातील भागाचे पृथ:करण करण्यासाठी त्याला प्रवृत्त करणे. अर्थात हे सगळे महाकठीण आहे एवढे खरे. पण आत्म्याच्या अमरत्वाचे ज्ञान प्राप्त करून घेण्याचा तोच एकमेव उपाय आहे. कारण, ती प्राप्तीच आपली सर्व दु:खे निवारण्यासाठी उपयोगी पडेल आणि आपण स्व:तला आत्मानंदात हरवून जावू शकू.

प्रत्येक मनुष्यप्राण्याला कोणत्याही गोष्टीचे कारण विचारण्याचा 'असे का?' हे विचारण्याचा अधिकार आहे. त्या प्रश्नाचे उत्तर त्याने स्वत:च कसे द्यावे हे राजयोग त्याला शिकवतो. राजयोगाची साधना काही अंशी शारीरिक स्वरूपाची असली तरी अधिकांशी, मुख्यत:, ती मानसिक स्वरूपाचीच आहे. मन व शरीर परस्परांशी अतिशय गुंतागुंतीत जोडलेले आहेत. शरीर ठीक तर मन ठीक, मन ठीक तर शरीर ठीक, अशी स्थिती आहे. आणि म्हणूनच शरीर निकोप असल्यास मनही निकोप व सुदृढ राहते.

राजयोग्याच्या मते हे बाह्य विश्व म्हणजे आपल्या स्वत:च्या आंतर जगताचेच रूप आहे. सूक्ष्म नेहमीच कारण असते, स्थूल हे कार्य असते. जी व्यक्ती आतील शक्तींना कसे हाताळावे, नियंत्रणात कसे ठेवावे हे जाणते तीच समस्त प्रकृतीवर ताबा चालवू शकते. आपण ज्याला 'प्रकृतीचे वा निसर्गाचे नियम' म्हणतो ते सर्व त्याच्या आधीन होतात. ह्या प्रकृतीवर नियंत्रण मिळवण्यावरच मानवजातीची प्रगती व सभ्यता अवलंबून असते.

योगाची ही अवस्था जवळजवळ चार हजार वर्षांपूर्वींच शोधण्यात आलेली होती. पण, भारतात नाना कारणांनी ही विद्या अशा लोकांच्या हातात गेली ज्यांनी त्या ज्ञानाचा नव्वद टक्के विध्वंस केला, उरलेला दहा टक्के भाग अत्यंत गुप्त-रीतीने दडवून ठेवण्याचा प्रयत्न केला. पाश्चात्य देशात तिला संपूर्णपणे गुप्त स्वरूपातच जतन केले गेले व तो गूढवादाचाच एक प्रकार आहे असे भासवण्यात आले आणि जे कोणी ती शिकू पाहत, तिचा सराव करू इच्छित त्यांच्यावर चेटूक आणि जादूटोणा करणारे असा शिक्का मारून त्यांना जिवंत जाळण्यात किंवा इतर प्रकारे ठार मारण्यात आले. अशा प्रकारच्या गूढविद्येच्या आहारी जाण्याने, त्या वेडाने माणसाचा मेंदू दुबळा, शक्तिहीन बनतो. स्वामीजींनी राजयोग जगासमोर जाहीरपणे ठेवला. त्यांना त्याचे बौद्धिक आकलन जितके झाले ते त्यांनी आपल्या परीने समजावून सांगितले आणि जे समजले नाही त्याची माहिती ग्रंथांच्या उद्धरणांद्वारे दिली. त्याचवेळी त्यांनी संपूर्ण राजयोग ज्या सांख्य तत्त्वज्ञानावर आधारित आहे त्याचाही खुलासा केला. सांख्य तत्त्वज्ञानानुसार बाह्य वस्तूंची जाणीव मेंदूला होते.

त्यानंतर ती मनाला गाठते. तेथे तिचे अंतिम स्वरूप साकार झाले की मन तिची रवानगी आत्म्याकडे करते. तो तिचे ग्रहण करतो. मन आत्म्याच्या हातातले एक यंत्र आहे. ते क्षणोक्षणी बदलत, आंदोलत असते. मात्र, जेव्हा योगाच्या माध्यमातून जेव्हा ते पूर्णत्व पावते तेव्हा ते अनेक इंद्रियांशी संलग्न होऊ शकते किंवा स्वत:तच गर्क राहते. दुरून येणाऱ्या एखाद्या विशिष्ट आवाजाचा वेध घेण्याची छोटी उर्मी उसळून आली तर मन आपल्याला श्रवणेंद्रियाशी कसे जोडून घेते हे कळून घेताना या एकाग्रतेच्या शक्तीची पुसटशी जाणीव आपल्याला होऊ शकते. त्यापुरती फक्त तीच इंद्रिये त्याच आवाजावर आपले सर्व लक्ष केंद्रित करतात. त्या खेरीज इतर कोणत्याही आवाजांना प्रवेश मिळत नाही. या अंत-दर्शनाच्या शक्तीचा विकास करून ती प्राप्त करून घेणे हेच योग्याचे उद्दिष्ट असते. आधुनिक शरीर शास्त्रवेत्त्यांनीही त्याला पुष्टी दिलेली आहे. आपल्या मेंदूतील ज्ञानतंतूंची केंद्रे शरीरातील पंचेंद्रियांना नियंत्रित करू शकतात. त्याचे कारण ती व आपला मेंदू ही दोन्हीही एकाच द्रव्याची बनलेली आहेत. बाह्य विषयांचा बाह्येंद्रियांशी संबंध येताच निर्माण होणाऱ्या संवेदना ज्ञानतंतूंच्या मार्गे मेंदूतील अंतरिंद्रियांकडे कशा धावतात, मन त्यांचे ग्रहण व पृथ:क्करण कसे करते आणि शेवटी त्याची परिणती अनुभवात कशी होते याचा अभ्यास राजयोगालाही लागू पडतो.

ज्ञानयोग

ज्ञानयोग हा बुद्धिप्रामाण्यवादी लोकांकरता आहे. त्याचा मंत्र आहे 'ॐ तत् सत्' ॐ म्हणजेच विश्वाचे रहस्य जाणून घेणे असा अर्थ ध्वनित होतो. शुद्ध तर्कज्ञानाच्या बळावर आणि 'स्व'च्या खऱ्याखुऱ्या ज्ञानाच्या माध्यमातून ज्ञानयोगी ईश्वराची प्राप्ती करून घेण्यासाठी धडपडतो.

खरा 'मी' हा ज्ञानाचा एक अव्याहत समोर येणारा विषय आहे. आणि त्यामुळेच तो कदापिही त्याचा उद्देश बनू शकत नाही. 'मी' सगळ्यांना ओलांडून गेलेली वस्तू आहे. त्याला जन्म नाही, मृत्यूही नाही. भय, जाणीव, विचार काहीही नाही. तथापि, ज्या अर्थी आपल्याला निर्गुण, निराकाराचे ज्ञान होऊ शकत नाही फक्त त्याच्याशी संबंधित असलेल्या गोष्टी आपण कळून घेऊ शकतो, त्या अर्थी सैद्धांतिक दृष्टीने माणूस स्वत:ला या जगातील 'ब्रह्म' मानून त्याचा साक्षात्कार घडून येण्यासाठी प्रयत्न करू शकतो. माणसाच्या ईश्वराशी असलेल्या एकत्वाबद्दल वेदांनी सतत सांगितले असूनही फार

थोड्यांना मायेच्या आवरणाचा भेद करून त्या 'अंतिम सत्याचा' शोध घेणे जमते.

ज्ञानयोगाने प्रथम भयाचा त्याग करून प्रत्यक्षात 'त्या'चे ज्ञान झाल्याखेरीज इतर कशावरही विश्वास ठेवता कामा नये. त्याने आपला देह, मन आणि बुद्धी यांच्या वर्चस्वापासून स्वतःची सुटका करून घेणे आवश्यक आहे. 'आत्मा तो मीच आणि मी तोच आत्मा' हे ज्ञान करून घेण्यात धन्यता मानली पाहिजे. आत्मरूपावर त्याचा दृढविश्वास असला पाहिजे. 'आत्मा चि मी' हा निदिध्यास त्याला लागला पाहिजे. त्या आत्मरूपाच्या शोधार्थ, त्या स्व-स्वरूपाच्या अनुसंधानात सदासर्वदा गढून गेलेल्या योग्याने आपल्या तर्कबुद्धीला अनुसरून पार टोकाला गेलेच पाहिजे. खऱ्या 'मी'ला मरण नाही. तो अविनाशी आहे, अपरंपार आहे. एकच घडलेले आहे. त्या 'मी'वर अज्ञानाची पुटे चढलेली आहेत. ती त्याला आपल्यापासून झाकून ठेवत आहेत. म्हणून ज्ञानयोग्याने साधनी तत्पर राहून, संकटी धीर न सोडून त्या अविनाशी 'अहं'चा शोध घ्यावा. एकदा का आत्मज्ञान झाले की ते आपल्याला या जडवादी मायाजालातून पूर्णतः मुक्त करते आणि त्या आधी मनात ठाण बांधून बसलेल्या विषयासक्त गोष्टींना पळवून लावते.

'वेदांत' या संस्कृत शब्दाचा अर्थ आहे 'अंत' तथा वेदांची सांगता. वेद म्हणजे भारताला लाभलेले, अनादिकालापासून चालत आलेले पवित्र वाङ्मय! वेदान्ताची शिकवण आहे ''ब्रह्म हेच सत्य, तेच नित्य, तेच विमल, तेच अचल! बाकीची सर्व माया, सर्व भ्रम, सर्व क्षणभंगूर!'' यालाच अद्वैताचा सिद्धांत म्हणून ओळखतात. या विश्वात केवळ एकच गोष्ट सत्य आहे आणि तिलाच त्या तत्त्वज्ञानात 'ब्रह्म' म्हटले आहे. बाकी सर्व काही असत्य असून ते मायेच्या शक्तीने ब्रह्मातून व्यक्त व तयार झालेले आहे. त्या ब्रह्मापर्यंत जाऊन पोचणे हेच ज्ञानयोग्याचे लक्ष्य व्हावे. जगात आपल्याभोवती सगळीकडे द्वैतच द्वैत आढळते. सुष्ट-दुष्ट, सुख-दुःख, आशा-निराशा, आनंद - असमाधान वगैरे. 'ब्रह्म' ही एकच वस्तू अशी आहे जी परिपूर्ण आहे. ते अंतिम, नित्य, शाश्वत सत्य एक असून निःशंक आत्मरूपही आहे. द्वैताच्या कोणत्याही बंधनांपासून ते सर्वस्वी अलिप्त आहे.

जरी 'ब्रह्म' एकच असले, तरी त्याचे नाव आणि रूप यांच्यामुळे त्याला लौकिकाच्या पातळी-वर यावे लागते आणि ते आपल्याला अनेकविध रूपांत भावते. ज्याप्रमाणे मातीच्या बरणीचा खरा गाभा माती असते त्याप्रमाणे अखिल विश्वातील सजीवांचा खरा गाभा 'ब्रह्म'च असते. मातीपासून बरणीसारख्या इतर अनेक वस्तू बनवण्यात येतात त्याचप्रमाणे 'ब्रह्म'च त्यांच्या उत्पत्तीला साक्षी असते. वेदांत तर त्याच्याही पुढे जाऊन जाहीर करतो या विश्वात फक्त एकच सजीव वस्तू आहे. ती प्रत्येक जीवात पूर्णत्वाने प्रकट होत असते आणि तो जीवात्मा केवळ त्या सजीवाचा एखादा भाग बनून त्याच्या देहात वास करत नाही.

तर तो 'नित्य, सिद्ध आपैसा अनादिपणे असतो, तो सकळ ना निष्कळू, अक्रिय ना क्रियाशीलू, कृश ना स्थुलु, आनंद ना निरानंदु, एक ना विविधु, मुक्त ना बद्धु' आत्मपणे या स्थितीत असतो.

आत्म्याच्या बाबतीतील या सत्याची साद प्रथम कानावर यायला हवी. एकदा ती ऐकू आली की मग तिच्याबद्दल विचार सुरू झालाच पाहिजे आणि एकदा का तो विचार दृढ झाला की मग त्याच्यावर चिंतन सुरू होण्याची गरज आहे. त्या ध्यानधारणेतून आपल्या स्वत:साठी एकच एक हुंकार सतत उमटला पाहिजे- 'सोऽहं, सोऽहं, सोऽहं!' यालाच म्हणतात ज्ञान योग – ईश्वरी ज्ञान!

अमेरिकेतील आपले काम स्वामी विवेकानंदांनी १८९६ पर्यंत चालू ठेवले. त्यांनी हिंदूधर्मावर व्याख्याने दिली. खरोखर आपल्या मातृभूमीचे ते एक तेजस्वी, प्रखर अजिंक्य महावीर ठरले. पण पुष्कळ अमेरिकनांना त्यांच्याकडे त्याहीपेक्षा बरेच काही अधिक आढळले. काही जणांसाठी त्यांनी ज्ञानाची कवाडे खुली केली तर काहीजणांना त्यांच्या बुद्धिमत्तेत 'कॅलिडोस्कोपिक' (विविध रंगाच्या आकृत्या दाखवणारे एक शास्त्रीय उपकरण) असामान्यता आढळली. काही अमेरिकन तरुणींनी त्यांच्यासमोर लग्नाचाही प्रस्ताव ठेवला.

अमेरिकेत घालवलेल्या आपल्या पहिल्याच वर्षात स्वामीजी अनेक तत्त्व-ज्ञान्यांना, शास्त्रज्ञांना व कलावंतांना भेटले. त्यापैकी अनेकांशी त्यांनी मैत्रीही जुळवली आणि काही तर त्यांचे नि:स्सीम भक्तही बनले. त्यांच्या संपर्कात आलेल्या सर्वांवर त्यांच्या अष्टपैलू व्यक्तिमत्त्वाचा मोठा प्रभाव पडला. असे म्हणतात, अमेरिकेतील एक धनाढ्य अर्थकारणी व उद्योगपती, जॉन डी. रॉकफेलर यांनी जनकल्याणकारी कार्यासाठी दिलेली पहिली भरघोस देणगी हा त्यांच्या व स्वामींच्या झालेल्या भेटीचा सुखद परिपाक होता.

स्वामीजींनी केलेल्या व्याख्यानदौऱ्याने त्यांना चांगलेच भंडावून सोडले. मिडवेस्टच्या कडक हिवाळ्यांना जुळवून घेणे त्यांना अवघड गेले. त्यांना तितक्या कडक गारठ्याची सवय नव्हती. त्यांची प्रकृती चांगलीच कडमडली. शिवाय, दौऱ्याच्या निमित्ताने प्रवासही भरपूर झाला. जवळजवळ रोज रात्री गाडी पकडून त्यांना एका शहरातून दुसऱ्या गावी जावे लागले. त्यात भर पडली दिवसभरांच्या जडजंबाळ आणि गहन विषय घेऊन केलेल्या समोरासमोरील चर्चांची आणि दिलेल्या व्याख्यानांची. थोडक्यात, त्या काळात स्वामी अहोरात्र व्यापातच गुंतून राहिले होते. साहजिकच दौऱ्याच्या अखेरीस ते पुरते थकले, पार शिणले, त्यांची गात्रे शिथिल झाली. वृत्त-पत्रांनीही त्यांची सतत दखल घेतली. त्यांच्या प्रत्येक व्याख्यानाचा यथोचित परामर्श घेतला. व्याख्यानातून प्रकट होणाऱ्या त्यांच्या देशाभिमानाला ठळक प्रसिद्धी दिली. त्याचवेळी, त्यांच्याविरुद्ध तेथल्या पुराण-मतवादी व संकुचित

वृत्तीच्या ख्रिश्चन धर्मोपदेशकांनी, चर्चच्या पदाधिकाऱ्यांनी, अधूनमधून टीकेची, बदनामीची मोहीम चालवली. स्वामींनी धर्म महासभेत दिलेल्या तडफदार, ओजस्वी भाषणांवर ती मंडळी खूपच खपा झालेली होती, दुखावली गेलेली होती, अपमानितही झालेली होती. त्या कोत्या मनोवृत्तीच्या माथेफिरू कृत्यांची संभावना स्वामींनी दाखवलेल्या संपूर्ण अलिप्त वृत्तीने उत्तम केली. स्वामींच्या अंत:करणात येशू ख्रिस्ताला आदराचे स्थान होते. त्यांच्या दृष्टीने तो एक पूजनीय महात्मा होता. त्याची शिकवण त्यांना प्रिय होती. आणि तरीही विद्यमान ख्रिश्चन धर्मीयांच्या विध्वंसक प्रवृत्तींचा त्यांनी अतिशय कडक समाचार घेतला होता. तसे करताना त्यांनी कोणाचे कसलेही भय बाळगले नव्हते. त्यांच्यावर होणाऱ्या विद्वत्तापूर्वक टीकेबद्दल ख्रिश्चन मंडळी दाखवत असलेल्या असहिष्णुतेचा स्वामीजी धिक्कार करत. स्वामीजींनी केलेली टीका झोंबणारी ती मंडळी स्वत: मात्र जगातील इतर काफिरांना शाप देत, त्यांच्यावर टीकेचे प्रहार करत इतकेच नाही तर चक्क शिवीगाळही करत.

स्वामीजींना मुळातच पैशाच्या व्यवहाराचे वावडे होते. त्याचा फायदा स्लेटन ब्यूरोने उठवला आणि स्वामीजींना फसवणे चालू केले. त्याची नोंद स्वामींच्या शुभचिंतकांनी घेतली आणि तो व्याख्यानांचा करार १८९४च्या फेब्रुवारीच्या शेवटच्या दिवसांत संपुष्टात आणला. त्यानंतर, स्वामीजींनी स्वतंत्रपणे भाषणे देणे चालू केले. पण त्या सततच्या भाषणबाजीने ते दिवसेदिवस थकत चालले. पण 'ईश्वरेच्छा बलियसि' म्हणत त्यांनी पाश्चात्य जगतात आपला संदेश प्रसारित करण्याची ध्येयप्रद कामगिरी खंडित केली नाही. या खेपेला, त्यांनी शिकागोला आपले मध्यवर्ती केंद्र बनवून पूर्व किनारी प्रदेश पालथा घातला. छोट्याछोट्या खासगी मेळाव्यात आणि मोठ्या सार्वजनिक सभांतून भाषणे दिली. त्याच सुमारास न्यूयॉर्कच्या मिस मेरी फिलिप्स यांनी स्वामीजींचे शिष्यत्व पत्करून त्या त्यांच्या निष्ठावंत भक्त बनल्या.

२८ जून १८९४ पर्यंत स्वामी शिकागोत होते. तिकडे, त्यांच्या स्वगृही म्हणजे भारतात, हिंदू समाज त्यांच्याविषयी बराच अनभिज्ञ होता. त्यांना तो आपल्या समाजाचे प्रतिनिधी म्हणून औपचारिक मान्यताही देत नव्हता. त्याचा परिणाम त्यांच्या संपूर्ण ध्येयनिष्ठ कामगिरीत अडचणी येण्यात झाला. त्यामुळे दोन्ही देशातील त्यांच्या हितशत्रूंचे चांगलेच फावले. त्यांच्या विरोधात चालवलेल्या चळवळीचा पाठपुरावा त्यांनी चिकाटीने सुरूच ठेवला. ख्रिश्चन मिशनरी तर खूपच अस्वस्थ झाले. स्वामी विवेकानंदांना मिळालेले यश व त्यांची शिकवण यांचे पर्यवसान त्यांच्या दृष्टीने धोकादायक ठरत होते. आपल्या देशबांधवांकडून त्यांना मिळणाऱ्या आर्थिक देणग्यांत लक्षणीय घट झाली. त्याची जाणीव होताच त्यांनी एक योजनाबद्ध आघाडी विचारपूर्वक उघडली. त्यांनी हे सिद्ध करण्याचा प्रयत्न

केला की त्यांची शिकवण, त्यांची मते, त्यांचे विचार हे निव्वळ व्यक्तिगत आहेत, ते कोणत्याही हिंदू पंथाचे वा समाजाचे बिलकूल नाहीत, इतकेच नाही तर प्रत्यक्षात स्वत: हिंदूंनाच ते सर्वमान्य नाही. विशेष म्हणजे, ब्राह्मो समाज व थिऑसॉफिकल सोसायटी यासारख्या भारतीय संस्थांनीही ख्रिश्चनांची री ओढली व त्या दुष्ट प्रचारप्रवाहात आपलेही हात धुवून घेतले. कारण, अमेरिकेत स्वामीजींनी मिळवलेले यश त्यांच्याही डोळ्यांत खुपत होते. स्वामीजी आपल्याला तुच्छ लेखतात अशी त्यांची भावना झाली होती. सुरुवातीला स्वामीजी त्या सर्व प्रकाराबद्दल बेफिकीरच होते. त्या टीकेकडे, त्या दुष्ट अपप्रचाराकडे त्यांनी दुर्लक्षही केलेले होते. पण, पुढे हळूहळू त्या दुष्ट प्रवृत्तींना त्यामुळे अधिकच चेव आला, आपण गप्प बसलो तर ती मंडळी अधिकच चेकाळतील हे त्यांनी ओळखले. आणि अपप्रचाराचा वणवा पेटण्यापूर्वीच त्याच्यावर काबू मिळवला पाहिजे हे जाणून घेऊन त्यांनी त्या मंडळींविरुद्ध दंड थोपटले. आपण जर तसे केले नाही तर अमेरिकेतील त्यांचे प्रयास फोल ठरून त्यामागचा मूळ उद्देशच पराभूत होईल अशी त्यांची धारणा बनली. प्रथम, आपल्या देशबांधवांना त्यांच्या कर्तव्याचे स्मरण करून देणे भाग पडले. आणि म्हणूनच ९ एप्रिल१८९४ला त्यांनी त्यांचा पट्टशिष्य अलसिंगा पेरूमलला मद्रासच्या पत्त्यावर पत्र लिहून एक ठोस कृती करण्याचा सल्ला दिला. त्यांने मद्रासला एक मोठी जाहीर सभा घ्यावी, तिचे अध्यक्षपद समाजात प्रतिष्ठा व मान्यता पावलेल्या व्यक्तीकडे द्यावे, त्या सभेत एक पुढील आशयाचा ठराव मंजूर करून घ्यावा – 'अमेरिकेच्या आपल्या वास्तव्यात स्वामीजींनी ज्या आक्रमक पद्धतीने हिंदू धर्माचे प्रतिनिधित्व केले त्याबद्दल भारतातील हिंदूंना समाधान वाटत आहे...' त्या ठरावाच्या प्रती लागलीच अमेरिकेतील प्रमुख वृत्तपत्रांकडे पाठवण्यात याव्यात असे आदेश दिला. तिकडे, खेत्रीचे राजेसाहेब व जुनागडचे दिवाण यांनी स्वामीजींना व श्री. हेलयांनाही पत्र पाठवून स्वामीजींच्या कार्याला असलेला आपला पाठिंबा व्यक्त केला तरी त्यामुळे प्रचार मोहिमेवर इच्छित परिणाम झाली नाही. तो प्रहार तसा वायाच गेला. आणखी एक दु:खद बाब, या खेपेला खुद्द अमेरिकन वृत्तपत्रांनी आपल्या बंदूका स्वामींवरच रोखल्या. आपल्या नियतकालिकांत त्यांनी स्वामींच्या विरोधातील चळवळीच्या बातम्यांनाच अधिक प्राधान्य दिले. दुसरी बाजू अंधारातच ठेवण्यात धन्यता मानली.

धर्ममहासभेतील स्वामीजींचे यश, अमेरिकन जनतेने त्यांचे केलेले अंत:करणपूर्वक स्वागत आणि त्याबद्दल त्यांना धन्यवाद वगैरे बाबतीत आपल्या प्रतिक्रिया व्यक्त करण्यात भारतीयांनी जरी विशेष रस घेतलेला नव्हती तरीही स्वामीजींनी केलेल्या आवाहनाला त्यांनी दिलेला प्रतिसाद मात्र प्रत्यक्षात पूर्वीइतका थंड नव्हता. श्री. अलसिंगा पेरूमलांना स्वामींचे पत्र प्रत्यक्षात मिळण्यापूर्वीच मद्रासच्या नागरिकांनी

त्यांच्या सन्मानार्थ २८ एप्रिलला एक सार्वजनिक सभा आयोजित केलेली होती. तिकडे, कलकत्त्यातही अशीच एक सभा घेण्यात आली. सिलोनच्या महाबोधी सोसायटीचे सचिव आणि त्या संस्थेचे शिकागो-धर्ममहासभेत प्रतिनिधी म्हणून स्वामीजींसमवेत उपस्थित राहिलेले श्री. धर्मपाल यांनी त्यात पुढाकार घेतलेला होता. भारतातील इतर शहरात ही मोठमोठ्या सभा झाल्या. अल्पावधीतच स्वामी विवेकानंद हे नाव भारताच्या घराघरांत पोचले.

बौद्ध संन्यासी धर्मपाल यांनी कलकत्त्यात घेतलेल्या सभेचा वृत्तांत कळवणारे पत्र स्वामींना ९ जुलै १८९४ला मिळाले. आपल्या बाबतीतील भारताच्या सार्वजनिक कार्यवाहीची पहिली बातमी त्या पत्राने स्वामीजींना दिली. त्यांना खूपच हायसे वाटले. पाठोपाठ अलसिंगांचेही पत्र आले. त्यात त्यांनी २८ एप्रिलच्या सभेबद्दल लिहिले होते. पुढे १८९४च्या ऑगस्ट महिन्याच्या अखेरीस अमेरिकेतील काही प्रमुख वृत्तपत्रांनी मद्रासच्या सभेची बातमी प्रकाशित केली आणि सगळ्या शंका

ग्रीनएकर्स येथील मित्रमंडळीसमवेत स्वामीजी

फिटल्या. स्वामी विवेकानंदांनी भारतीय हिंदूंचे प्रतिनिधित्व धर्ममहासभेत केले होते याबद्दल संशयाला जागा उरली नाही. पाठोपाठ इतर ठिकाणच्या सभांच्या बातम्यांचा पाऊस पडला. अखेर विरोधाचे वादळ शमले.

जुलै महिन्याच्या अखेरीस श्रीमती सारा फार्मर यांनी स्वामींना ग्रीन एकर्स परिषदांसाठी आमंत्रित केले. त्या परिषदा सर्व धार्मिक वक्त्यांसाठी खुल्या होत्या. ज्यांना काही सांगायचे आहे व ज्या स्त्री-पुरुषांना तसले काही ऐकायची इच्छा आहे

त्यांच्यासाठी ते आयोजन होते. तेथे त्यांनी अनेक क्रमवार वर्ग घेतले. पाश्चात्य देशातील तो त्यांचा पहिला प्रयोग होता. मात्र, त्यामध्ये भावी काळात ते कोणत्या पद्धतीचे कार्य अमेरिकेत करू इच्छित होते त्याची चुणूक आढळत होती. त्यांचे वर्ग एका पाईन वृक्षाच्या छायेत भरत. त्यांचे उत्साही विद्यार्थी त्यांच्याभोवती कोंडाळे करून बसत. स्वामीजी त्यांना वेदांताचे तत्त्वज्ञान समजावून देत. त्याशिवाय, गीता व राजयोगही शिकवत. ग्रीन एकरला स्वामीजी साधारण दोन आठवडे होते. तेथून ते प्लिमथला गेले. तेथल्या 'फ्री रिलिजियस असोसिएशन' समोर व्याख्यान देण्यासाठी त्यांना आमंत्रण गेले होते. प्लिमथहून स्वामीजी मॅसाच्युसेट्स येथील ॲनिसक्वॅम या एका समुद्रकाठच्या गावात गेले. बरोबर एक वर्षपूर्वी ते याच गावात डॉ. जे. एच. राईट यांचे पाहुणे म्हणून राहिलेले होते. या राईट महोदयांनीच त्यांच्यासाठी शिफारसपत्रे, परिचय पत्रे दिलेली होती. त्यांच्या आधारावरच त्यांना परिषदेत प्रतिनिधित्व मिळाले होते. आता या खेपेला, अर्थातच त्यांचा पाहुणचार डेट्रॉईटच्या त्यांच्या एक परम, निष्ठावान स्नेही मिसेस बॅगली यांनी केला. स्वामीजी त्यांच्याकडे दोन आठवडे राहिले.

उन्हाळा संपला. ६ सप्टेंबरला स्वामीजींनी ॲनिसक्वॅमहून बोस्टनला प्रयाण केले. तेथे त्यांना तीन आठवडे व्याख्यानासाठी थांबावे लागणार होते. तेथून ते केम्ब्रिजला गेले. तेथे ते मिसेस बुल यांच्याकडे उतरले. मिसेस बुल एका सुप्रसिद्ध नॉर्वेजियन व्हायोलिन-वादकाच्या पत्नी होत्या आणि नंतर त्या स्वामीजींच्या सर्वांत अतिउत्साही पाठीराख्यांच्या पंक्तीत जाऊन बसल्या. त्यांचा पुढचा थांबा होता बाल्टिमोर, मेरीलँड. तेथे त्यांनी 'गतिमान धर्म' हा विषय घेऊन त्यावर १४ व २१ ऑक्टोबरला व्याख्याने दिली. बाल्टिमोरहून स्वामी वॉशिंग्टनला गेले. तेथून पुन्हा, नोव्हेंबरच्या पहिल्या आठवड्यात तेथेच परतले.

त्या वेळेपर्यंत, आणखी काही काळ पाश्चात्य देशांतच काढण्याचा स्वामीजींचा निश्चय झालेला होता. त्याला जोडून त्यांच्या मनात आणखी एक विषय घोळत होता. आंतरिक तळमळीने आपल्यामागून येणाऱ्या शिष्यांची त्यांना गरज भासू लागली. त्यांनी आपल्याकडून अद्वैत वेदांताचे पाठ कळकळीने घेऊन त्याचा प्रसार इतरत्र करावा अशी त्यांची तीव्र इच्छा होती. त्या दृष्टीने, १८९४च्या नोव्हेंबरात त्यांनी न्यूयॉर्कमध्ये वेदांत सोसायटीची स्थापना केली. मिसेस बुल यांनी आखलेला केम्ब्रिज व ब्रुकलीन येथील सध्याचा कार्यक्रम पूर्ण केल्यानंतर, १८९५च्या आरंभीच, न्यूयॉर्कमध्ये स्थिर होण्याचे त्यांनी ठरवले. केम्ब्रिज मध्ये त्यांनी 'भारतीय महिलांसमोरील आदर्श' या विषयावर एक अतिशय चित्तथरारक व्याख्यान दिले. त्या व्याख्यानाचा प्रभाव इतका जबरदस्त पडला की केम्ब्रिजच्या महिलांची अंत:करणे पार हेलावून गेली. त्या वर्षाच्या नाताळ सणाच्या निमित्ताने, स्वामीजींना कल्पनाही

नसताना, त्यांनी एक हृदयस्पर्शी पत्र पाठवले. शिवाय, पत्रासोबत येशू व मेरीचे एक सुरेख चित्रही. पाकिटावर पत्ता घातला – 'स्वामी विवेकानंदांच्या मातोश्रींना...' आपल्या देशापासून अतिदूर असलेल्या भारतात. २८ डिसेंबरला स्वामीजी ब्रुकलीनला गेले. तेथे त्यांनी एथिकल असोसिएशनच्या सभासदांना संबोधित केले. स्वामीजींचे एक पूर्वपरिचित, डॉ. लेविस जी. जेन्स त्या संस्थेचे अध्यक्ष होते.

स्वामींजीचा न्यूयॉर्कचा कायमचा पत्ता होता, ५४ वेस्ट ३३वा रस्ता. तेथे त्यांनी १८९५च्या जानेवारीच्या शेवटच्या काळात कधीतरी आपले नियोजित कार्य सुरू केले. राजयोग व ज्ञानयोग यांच्यावर त्यांनी विशेष भर दिला. त्यावर नियमित व नि:शुल्क व्याख्यानसत्र आरंभले. आपला शिष्यगण निर्माण करायच्या त्यांच्या मनीच्या हेतूने नंतर जूनमध्ये आकार घेतला. त्यांनी पाहिलेले स्वप्न प्रत्यक्षात उतरले. अगदी निवडक अशा एका छोट्या शिष्यसमूहासाठी त्यांनी सखोल प्रशिक्षण अभ्यासक्रम तयार करून त्यांना त्याचे धडे देण्यास सुरुवात केली. एव्हाना, त्यांच्याभोवती अनेक शिष्य गोळा झाले होते. त्यांचे पहिले उद्घोषित अमेरिकन शिष्य होते – मादाम मेरी लुईयाँ व लियाँ लॅण्डसबर्ग! नंतर त्यांना स्वामींनी अनुग्रहित करून त्यांची नामकरणेही केली. मेरी लुई झाल्या संन्यासिनी स्वामी अभयानंद आणि लियाँ लॅण्डसबर्ग झाले स्वामी कृपानंद! त्याशिवाय इतरही काही होते, ओल बुल, डॉ. ॲलन डे, एलेन वॉल्डो, मेरी फिलिप्स, प्रा. वायमन, प्रा. राईट, डॉ. स्ट्रीट, फ्रान्सिस लेगेट, जोसेफाईन मॅक्लिऑड आणि एक विधवा, श्रीमती स्टर्जिस. हा पाठ्यक्रम न्यूयॉर्क-मधील थाऊजंड आयलंड पार्क येथील एका रम्य विश्रामस्थानात भरू लागला. त्याची मालकी मिस् डचर या आणखी एका विद्यार्थिनीकडे होती. साधारणपणे, १९ जूनला तो सुरू झाला. त्या छोट्या शिष्यसमूहाला स्वामीजींनी रात्रंदिवस विविध विषयांचे ज्ञान दिले. त्यांत बायबल, भक्ती, निष्ठा, सत्त्व-रज-तम तथा स्वयंप्रकाशित्व, क्रियाशीलता व निरुद्योग, गीता, उपनिषदे, बुद्ध व निर्वाण, हिंदू धर्मातील विविध पंथ, वेदांत, योगसाधना आणि अर्थातच, श्री रामकृष्ण व माता काली यांचा समावेश होता. ६ ऑगस्टला त्या अभ्यासक्रमाची सांगता झाली. मिस एलेन वॉल्डो, मिसेस फंकी, मिस ख्रिस्तिन ग्रीन्सटायडेल, डॉ. राईट व मिस रूथ एलीस यांच्यासारख्या सुविख्यात व्यक्तींनी या सत्रांना आपली हजेरी लावली. त्यांच्या टिपणांचा नंतर एक संग्रह प्रकाशित झाला – 'इन्स्पायर्ड टॉकस् (प्रेरणादायी भाषणे)' या शीर्षकाखाली. त्यात या विषयावरील अतिशय नाट्यपूर्ण उद्गार आढळतात. याच सुमारास, स्वामींनी एक कविताही रचली – 'साँग ऑफ संन्यासी (संन्याशाचे गाणे)' मधल्या काळात, स्वामींना इंग्लंडहून आग्रही आमंत्रणे आली. म्हणून स्वामीजींनी मिसेस लेगेट व मिसेस स्टर्जिस यांच्या समवेत प्रथम पॅरिस व नंतर इंग्लंड असा प्रवास करण्याचा निर्णय घेतला.

लंडनला स्वामीजींचे स्वागत मि. स्टर्डी आणि मिस हेन्रीएट म्युलर यांनी केले. सुरुवातीला ते म्युलरकडे पाहुणे म्हणून केंब्रिजच्या तिच्या घरात राहिले. पण नंतर त्यांनी आपला मुक्काम रीडींग येथील मि.स्टर्डींच्या घरात हलवला. ते मुळातच एक वेदांती होते आणि त्यांना थोडेफार संस्कृतही येत होते. स्वामीजींच्या सहवासाचा फायदा घेऊन त्यांनी आपल्या संस्कृतच्या ज्ञानात भर घातली. स्वामीजी त्यांच्याकडे सहा आठवडे होते. स्वामीजींनी मि. स्टर्डींना 'नारदीय भक्तिसूत्रे'चे इंग्रजीत भाषांतर करायला मदत केली. सप्टेंबर- ऑक्टोबर महिन्यात स्वामींनी इंग्लंडमधील

लंडनमध्ये स्वामी विवेकानंद

ऐतिहासिक व कलावंतांचे, त्यांच्या कलाकृतींचे दर्शन घडवणाऱ्या स्थळांना भेटी देण्यात वेळ घालवला.

इंग्लिश लोकांनी स्वामीजींचे स्वागत अतिशय उल्हसित होऊन केले. इंग्लंड- मध्ये अमेरिकेत आढळणारा निग्रोंचा वा कृष्णवर्णीयांचा अकारण तिरस्कार औषधालाही पाहायला मिळत नाही हे कळून त्यांना समाधान वाटले. इंग्लंड-मधील त्यांचे पहिले व्याख्यान पिकॅडली सर्कलमधील प्रिन्स हॉलमध्ये २२ ऑक्टोबरला झाले. व्याख्यानाचा विषय होता 'आत्मज्ञान'. त्या व्याख्यानाचे श्रोत्यांनी मनसोक्त कौतुक करत स्वामींना सुरेख दाद दिली. ब्रिटिश वृत्तपत्रेही त्यात कमी पडली नाहीत. त्यांनीही ते सुरेख उचलून धरले. त्यानंतर विवेकानंद रेव्ह. एच. आर. हॅवीज यांच्या चेल्सिया येथील निवासस्थानी झालेल्या खासगी बैठकीत बोलले. रेव्हरंड महोदय शिकागो धर्ममहासभेला हजर होते. त्यावेळी त्यांनी स्वामीजींना ऐकलेही होते.

त्या महिन्याच्या अखेरीस स्वामींनी स्वतःसाठी एक स्वतंत्र घर शोधले. चेल्सियातील ओक्ली मार्गावरच्या क्रमांक ८०या घरात त्यांचा मुक्काम पडला. त्या जागेत त्यांनी नियमितपणे वर्ग चालवले. त्या वर्गांना जवळजवळ नेहमीच चिक्कार गर्दी होऊ लागली. बसायला जागा उरेना. काहीजण तर चक्क जमिनीवर बसू लागले. त्याच काळात, त्यांनी निरनिराळे मंडळे, संस्था आणि कधीकधी खासगी दिवाणखान्यांतही भाषणे केली. श्री रामकृष्णांचे तत्त्वज्ञान व शिकवण यांचा दूरवर जास्तीत जास्त प्रसार करणे हे तर त्यांचे जीवितध्येयच बनलेले होते. न्यूयॉर्कप्रमाणे येथे इंग्लंडमध्येही स्वामीजींनी अपार परिश्रम घेतले, अविश्रांत कष्ट घेतले. आपल्याजवळ

असलेले ज्ञान त्यांचेकडे आलेल्यांना दिले. त्यामुळे त्यांच्या व्यक्तिमत्त्वाच्या, त्यांच्या शिकवण्याच्या पद्धतीच्या प्रभावाखाली येणाऱ्यांची संख्या हळूहळू वाढत गेली. वेदांताच्या शिकवणुकीचा प्रसार करण्याच्या त्यांच्या कार्यात मदत करू इच्छिणारे पुष्कळ लोक त्यांना आढळले.

स्वामीजींच्या ओक्ली रस्त्यावरच्या घरात स्वामींना प्रथमच भेटू इच्छिणाऱ्यांत एक महिलाही होती. लेडी इसाबेल मार्गेसन तिचे नाव. स्वामीजींच्या शिकवणुकीची तिच्यावर फार मोठी छाप पडलेली होती. त्या वर्षाच्या नोव्हेंबर महिन्यातील एका रविवारी आपल्या घरी-६३, सेंट जॉर्ज मार्ग – येऊन व्याख्यान देण्याचे आमंत्रण तिने स्वामीजींना दिले. व्याख्यानाला उपस्थित असलेल्यांत एक महिला होती. तिला शिक्षण कार्यात खूपच रस होता. तिच्या मालकीचीच एक शाळा होती. ती स्वतःच त्या शाळेची प्राचार्यही होती. सेझेमी क्लब या लेडी मार्गेसन सचिव असलेल्या मंडळाची ती एक चटकन उठून दिसणारी सदस्य होती. त्यामुळेच ती त्या ठिकाणी स्वामीजींचे व्याख्यान ऐकण्यासाठी आलेली होती. मार्गरिट नोबेल नाव होते तिचे. मिस नोबेलनी स्वामीजींचे व्याख्यान लक्षपूर्वक ऐकले. स्वामीजींचे शब्द काळजीपूर्वक पारखून घेतले. पण त्या शब्दांमागील आशय व अर्थ स्वीकारणे त्यांना अवघड झाले. वरवर विचार करता त्यांचे नीट आकलन होईना. कित्येक महिने गेले. त्या व्याख्यानाचे विचार-मंथन चालूच राहिले. स्वामीजींनी मांडलेले तत्त्वज्ञान स्वीकारायचे की झिडकारायचे याचा निर्णयच होईना. नोव्हेंबर महिना संपत आला. स्वामीजी इंग्लंडचा निरोप घेण्याच्या तयारीत होते. त्यांनी स्वामीजींची भेट घेतली आणि त्यांना साद घातली – गुरुदेवा! यथावकाश, ती स्वामीजींची पट्टशिष्या झाली. स्वामीजींवरची तिची भक्ती अजोड होती. खऱ्या अर्थाने जेव्हा त्यातील आशयांबद्दल तिची पूर्ण खात्री पटली तेव्हाच तिने गुरुदेवांच्या शिकवणुकीचा स्वीकार केला. एका अर्थाने, तिने गुरुदेवांच्या शिकवणुकीचे तंतोतंत पालनच केले.

इंग्लंडमधल्या आपल्या सर्व भाषणांत व चर्चांत स्वामीजी अगदी न चुकता हिंदूधर्मातील मूलतत्त्वांचा खल करत. विशेषतः वेदांताच्या तत्त्वज्ञानाचा अधिक. भाषण संपल्यानंतर श्रोत्यांनी विचारलेल्या नानाविध प्रश्नांचा परामर्श घेणे त्यांना आवडत होते. त्या निमित्ताने त्यांना इंग्लिश समाजाचा येणारा अनुभव अगदी ताजा होता. त्या अनुभवांती इंग्लिश लोकांबद्दलच्या त्यांच्या कल्पनांत, विचारांत क्रांतिकारक बदल झाला.त्या तीन महिन्यांच्या छोट्या, अल्पकालीन वास्तव्यात ते बरेच काही शिकले. त्या अनुभवाच्या बळावरच एक अभेद्य, भक्कम असा पाया घालण्याचे सामर्थ्य त्यांना लाभले. भविष्यात केव्हाही त्याच्या आधारे एखादी रचना उभारणे शक्य आहे असा विश्वास निर्माण झाला.

त्याचवेळी एक गंमत झाली. अमेरिकेहून त्यांना पत्रे येऊ लागली – 'लवकर

परत या. तुमचे अपुरे कार्य पुरे करण्यासाठी. त्यासाठी संधी उत्तम आहे!' दुसरीकडे, त्यांच्या इंग्लिश शिष्यगणाची इच्छा होती – 'स्वामीजी, इंग्लंडातच कायमचे वास्तव्य करा आणि तुमचे काम चालू ठेवा!' अशी एखादी परिस्थिती जरूर निर्माण होणार हे स्वामींनी पूर्वीच हेरून ठेवलेले होते. पार सप्टेंबर महिन्यात त्यांनी बेलूर मठाला लिहिले होते – 'इंग्लंडमध्ये मिशनचे कार्य करण्यासाठी एक कार्यक्षम, अधिकारसंपन्न संन्यासी इकडे पाठवा!' तेवढ्यावरच न थांबता त्यांनी त्या व्यक्तीसाठी आवश्यक असलेल्या प्रवास-खर्चाचे पैसेही त्या पत्राबरोबर. त्या-नुसार पाठवले आपण पुन्हा अमेरिकेला परतण्यापूर्वी स्वामी शारदानंद इंग्लंडमध्ये दाखल होतील या अपेक्षेत ते होते. तथापि, २७ नोव्हेंबर १८९५ला इंग्लंडहून पुन्हा एकदा अमेरिकेला परतण्यासाठी स्वामी विवेकानंद सिद्ध झाले तरीही स्वामी शारदानंदांचे इंग्लंडला आगमन झाले नव्हते.

६ डिसेंबर १८९५ला स्वामीजी न्यूयॉर्कला परतले. आपल्या अनुपस्थितीत मादाम मेरी लुई, लियाँ लँडसबर्ग व सारा एलेन वॉल्डो यांनी ज्ञानज्योती तेवत ठेवलेली पाहून त्यांना आनंद झाला. त्या आधी सुरू केलेले प्रास्ताविक काम पूर्वीप्रमाणेच चालू ठेवण्यासाठी स्वामीजींनी भगवद्‌गीतेच्या वाचनाचे व अभ्यासाचे त्याला धरून असलेल्या इतर विषयांचे वर्ग पुन्हा चालू केले. आता त्यांनी जुने घर बदलून २२८ वेस्ट ३९वा रस्ता येथे एक अधिक प्रशस्त घर मिळवले. तेथे त्यांनी धर्मशास्त्रे व चार योगांचे पाठ घ्यायला सुरुवात केली. भावी पिढ्यांच्या उपयोगासाठी स्वामीजींची उत्स्फूर्त भाषणे उतरवून काढण्याची व्यवस्था त्यांच्या शिष्यांनी केली. त्यासाठी त्यांच्या प्रामुख्याने कामी आले त्यांचे एक शिष्य – विश्वासू गुडविन! त्यांच्या अविश्रांत परिश्रमांमुळेच आज

जे. जे. गुडविन

आपल्याला स्वामीजींचे बहुतेक विचार आणि शिकवण सुरक्षित राहिलेली आढळते. श्री. गुडविन स्वामीजींमागे सावलीसारखे राहत. स्वामीजी जेथेजेथे जातील तेथे तेथे ते असणारच.

या खेपेला, स्वामीजी अधिक सुसज्ज व सुसंपन्न होते. जरी ते सार्वजनिक व्याख्याने देत असत तरी त्यांचा परिणाम ३९व्या रस्त्यावर भरत असलेल्या त्यांच्या नियमितपणे चाललेल्या वर्गावर होत नव्हता. समाधान याचे की दिवसेंदिवस वर्गांच्या हजेरीत वाढ दिसून येत होती. ईश्वर, प्रेम व सत्य या विषयांवरील त्यांची प्रवचने चालूच होती. पण त्यांच्या टीकाकारांच्या चाली आणि आपले हेतू साध्य

Kali the mother

The stars are blotted out,
The clouds are covering clouds,
It is darkness vibrant sonant;
In the roaring whirling wind,
Are the souls of a million lunatics;
Just loose from prison house,
Wrenching trees by the roots,
Sweeping all from the path.
The sea has joined the fray,
And swirls up mountain-waves.
to reach the pitchy sky.
The flash of lurid light
reveals on every side
a thousand thousand shades
of death begrimed and black,
Scattering plagues and sorrows,
Dancing mad with joy.
     Come mother come.

For terror is thy name,
Death is in thy breath,
And every shaking step,
destroys a world for e'er.
Thou "time" the all destroyer.
    then come O mother come

who dares misery love,
and hug the form of death,
Enjoy destructions dance,
    To him the mother comes.

time = Kali (f)

करण्यासाठी त्यांचा वापर करणारी माणसे यांचा त्यांना त्रास होऊन त्यांची मन:शांती भंग पावत होती. अज्ञेयवादी, इहवादी, नास्तिक व बुद्धि-प्रामाण्यवादी यांचा भरणा असलेली द फ्री थिंकर्स (मुक्त विचारवंत) ही संस्था स्वामीजींना व्याख्यानासाठी जरी आमंत्रण देत असली तरी त्यामागचा हेतू वेगळा असे. स्वामीजी करत असलेले धार्मिक, आध्यात्मिक तत्त्वज्ञानविषयक दावे तर्कशास्त्र व विज्ञान यांच्या आधारे केलेल्या सर्वस्पर्शी व अचूक वादविवादाच्या साह्याने कसे खोडून काढता येतात याची प्रचीती आपल्या अनुयायांना आणून देण्याचा तो एक डाव होता. पण स्वामी विवेकानंद त्या महाभागांना पुरून उरत होते. त्यांच्यापाशी असलेले तर्कशास्त्र व विज्ञान आणि जोडीला अद्वैत तत्त्व-ज्ञानावरचे प्रभुत्व यामुळे तो डाव अगदी लीलया त्यांच्यावर म्हणजे आयोजकांवरच साफ उलटत असे. त्यांचेच दात त्यांच्याच घशात कसे घालायचे याची कला स्वामींना उत्तम अवगत होती. त्याची प्रचीती लगेच दुसऱ्याच दिवशी येत होती. व्याख्यानाच्या शक्तिशाली प्रभावाखाली आल्यामुळे चाट पडलेले संस्थेचे कित्येक सभासद त्यांच्या धार्मिक प्रवचनांचे श्रवण त्यांच्या चरणांशी बसून करत. याचाच अर्थ असा की स्वामीजींच्या अनुयायांची संख्या सतत वाढत निघाली. समाजाच्या विविध थरांतील स्त्री-पुरुष त्यांच्याकडे आकर्षित होऊ लागले – केवळ बघे वा श्रोते म्हणूनच नव्हे तर त्यांचे सत्त्वशील अनुयायी म्हणून! त्या प्रत्येकाच्या अंत:करणात केवळ 'सत्या'साठीच सत्य म्हणून अंतिम सत्याचा शोध घेण्याची तीव्र इच्छा असे.

१८९५च्या सप्टेंबर महिन्यात, मद्रासेतील त्यांच्या शिष्यांनी, स्वामीजींचा सक्रिय पाठिंबा आणि आर्थिक साह्य यांच्या बळावर 'ब्रह्मवादिन' नावाचे एक भारतीय नियतकालिक सुरू केले. स्वामीजींची भाषणे व स्फुट लेख त्यात नियमितपणे प्रकाशित होऊ लागले. एक प्रभावी वक्ता म्हणून झालेली स्वामीजींची ख्याती विद्युल्लतेच्या वेगाने संपूर्ण न्यूयॉर्क नगरात पसरली. आणि अल्पावधीतच तेथील पंधराशे आसनांची क्षमता असलेले मॉडिसन स्क्वेअर गार्डन हे विशाल सभागृह भाड्याने घेऊन तेथे स्वामीजींच्या रविवार-व्याख्यानमालेचे दुसऱ्यांदा आयोजन करण्याची वेळ आली. १८९६च्या फेब्रुवारी महिन्यात हा चमत्कार घडला. 'ज्यांचे दिव्य तत्त्वज्ञान आपल्या देशाच्या (अमेरिका) नैतिक वातावरणात सावकाश पण नक्कीच झिरपत आहे...' असा एक आध्यात्मिक मार्गदर्शक आणि शिक्षक म्हणून लोक त्यांच्याकडे पाहू लागले. त्यांच्या अद्वैत वेदांताला धर्म, जात, पंथ आणि मतप्रणाली यांच्या कसल्याही मर्यादा ठाऊकच नव्हत्या. ते तत्त्वज्ञान 'माणसाला उन्नत करणारे, विशुद्ध बनवणारे आणि कल्पनातीत आनंद व आराम देणारे असून ते ईश्वराच्या प्रेमावर आधारलेले आहे...' याची जाणीव अमेरिकेतील बुद्धिमंतांना जरूर झाली आणि त्याने त्या देशात आध्यात्मिक जागरणाची बीजे पेरली. भारत

व हिंदू तत्त्वज्ञान यांच्या संदर्भात मिळेल ते पुस्तक वाचण्यासाठी लोक ग्रंथालयांत गर्दी करू लागले. जे धार्मिक तत्त्वज्ञान एकाच वेळी अंत:करण व सारासार विचार म्हणजेच भावना व बुद्धी यांचा ठाव घेऊ शकते आणि जे 'मानवी स्वभावाच्या सर्व धार्मिक तृष्णा भागवते...' त्याचे अमेरिकनांना कौतुक वाटत राहिले. या खेपेस स्वामीजींना लाभलेल्या नामवंत भक्तगणांत विख्यात फ्रेंच अभिनेत्री व नृत्यांगना, सारा बर्नहार्ट, अद्ययावत प्लिमथ काँग्रेगेशनल चर्चचे एक धर्माधिकारी डॉ. लीमन ऑबट आणि सुप्रसिद्ध विद्युत संशोधक निकोला टेस्ला यांचा समावेश झाला. निकोला टेस्लांनी स्वामींची व्याख्याने नेमाने ऐकली. त्यांनी ते प्रभावित तर झालेच पण उत्तेजितही तितकेच. ते म्हणाले – "स्वामीजी घडवत असलेले कल्पस (कालचक्र), प्राण व आकाश या सांख्य तत्त्वज्ञानात वर्णन केलेल्या तार्किक सिद्धांतांचे सम्यक्दर्शन मी गणिताच्या पद्धतीने सिद्ध करू शकेन. ते सिद्ध झाल्यास आधुनिक विज्ञान विश्वाच्या उत्पत्तीसंबंधी निर्माण होणाऱ्या कूट प्रश्नांची सोडवणूक होईल...!" १८९६च्या फेब्रुवारीत स्वामींनी तिघा अमेरिकनांना संन्यासदीक्षा दिली. त्यात मादाम मेरी लुई, लियाँ लँडसूबर्ग आणि डॉ. स्ट्रीट हे होते. त्याशिवाय, अनेक तरुण स्त्री-पुरुषांनी ब्रह्मचर्य व्रताचे पालन करण्याचे ठरवले.

काही वर्षांपूर्वी स्वामी विवेकानंदांनी न्यूयॉर्कमध्ये वेदांत सोसायटीची स्थापना केलेली होती. आता त्यांची इच्छा होती आपल्या अमेरिकन शिष्यांनी व भक्तांनी इंग्रजी-भाषिकांच्या जगात श्री रामकृष्णांच्या शिकवणुकीचा प्रसार करण्यात सक्रिय भाग घ्यावा. त्या दृष्टीने त्यांनी सारा एलेन वॉल्डो – भगिनी तथा हरिदासी – यांच्यात आध्यात्मिक शक्ती संक्रमित करून त्यांना वेदांतावर प्रवचन करण्याचा अधिकार दिला. त्याचप्रमाणे, त्यांनी इतर संन्यासी आणि काही निवडक भक्त यांनाही त्या दिशेने कार्यप्रवण होण्यासाठी प्रशिक्षण देण्यास आरंभ केला. त्यायोगे, त्यांच्या माघारी- ते भारतात परतल्यानंतर – ही मंडळी अमेरिकेत वेदांताचा प्रसार करण्यास पुढावा देऊन ते कार्य पुढे चालू ठेवतील, अशी योजना होती.

वेदांताचे तत्त्वज्ञान – त्याच्या तीन टप्प्यांत द्वैत, विशिष्ट द्वैत व अ-द्वैत- सर्व धर्मांच्या तत्त्वज्ञानाला आपल्या कवेत घेते असा शोध स्वामी विवेकानंदांनी लावला. भारतातील विविध वांशिक रूढी आणि पंथ यांना वेदांत लागू केला की हिंदूधर्म स्पष्ट होतो. युरोपातील वांशिक समूहांना वेदांताचा दुसरा टप्पा द्वैत-लागू केला तर ख्रिश्चन धर्माचे तत्त्व स्पष्ट होते आणि सेमिटिक तेच तत्त्व महम्मदाच्या धर्माला लागू केले की त्याचीही व्याख्या तयार होते. आणि अद्वैताच्या टप्प्यावरील 'योगा'ची जाणीव बौद्धधर्माचे सार सांगते. याच पद्धतीने वेदांतातील विविध तत्त्वे, विविध गरजा, सभोवतालचे वातावरण आणि इतर परिस्थिती लक्षात घेऊन ती केवळ वेगवेगळ्या वांशिक समूहांनाच नव्हे तर वेगवेगळे पंथ, समजूती यांनाही लागू

करता येतात. म्हणजेच आपल्याकडे शैव आहेत, शाक्त आहेत, वैष्णव आहेत... वगैरे. स्वामीजींच्या मनात एक गोष्ट सतत वास करत होती. त्यांना हवा होता एक नवा धर्म. त्याविषयीची त्यांची संकल्पना काय होती – "सर्व हिंदू कल्पना इंग्लिश-मध्ये घालायच्या आणि त्या शुष्क तत्त्वज्ञानातून, पोथ्या-पुराणांच्या गुंतवळ्यातून आणि विचित्र पद्धतीने दचकवणाऱ्या मानसशास्त्रातून साऱ्यांची घुसळण करून असा एक गाळीव धर्म निर्माण करायचा की जो अतिशय सोपा, साधा, लोकांना रुचणारा आणि त्याचवेळी उच्च पातळीवरील संवेदनाशील माणसाच्या गरजा भागवणारा असेल...!''स्वामी विवेकानंद नेहमी वेदांच्या वैश्विक व मानवतावादी बाजूंवर भर देत असत. आणि त्यायोगे त्यांनी हिंदू विचारसरणीत नवा जोश, नवा उत्साह भरला आणि प्रचलित शांततावादाला झाकोळून टाकले. पाश्चात्त्यांसमोर हिंदू आध्यात्मिकतेचे वेगळे स्वरूप सादर केले.

स्वामीजींच्या मते, "संन्याशाला धर्म नसतो. त्याचे सर्व आयुष्य स्वतंत्र विचाराने चाललेले असते. तो विचार त्याने सर्व धर्मांतून घेतलेला असतो. तो साक्षात्कारी आयुष्य जगतो. एखादा विशिष्ट सिद्धांत वा श्रद्धा विशिष्ट मतप्रणाली तर सोडाच – यांनाच निव्वळ चिकटून राहण्याची त्याची वृत्ती नसते, आणि वेदांत म्हणजे 'दर्शनाचे' सार किंवा ऋषीमुनींचा तत्त्वज्ञानविषयक दृष्टिकोन म्हणावा. त्याचा युगायुगांचा आविष्कार म्हणजेच वेद. वेदांताच्या संदर्भात स्वामीजींनी केलेले योगदान म्हणजे सत्य हाच ईश्वर आणि प्रत्येक वस्तूत धर्म असतोच ही धारणा! त्याची ठळक लक्षणे नऊ आहेत –

* ज्या ईश्वराचा शोध तुम्ही अखिल विश्व धुंडाळून घेत आहात तो अन्यत्र कोठेही नाही. सदासर्वदा तुमच्या स्वतःतच आहे. तो 'स्व' व्यक्तिगत स्वरूपात नसून अव्यक्तात आहे...

* वेदांताला वगळून केलेला धर्माचा विचार म्हणजे केवळ लोकभ्रमच आहे. जेथे वेदांत आहे तेथेच धर्म आहे...

* अद्वैत, द्वैत आणि त्याच्या आधीच्या सर्व पद्धती मान्य करते ते एक वैश्विक द्रावक आहे ज्याच्यामध्ये शेवटी सर्व तत्त्वज्ञाने विरघळून जातात.

* धर्मतत्त्वांची मांडणी तर्काला धरूनच झाली पाहिजे. त्याचा अभ्यास शास्त्रीय दृष्टिकोनातून व्हावा.

* लोकांसमोर सर्व सत्ये ठेवली जावीत- 'अद्वैताला लोकांपासून गुप्त ठेवू नये... लोकांच्या दैनंदिन जीवनात त्याचा प्रवेश झालाच पाहिजे.'

* प्रत्येकाने स्वतःमधील सत्याच्या सर्व अवस्था सामावून घ्याव्यात. आज घडीला गरज आहे अष्टपैलूची. त्याच्या व्यक्तित्वांत तत्त्वज्ञान, गूढवाद, मनोविकार आणि क्रियाशीलता या साऱ्यांची मूलतत्त्वे पूर्णत्वाने सारख्याच प्रमाणात आढळावीत.

* माणसाला ईश्वर मानून त्याची सेवा करण्याकडे सर्व मार्ग सक्रिय कसे होतील हे पाहिले जावे "स्वीकारणारा अधिक उच्च आहे अशी भावना बाळगा. तुम्ही इतरांची सेवा करता कारण तुम्ही त्याच्यापेक्षा खालच्या पातळीवर आहात. तो खालच्या व तुम्ही वरच्या अशी स्थिती नसते म्हणून तसे घडते.''

* धर्माने माणसाची जडणघडण करण्यात स्वत:ला गाडून घेतलेच पाहिजे. जपजाप्य, उपासतापास, ध्यानधारणा यांच्यापेक्षा चारित्र्यसंवर्धन अधिक महत्त्वाचे आहे.

* आणि शेवटी ''अक्राळविक्राळची पूजा करा निर्भय व्हा, कशाचीही, अगदी मरणाचीही भीती बाळगू नका. माता कालीला भजा. ती सर्वांना, भल्याबुऱ्याला, माधुर्याला व भयभीतीला आपल्या हातात पकडून ठेवते.

स्वामींनी अमेरिकेत साधारणपणे चार महिने घालवले. त्या काळात त्यांनी डेट्राईट, बोस्टन, शिकागो व इतर शहरांना भेटी दिल्या. अनेक व्यासपीठे आपल्या व्याख्यानांनी गाजवली. त्यात हार्वर्ड विद्यापीठाच्या ग्रॅज्युएट फिलॉसॉफिकल क्लबचाही समावेश होता. त्याजबरोबर अमेरिकेत आपल्या स्वत:च्या पायावर उभे राहून स्वत:ची काळजी घेणाऱ्या एका आस्थापनेचे निर्माण करण्याच्या दृष्टीने प्रगती केली. इतके सगळे झाल्यानंतर स्वामीजी एस. एस. जर्मनिक या बोटीतून पुन्हा एकदा १५ एप्रिल१८९६ला इंग्लंडला रवाना झाले. तेथील आणखी एका खडतर अध्यापन-सत्राची पूर्तता करण्याच्या हेतूने त्यांनी तो प्रवास केला. अमेरिकेतील आपल्या जवळजवळ तीन वर्षांच्या वास्तव्यात त्यांनी अमेरिकन लोकांवर आपल्या व्यक्तित्वाचा एक खोल, अविस्मरणीय छाप पडलेली होती. शिवाय, भारत व हिंदूधर्म यांच्याबद्दल अमेरिकनांच्या मनात असलेली, अगदी खोलवर मुळे धरलेली, अढी व हटवादीपणा यांचे उच्चाटन करण्यातही त्यांना यश आले.

इंग्लंडला प्रथम ते लिव्हरपूलला उतरले. लगेच रीडींगला पोचले. पुन्हा एकदा एडवर्ड स्टर्डी यांच्याकडेच पाहुणे म्हणून उतरले. एव्हाना शारदानंद इंग्लंडला दाखल झाले होते. तेही त्यांच्या स्वागतासाठी रीडींगला हजर होते. स्वामी शारदानंदांना पाहून विवेकानंदांना खूपच आनंद झाला. इतक्या वर्षांच्या अंतराने आपले गुरुबंधू भेटताहेत या कल्पनेने ते खूपच सुखावले. शिवाय, शारदानंदांनी स्वामीजींसाठी आपल्याबरोबर भारतातील बातम्यांचा ढीगच आणला होता. त्या बातम्याही कळून अनुशेष भरून निघाला. मि. स्टर्डींनी स्वामींसाठी नैर्ऋत्य लंडनमध्ये एक भाड्याचे घर घेऊन ठेवले होते – ६३, सेंट जॉर्जेस रोड! स्वामीजींचे कार्य त्या घरातून चालणार होते. काही दिवसातच स्वामीजी तेथे राहायला गेले. आता त्यांच्या बरोबर स्वामी शारदानंदही होते. त्यांचे सततचे सोबती सचिव या दोन्ही भूमिकेत वावरणारे, त्यांची जातीने देखभाल करणारे 'सखा गुडविन', त्यांचे एक परिचित अमेरिकन, जॉन पी फॉक्स आणि उच्च शिक्षणासाठी लंडनमध्येच असलेले स्वामींचे लहान बंधू

– महेंद्रनाथ दत्त – इतकी माणसे होती. मे महिन्याच्या पहिल्या आठवड्यात स्वामीजींनी नियमितपणे आपले शिकवणीचे वर्ग सुरू केले. ते १८९६च्या जुलैच्या मध्यापर्यंत चालू राहिले. त्याला जोडूनच त्यांनी निरनिराळ्या मंडळातून निमंत्रित-व्याख्यानेही दिली, आपल्या चाहत्यांच्या घरांतही बैठका घेतल्या.

स्वामी विवेकानंदांच्या इंग्लंडच्या दुसऱ्या फेरीतील अविस्मरणीय घटनांपैकी एक म्हणजे प्रा. मॅक्स मुल्लर यांच्याशी झालेली त्यांची भेट. प्रा. मॅक्समुल्लर पौर्वात्य तत्त्वज्ञानाचे

प्रा. मॅक्स मुल्लर

एक नामवंत प्राध्यापक होते. स्वामींची भेट होण्यापूर्वी त्यांनी श्री रामकृष्णांविषयींचा आपला एक लेख नुकताच पूर्ण केला होता – 'ए रिअल महात्मा' – या शीर्षकाखाली. २८ मे १८९६ रोजी झालेली ती भेट त्यांच्या दृष्टीने नक्कीच संस्मरणीय ठरली. त्यांना स्वामीजींकडून त्यांच्या गुरुदेवांबद्दल अधिक माहिती हवी होती. त्यांची ती उत्सुकता पूर्ण झाली. त्यांना स्वामींनी विचारले- ''जगाला त्यांची ओळख व्हावी म्हणून तुम्ही काय करत आहात?'' त्याचवेळी त्यांनी स्वामीजींना आश्वासन दिले जर त्यांना श्री रामकृष्णांबद्दल अधिक तपशील-वार माहिती, त्यांच्या आयुष्यातील सत्य घटना वगैरे कळल्या तर ते गुरुदेवांचे जीवन व त्यांची शिकवण या विषयावर एक विस्तृत व परिपूर्ण ग्रंथ लिहितील. स्वामीजी आनंदित झाले. ताबडतोब त्यांनी स्वामी शारदानंदांना सूचना दिली, ''भारताच्या आपल्या कार्यालयाला पत्र पाठवून गुरुदेवांच्या संदर्भातील शक्य असेल तेवढी माहिती- पूर्ण तपशीलासह – मागवून घेऊन प्राध्यापक महोदयांच्या स्वाधीन करा.'' त्याप्रमाणे चोख तजवीज झाली. परिणामी, प्रा. मॅक्समुल्लर यांच्या हातून एक उल्लेखनीय ग्रंथ लिहून झाला – 'रामकृष्ण-जीवन आणि वचने (रामकृष्ण : हिज लाईफ ॲन्ड सेईंग्ज)!

यथावकाश, दोन्ही खंडांतील आपल्या कार्याचा विस्तार वाढत चालल्याचे विवेकानंदांच्या लक्षात आले. त्यासाठी, आता घराकडून निवासी-संन्याशांना इकडे बोलावून घेण्याची गरज निर्माण झाली. त्याप्रमाणे, त्यांनी स्वामी शारदानंदांना अमेरिकेला पाठवले आणि इंग्लंडसाठी स्वामी अभेदानंदांना बोलावून घेतले. आता स्वामी तेहतीस वर्षांचे, एक परिपक्व पुरुष होते. समाजांतल्या सर्व थरांतील लोकांबद्दल त्यांना अतीव प्रेम वाटत होते. १८९६च्या मध्यावर, मि. स्टर्डींनी केलेले 'भक्तियोगावरील नारदीय सूत्रे' या पुस्तकाचे भाषांतर आणि त्यात अंतर्भूत असलेली स्वामीजींची टीका-टिपणी खूपच लोकप्रिय झाले होते. स्वत: स्वामींनी

कर्मयोग, राजयोग व पतंजलीची योगसूत्रे ही पुस्तके अमेरिकेत प्रकाशित केली होती. भक्तियोगावरील त्यांचा प्रबंध त्या वर्षाच्या सप्टेंबरमध्ये मद्रासला प्रकाशित व्हायचा होता.

इंग्लंडच्या आपल्या दुसऱ्या फेरीत स्वामींनी त्या मानाने अधिक श्रम घेतले म्हणता येईल. इंग्लंडमधील कामावर ते खूष होते. त्यांच्या मते, तिथले काम 'अमेरिकेच्या तुलनेत खूपच चांगले व सखोल होते'. स्वामीजींच्या कार्याचा केन्द्रबिंदू होता – 'मानवजातीला तिच्यातील देवत्वाची जाणीव होण्याच्या दृष्टीने तिची तयारी करून घेऊन आयुष्यात क्षणाक्षणाला ते कसे प्रकट होईल याचे पाठ देणे!' माणसाच्या सर्व प्रकारच्या दु:खांचे मूळ त्याच्या अज्ञानात आहे हे त्यांनी ओळखले होते. आणि म्हणूनच 'पृथ्वीवरील शौर्यशाली आणि सर्वोत्कृष्टांना' त्यांनी आवाहन केलेले होते. 'अनेकांच्या भल्यासाठी आणि सर्वांच्या कल्याणा-साठी स्वत:हून त्याग करा...' त्यांची ती हाक ब्रिटिश समाजातील अनेक नामवंत बुद्धिमंतांना भावलेली होती, तिने त्यांना आपल्या हुकमतीखाली घेतले होते. त्या दुसऱ्या खेपेत स्वामीजींनी आपल्याभोवती अतिशय मेहनती आणि साहसी कार्यकर्ते व मदतनीस गोळा केले व त्यांना कार्यसिद्धीसाठी प्रवृत्त करून कामाला लावले. त्या आधी त्यांच्या सहवासात आलेली मि. स्टर्डी, श्रीमती हेन्रीएटा मुल्लर आणि मागरिट नोबेल ही माणसे त्यांचे शिष्य बनली, त्यांच्यासाठी त्यांनी डोळ्यासमोर ठेवलेल्या ध्येयाच्या पूर्तीसाठी सर्वस्वाचा त्याग करण्यासाठी तयार झाली. त्या जुन्याजाणत्यांच्या जोडीला कॅप्टन हेनरी सेवियर आणि त्यांच्या पत्नी शार्लोट सेवियर हे जोडपे होते.

लंडनच्या रिवाजानुसार, जुलै संपला की त्याबरोबरच व्याख्यानांचा हंगामही संपतो आणि सुटीचा मोसम सुरू होतो अशी स्थिती होती. म्हणून, स्वामींनी सेवियर पति-पत्नी व मिस मुल्लर यांच्याकडून आलेल्या आमंत्रणाचा स्वीकार करून त्यांच्याबरोबर युरोप-खंडाच्या प्रवासात सुटी घालवण्याचे ठरवले. त्या निमित्ताने, स्वित्झर्लंड आणि त्याचा आल्प्स पर्वत पाह्यला मिळणार ही कल्पनाच त्यांना फार मोठा आनंद देऊन गेली. त्या प्रवासात त्या मंडळींनी कॅले, पॅरिस, जिनेवा, शॅमोनिक्स व आल्प्स या स्थळांना भेटी दिल्या. आल्प्सने स्वामींना पुरते मोहून टाकले. त्या त्यांच्या भावनेचे वर्णन शब्दांपलीकडचे होते. आल्प्स पर्वताचे सृष्टीसौंदर्य पाहून स्वामीजी खरोखरच खुलले. अशाच एखाद्या निसर्गरम्य, निवांत प्रदेशात मठ स्थापन करण्याची इच्छा त्यांनी बोलून दाखवली. त्यांच्या त्या इच्छेची पूर्तता सेवियर पतिपत्नींनी तीन वर्षांनंतर केली. स्वामींना दिलेला शब्द, त्यांचा आदेश पाळला. भारताच्या नगाधिराजाच्या – हिमालयाच्या कुशीत मायावती येथे मठाची स्थापना केली. आल्प्सच्या परिसरातील लिटल सेंट बर्नार्ड, झर्मट आदी

स्थळांना भेटी दिल्यानंतर स्वामीजी व त्यांचे सखेसोबती स्विट्झर्लंडच्या अप्पर ऱ्होन क्वॅली या प्रदेशातील सास-फी येथे दोन आठवडे राहिले. तेथे त्यांना भरपूर आराम, आनंद आणि विश्रांतीसुख लाभले. त्या काळात, त्यांना विख्यात जर्मन पौर्वात्यवादी विद्वान पॉल ड्यूसेन यांचे आमंत्रण मिळाले. आदरणीय ड्यूसेन नुकतेच भारताला भेट देऊन परतले होते. त्यांनाही वेदान्त-तत्त्वज्ञानात भरपूर रस होता. आमंत्रण मिळताच त्या सर्वांनी सास-फी सोडले आणि थेट जर्मनीतील कील या शहराची वाट धरली. लुसेर्न, शॉफहाऊसेन, हायडेलबर्ग, कॉब्लेन्झ, कोलोन व बर्लिन मार्गे मंडळी कीलला पोचली. त्या प्रत्येक ठिकाणांचे प्रत्येक स्मारक त्यांनी आस्थापूर्वक पाहून घेतले, तेथील ऐतिहासिक महत्त्वाच्या स्थळांना भेटी दिल्या. प्रा. ड्यूसेन कील विद्यापीठात तत्त्वज्ञान विषयाचे विभागप्रमुख होते. स्वामी विवेकानंदांशी झालेल्या प्रेमभराने भारलेल्या भेटीत त्यांनी आपली भारतभेट, भारतीय संस्कृती, भारतीयांनी केलेले आतिथ्य यांची मन:पूर्वक स्तुती केली, त्यात अतिशय गोड, मधुर शब्दांची पेरणी केली. पण त्याजबरोबर भारताच्या तत्कालीन दारिद्र्याच्या दर्शनाने ते पार हबकूनच गेल्याचेही त्यांनी सांगितले होते. विशेष म्हणजे स्वामींचा सहवास अधिक मिळावा म्हणून ते त्या प्रवासी गटात सामीलच झाले. त्यांनी मिस मुल्लरांची जागा भरून काढल्यामुळे इंग्लंडला परतणारांच्या संख्येत फरक पडला नाही. मिस मुल्लर स्वित्झर्लंडहूनच मागे फिरल्या होत्या.

त्या सहा आठवड्यांच्या सुखद, आनंददायी सुट्टीमुळे विवेकानंदांच्या खालावलेल्या प्रकृतीत फार मोठी सुधारणा झाली. त्यांना तरतरी आली, उत्साह वाढला. एकूणच तो विश्राम लाभदायक ठरला. कधी एकदा लंडनला परततो आणि नव्या जोमाने कामाला लागतो असे त्यांना झाले. त्याप्रमाणे, सारी मंडळी हॉम्बुर्ग, ॲमस्टरडॅम आणि हार्विच करत करत १७ सप्टेंबर १८९६ला लंडनला पोचली.

हॅम्पस्टीडला सेवियरांच्या घरात थोडे दिवस मुक्काम करून स्वामी लंडनला आले. मिस मुल्लर यांच्या एअरलाय लॉज, रिजवे गार्डन्स, लंडन या निवासातून त्यांनी पुनश्च आपल्या नित्य नैमित्तिक कार्याचा आरंभ केला. त्यांचे आठवड्याचे वर्ग ३९, व्हिक्टोरिया स्ट्रीट, लंडन येथे ८ ऑक्टोबरपासून पुढे भरू लागले. दरम्यान, स्वामी अभेदानंद भारताहून लंडनला दाखल झाले होते. स्वामींनी त्यांना त्यांच्यावर सोपवलेल्या जबाबदाऱ्यांची नीट जाणीव करून दिली. त्या निमित्ताने त्यांना एका वेगळ्या जीवनक्रमाचा श्री गणेशा करायचा आहे हे समजावून दिले. इंग्लंडमधल्या आपल्या कार्याने घेतलेली गती आणि प्राप्त केलेली प्रगत अवस्था पाहून स्वामीजी इतके खूष झाले की त्या भरात त्यांनी आपल्या भारतातील शिष्यांना कळवले "वेदांताचा प्रसार करू शकणारे, त्या कार्यात आपला प्राण ओतू शकणारे आणि त्या कार्यासाठी सक्षम असणारे फक्त वीसजणच मला द्या. संपूर्ण पाश्चात्य जगात

मी तितक्याच वर्षांत प्रचंड क्रांती घडवेन...!'' प्रा. ड्यूसेन व प्रा. मॅक्समुल्लर दोघेही स्वामीजींच्या सतत संपर्कात होते. त्यांच्या चळवळीला आपला संपूर्ण पाठिंबा असल्याची ग्वाही त्यांनी स्वामी विवेकानंदांना दिलेली होती.

व्हिक्टोरिया स्ट्रीटवरच्या घरात स्वामी नियमितपणे व्याख्याने देत होते. त्याशिवाय, आमंत्रण आलेच तर इतर ठिकाणी – क्लब्स किंवा स्नेहसंमेलने यांच्यासमोरही ते बोलत. कधीकधी लंडन व ऑक्सफर्ड येथील चर्चमध्येही त्यांची व्याख्याने झाली. खरोखरच, स्वामी विवेकानंद हे पट्टीचे ज्ञानी वक्ते असल्यामुळे अनेकांना ती व्याख्याने मनापासून आवडत. परिणामी, स्वामींबद्दल अनेकांच्या मनात प्रेमभाव निर्माण होत असे. केवळ सामान्य नागरिकच नव्हे तर साहित्यिक, बुद्धिमंत वगैरेंचा त्यात समावेश होता. फ्रेडरिक मायर्स व एडवर्ड कारपेन्टर यांच्या सारखे प्रसिद्ध लेखक आणि मॉन्क्यूअर कॉनवे, डॉ. स्टॅन्टनकॉईट, रेव्ह. चार्लस व्हायसी, कॅनन ह्यू हॉविस आणि कॅनन बेसिल विल्बरफोर्स यासारखे विचारवंतही स्वामी विवेकानंदांच्या वाक्पटुत्वावर खूष होते.

आपले आठवड्याचे वर्ग, आपली व्याख्याने, मुलाखती यांच्या व्यापात अव्याहत गुंतून पडलेल्या स्वामींना आपल्या भारतातील कार्याचा विसर पडलेला नव्हता. त्याचा विचार सदैव त्यांच्या मनात घोळत होता. भारतात खास महिलां-साठी एक मठ स्थापन करण्याचे त्यांच्या मनात येत होते. त्यामुळे, येणाऱ्या हिवाळ्यात भारतात परत जाण्याची ओढ त्यांना लागली व त्या दृष्टीने योजना आखण्यास सुरुवात झाली. तिकडे, स्वगृही भारतात 'ब्रह्मवादिन' नियतकालिक स्वामीजींची शिकवण आणि त्यांच्या कल्पना लोकांच्या मनात रुजवण्याचे आपले विहित काम चोख बजावत होते. १८९६च्या जुलैपासून त्याच्या जोडीला 'प्रबुद्ध भारत' हे इंग्रजी मासिकही मद्रासमधून प्रकाशित होऊ लागले. त्याचवेळी, स्वामी अभेदानंदांनी इंग्लंडमधील आपल्या व्याख्यानांचा मुहूर्त केला. आपल्या पहिल्यावहिल्या प्रकट व्याख्यानाने त्यांनी सभागृह गाजवले. व्याख्यान बेहद् यशस्वी झाले. स्वामीजीही त्या पदार्पणावर भलते खूष झाले. चला, अभेदानंदाचे पहिले पाऊल तरी व्यवस्थित पडले म्हणत समाधान पावले. तिकडे, अमेरिकेत स्वामी शारदानंदही कशातही कमी पडत नव्हते. त्यांचेही मार्गक्रमण, संचलन यशस्वीरीत्या चाललेले होते. अमेरिकन जनसामान्यांवर त्यांच्या कार्याचा प्रभाव वाढत्या क्रमाने पडत होता. सारा एलेन वॉल्डो आणि मिसेस बुल यांच्या सक्रिय सहभागाच्या बळावर वेदांताचे काम प्रगतिपथावर होते. हे सगळे कानावर आल्यामुळे स्वामीजी आनंदले. आपल्या कार्यामुळे स्वामीजी 'इंग्लंड व भारत यांच्यात सोनेरी संबंध' दृढ करत आहेत याची भारताच्या तत्कालीन राजकीय नेत्यांनी अगदी जवळून माहिती घेतली. त्यापैकी एक होते श्री. बिपीन पाल. पुढे ख्यातनाम झालेल्या 'लाल (लाला लजपतराय) –

बाल (लोकमान्य बाळ गंगाधर टिळक) – पाल (सुरेंद्रनाथ पाल)' या त्रयीतील एक!

१८९६च्या ऑक्टोबरपासूनच विवेकानंदांनी आपल्या सर्व शुभचिंतकांना पत्रे पाठवण्यास सुरुवात केली. त्यांना कळवले मायदेशी-भारताला-परतण्याचा माझा बेत पक्का आहे. तेथे पोचताच मी माझ्या अंगीकृत कार्याला छोट्या प्रमाणात हात घालून त्याचा आरंभ करणार आहे. १८९६च्या नोव्हेंबरात भारतात दुष्काळ पडला. त्या साठी कोणीतरी आपल्याला साद घालत आहे याबद्दल त्यांची खात्री पटलेली होती. लंडनमधील त्यांच्या शिष्यांनी दुष्काळ निधीला उदार हस्ते देणग्या दिल्या. स्वामींनी तो निधी रामकृष्ण मिशनकडे पाठवला. मिशन लवकरच आपल्या मदत कार्याला सुरुवात करणार होते. धार्मिक उपक्रमांतूनही समाजसेवा करणे शक्य असते यावर स्वामीजींनी भर दिला.

त्या दृष्टीने, नोव्हेंबरच्या दुसऱ्या आठवड्यात केव्हातरी सेवियर दांपत्याने भारताच्या प्रवासाची चार तिकीटे खरेदी केली – एक स्वामीजींचे, दुसरे त्यांच्या 'सखा माझा' गुडविनचे आणि उरलेली – दोन आपली – नवरा-बायकोची! ताबडतोब स्वामीजींनी आपल्या मद्रासस्थित शिष्यांना लिहिले – 'आपण डिसेंबरच्या शेवटच्या आठवड्यात भारतात येत आहोत!' त्याच पत्रात त्यांनी आपल्या मनातील इच्छाही व्यक्त केली – "माझ्या मनात दोन केन्द्रे स्थापन करण्याची इच्छा आहे – एक कलकत्त्याला, दुसरे मद्रासला! सेविअर दंपती तसेच एक केन्द्र हिमालय प्रदेशात स्थापन करू इच्छितात. या तीन केन्द्रांद्वारे आपण आपल्या कार्याला सुरुवात करू. नंतर मुंबई व अलाहाबाद घेऊ. आणि ईश्वराची मर्जी संपादन करण्यात आपल्याला जर यश आले तर आपण केवळ भारतच नव्हे तर जगातील प्रत्येक देशात आपल्या प्रचारकांचे समूह पाठवून संपूर्ण जग पादाक्रांत करू! ते समूह या केन्द्रांतून कूच करतील...''

१० डिसेंबरला स्वामीजींचे इंग्लंडमधील शेवटचे व्याख्यान संपन्न झाले. विषय होता – अद्वैत वेदांत! त्यांच्या इंग्लिश विद्यार्थ्यांनी स्वामीजींसाठी एक भव्य निरोपसमारंभ आयोजित केला. तारीख होती १३ डिसेंबर १८९६. स्थळ होते पिकॅडलीतील रॉयल सोसायटी ऑफ पेन्टर्स या संस्थेचे सभागृह. मि. स्टर्डींनी निरोपा दाखल केलेले भाषण अतिशय हृदयस्पर्शी, भावना हेलावून टाकणारे होते. १६ डिसेंबरला स्वामीजी व सेवियर दंपती यांनी लंडन सोडले. भारताला जाण्यासाठी त्यांनी निवडलेल्या जहाजाचे नाव होते – 'प्रिन्स रीजंट लुईट्पॉईड'. ते ३० डिसेंबरला ईटलीच्या नेपल्स बंदरातून सुटणार होते. म्हणून प्रथम ती तिघे ईटलीला गेली. जहाजात चढण्यापूर्वी तेथील काही महत्त्वाची शहरे पाहून घेण्याचा त्यांचा बेत होता. त्याप्रमाणे, त्यांनी मिलान, पिसा, फ्लॉरेन्स व रोम ही वाटेत भेटलेली शहरे पाहून घेतली. त्या प्रत्येक ठिकाणी त्यांनी भव्य प्रार्थनामंदिरे, वस्तुसंग्रहालये

आणि कला-प्रदर्शने सगळे पाहिले. नाताळच्या सेंट पीटर्स चर्चमध्ये भरलेल्या खास प्रार्थनेस हजेरी लावली. नाताळच्या निमित्ताने मांडलेला चर्चमधला थाट, धर्माधिकाऱ्यांचा डामडौल, वगैरे पाहताना त्यांना घृणा वाटली. त्या आवेशात स्वामीजी बोलून गेले- ''काय हा थाट, काय हा डौल, काय हा दिमाख, काय तो भपका, काय तो भव्य समारंभ! खरोखर जे चर्च हा सगळा जामानिमा, प्रदर्शन मांडते ते खरोखरच येशूचे सच्चे अनुयायी म्हणवून घ्यायला पात्र ठरते का? ज्या येशूला डोके टेकायलाही जागा मिळालेली नव्हती त्याच बिचाऱ्या येशूचे अनुयायी म्हणवून घेतात ही माणसे! छे: किळस येते या प्रतारणेची!''

मि. गुडविन मात्र थेट नेपल्सलाच त्यांच्यात सामील झाले. परतीच्या वाटेवर स्वामीजी एडनला उतरून आत जाऊन आले. १५ जानेवारी १८९७ला, जवळजवळ चौदा दिवसांचा जलप्रवास करून एस. एस. प्रिन्स रीजंट लुईट्पॉईडने कोलंबो बंदरात नांगर टाकला. त्याकाळी, भारताप्रमाणेच लंकाही (सिलोन) ब्रिटिश राजवटीचाच एक हिस्सा होता.

◆

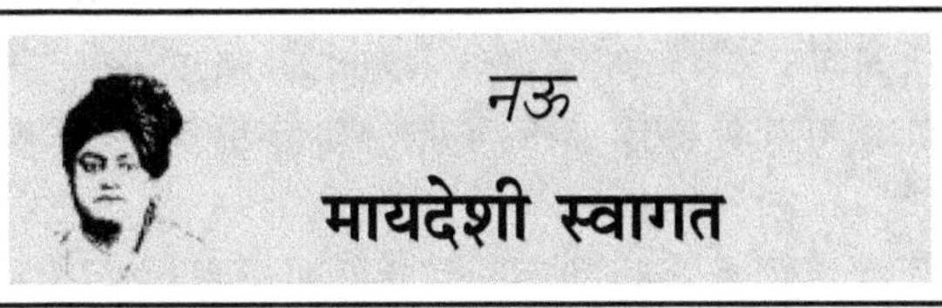

मायदेशी स्वागत

स्वामी विवेकानंदांचे मायदेशात म्हणजे भारतात आगमन होत आहे ही बातमी अगोदरच म्हणजे त्यांच्या आगमनापूर्वीच येऊन धडकलेली होती. त्यामुळे या खेपेस संपूर्ण भारत देश त्यांच्या स्वागतासाठी सज्ज होता. यापूर्वी झालेली चूक पुन्हा घडू नये याबद्दल दक्ष होता. खरोखरच ती चूक म्हणजे मूर्खपणाच होता. भारतमातेच्या एका अग्रेसर असलेल्या सुपुत्राने, आपल्या वेदांत-चळवळीने दोन पाश्चात्य खंडांना जवळजवळ जिंकून घेतलेले असूनही त्या दिग्विजयाबद्दल त्याला साधी मान्यता देण्यालाही अक्षम्य उशीर केला होता. ती चूक सुधारण्याची वेळ आता आलेली होती. स्वामींचे गुरुबंधू – स्वामी निरंजनानंद – वेळीच कोलंबोत त्यांचे स्वागत करण्यासाठी दाखल झाले होते. त्यांच्या जोडीला, विविध धार्मिक पंथांचे व सामाजिक संस्थांचे प्रतिनिधीही 'सुस्वागतम्' चा उद्घोष करायला आले होते. संपूर्ण देशभरात स्वामीजींच्या देशबांधवांनी स्वागत-समित्यांची स्थापना केली होती. देशातील वृत्तपत्रांनी व नियतकालिकांनी त्यांचा व त्यांच्या कार्याचा गौरव करणाऱ्या अग्रलेखांच्या मालिका प्रकाशित करून त्यांच्यावर स्तुतिसुमने उधळलेली होती.

१५ जानेवारी १८९७ला, सायंकाळी प्रिन्स रीजंट लुईटपॉड कोलंबोच्या धक्क्याला लागली आणि स्वागतासाठी जमलेल्या जनसमुदायाने केलेला स्वामींचा जोशपूर्ण जयजयकार केला त्यापुढे हजारो हातांच्या टाळ्यांच्या प्रचंड कडकडाट हिंदमहासागरातील लाटांच्या गर्जनाही फिक्या पडल्या. एकीकडे महासागर तर दुसरीकडे जनसागर अशी स्पर्धा सुरू झाली. घोडे जोडलेल्या एका गाडीतून स्वामीजी बार्नेस स्ट्रीटवर उभारलेल्या एका मंडपाकडे गेले. स्वामीजींचा सार्वजनिक स्वागत-समारंभ त्या मंडपात संपन्न होणार होता. तसाच आणखी एक मंडप सिनॅमन गार्डनवरील एका बंगल्यासमोरही घातलेला दिसत होता. त्या बंगल्यात

त्यांच्या तात्पुरत्या मुक्कामाची व्यवस्था केलेली होती. स्वागत समारंभानंतर स्वामींना तेथपर्यंत मिरवणुकीने नेण्यात आले. कायदेमंडळाचे एक सभासद पी. कुमारस्वामी यांच्या हस्ते स्वामीजींचा सत्कार करण्यात आला. सत्काराला उत्तर देताना स्वामीजींनी हे निदर्शनास आणून दिले, आपण 'ॐ भिक्षांदेही' म्हणणाऱ्या एका संन्याशाचे स्वागत एखाद्या राजाचे करावे असे केलेत. हिंदूंच्या आध्यात्मिकतेचे दर्शनच घडवलेत!''

पूर्वेकडील प्रदेशात, स्वामीजींनी आपले पहिले जाहीर व्याख्यान १६ जानेवारीच्या संध्याकाळी फ्लोरल हॉलमध्ये दिले. व्याख्यानाचा विषय होता – भारत, एक पवित्र भूमी! त्यानंतरच्या चार दिवसांच्या कोलंबोतील आपल्या मुक्कामात स्वामीजींनी अनेक व्याख्याने दिली, त्यांच्या भेटीसाठी झुंडीने येणाऱ्या सर्व थरांतील लोकांच्या भेटी घेतल्या. मुळात त्यांनी कोलंबोहून थेट मद्रास असा प्रवास बोटीने करायचे ठरवलेले होते. पण सिलोन व दक्षिण भारत येथील अनेक शहरांतून आलेल्या तारा त्यांनी आपल्या गावांना भेट दिल्या खेरीज राहू नये म्हणून त्यांची याचना करत होत्या. स्वामीजींना तो आग्रह मोडवेना. त्यांना आपला कार्यक्रम बदलणे भागच पडले आणि त्यांनी भूमार्गाने प्रवास करणे पत्करले.

१९ जानेवारीला, सकाळी स्वामीजींनी कोलंबो सोडले. रेल्वे पकडून ते कॅन्डीला गेले. एक दिवस राहिले. त्यानंतर, सिलोनच्या उत्तर टोकाला असलेल्या जाफनाकडे अनुराधापूरममार्गे गाडीतून गेले. प्रत्येक ठिकाणी स्वामींचे अत्यंत उत्साहपूर्वक स्वागत झाले. अनुराधापूरमला झालेले त्यांचे व्याख्यान दोन हजार वर्षे घट्ट मुळे रोवून असलेल्या एका पवित्र बोधी वृक्षाखाली झाले. जवळपास तीन हजार लोक त्यांच्यासमोर बसलेले होते. पण तेथे एक विचित्र अनुभव आला. जमलेल्यांमध्ये काही माथेफिरू बौद्ध भिक्कू व त्यांचे अनुयायी होते. त्यांनी स्वामीजींच्या भाषणात व्यत्यय आणायला सुरुवात केली. झाले, श्रोत्यांमध्ये हिंदू व बौद्ध असे तट पडले. त्यांच्यामध्ये गंभीर असा संघर्ष उत्पन्न होण्याची चिन्हे दिसू लागली. स्वामीजींना मध्ये पडून हिंदूंना आवर घालणे भाग पडले.

जाफनाच्या अलीकडे बारा मैलांवर एलेफंट पास म्हणून एक ठिकाण आहे. जाफनातील प्रतिष्ठित हिंदूंचा एक गट स्वागतासाठी तेथे त्यांची वाट पाहत होता. जाफना बेटाला सिलोन या मुख्य बेटाशी जोडणारा एक पूल तेथे आहे. त्या पुला- पासून जाफना गावापर्यंत स्वामीजींची मिरवणूक काढण्यात आली. मिरवणूकीत थोडे थोडके नाहीत तर चक्क दहा हजार लोक सामील झाले होते. स्वामींच्या सन्मानार्थ गावातील घर न् घर सजवण्यात आलेले होते. त्या शुभ रविवारी – २४ जानेवारी १८९७ला जाफनाच्या हिंदू महाविद्यालयाचे मैदान लोकांच्या गर्दीने नुसते फुलून गेलेले दिसले. स्वामीजींचे स्वागत अतिशय भव्य, देवदुर्लभ पद्धतीने झाले.

समारंभानंतर पंधरा हजार लोकांनी मशाल मिरवणूकही काढली. सिलोन प्रवासाच्या या शेवटच्या टप्प्यात, स्वामीजी दोन दिवस जाफन्यात होते. २६ जानेवारीला ते बोटीने रामेश्वरला गेले.

रामेश्वरच्या पंबन रोडस् या ठिकाणी रामनाडचे राजे, भास्कर सेतूपती, स्वतः आपली शाही बोट घेऊन स्वामींच्या स्वागतासाठी सिद्ध होते. पंबनच्या लोकांनी स्वामीजींचे जंगी, रुबाबदार, मनःपूर्वक स्वागत केले. त्यांना संस्थानच्या दरबारी रथात बसवले. त्या दिवशी रथाला घोडे जुंपले नाहीत. खुद्द राजेसाहेब व इतर लोकांनी आपल्या हातांनी तो रथ ओढत नेला. काय म्हणावे या अलोट, अकृत्रिम, उत्स्फूर्त भक्तिभावाला! पंबनला स्वामीजी तीन दिवस होते. त्या मुदतीत त्यांनी इतिहास प्रसिद्ध रामेश्वर मंदिराला भेट देऊन रामेश्वराचे दर्शन घेतले. अमेरिकेला जाण्यासाठी निघण्यापूर्वी स्वामींनी आपल्या भारत भ्रमणाची सांगता याच मंदिरात केलेली होती. पश्चिम दिग्विजय मिळवून स्वामी आपले पाऊल प्रथमच भारतभूवर टाकत होते. त्याची स्मृती अबाधित राखण्यासाठी रामनाडच्या राजांनी तेथे एक चाळीस फूट उंचीचा स्तंभ उभा करून त्यावर 'सत्यमेव जयते' हे वचन कोरून घेतले.

३१ जानेवारीला मध्यरात्रीच्या सुमारास स्वामीजी रामनाडहून उत्तरेकडच्या मदुराईला गेले. वाटेत त्यांना परमक्कुडी व मनमदुराई ही गावे लागली. प्रत्येक ठिकाणी स्वामीजींचे हर्षभरित स्वागत झाले. लोकांच्या उत्साहाला उधाण आले होते. आपल्या भाषणात स्वामीजी भारतीय आध्यात्मिकतेच्या आणि पाश्चात्य भौतिकवादाच्या विविध पैलूंवर प्रकाश टाकून ते दोन्ही परस्परपूरक कसे आहेत हे पटवून देत. २ फेब्रुवारीला ते मदुराईला पोचले. दुसऱ्या दिवशी त्यांनी मीनाक्षी मंदिरास भेट दिली.

मदुराईहून ते कुम्भकोणमला रेल्वेने गेले. प्रत्येक स्टेशनवर हजारोंनी त्यांचे दर्शन घेऊन त्यांना वंदन केले. कुम्भकोणमला स्वामी तीन दिवस होते. कुम्भकोणम ते मद्रास या रेल्वे प्रवासातही स्वामींच्या होणाऱ्या स्वागताची तऱ्हा तीच. त्यात खंड पडला नाही. तीच झुंबड, तेच स्वाभाविक वर्तन, तोच उत्साह, काही कमी नाही. स्वामींची लोकप्रियता शिगेला पोचल्याचा प्रत्यय एका छोट्या रेल्वे स्टेशनवर आला. जनसामान्यांच्या अतूट प्रेमाचे मनोहर दर्शन तेथे घडले. स्टेशन लहान, सबब गाडी थांबणार नाही याची कल्पना असलेल्या त्या सामान्य खेडूतांनी गाडीच्या पुढ्यात चक्क लोळणच घेतली. संपूर्ण गाव लोटले होते दर्शनाला. झक मारत गाडीला ब्रेक लावावेच लागले. गाडी थांबली. डब्यात बसलेल्या स्वामीजींच्या डोळ्यातून अश्रूंची धार लागली. ते डब्यातून बाहेर आले ते डोळे पुसतच. त्यांनी त्या निर्मळ, निष्पाप जनसामान्यांना धन्यवाद देऊन आपले आशीर्वादही दिले.

मद्रासबद्दल तर प्रश्नच नव्हता. गेले कित्येक आठवडे मद्रासमध्ये एकच विषय होता. मायदेशी – स्वगृही परतणाऱ्या स्वामींचे स्वागत कसे, किती उदात्त आणि भव्य करायचे हा. जो तो आपापल्या परीने दंग होता त्या विषयात. प्रथेनुसार, विवेकानंद स्वागत समिती स्थापन झाली. तिचे अध्यक्षपद न्या. सुब्रमण्यम अय्यर

मद्रासमध्ये स्वामीजी (१८९७, फेब्रुवारी)

यांनी स्वीकारले. समितीत मद्रास महानगरातील वेचक, विद्वान, विचारी व्यक्ती व स्वामी विवेकानंदांचे शिष्य यांना स्थान देण्यात आले. स्वामीजींनी पश्चिमी खंडात घडवलेल्या बौद्धिक, तात्त्विक आणि सात्त्विक चमत्कारांची, त्यांनी गाजवलेल्या कर्तृत्वाची व पराक्रमाची चित्तवेधक कहाणी सांगणारी पत्रके वाटण्यात आली. स्वामींना अर्पण करण्यासाठी निधी गोळा करण्यात आला. मद्रासमध्ये त्यांचे आगमन झाल्यावर त्यांचे यथोचित स्वागत करण्यासाठी मोठ्या प्रमाणात तयारी करण्यात आली. रेल्वे स्टेशन आणि रस्ते सजवण्यात कसलीही कसर बाकी ठेवण्यात आली नाही. अतिशय भव्य प्रमाणात, कलात्मक रीतीने सगळे शहर नटले. एग्मोर रेल्वे स्टेशन ते कॅसलकेर्नन-पूर्वींचे आईस आणि सध्याचे विवेकानंद हाऊस – यांना जोडणाऱ्या चिंत्रादिपेट, नेपिअर मार्ग, माऊंट रोड, पायक्रॉफ्टस रोड आणि बीच रोड – सर्व प्रमुख मार्गांवर जिकडेतिकडे कमानीच कमानी – रंगीबेरंगी, आकर्षक, विविध ढंगी. या मद्रास महानगरालाच सर्वप्रथम स्वामी विवेकानंदांच्या सुप्त शक्तींचा साक्षात्कार झाला, त्यानेच धर्ममहासभेत – अमेरिकेतील शिकागोला – पोचण्यासाठी स्वामींना गरज असलेल्या प्रवास खर्चात भरीव योगदान केले होते. त्या प्रियजनाचे मायदेशी स्वागत करताना प्रत्येक मद्रासवासी त्यांच्या विषयीच्या भक्तिभावाने भारलेला होता, त्याची छाती गर्वाने फुगलेली होती. 'आपल्या मातृभूमीला

लाभलेल्या प्रतिष्ठेची उंची जगभरात वाढवण्यासाठी खूप काही करून दाखवलेला तो एक महामानव होता यात कसलीही शंका नव्हती...'

ज्या क्षणाच्या प्रतीक्षेत मद्रासने सारी रात्र जागवलेली होती तो क्षण अखेर उजाडला. ६ फेब्रुवारी १८९७ ला सकाळी साडेसात वाजता स्वामी विवेकानंदांना घेऊन येणारी गाडी एग्मोर रेल्वे-स्टेशनात शिरली न् शिरली तोच सारे आसमंत टाळ्यांच्या कडकडाटाने दणाणून गेले. तो कडकडाट नव्हता तर मेघगर्जनाच होती. बिच्चारे रेल्वे स्टेशन! पार हबकून गेले स्वागतोत्सुक सानथोरांची अलोट गर्दी बघून. या हजारोंना आपण कोठे व कसे सामावून घेणार याचा घोर पडला त्याला. फाटकातून आत कोणाला घ्यायचे, कोणाला नाही प्रश्नच पडला. त्या हजारो मुखांतून स्वामीजींच्या जयजयकारांच्या घोषणा अखंडपणे निनादू लागल्या. टाळ्या वाजवणारे हात थांबेचनात मुळी. छे:, शब्दच हरवतात ते वर्णन करताना! एका बग्गीतून स्वामीजी कॅसलकेर्नंनच्या दिशेने निघाले. गाडीची गती अतिमंद असणे स्वाभाविकच होते, मध्येच थांबणेही भाग पडत होते. कारण, दुतर्फा प्रचंड गर्दी झालेली होती. प्रत्येकाला आपल्या प्रिय व पूज्य स्वामींच्या चरणी काहीतरी आपले म्हणून वाहण्याची अतीव इच्छा होती. स्त्रियांनी स्वामींची आरती केली, लोकांनी त्यांच्या गळ्यात पुष्पमाला घातल्या. तरुण विद्यार्थ्यांनी तर कमालच केली. घोड्यांचे लगाम काढून घेऊन त्यांना मोकळे केले आणि आपले हात त्या कामाला जुंपले. याला म्हणतात ओसंडून वाहणारा उत्साह व भक्तिभाव! मद्रासच्या इतिहासात इतके प्रेमभराने केलेले स्वागत कोणाही युरोपीयाच्या वा भारतीयाच्या वाट्याला आले नव्हते. नंतरच्या काळात, स्वामीजींना अनेक स्वागत-कार्यक्रमांना सामोरे जावे लागले. आधुनिक काळात राष्ट्रीय आध्यात्मिक जीवनाची जडणघडण कशी करावी या संदर्भात जमलेल्यांसमोर भाषणे करावी लागली. ते सारे क्रमप्राप्तच ठरत होते.

मद्रासमधील त्या नऊ दिवसांच्या मुक्कामात स्वामीजींभोवती सर्व वर्गांतील स्त्री-पुरुषांचा गराडा पडत होता. रात्रंदिवस कॅसलच्या दारात माणसांची गर्दी सतत त्यांची वाट पाहत उभी असे. खेत्रीच्या राजांनी मुन्शी जगमोहनलाल या आपल्या खासगी सचिवाकरवी – मुन्शी जगमोहनलाल – स्वामीजींचे स्वागत करण्यासाठी स्वत: तयार केलेल्या भाषणाचा मसुदा त्यांच्याकडे पाठवला. खास तेवढ्यासाठी जगमोहननी मद्रासला खेप टाकली. स्थानिक लोक स्वामी विवेकानंदांना शैवपंथी संत संबंध स्वामी यांचाच अवतार मानून त्यांची पूजा करू लागले. ७ फेब्रुवारीला, व्हिक्टोरिया हॉलमध्ये स्वामीजींचा मुख्य स्वागत समारंभ संपन्न झाला. आतले व बाहेरचे मिळून दहा हजारच्या वर लोक हजर होते त्यादिवशी. गर्दी रोखून धरण्यासाठी, तिच्यावर नियंत्रण ठेवणे सोपे जावे म्हणून त्यांच्या सर्व सभांना तिकीट लावण्यात आले. तिकीट विक्रीतून जमलेला पैसा भारतातील त्यांच्या कार्यासाठी देणगी

दाखल देण्यात आला. मद्रासमधील त्यांच्या मुक्कामात व्याख्याने व भेटी यात ते पुरते व्यग्र होते.

प्रा. सुंदरराम अय्यर यांचे पुत्र, के. एस. रामस्वामी शास्त्री यांनी आपल्या लेखनातून स्वामीजींच्या व्यक्तित्वात झालेला फरक अतिशय समर्पक शब्दांत सांगितलेला आहे. त्यांनी आपल्यासमोर स्वामींची दोन रूपे ठेवलेली आहेत. एक आहे १८९२मधल्या त्या अनोळखी परिव्राजकाचे आणि दुसरे आहे १८९७ मधल्या सांप्रतच्या सुविख्यात स्वामींचे. त्याचे हे निरीक्षण सूक्ष्म अभ्यासावर आधारलेले आहे. कारण वर उल्लेख केलेल्या दोन्ही रूपांत त्यांनी स्वामीजींना पाहिले होते व त्यांची भेटही घेतली होती. रामस्वामी शास्त्रींनी लिहिले- “१८९२मध्ये, त्यांच्याकडे पाहताना असे दिसले की त्यांनी नियतीशी एखादा करार केलेला असावा. मात्र, त्या कराराचे पालन केव्हा, कोठे व कसे करायचे याबद्दल त्यांचे मन खात्री देत नव्हते. पण १८९७मधले विवेकानंद वेगळे होते. त्यांना आपण केलेल्या कराराचे पूर्ण भान होते, त्याचे पालन त्यांनी निष्ठेने केले होते. त्यांना आपल्या निर्धारित कामगिरीची, ध्येयाची स्पष्ट जाणीव होती आणि ती आपण नक्कीच पूर्ण करू यावर त्यांचा स्वतःचा ठाम विश्वासही होता. आता त्यांची पाऊले अडखळत नव्हती, ती अतिशय स्थिर होती. नियतीने त्यांच्यासाठी आधीच ठरवून ठेवलेली वाट त्या दमदार पावलांनी ते चोखाळत होते, बरोबरच्यांना आदेश देत होते. त्या आदेशांचे पालन पूर्ण निष्ठेने होईल याबद्दल ते निश्चिंत होते...”

१४ फेब्रुवारीला स्वामीजींनी मद्रासमधील आपले शेवटचे व्याख्यान दिले. हार्मस्टन सर्कस पॅव्हिलियनमध्ये त्या दिवशी सायंकाळी सुमारे तीन हजार श्रोते उपस्थित होते. त्या व्याख्यानाचा विषय होता- भारताचा भविष्यकाळ! आपल्या व्याख्यानाच्या सुरुवातीला त्यांनी भारताच्या गतवैभवाचे दर्शन घडवले. त्यावर भर देत श्रोत्यांना कळकळीचे आवाहन केले, “आपल्या धर्मग्रंथात आध्यात्मिकतेच्या रत्नांचा खजिना भरून राहिलेला आहे तो नीट पारखून घ्या, त्यांचा कसून अभ्यास करा, जनसामान्यांना समजेल अशा भाषेत त्यांना त्याची शिकवण देऊन प्रत्येकाला तुम्ही प्राप्त करून घेतलेल्या ज्ञानाचा वाटा द्या, त्या सर्वांना त्या ज्ञानयज्ञात सहभागी करून घेऊन नवा भारत घडवा. मी आताच सांगितल्यापेक्षा तो अधिक महान असेल...” ते पुढे म्हणाले – “पुढच्या पन्नास वर्षांत केवळ हेच आपले सूत्र राहील – ‘ही, आपली महान मातृभूमी... आपण ज्या ज्या देवतांच्या पूजा करतो त्यात पहिली पूजा असेल ‘विराटा’ची! आपल्या सभोवताली असलेल्या सर्वांची... आपला प्रथम स्थानावरचा ईश्वर असेल आपले देशबांधव!” आपल्या भाषणाचा समारोप त्यांनी असा केला – “आपल्या राष्ट्राच्या आध्यात्मिक आणि धर्मनिरपेक्ष शिक्षणावर आपला वचक असलाच पाहिजे. आपल्या शिक्षणाने व्यक्तीच्या आयुष्याची जडणघडण

व्यवस्थित झाली पाहिजे, शिक्षणातून नवा माणूस निर्माण झाला पाहिजे, शिक्षणाचे उद्दिष्ट माणसाच्या चारित्र्य-संवर्धनाला पोषक असतील अशा कल्पना, असे विचार यांनी भारावून गेलेले असले पाहिजे...''

स्वामीजी म्हणत – ''जर प्रत्येकजण या देशातील तळागाळाच्या माणसांवर अंत:करणपूर्वक प्रेम करू शकला तरच भारताला पुन्हा नवी जाग येईल. आज या देशात लक्षावधी लोक आहेत ज्यांच्यापाशी समृद्धीचा डौल नाही, संपत्तीचा स्फोट नाही, ज्यांचा दूरदर्शीपणा पूर्णत: हरवलेला आहे, जे पददलित, सतत भुकेले, भांडकुदळ आणि मत्सरी आहेत. भारत तेव्हाच जागा होईल जेव्हा शेकडो विशालहृदयी स्त्री-पुरुष, ऐषआरामी, चैनी आयुष्य घालवण्याच्या आपल्या सर्व मोहांचा त्याग करून, दारिद्र्य व अज्ञान यांच्या भोवऱ्यात सापडून हळूहळू तळागाळात रूतत चाललेल्या त्यांच्या लक्षावधी देशबांधवांच्या भल्यासाठी सतत कळवळतील आणि आपले सर्वस्व अर्पण करून कार्यरत होतील...''

स्वामीजींनी आपल्या शहराला भेट द्यावी या आशयाची आमंत्रणे त्यांना भारतातील इतर शहरांतून सतत येतच राहिली. पण आता मात्र स्वामीजी खरोखरच थकून, शिणून गेले होते. मद्रासमध्ये त्यांच्यावर फार मोठा ताण पडला होता. त्या ठिकाणी त्यांनी उपसलेले खडतर कष्ट आणि तेथील उष्मा यांनी ते खूपच हैराण होऊन गेले. त्यामुळे, त्यांनी मद्रास सोडण्याचे ठरवले. १५ फेब्रुवारीला त्यांनी एस. एस. मोंबासा हे जहाज पकडून थेट कलकत्त्याकडे कूच केले. बंदराच्या धक्क्यावरून मद्रासच्या नागरिकांनी त्यांना भारावलेल्या अंत:करणांनी निरोप दिला. त्यासाठी मद्रासमधील नामवंत, प्रतिष्ठित नागरिकांप्रमाणेच सामान्यजनही आवर्जून उपस्थित राहिले होते.

संपूर्ण बंगाल, विशेषत: कलकत्ता, स्वामीजींच्या स्वागतासाठी अगदी कासावीस झाले होते. पाश्चात्य जग पादाक्रांत करून आलेला विजयी वीर त्या मातीत जन्मला होता. त्यामुळे आपल्या भूमिपुत्राचे कौतुक करण्याची त्याला उत्सुकता लागलेली होती. स्वामीजींनी मद्रासमध्ये पाऊल टाकल्यापासूनच त्याला त्यांची आस लागलेली होती. त्यांचे स्वागत यथोचित करण्याच्या तयारीत कलकत्ता महानगर गढून गेले होते. त्या दृष्टीने, एक स्वागत-समिती स्थापन करण्यासाठी राजा विनय कृष्ण देव बहादूर यांच्या निवासस्थानी एक बैठक बोलावण्यात आली. दरभंगाच्या महाराजांकडे समितीचे अध्यक्षपद आणि 'इंडियन मिरर'चे संपादक बाबू नरेन्द्र नाथ सेन यांच्याकडे मानद सचिवपद सोपवण्यात आले. स्वामीजींचे स्वागत करण्यासाठी स्वागत समितीने जय्यत तयारी केली. स्वामीजींची बोट कलकत्त्याला पोचल्यानंतर त्यांना बज-बज् येथे रेल्वे धरावी लागणार होती. त्यामुळे प्रथम ते सियालदा रेल्वे स्टेशनवर उतरणार होते. तेथून ते रिपन कॉलेजकडे नागरिकांनी आयोजित केलेल्या

औपचारिक स्वागताचा स्वीकार करणार होते. त्यामुळे सियालदा रेल्वे स्टेशन ते रिपन कॉलेज या मार्गावर सगळीकडे गुढ्यापताका, तोरणे आपापल्या विविध रंगात व ढंगात सज्ज झालेली होती. रस्त्याच्या चौकाचौकात आकर्षक कमानी उभ्या केलेल्या होत्या. बज-बज् येथे स्वामीजींना उतरवून घेऊन, त्यांना कार्यक्रमाच्या आखणीची कल्पना देण्यासाठी दोन माणसांना तिकडे पाठवण्यात आले.

आपल्या जन्म-गावात परतण्याकडे स्वामीजीही मोठ्या औत्सुक्याने व अपेक्षेने पाहत होते. जेव्हा बोट हुगळी नदीवरून पुढे सरकत होती तेव्हा स्वामीजींना पूर्वीचे दिवस, पालथी घातलेली ठिकाणे आठवणीत आली. त्यांच्या बरोबर असलेली सेविअर दंपती आणि इतर शिष्य यांना ती ठिकाणे त्यांनी आवर्जून दाखवली. नदीच्या दोन्ही बाजूला ती पसरलेली होती. १८ फेब्रुवारीला रात्री एस. एस. मोंबासाने बज-बजला नांगर टाकला. स्वामीजींबरोबर स्वामी शिवानंद, स्वामी निरंजनानंद, सेविअर पति-पत्नी, सखा गुडविन, ब्रह्मवादिन व प्रबुद्ध भारत या नियतकालिकांचे संपादक आणि काही मद्रासी शिष्य होते. त्या सगळ्यांनी दुसऱ्या दिवशी पहाटे – शुक्रवार, दि. १९ फेब्रुवारी – सियालदाला जाणाऱ्या खास रेल्वेगाडीत प्रवेश केला.

ती खास गाडी ठीक साडेसात वाजता सियालदा स्टेशनात पोचली. स्टेशनाचे आवार तब्बल वीस हजारच्या गर्दीने गजबजले होते. सर्व थरांतील लोकांनी हजेरी लावलेली होती. स्वामीजी डब्यातून उतरताच स्वागत-समितीचे सभासद पुढे आले आणि त्यांनी स्वामीजींना एका पुष्पमंडित फेटन (चारचाकी लहान व्हिक्टोरिया तथा

कलकत्त्यामध्ये स्वामीजींची मिरवणूक (२८ फेब्रुवारी, १८९७)

बग्गी) कडे नेले. स्वामीजी आणि त्यांच्याबरोबर आलेल्या सर्वांना पुष्पहार घालण्यात आले. तो कार्यक्रम चालू असताना सगळीकडून येणारा टाळ्यांचा गजर कानावर पडत होता. त्यातील प्रत्येक टाळी अंत:करणपूर्वक वाजविली जात होती. फेटन मुंगीच्या गतीने, इंचाइंचाने, पुढे सरकत निघाली. दोन्ही बाजूंचा अथांग जनसागर स्वामीजींचा हर्षभरे जयजयकार करत होता. लोक आपापल्या घरांच्या व्हरांड्यात, छपरांवर दाटीवाटीने उभे होते. स्वामीजींच्या गाडीमागून इतर गाड्यांची एक लांबच लांब रांग लागलेली होती. मद्रासच्या पावलांवर पाऊल ठेवून कलकत्त्यातील युवकांनीही स्वागतोत्सुक गर्दीतून वाट काढत स्वामीजींची गाडी आपल्या ताब्यात घेतली. गाडीच्या घोड्यांना रजा दिली आणि स्वत: त्यांची जागा घेतली. अशा रीतीने पुढे सरसावलेल्या तरुणांनी ती गाडी थेट रिपन कॉलेजपर्यंत आपल्या हातांनी पेलली.

हॅरिंग्टन स्ट्रीटवर (आता महात्मा गांधी मार्ग) रिपन कॉलेज आहे. तेथे स्वामींची गाडी पोचताच नामदार चारुचन्द्र मित्र स्वामीजींना व्यासपीठाकडे घेऊन गेले. व्यासपीठावरून स्वामींनी जनसमुदायाला विनम्र, मान लववून, अभिवादन केले आणि केलेल्या भव्य स्वागताबद्दल सर्वांचे आभार मानणारे एक छोटे भाषण केले. त्यानंतर स्वामीजी व त्यांच्याबरोबरची मंडळी बागबाजारातील बाबू पशुपतिनाथ बोस यांच्या घरी गेले. तेथून, स्वामीजी आलमबझार मठाकडे गेले. दरम्यान, त्यांच्या बरोबरच्या मंडळींची व्यवस्था कोस्सीपोर येथील श्रीमान गोपाळ लालसील यांच्या नदीकाठावरच्या प्रासादात करण्यात आली.

आलमबझार येथील वातावरण प्रेमभावाने अपरंपार भरून गेले होते. आपल्या लाडक्या नेत्याचे स्वागत करणाऱ्या विवेकानंदांच्या गुरुबंधूंनी सर्व व्यवस्था आपल्या स्वत:च कल्पनेप्रमाणे केलेली होती. स्वामी अखंडानंद व स्वामी रामकृष्णानंद मठातच थांबले. बाकीच्यांनी सियालदा रेल्वे स्टेशन गाठले होते. मठातील समारंभपूर्वक स्वागताची व्यवस्था त्या दोघांकडे होती. आपला परमप्रिय नरेन परत येत आहे म्हणून आलमबझार मठातील संन्यासी आनंदाने मोहरून गेले होते. स्वामीजींचे आगमन झाले. स्वामी अखंडानंद व स्वामी रामकृष्णानंद या दोघांनी प्रवेशद्वारात त्यांचे स्वागत करून त्यांना मठात नेले. स्वामीजींचा रोजचा कार्यक्रम होता रात्र मठात घालवायची, दिवस गोपाळ लालसील यांच्या निवासात काढायचा. स्वामींबद्दल वाटणारा आदरभाव व्यक्त करण्यासाठी लोकांची रीघ लागत होती. त्यांना भेटायचे, त्यांच्याशी चार शब्द बोलायचे, त्यांच्यासाठी वेदांतावर विवेचन करायचे यातच संपूर्ण दिवस कसा निघून जात होता कळत नव्हते. रात्र मात्र खास गुरुबंधूंसाठी राखून ठेवलेली. त्यांच्याशी बोलताना त्या सर्वांना गुरुदेव श्री रामकृष्णांच्या सहवासात काढलेले दिवस आठवत. त्या काळच्या संस्मरणीय घटना, गोड आठवणींची

उजळणी प्रत्येकजण नव्या उत्साहाने, नव्या उल्हासाने करून वेगळा आनंद लुटत. स्वत: स्वामीही त्यात मनोमन सहभागी होऊन तो द्विगुणित करत. कधीकधी आपल्या परिव्राजक अवस्थेतील प्रसंगांना, घटनांना उजाळा देत त्या काळातील आपले अनुभव सांगत. अर्थात, त्यांच्या जोडीला इंग्लंड व अमेरिका या पश्चिमी देशांतील वास्तव्य, विहार व विजिगीषा यांनाही भरपूर प्राधान्य देत.

१९ फेब्रुवारीचे स्वागत औपचारिक होते. प्रत्यक्षात, रविवार, दि. २८ फेब्रुवारीला दुपारी चार वाजता, शोबाबझार भागातील राजा सर राधाकांत देव बहादूर यांच्या राजवाड्यात स्वामीजींना मानपत्र देऊन त्यांचा सत्कार करण्याची योजना होती. त्याप्रमाणे, तो सत्कार समारंभ मोठ्या थाटामाटात संपन्न झाला. समारंभासाठी मुक्त प्रवेश देण्यात आला नाही, अडचण नेहमीचीच. जमाव काबूत ठेवण्याची. म्हणून, प्रवेशपत्रिका जवळ असणारांनाच प्रवेश मिळेल असे जाहीर करण्यात आले. त्याचवेळी, प्रवेशपत्रिका विनामूल्य वाटण्यात येऊन त्यांचे वितरण समारंभापूर्वी करण्याची व्यवस्था करण्यात आली. अर्थात, त्यासाठी इच्छुकांनीही तेवढीच गर्दी केली. साहजिकच सभागृह खचाखच भरून गेले. मुंगीलाही जागा उरली नाही. त्या प्रशस्त चौकोनातील व बाहेरच्या व्हरांड्यातील इंच न् इंच व्यापला गेला होता. समारंभाच्या अध्यक्षांनी जाहीर केले ''आजचा हा समारंभ अभूतपूर्व ठरावा असा आहे. कलकत्ता, एके काळी, भारतातील ब्रिटिश साम्राज्याच्या राजधानीचे शहर होते. त्या ऐतिहासिक शहरातील वेचक असे समाजश्रेष्ठ, उच्चभ्रू आज येथे उपस्थित आहेत. त्यामुळे समारंभाची प्रतिष्ठा व शोभा वाढलेली आहे. माझ्या कल्पनेप्रमाणे या शहरात प्रथमच असे घडत असावे. अतिशय ख्यातनाम, प्रतिष्ठित व लौकिकप्राप्त व्यक्तींचा हा मेळावा आहे. त्यामागचे कारण एकच आहे. त्यातील प्रत्येकजण 'माणसातील एका राजाचे, लाखांतील एकाचे' मनोमन स्वागत करण्याच्या भावनेने उपस्थित आहे...'' त्या विलोभनीय, भावपूर्ण सत्काराला उत्तर देताना स्वामीजींनी केलेले भाषण म्हणजे वक्तृत्व कलेचा व स्वदेशाभिमानाचा अत्युकृष्ट नमुनाच होता. 'आधुनिक भारताच्या प्रेषिता'ला शोभा देणारा.

आपल्या भाषणात स्वामीजी म्हणाले – ''पाश्चात्य देशांच्या प्रवासासाठी निघण्यापूर्वीचा, माझ्यासमोर बसलेल्या श्रोतृवृंदाच्या पूर्ण परिचयाचा, त्या वेळेचा कलकत्त्याचा छोकरा म्हणजे मी जसा पूर्वी होतो तसाच आजही आहे. तो पोरगा धर्ममहासभेत पोचला आणि त्याच्यासाठी एक दार खुले झाले – प्रथम अमेरिकन लोकांपर्यंत आणि नंतर इंग्लिशांपर्यंत पोचू शकण्याचे!'' त्या दोन्ही देशांच्या जनतेचे आभार मानताना स्वामींनी स्पष्ट केले – ''सध्याच्या सर्व अडचणींचे मूळ आहे भारतीय व इंग्लिश एकमेकांना नीट 'समजून घेत नाहीत' याच्यात.'' श्री रामकृष्णांविषयी बोलताना स्वामीजी म्हणाले- ''श्री रामकृष्ण माझे गुरुदेव व माझे

साक्षात ईश्वरच आहेत. मी आपल्याला निक्षून सांगतो माझ्या हातून जी काही चांगली कामे झालेली आहेत ती सगळी गुरुदेवांच्या कृपाप्रसादामुळेच, ती सर्व त्यांनीच करवून घेतली. आणि जी काही सदोष असतील ती फक्त माझ्यामुळेच...'' त्याच ओघात आणि आवेशात त्यांनी घोष केला – ''भारताला पुन्हा एकदा जगासमोर ताठ मानेने उभे राहायचे असेल तर त्याला नव्या जोमाने, उत्साहाने त्यांच्याच नावाभोवती गोळा होण्याची गरज आहे...'' त्याच वेळी त्यांनी आणखी एका गोष्टीवर भर दिला. ते म्हणाले- ''पाश्चात्यांकडून आपण पुष्कळ गोष्टी शिकून घेऊ शकतो. पण आज जगाचे डोळे आपल्या आध्यात्मिक विद्याधनाच्या खजिन्याकडे लागलेले आहेत. ते धन आपल्याला केव्हा प्राप्त होईल या प्रतीक्षेत आहेत... आणि म्हणून आपण आपल्या कोशाबाहेर पडून आपल्या आध्यात्मिक ज्ञानाच्या बदल्यात त्यांना जे काही आपल्याला द्यायचे आहे ते घेतले पाहिजे... आपण इंग्लिश किंवा अमेरिकन माणसाची बरोबरी करावी अशी तुमची इच्छा असेलतर तुम्ही शिकवलेही पाहिजे व त्याजबरोबर शिकलेही पाहिजे...'' कलकत्याच्या तरुणांना शाबासकी देत, त्यांची प्रशंसा व कौतुक करून स्वामीजींनी त्यांना आवाहन केले ''माझ्या तरुण मित्रांनो, उठा, जागे व्हा! आपल्या प्रिय भारताला पुन्हा एकदा त्याच्या यथोचित आध्यात्मिक स्थानावर बसवा!''

७ मार्चला, श्री रामकृष्णांची जयंती आली. स्वामीजी दक्षिणेश्वरला गेले. जवळजवळ साठ हजार लोकांचा अफाट जनसागर त्यांची वाट पाहत होता. स्वामीजी आपल्या गुरुबंधूंसमवेत दक्षिणेश्वराच्या मंदिरात पोचले. स्वामीजींनी प्रथम माता कालीच्या मंदिरात जाऊन तिचे दर्शन घेतले आणि नंतर आपल्या युरोपीय शिष्यांना बरोबर घेऊन देवालयाला प्रदक्षिणा घातल्या. तेथे, पंचवटीत, त्यांची व गिरीशचन्द्र घोष यांची भेट झाली. त्याचवेळी त्यांचा ध्यास घेतलेल्या जमावाला उद्देशून भाषण करण्याचा त्यांचा प्रयत्न तसा असफलच झाला. असफल यासाठी म्हणायचा की स्वामींच्या नावाचा जयघोष अखंड चालू ठेवणाऱ्या त्या भोळ्याभाबड्या लोकांना त्यांचे भाषण नीट ऐकूच येईना. त्या प्रचंड पण प्रामाणिक व स्वाभाविक कोलाहलात त्यांचे शब्द कोठल्या कोठे विरूनच गेले. आपले भाषण थांबवून ते थेट लोकांच्यातच मिसळले, त्यांच्याशी जमेल तेवढे बोलले आणि काही वेळातच आलमबझार मठाकडे परतले.

सील्स गार्डन व आलमबझार मठ ही दोन ठिकाणे मुख्य निवासस्थाने असली तरी ते गुरुदेवांच्या कोणा न् कोणा भक्तांकडेही वारंवार जाऊन येत. त्याशिवाय, त्यांच्या भेटीला सर्व वयांचे आणि व्यवसायांचे लोक येत असले तरी स्वामींचे विशेष लक्ष युवकांवर अधिक असे. कारण, त्यांना पुन्हापुन्हा तीव्रतेने वाटत होते की जे आपल्याकडे आहे ते, आपले स्वत:चे तत्त्व, त्यांच्यात ओतावे, त्यांना प्रेरणा

कलकत्त्यामधील गोपाळ लाल सील्स हाऊस मधील
मित्रमंडळासमवेत (मध्यभागी उभे) स्वामी विवेकानंद

द्यावी. ज्या कोणाला ते अधिकाधिक भावेल, ते आत्मसात करण्याबद्दल उत्साह वाटेल व जे तो सर्व व्यवहार गांभीर्याने घेतील त्यांना आवश्यक ते प्रशिक्षण देण्याचीही त्यांची इच्छा होती. युवकांशी संवाद साधत असताना स्वामी त्यांचे शारीरिक दौर्बल्य, उणीवा; लवकरात लवकर विवाहबद्ध होण्याकडे असलेला त्यांचा कल या प्रवृत्तींवर कोरडे ओढून त्यांची खरडपट्टीही काढत, त्यांचा निषेध करत. त्याचप्रमाणे, तरुणांचा स्वतःवर आणि त्यांना लाभलेली पारंपरिक संस्कृती आणि आदर्श यावर विश्वास नसल्याबद्दल त्यांच्यावर सडकून टीका करत. 'गेली हजार किंवा त्यापेक्षा अधिक वर्षे' भारत एका संमोहित अवस्थेत वावरत आहे. त्या अवस्थेचा अंमल त्यांच्यावरही झालेला आहे. 'तुम्ही तरुण कुचकामी आहात, कोणत्याच कामाचे नाहीत...' असा एखाद्याने कुत्सित शेरा मारला तरी त्यांच्यावर त्यांचा विश्वास बसतो. या संमोहनातून, दुरावस्थेतून, कमकुवत मानसिकतेतून बाहेर पडण्याचे कळकळीचे आवाहन स्वामीजी करत. ते त्यांना ग्वाही देत म्हणत- ''या कटकटीतून, या निषिद्ध चाकोरीतून कसे बाहेर पडायचे ते मी तुम्हाला शिकवेन, मी तुमच्यातल्या आत्मविश्वासाला जाग आणेन, त्याला उत्तेजित करेन. अरे, तुम्ही तरुण आहात. तुमच्याजवळ अफाट ताकद आहे, अमर्याद शहाणपण आहे आणि दुर्दम्य उत्साह आहे. त्या बळावर तुम्ही चमत्कारच चमत्कार घडवू शकाल- हां, मात्र ते साध्य केल्यानंतर तुम्हाला गावागावात, खेड्यापाड्यात, दारादारात जाऊन प्रत्येक भारतीयाला जागे करत त्याला सांगितले पाहिजे- 'तुझी हृदयस्थ ईश्वरी

शक्ती प्रगट होऊ देत!'..." स्वामीजींचा शब्द न् शब्द त्यांच्या अंतरंगातून उमटत होता. त्या शब्दांमागे निखळ प्रेमभाव होता, कळकळ होती. त्यामुळे स्वामीजी जे काही बोलत वा करत त्यांचा प्रभाव ऐकणारांवर सुरेख पडत असे. परिणामी, त्यांच्यापैकी अनेकजण त्यांचे अनुयायी व शिष्य बनत.

स्वामीजी एक सीधेसाधे 'संन्यासी' होते. त्यामुळे, नाव, प्रसिद्धी व पैसा मिळूनही त्यांच्यात बदल झाला नाही. ते सर्वांना सौजन्यपूर्ण वागणूक देत. आपल्या गुरुदेवांच्या सर्व नातलगांना ते गुरुसमान मानूनच त्यांना तोच पूज्यभाव दाखवत. मात्र, दुटप्पीपणा आणि बढाई यांना त्यांचा विरोध होता. स्वामीजींनी आपल्या गुरुबंधूंच्या मनात एक तत्त्व ठसवले. दुसऱ्यांची चिंता व सेवा यांचे महत्त्व त्यांना पटवून देऊन आपल्या संन्यासधर्माचा अर्थ नीट जाणून घेण्याचा सल्ला दिला. संन्याशाने आपल्या मुक्तीसाठी व ईश्वरी साक्षात्कारासाठीच सतत अनुसंधानात असले पाहिजे ही पारंपरिक, निष्क्रीय वृत्ती सोडून देऊन लोकांना शहाणे करण्यासाठी, त्यांना धर्मतत्त्वे समजावून देण्यासाठी सतत सक्रिय असले पाहिजे असा त्यांचा आग्रह होता. त्यांनी जाहीर केले त्यांचे जीवितध्येय एकच आहे. भारतात संन्याशांचा असा एक संप्रदाय निर्माण करायचा जे सांप्रदायिक इतरांसाठी आपले जीवन समर्पित करतील, त्यांच्या सेवाभावी कार्याद्वारे ते बहुजन समाजातील लोकांची स्थिती सुधारावी म्हणून प्रयत्न करतील, आपल्या गुरुदेवांच्या शिकवणुकीचा प्रसार करून धार्मिक पुनरुत्थान घडवतील... त्यांनी हेही स्पष्ट केले त्यांच्या गुरुदेवांची श्री रामकृष्णांची इच्छा तीच होती. आपण केवळ ती प्रमाण मानायची आहे. हळूहळू गुरुबंधूंना स्वामीजींनी स्वीकारलेल्या विहिताची कल्पना येऊ लागली. आणि सगळेजण लोकसेवेसाठी सिद्ध झाले. त्यानुसार, स्वामी रामकृष्णानंदांनीही मठाचे आवार व परिसर सोडून, स्वामी विवेकानंदांच्या आदेशास मान देऊन ते मद्रासला गेले व तेथे त्यांनी वेदांत केन्द्राची स्थापना केली. त्यांच्याप्रमाणे, स्वामी अखंडानंदांनी बंगालप्रांतातील मुर्शिदाबाद गाठले. तेथे भूकंपग्रस्तांसाठी मदतकार्य आरंभले. स्वामी शारदानंद व स्वामी अभेदानंद अगोदरच स्वामीजींनी त्यांना नेमून दिलेल्या कामांची देखभाल करण्यासाठी परदेशातच तळ ठोकून होते. बाकीच्या गुरुबंधूंनीही स्वामीजी पाठवतील तेथे जाण्याची तयारी दाखवली. अशा प्रकारे संन्याशी मठाबाहेर पडले आणि त्यांनी निरनिराळ्या ठिकाणी केन्द्रे व आश्रम उभे केले. देशात कोठेही आपत्ती आली की ती मदत केन्द्रे मदतीचा हात पुढे करू लागली. तिकडे, स्वामीजीही एका विचाराने पछाडलेले होते. मठाचे स्थलांतर गंगा नदीच्या तीरावरील एखाद्या कायमच्या जागेत करावे आणि तेथे आपले शिष्य तयार करण्यासाठी, त्यांच्या प्रशिक्षणाची सोय करण्यासाठी व त्याला जोडूनच लोकांची सेवा करणारी एखादी संघटना स्थापन करावी अशी तीव्र इच्छा त्यांच्या मनात सतत घोळू लागली.

(डावीकडून) स्वामी त्रिगुणातीत, शिवानंद, विवेकानंद, तुरियानंद व ब्रह्मानंद
(खाली बसलेले) स्वामी सदानंद-बोसपाडा लेन (कलकत्ता १८९७)

सततच्या बैठका, सभा, अखंड बोलणे यांचा परिणाम स्वामींच्या प्रकृतीवर निश्चितच झाला. डॉक्टरांनी प्रकृती तपासल्यानंतर किमान सहा महिन्यांची पूर्ण विश्रांती घेण्याचा सल्ला त्यांना दिला. कलकत्त्यात राहून ती मिळणे सर्वस्वी अशक्य होते. तोपर्यंत त्यांना मधुमेहाचा विकार जडलेला आहे असेही निदान करण्यात आले आणि ते कदाचित खरेही होते. कारण त्यांच्या घराण्याला त्या व्याधीची बाधा आनुवंशिकच होती. त्यामुळे खाण्यापिण्यात पथ्याला महत्त्व आले. डॉक्टरांचा सल्ला मानल्याखेरीज गत्यंतर उरलेच नव्हते. म्हणून ८ मार्चला स्वामीजी हवापालट करण्यासाठी दार्जिलिंगला गेले. सेवियर पतिपत्नी तेथे आधीच पोचले. स्वामीजींच्या सहप्रवासांत स्वामी ब्रह्मानंद, त्रिगुणातीतानंद, तुरियानंद, योगानंद, बाबू गिरीशचन्द्र घोष, सखा गुडविन, डॉ. टर्नबुल व त्यांचे मद्रासी शिष्यगण – अलसिंगा, नरसिंहाचार्य व मुदलियार यांचा समावेश होता. सुदैवाने, बर्द्धानचे महाराज स्वामींचे परमभक्त असल्यामुळे त्यांनी दार्जिलिंगच्या आपल्या प्रासादतुल्य निवासस्थानाचा एक भाग त्यांच्या स्वाधीन केला. दार्जिलिंग मुळातच एक निसर्गरम्य, पर्वतप्राय प्रदेशाचा हिस्सा आहे. त्यामुळे रोजच्या रोज पर्वताच्या पायवाट, तुडवायच्या, निसर्गाच्या निकट सान्निध्यात राहायचे, अधूनमधून लगतच्या बौद्ध मठाला भेट द्यायची, आपल्या समवेत असलेल्यांशी सुखसंवाद करायचा आणि तास न् तास ध्यानाला बसायचे या सर्व कार्यक्रमात स्वामीजींचा वेळ व्यवस्थित जाऊ लागला. इतक्यात, काही दिवसांनी त्यांच्या नावावर एक तार

आली – 'मी कलकत्त्यास येत आहे – राजा ऑफ खेत्री!' चला, जायलाच हवे म्हणत स्वामीजी २१ मार्चला पुन्हा कलकत्त्यात दाखल झाले. खेत्रीच्या राजांचे व त्यांचे संबंध अति घनिष्ट व जिव्हाळ्याचे असल्यामुळे दार्जिलिंगच्या मुक्कामात तथा हवापालटाच्या कार्यक्रमात नकळत असा खंड पडला. राजेसाहेब स्वामींच्या आधी तीन दिवस शहरात हजर होते .

आता राजा म्हटले की स्वागताचा थाट आलाच. त्यात स्वामीजी इंग्लंड, अमेरिका गाजवून आले होते. खेत्रीच्या राजांना त्याचा अभिमान होता. राजेसाहेबांच्या बरोबर लोहारूचे नबाब व राजस्थानातील त्यांचे सखेसोबती होते. ती सगळी मंडळी आणि त्यांच्याबद्दल आस्था असणारे कलकत्त्यातील मारवाडी समाजातील इतरेजन सगळे झाडून सियालदा स्टेशनवर स्वागतासाठी हजर झाले. राजेसाहेबांचा मुक्काम त्यातल्याच एक मारवाडी शेठजींच्या (धनिकाच्या) निवासस्थानी होता. स्वामीजींना स्टेशनवरून त्या निवासस्थानापर्यंत चक्क मिरवणूकीने नेण्यात आले. आगतस्वागत आटपल्यानंतर, दुपारी स्वामीजी राजांना घेऊन दक्षिणेश्वर मंदिराकडे घेऊन गेले. परतीच्या वाटेवर त्यांनी आलमबझारलाही भेट दिली. त्या रात्री स्वामींनी शेठजींच्या निवासातच मुक्काम टाकला. ती रात्र राजांबरोबर काढली. बस्स. दोघांची भेट आनंददायी व समाधानकारक झाली. २३ मार्चला स्वामी पुन्हा दार्जिलिंगला गेले. २६ मार्चला खेत्रीकरांनी कलकत्ता सोडले.

त्या वर्षच्या मे महिन्यात, खेत्रीचे राजे, अजित सिंग आणि इतर भारतीय संस्थानिक राणी व्हिक्टोरियाच्या हीरक महोत्सवाला हजेरी लावण्यासाठी इंग्लंडला जाणार होते. स्वामीजींनी आपल्याबरोबर यावे अशी राजांची इच्छा होती. पण स्वामीजींच्या डॉक्टरांनी त्यांना प्रतिबंध केला. स्वामींची प्रकृती इतक्या नाजूक अवस्थेत होती, की तिच्यावर पडणारा कोणताही ताण सोसणे अशक्य होते. त्यामुळे डॉक्टर अत्यंत सावध होते. प्रवास, भेटीगाठी तर दूरच पण मनात एखादा गूढ किंवा गंभीर विचारही आणायचा नाही असे त्यांनी ठणकावून सांगितले. स्वामींनी राजांना सविनय नकार कळवला. तसे पाहिले तर दार्जिलिंग त्यांना उत्तम मानवले होते. पण सतत व्यापात असणाऱ्या स्वामींना महिनाभराची ती सक्तीची विश्रांती असह्य झालेली होती. ते त्या रिकामपणाला भलतेच कंटाळले होते. आणि तरीही त्यांचे स्नेही व शिष्य दोघेही त्यांच्यावर बळजबरी करून त्यांना गप्प बसवत. तथापि, स्वामीजींना सतत सतावणारा भारतातील पददलितांच्या कल्याणाचा विचार किती केले तरी डोक्यातून जातच नव्हता. त्यांना ते जमतच नव्हते. त्यामुळे, दुखण्यातून उठत असतानाही स्वामींनी इंग्लंडमधील आपल्या शिष्या, मार्गारिट नोबेल, यांना लिहिलेल्या पत्रात त्यांना 'तिया' या मलबारातील एका खालच्या जातीतील लोकांचा प्रश्न इंग्लिश पार्लमेंटच्या वेशीवर टांगण्याची सूचना केली. कारण, भारतातील

ब्रिटिश राजवटीने तो प्रश्न एका भारतीय संस्थानाच्या अखत्यारीत येत असल्यामुळे आपण त्यात हस्तक्षेप करू शकत नाही असे कळवले होते. त्याचप्रमाणे, त्यांच्या डोक्यात आधीच शिरलेला एक कल्याणकारी संस्था स्थापण्याचा विचारही ठाण मांडून होताच.

नाही-होय करत करत स्वामीजींनी जवळजवळ सलग सहा आठवडे दार्जिलिंगला काढले. शेवटी, २८ एप्रिलला त्यांनी ते स्थळ सोडले. परत कलकत्त्याला आले. इकडेतिकडे आठवडा गेला. प्रकृतीने पुन्हा दगा दिला. पुन्हा विश्रांती कपाळी आली. या खेपेला, अल्मोड्याला जायचे ठरले. जाण्यापूर्वी त्यांनी प्रथम चार तरुणांना अनुग्रह देऊन संन्यासधर्माची दीक्षा दिली. त्या तरुणांनी काही दिवसांपूर्वीच मठात प्रवेश घेतला होता. शिवाय, ते ब्रह्मचर्यव्रताचेही पालन करत होते. त्यांच्या मागून आणखी दोघाजणांची पाळी झाली. दीक्षा देण्यापूर्वी स्वामींनी त्यांना ताकीद दिली – "आता तुम्ही ईश्वरप्राप्तीचा मार्ग चोखाळणार आहात. त्यासाठी तुम्हाला प्रत्येक गोष्टीचा त्याग करावा लागेल. आता तुम्ही आपल्या देशबांधवांचे गुरू आहात आणि तुमच्या अंतरात्म्याचे भक्त आहात. इत:पर तुम्ही मुक्ती मिळवण्यासाठी आणि जगाच्या भल्यासाठी जगणार आहात!" एकीकडे स्वामी म्हणून गेले होते – "आपला मुख्य उद्देश सारे नियम व कायदे उल्लंघून त्यांच्याही पलीकडे जाण्याचा आहे!" तरीही लोकांच्या अंत:करणात वास करत असलेल्या नैसर्गिक दुष्ट प्रवृत्ती बदलण्यासाठी चांगले, उपयुक्त कायदे व नियम आवश्यकच आहेत हे त्यांनी ठासून सांगितलेले होते. त्यामुळेच की काय स्वामीजींनी मठासाठी देखील काही

कलकत्त्यामधील बलराम बोस यांचे घर

नियम निश्चित केले. सकाळ-सायंकाळ नियमित ध्यानधारणा आणि व्यायामाचे प्रकार, दुपारी अभ्यास आणि संध्याकाळी कोणत्या ना कोणत्या धार्मिक ग्रंथावर आधारित चर्चा असे उपक्रम घेण्याचा त्यांनी सल्ला दिला.

१ मे ला, बलराम बाबूंच्या घरात स्वामीजींनी श्री रामकृष्णांच्या सांप्रदायिक व बिगर-सांप्रदायिक (सर्वसामान्य) भक्तांची एक बैठक बोलावली. बैठकीसमोर त्यांनी रामकृष्ण मिशनच्या स्थापनेचा प्रस्ताव विचारासाठी ठेवला. ५ मे ला, दुसरी बैठक झाली. त्या बैठकीत मिशनची ध्येये व उद्दिष्टे, आणि त्या चळवळीची मार्गदर्शक तत्त्वे निश्चित करणारे ठराव संमत करण्यात आले.

संघाचे नाव 'रामकृष्ण मिशन' असे राहील. संघाचा उद्देश श्री रामकृष्णांनी जी सत्ये, कळकळीने शिकवली आणि ज्यांचे आचरण त्यांनी स्वत: करून दाखवले, त्यांचा प्रचार करणे आणि ती आचरणात आणण्यासाठी इतरांना साह्य करणे हा असेल. श्री रामकृष्णांनी विविध धर्मांच्या अनुयायांमध्ये बंधुभाव प्रस्थापित करणाऱ्या चळवळीची मुहूर्तमेढ रोवलेली होती. त्या चळवळीला अभिप्रेत असलेले कार्यक्रम योग्य पद्धतीने, तिच्या तत्त्वाशी प्रामाणिक राहून चालवणे हे त्याचे उद्दिष्ट असेल. त्यासाठी आवश्यक असलेल्या कार्यपद्धतींमध्ये खालील उपक्रमांचा समावेश करण्यात येईल ज्यायोगे ते निर्धास्त उद्दिष्टाच्या पूर्तीसाठी पूरक तसेच पोषकही ठरतील. जनसामान्यांच्या भौतिक व आध्यात्मिक हिताला पूरक ठरणाऱ्या आत्मज्ञानाची शिकवण देण्यासाठी सक्षम शिक्षक तयार व्हावेत म्हणून संबंधितांना योग्य प्रशिक्षण देणे, कला व उद्योगधंदे यांना पुढावा आणि उत्तेजन देणे श्री रामकृष्णांच्या जीवनक्रमातून प्रकट झालेल्या वेदान्ती धार्मिक विचार, कल्पना यांची ओळख करून देणे व त्यांचा प्रसार करणे वगैरे. भारतातील मिशनच्या कार्यात भारताच्या विविध भागांत मठ व आश्रम यांची स्थापना करण्याचा समावेश असेल. मिशनच्या विदेश विभागाकडे परदेशांत प्रशिक्षित सांप्रदायिकांना पाठवून त्यांच्याकरवी वेदांत-केन्द्रे सुरू करण्याची जबाबदारी सोपवण्यात येईल. या केन्द्रामार्फत भारत व संबंधित देश यांच्यामध्ये परस्पर सामंजस्य आणि अधिक दृढसंबंध यांची जोपासना व वृद्धी करण्याचे काम केले जाईल. श्री रामकृष्णांच्या जीवितकार्यावर पूर्ण श्रद्धा असलेली किंवा वर निर्दिष्ट केलेले उद्देश व उद्दिष्टे यांच्याबद्दल सहानुभूती बाळगणारी कोणीही व्यक्ती संघाच्या सभासदत्वास पात्र धरण्यात येईल. स्वामी विवेकानंद रामकृष्ण मिशनचे पहिले सर्वसाधारण अध्यक्ष, तर स्वामी ब्रह्मानंद व योगानंद कलकत्ता केन्द्राचे अनुक्रमे पहिले अध्यक्ष व उपाध्यक्ष झाले. सर्वसाधारण शिष्यवर्गांतून इतर अनेक पदाधिकाऱ्यांची नियुक्ती करण्यात आली. त्यात सचिवपदाचाही समावेश करण्यात आला. बलराम बाबूंच्या घरात दर रविवारी नियमितपणे बैठका भरू लागल्या. त्यात एखाद्या पवित्र धर्मग्रंथाचे वाचन वा पठण करून घेण्यात आले.

१८९९ मध्ये बेलूर मठात काढलेले समूहचित्र

श्री रामकृष्णांच्या ठायी स्वामीजी एका विशिष्ट तत्त्वाचा अनुभव घेत असत. आणि त्यामुळे मिशनची स्थापना म्हणजे निव्वळ धर्मप्रसार करणाऱ्या एका वेगळ्या पंथाची स्थापना मानण्याचा मोह त्यांनी आवर्जून टाळला.

स्वामींनी श्री रामकृष्णांचा स्वभाव आणि संदेश यांच्यात आढळणारी करुणाभावाची बाजू प्रकाशात आणली आणि दाखवून दिले की संन्यास व सेवा भाव हातात हात घालून एकत्र नांदू शकतात. आपल्या देशबांधवांना त्यांच्यावर पडलेल्या तमोगुणांच्या, शैथिल्याच्या छायेतून बाहेर काढून, कर्मयोगाच्या मदतीने स्वतःच्या पायावर उभे राहण्यास प्रेरित करणे हे त्यांचे ध्येय होते. त्या ध्येयाचा पुरस्कार व कार्यवाही त्यांना हिरीरीने करायची होती. जवळजवळ पहिली तीन वर्षे मिशनचे प्रचार व मानवतावादी कार्य बलराम बाबूंच्या घरातूनच चालले. १८९९मध्ये, स्वामीजींनी मठ बेलूरला हालवला आणि १९०१मध्ये त्याचे व्यवस्थापन एका विश्वस्त-मंडळाकडे सोपवले. यथावकाश, मिशन व मठ यांचे विलीनीकरण झाले. पुढे, मठाचा वाढता व्याप आणि त्याच्यावरच्या जबाबदाऱ्या यांची कार्यक्षमता वाढवण्याच्या दृष्टीने १९०९मध्ये रामकृष्ण मिशनची शासन दरबारी एक वेगळी संस्था म्हणून रीतसर नोंद करण्यात आली. तिकडे, मठाचे नित्य कार्य-धार्मिक कामे पार पाडण्यासाठी संन्याशांच्या गटाला प्रशिक्षण देणे व त्यांची देखभाल करणे- चालूच ठेवण्यात आले. मिशनकडे धर्मादायी कार्यक्रम व त्यांची कार्यवाही यांची जबाबदारी सोपवण्यात आली. मिशनच्या कार्यकारी मंडळावर मठाच्या विश्वस्तांना स्थान देण्यात आले. त्यामुळे त्या दोन्ही संस्थांत -

मठ व मिशन-निकटचे संबंध दृढ झाले. दोन्हींची मुख्य कार्यालये बेलूरलाच ठेवण्यात आली.

इंग्लंडमधील खडतर काम आणि दक्षिण भारतातील कडक उष्मा या दोन्ही गोष्टींनी स्वामींना पिळून काढले. विश्रांती व हवापालट यासाठी त्यांनी दार्जिलिंगला केलेला मुक्काम त्यांच्या प्रकृतीत काहीशी सुधारणा घडवून आणण्यास कारणीभूत ठरला असला तरी डॉक्टर त्यांच्या प्रकृतीबद्दल समाधानी नव्हतेच मुळी. स्वामीजींना अधिक विश्रांतीची अद्यापही गरज आहे असा सल्ला डॉक्टरांनी त्यांना दिला. स्वामींनीही तो जरूर मानलाही. विश्रांतीसाठी त्यांनी अल्मोडाची निवड केली. कारण, तिकडच्या लोकांची आमंत्रणे त्यांना पुन्हा पुन्हा येत होती. त्यांचा अव्हेर करणे बरे दिसणार नव्हते. त्याप्रमाणे, काही गुरुबंधू व शिष्य यांना बरोबर घेऊन मेच्या सहा तारखेला त्यांनी कलकत्ता सोडले. स्वामी शिवानंद, सखा गुडविन व मिस मुल्लर या तिघांना महिन्यापूर्वींच तिकडे धाडण्यात आले होते. लखनौला एक दिवस थांबून स्वामीजी ९ मेला काठगोदामला पोचले. त्यांना उतरवून घ्यायला त्यांचा 'विश्वासू सखा गुडविन' तेथे आले होते. ते आणि स्वामींचे अनेक प्रशंसक यांनी स्वामींना अल्मोड्यापर्यंत सोबत केली. अल्मोड्याजवळच्या लोडिया गावात एक फार मोठा जमाव स्वामीजींची वाट पाहत होता. त्याने त्यांच्या स्वागताची वेगळीच तयारी केलेली होती. चक्क एक घोडा तयार ठेवला होता. अगदी नटवून थटवून. खरे म्हटले तर स्वामीजी घोड्यावर बसू इच्छित नव्हते. पण लोकांनी त्यांना कळकळीची विनंती केली. त्यांची पाठच धरली. स्वामींना त्यांचा आग्रह मोडवेना. स्वामीजी घोड्यावर आरूढ झाले अखेर. आणि ती भव्य मिरवणूक स्वामींना अल्मोड्यापर्यंत घेऊन गेली.

तिकडे, अल्मोडाही सज्ज होते. सगळीकडे तोच थाट, तीच सजावट. स्वागतासाठी प्रचंड गर्दी. घराघराच्या खिडक्या आणि छप्परे महिलांनी आधीच धरून ठेवली होती. मिरवणूक समोर आली की त्या आपल्या हातातील फुले व अक्षता यांचा वर्षाव स्वामीजींवर मोठ्या उत्साहाने व आनंदाने करत. नेहमीप्रमाणे, ती मिरवणूकही इंचाइंचानेच पुढे सरकत होती. गावाच्या मध्यभागी एक शामियाना उभारलेला होता. तोही तितक्याच तयारीने सजवलेला. पताका, फलक, फुलांच्या माळांनी. स्वामींचे औपचारिक स्वागत त्या शामियान्यात करण्यात आले. प्रत्येक घरात रोषणाई करण्यात आलेली होती. मिरवणूकीच्या अग्रभागी बॅन्डचा ताफा होता. त्याच्या सुरावटीने वातावरणात वेगळे सौंदर्य निर्माण केले होते. संपूर्ण स्वागत अविस्मरणीय होते. हजारो लोक डोळे भरून त्याचा आनंद लुटत होते. स्वामीजींचे शुभ चिंतित होते. पंडितांनी हिंदी व संस्कृत भाषांत तयार केलेल्या मानपत्रांचे वाचन केल्यानंतर स्वामीजींनी जास्त वेळ न घेता आपले उत्तराचे भाषण

आटोपले. अगदी मोजक्या समर्पक शब्दांत, अतिशय भावविवश होत त्यांनी हिमालयाने भारतवासीयांवर पाडलेल्या चिरंतन आध्यात्मिक प्रभावाचा उल्लेख केला आणि त्याच आवेगात ते बोलून गेले – ''आयुष्याचे अखेरचे दिवस या नगाधिराजाच्या पवित्र चरणांशी बसून घालवावेत असे सतत माझ्या मनात येत राहते...'' स्वामीजींच्या दिनक्रमात येथेही त्यांच्याभोवताली माणसांचा गराडा कधी चुकला नाही. पण एक मात्र झाले. हिमालयाची गार हवा त्यांना चांगलीच मानवली. हळूहळू का असेना त्यांची प्रकृती सुधारत गेली. १८मेच्या सुमारास स्वामीजी, कलकत्त्याहून त्यांच्याकडे आलेल्या काहीजणांना बरोबर घेऊन देवलधरला गेले. प्रख्यात पिंडारी हिमनगाच्या पायथ्याशी असलेले ते एक छोटे गाव आहे. तेथे अल्मोड्याच्या त्यांच्या यजमानांच्या – लाला बद्री सहा – एका नातेवाईकाच्या घरात राहिले. त्या अतिशय आल्हाददायक, निसर्गरम्य स्थळाने स्वामींवर आपला वरदहस्त ठेवून त्यांच्या प्रकृतीच्या तक्रारींना पिटाळून लावले. स्वामीजी तर तो चमत्कार पाहून खूपच सुखावले. 'आपला सळसळता उत्साह' आपल्या देहात नव्याने संचारत आहे अशी भावना निर्माण झाली. या काळात, त्यांनी मेरी हेल, मार्गरिट नोबेल आणि इतर विदेशी शिष्यांना सविस्तर पत्रे लिहिली. त्याचप्रमाणे आपल्या गुरुबंधूंचाही विसर त्यांना पडला नाही. विशेषत: स्वामी अखंडानंदांनी मुर्शिदाबादच्या दुष्काळग्रस्त जनतेची ज्या पद्धतीने सेवा केली आणि एक अनुकरणीय आदर्श घालून दिला त्याबद्दल त्यांचे मन:पूर्वक अभिनंदन करणारे पत्र त्यांना टाकले.

देवलधरला विवेकानंद, नाही म्हटले तरी, महिनाभर राहिले होते. साधारण-पणे २० जूनला ते अल्मोड्याला परत आले. पावसाळा सुरू झाल्यामुळे हवेत जाणवण्या इतपत गारवा होता. इकडे त्यांची प्रकृती सुधारली तर दुसरीकडे त्यांची मन:स्थिती बिघडली. त्यांच्या कानावर आलेल्या बातम्यांनी ते काम केले. पहिली बातमी विनाशकारी भूकंपाची. सिमल्यापासून आसाम आणि खाली मद्रासपर्यंतचा प्रदेश भूकंपाने हादरून टाकला. स्वामीजी खूप अस्वस्थ झाले. दुसरी धक्कादायक बातमी. अमेरिकन मिशनरी, डॉ. जे. एच. बरोज यांनी आपल्या भारतभेटीत अनेक ठिकाणी केलेल्या प्रतिकूल उच्चारणांची! हे डॉ. बरोज साधेसुधे गृहस्थ नव्हते. धर्ममहासभेचे भूतपूर्व अध्यक्ष होते. त्यांच्यासारख्या मान्यिय व्यक्तीच्या मुखातून असे अनुदार उद्गार निघावेत याबद्दल स्वामींना दु:ख झाले. विशेष म्हणजे खुद्द स्वामीजींनीच पुढाकार घेऊन भारतात त्यांचे स्वागतही केले होते. आपल्या भावना त्यांनी मेरी हेल यांना लिहिलेल्या आपल्या पत्रात व्यक्त केल्या. डॉ. बरोज यांच्या उद्गारांतील वैफल्यग्रस्ततेबद्दल त्यांनी चीड व्यक्त केली. पण त्याजबरोबर डॉ. बरोज ज्या ईश्वराची ''अस्तित्वात असलेला फक्त तोच ईश्वर. माझी ज्याच्यावर

श्रद्धा आहे तोच ईश्वर, सर्व जीवात्म्यांचा समुच्चय ज्याच्यात झालेला आहे तोच एकमेव ईश्वर आणि मुख्यत: माझा पापी ईश्वर, माझा दरिद्री ईश्वर, सर्व वंश, सर्व प्राणिमात्र यांच्यात वसत असलेला गरीबातला गरीब असा माझा ईश्वर, हाच माझ्या पूजेची खास वस्तू आहे'' – पूजा करतात त्याच्याबद्दल संतोषही व्यक्त केला.

याच काळात, स्वामीजींना एका गोष्टीची जाणीव झाली. आपण जगलोच तर जास्तीत जास्त तीन चार वर्षे! बस्स. तेव्हा आता एकच केले पाहिजे. जगाला जे सांगायचे आहे ते सगळे सांगून टाकून अंत:करण मोकळे केले पाहिजे. मग ते कोणाला आवडो न आवडो, कोणाला त्याचे महत्त्व पटो किंवा कोणाला त्याची चीड येवो त्याची फिकीर नाही करायची! स्वामीजींनी थिऑसॉफिस्ट व बौद्ध धर्मीय यांच्या संदर्भात मारलेले शेरे वादग्रस्त ठरले. त्यांनी त्यांच्या शिष्यांना काही काळ तरी मानसिक यातना दिल्या. तथापि, स्वामीजी मात्र बिलकूल विचलित झाले नाहीत. कारण, कोणाचीही, कसल्याही स्वरूपात खुशामतगिरी करणे, अवाजवी प्रशंसा करणे त्यांच्या स्वभावात व नीतीत बसतच नव्हते. ते त्या प्रकाराच्या पूर्ण विरोधातच होते. जे काही बोलायचे ते ठामपणे, आपण घेतलेल्या ज्ञानाची, जाणीवेची खात्री पटल्यानंतरच. कळकळ व सचोटी ज्या ज्या गोष्टीत आढळेल त्या प्रत्येकाचा स्वीकार करणे, त्याच्यावर प्रेम करणे, त्याला सहिष्णुता दाखवणे यावर त्यांची श्रद्धा होती. मात्र, कोठल्याही प्रकारच्या ढोंगबाजीचा, भोंदूगिरीचा त्यांनी कदापिही आदर केला नाही. त्यांनी ठामपणे सांगितले माझ्या अनुभवातून मी जे काही शिकलो आहे त्याच्या आधारे मी जरूर म्हणतो थिऑसॉफिस्ट किंवा बौद्ध यांच्यापेक्षा मला अधिक सहानुभूती भारतात काम करणाऱ्या इंग्रज मिशनऱ्यांबद्दल वाटते. एक गोष्ट खरी होती या साऱ्या वादग्रस्त बाबींचे मूळ पूर्वग्रहदूषित दृष्टिकोनात होते. मुळातच कलुषित असलेल्या विकृत मानसिकतेचा तो प्रकट आविष्कार होता. त्यामुळे काही काळ स्वामीजी व्यथित झाले असले तरी त्या अस्वस्थतेचा परिणाम फार काळ टिकला नाही. उलट, त्याच काळात, त्या व्यथा, ती अस्वस्थता नष्ट करणाऱ्या काही सुखद घटनांनी त्यांना पुष्कळशा प्रमाणात आनंदितही केले. त्यामध्ये, कलकत्ता येथे झालेल्या रामकृष्ण मिशनच्या बैठकांचे सुयश, मद्रासमध्ये, श्री रामकृष्ण यांनी कळकळीने पुरस्कारलेल्या वेदांताच्या शिकवणुकीला मिळणारा अनुकूल प्रतिसाद; मुर्शिदाबाद येथे स्वामी अखंडानंदांनी चालवलेले दुष्काळग्रस्तांसाठीचे बहुमोल कार्य आणि अमेरिकेत स्वामी शारदा-नंदांनी केलेली उत्कृष्ट कामगिरी यांचा समावेश करता येईल.

अल्मोड्याच्या वास्तव्यात स्वामीजींची दोन जाहीर व्याख्याने झाली. त्यापैकीचे एक भाषण त्यांनी प्रथमच हिंदीत केले. गावातील सुशिक्षित वर्गाने त्याचे उत्तम स्वागत केले. त्याशिवाय, २८ जुलैला, ते इंग्लिश क्लबमध्येही बोलले. त्या

भाषणात त्यांनी आदिवासींच्या पूजापद्धती, वेद आणि आत्म्याचे ईश्वराशी नाते आदींवर केलेले विवेचन खूपच उत्कृष्ट व प्रभावी झाले. संपूर्ण श्रोतृवर्ग मंत्रमुग्ध होऊन गेला.

अल्मोड्याला असताना इंग्लंडहून मि. स्टर्डींनी स्वामीजींच्या कानावर एक शुभवार्ता घातली. मागरिट नोबेल भारतात येऊन स्वामीजींच्या कार्यात सहभागी होऊ इच्छितात. स्वामीजींनी ताबडतोब मागरिट नोबेलना पत्र लिहून कळवले- ''भारताला तुमच्यासारख्या एका सिंहिणीची नितांत गरज आहे. भारताच्या महिलांचे कल्याण तुमच्या हातून घडावे ही ईश्वराचीच इच्छा दिसते. तुमचे शिक्षण, तळमळ, विशुद्धता, निर्धार आणि मुख्यत: तुमच्या नसांतून वाहणारे सेल्टिक वंशाचे रक्त या साऱ्या गोष्टी सांगतात आम्हांला हवी असणारी स्त्री हीच आहे...'' मात्र त्याजबरोबर त्यांनी असाही इशारा दिला त्यांच्यासमोरचे काम अतिशय कठीण आहे. अठरा विश्वे दारिद्र्यात आकंठ बुडालेल्या, लोकभ्रमाने पुरत्या पछाडलेल्या आणि गुलामगिरीत पार रुतलेल्या अर्धनग्न स्त्री-पुरुषांशी त्यांची गाठ पडणार आहे; भय आणि द्वेष यांची बाधा झाल्यामुळे त्या लोकांना गोऱ्या कातडीच्या व्यक्तींबद्दल तिटकारा वाटत असतो; ती त्यांना घाबरतात, त्यांचा द्वेष करतात. आणि सर्वांत भयानक गोष्ट म्हणजे भारताचे उष्ण हवामान! इतक्या सगळ्या अडचणी लक्षात घेतल्यानंतरही आपला भारतात येण्याचा निर्धार कायम असेल तर मी तुम्हाला ग्वाही देतो की तुमच्या इच्छित कार्यपूर्तीत तुम्हाला यश वा अपयश काहीही येवो मी सदैव तुमच्यापाठीशीच राहीन...!' प्रत्यक्ष स्वामीजींकडून असे आश्वासन मिळाल्यानंतर निश्चित मनाने मागरिट नोबेल १८९८च्या सुरुवातीस भारतात आल्या.

या खेपेला स्वामीजींनी अल्मोड्यात जवळजवळ तीन महिने तळ ठोकला. २ ऑगस्टला ते अल्मोड्याहून निघाले आणि ९ ऑगस्टला बरेलीला पोचले. तेथेही त्यांचे स्वागत सुरेख झाले. तेथे त्यांनी विद्यार्थ्यांचा मेळावा घेतला. आपल्या भाषणात त्यांनी विद्यार्थ्यांना संघटित होऊन एखादे कार्य हाती घेण्याबद्दल आवाहन केले व त्या दृष्टीने एखादी विद्यार्थी-संस्था निर्माण करून तिच्याद्वारे वेदांताच्या तत्त्वज्ञानाचा प्रसार व समाजसेवा यासारखे काही उपक्रम यशस्वी करता येतील का यावर विचार करण्याची सूचनाही केली. १२ ऑगस्टला ते बरेलीहून अंबाल्याला गेले. तेथेही स्टेशनवर एक मोठी गर्दी त्यांची वाट पाहत होती. त्यांच्यासाठी एक बंगलाही पाहून ठेवण्यात आला होता. स्टेशनवरून त्या बंगल्यापर्यंत त्यांना घोडागाडीतून वाजतगाजत नेण्यात आले. स्वागताची ही धामधूम एव्हाना स्वामींच्या अंगवळणी चांगलीच पडलेली होती. अंबाल्यातही त्यांनी नेहमीची भाषणे दिली, बैठका घेतल्या. मात्र, त्या मुक्कामात त्यांना एका अभिनव कल्पनेला सामोरे जावे लागले. लाहोर कॉलेजच्या एका प्राध्यापकाच्या विनंतीला मान देऊन त्यांनी आपले

एक छोटे भाषण ग्रामोफोनच्या तबकडीवर ध्वनिमुद्रित करण्यास परवानगी दिली. त्याच काळात, त्यांनी स्थानिक हिंदू-मुस्लीम शाळेला आवर्जून भेट दिली. त्या दोन महान भारतीय जमातींचे संमीलन त्यांना पाहायचे होते. त्यांच्या मते ती शाळा त्या ऐक्याचे एक प्रतीक होते तेथे त्यांची व सेवियर दंपतीची पुनर्भेट घडून आली. ती उभयता सिमल्याहून स्वामीजींना भेटण्यासाठी आलेली होती. अंबाल्याच्या भेटीत स्वामीजी व आर्यसमाज यांच्या सहकार्याचा मुहूर्त झाला. त्याचवेळी त्यांना अमेरिकेहून मिसेस बुल आणि जोसेफाईन मॅक्लिऑड यांची पत्रे मिळाली. त्या दोघींनाही भारतात येऊन स्वामीजींच्या कार्याला सक्रिय हातभार लावण्याची इच्छा होती. त्यांना पाठवलेल्या उत्तरात स्वामींनी इंग्लंडच्या मागरिट नोबेल यांना दिलेल्या सावधानतेच्या इशाऱ्याचे प्रतिबिंब पडले होते. दरम्यानच्या काळात त्यांच्या कानावर एक बातमी पडली – इंग्लंडमधील शाखा नीट चालत नसल्याची. आणि त्यामुळेच स्वामी अभेदानंदांना अमेरिकेला पाठवण्यात आले. स्वामीजींनी शारदानंदांना भारतात परतण्याबद्दल निरोप पाठवला. त्याप्रमाणे, मिसेस बुल, मिस मॅक्लिऑड आणि स्वामी शारदानंद १८९८च्या आरंभी भारतात दाखल झाले.

अल्मोड्यात असताना स्वामीजींच्या प्रकृतीत पुरेशी सुधारणा झाल्याचे दिसून आले असले तरी, प्रत्यक्षात ते दिसत होते तितके निरोगी नव्हते. विशेषत: सपाट प्रदेशात आल्यानंतर त्यांना वारंवार ताप येत राहिला. तथापि, त्याला न जुमानता त्यांनी आपल्या गुरुदेवांच्या वचनांचा प्रसार भारतातील विविध शहरांत प्रसारित करण्याचे आपले अंगीकृत कार्य चालूच ठेवले. त्याप्रमाणे, त्यांनी पुढचे शहर गाठले. २० ऑगस्टला ते अमृतसरला आले. तेथे त्यांचे आतिथ्य बॅरिस्टर तोरडमल यांनी केले. स्वामीजींची प्रकृती ढासळत आहे हे त्यांच्या लक्षात आले. त्यांना काळजी वाटू लागली. त्यांनी स्वामींना जवळच्या एका हिलस्टेशनला- धरमशाला – आपल्या एका मित्राकडे पाठवले. प्रकृतीत सुधारणा घडून यावी म्हणून ते एक आठवडाभर त्या डोंगरमाथ्यावरील रम्य ठिकाणी राहिले. २८ ऑगस्टच्या सुमारास ते अमृतसरला परतले. त्यानंतर, ३१ तारखेला त्यांनी रावळ पिंडीजवळचे आणखी एक हिलस्टेशन मुरी धरले. निघण्यापूर्वी त्यांनी अमृतसर येथे आर्यसमाजींशी आणखी एक बैठक घेऊन धार्मिक विषयांचा ऊहापोह केला. मुरीला स्वामीजी फार काळ थांबले नाहीत. ६ सप्टेंबरला त्यांनी तेथून श्रीनगरसाठी प्रयाण केले. बारामुलाहून नावेने ते श्रीनगरला पोचले.

श्रीनगरात, स्वामीजी न्यायमूर्ती ऋषीवर मुखर्जी यांचे पाहुणे होते. त्या मुक्कामात, त्यांनी काश्मीरच्या राजवाड्याला अनौपचारिक भेटही दिली. महाराजांचे बंधू, राजाराम सिंग त्यांच्या पायांशी बसून त्यांचे बोलणे ऐकत राहिले. श्रीनगरात, स्वामीजींनी आपल्या अनेक खासगी व सार्वजनिक गाठीभेटी पूर्ण केल्या.

काश्मीर खोऱ्यातील अनेक आकर्षक आणि इतिहासप्रसिद्ध स्थळांनाही भेटी दिल्या. ८ ऑक्टोबरला ते पुन्हा मुरीला परतले. १४ तारखेला मुरीच्या पंजाबी व बंगाली रहिवाशांनी मानपत्र देऊन त्यांचा सत्कार केला. १६ तारखेला स्वामीजी रावळपिंडीला निघाले. दुसऱ्या दिवशी सरदार सुजनसिंग उद्यानात एका मोठ्या समुदायासमोर त्यांनी व्याख्यान दिले. रावळपिंडीत ते दोनतीन दिवस राहिले. मात्र, पहाटेपासून रात्री उशीरापर्यंत ते कसल्या ना कसल्या तरी कार्यक्रमांत, व्यापात गुंतलेलेच दिसत. त्यांचा प्रत्येक दिवस अक्षरशः धावपळीत जात होता. रावळपिंडीच्या कालीमंदिरात ते पुष्कळ वेळा जाऊन आले. इतक्यात, त्यांना काश्मीरच्या महाराजांचे नव्याने आमंत्रण- आले. लगेच २० तारखेला ते जम्मूला निघालेही. जम्मूत ते २९ तारखेपर्यंत राहिले. त्या काळातही त्यांनी कित्येक सार्वजनिक व खासगी व्याख्याने दिली. २४ तारखेला त्यांची व महाराजांची एक व्यक्तिगत मुलाखत झाली. ती बराच वेळ चालली. त्या मुलाखतीत त्यांनी महाराजांच्या कानावर निरनिराळे विषय घातले. भारतात सामाजिक मुल्यांची घसरण चालू असून हळूहळू ती विनाशाप्रत कशी जातील, युरोप व अमेरिका या खंडात वेदांताचा प्रचार कसा केला, ती शिकवण त्या विदेशवासीयांवर ठसवण्याचा कसा प्रयत्न केला, शिक्षणासाठी परदेशी प्रयाण करण्याला किती महत्त्व आहे वगैरे सांगून शेवटी आपल्या अंगीकृत कार्याची साद्यंत माहिती दिली.

रावळपिंडीनंतर जायचे सियालकोटला. ५ नोव्हेंबरला ते लाहोरला पोचले. तेथे आर्यसमाजींनी त्यांचे औपचारिक स्वागत केले. तेथे शहराच्या चार महाविद्यालयांतील विद्यार्थी स्वामी विवेकानंदांचे विचार ऐकायला एकत्र आले. त्यांच्यासमोर बोलताना स्वामींनी अद्वैत तत्त्वज्ञान भारताचा धर्म व प्रेमभाव हाच अद्वैताचा आधार कसा

आहे, ईश्वर सर्वत्र कसा आढळतो इत्यादी गहन मुद्दे घेऊन त्यावरचे आपले भाष्य विद्यार्थ्यांसमोर ठेवले. त्याच काळात, पंजाबात आर्यसमाजी व सनातनवादी यांच्यात कलह सुरू होता. स्वामींनी त्यात मध्यस्थी करून तो संघर्ष मिटवला. आर्यसमाजी व मुसलमान यांच्यातील वैर निपटून काढण्याचा एक उपायही त्यांनी सुचवला. पंजाब म्हणजे पाच नद्यांचा प्रदेश. त्या पंजाबातील लोकांची अंत:करणे स्वामीजींनी भक्तीच्या कालव्यांतील पवित्र भावनांनी भिजवली. तेथे स्वामीजींना एक अस्सल शिष्य सापडला. श्री तीर्थ राम गोस्वामी नावाचा. लाहोरच्या एका महाविद्यालयात गणित विषयाचे अध्यापन करणारा माणूस. तोच पुढे स्वामी रामतीर्थ नावाने प्रसिद्धी पावला. त्याने भारत व अमेरिका येथे वेदांताचा प्रसार करण्याच्या कार्यात स्वत:ला गुंतवून घेतले. याच लाहोरला स्वामीजींना त्यांचा एक बालमित्रही भेटला. मोतीलाल बोस म्हणून. आता तो प्रोफेसर बोस सर्कस या सर्कस-कंपनीचा मालक झाला होता. तेथे स्वामींनी आपले दुसरे जाहीर व्याख्यान दिले. लाहोरात दहा दिवस राहून स्वामी १५ नोव्हेंबरला डेहराडूनला गेले. डेहराडूनची ती भेट पुन्हा एकदा प्रकृतीच्या निमित्तानेच झाली. आपल्या आगमनाची वार्ता गुप्त ठेवून एकांतात दिवस घालवण्याकरता ते तेथे गेले होते खरे पण तसे घडले नाही. ती बातमी लगेच फुटलीही. लोक भेटायला येऊ लागले, संख्या वाढत राहिली. स्वामी बोलत राहिले त्यांच्याशी. अर्थात, मुख्यत: धार्मिक विषयांवरच.

दरम्यान, खेत्रीचे महाराज अजित सिंग यांनी डेहराडूनला खास आपला माणूस पाठवला स्वामीजींना घेऊन येण्यासाठी. झाले, २६ नोव्हेंबरला स्वामी आणि मंडळी निघाली खेत्रीच्या दिशेने. सहारणपूर, दिल्ली, अलवार मार्गे राजपुताना असा प्रवास झाला. अलवारला झालेले स्वागत, अर्थातच भव्य होते. कारण, संन्यासी म्हणून भ्रमंती करत असताना ते अलवारला गेले होते. जुनी मित्रमंडळी व शिष्य यांच्या भेटी झाल्या. अलवारहून ते जयपूरला गेले. तेथे त्यांचा मुक्काम पूर्वीच्याच ठिकाणी-खेत्रीच्या राजांच्या अतिथी गृहातच पडला. त्यावेळेस, तेथल्या नोकरांना 'काय ही कटकट!' असे वाटले होते. कारण त्यावेळी स्वामीजी एक फिरस्ते 'संन्यासी' होते त्यावेळी. आज ते पवित्र अशा साधुसंतांच्या मालिकेत जाऊन बसले होते. यालाच म्हणतात नियतीचा खेळ! या खेपेला त्यांची सरबराई उत्तम ठेवण्यात आली. झोपण्यासाठी खुद्द राजेसाहेबांचा मुलायम बिछाना घालून देण्यात आला. ते नको, नको म्हणत असताना बळेबळे त्यांना त्यावरच झोप-वण्यात आले. स्वामीजींना राहवले नाही. ते म्हणाले – ''पाहिलंत का! माणसाच्या लायकीची, त्याच्या समाजातील स्थानाचीच पूजा होते. त्याच्या शरीराची वा त्यात दडलेल्या आत्म्याची नाही!'' वालुकामय प्रदेशातून प्रवास करत स्वामीजी व त्यांचे सखेसोबती १० डिसेंबरच्या आसपास खेत्रीला पोचले. वाळवंटात बारा मैल दूर असलेल्या ठिकाणाहून

खुद्द राजेसाहेब मिरवणूकीने त्या सर्वांना घेऊन राजवाड्यात पोचले. खेत्रीला त्यांची बडदास्त 'ईश्वराच्या पोटच्या बालकाला मानवेल अशी ठेवण्यात आली. लोक त्यांना साष्टांग नमस्कार घालून त्यांच्यासमोर आपापल्या परीने दक्षणा ठेवू लागले. अधिकृत स्वागत-समारंभात राजेसाहेबांनी त्यांच्यासमोर सोन्याच्या मोहरांनी भरलेली पाच तबके ठेवली. त्याचा नाममात्र स्वीकार करून स्वामींनी त्यातील बहुतेक धन संस्थानातील शैक्षणिक संस्थांतच वाटून टाकले. २० डिसेंबरला, स्वामीजींनी 'वेदांत धर्म' या विषयावर एक जाहीर भाषण दिले. त्या भाषणाला संस्थानातील उच्चभ्रू, वेचक जाणकार, विद्वान आणि काही युरोपीय गृहस्थही हजर होते. आपल्या त्या भाषणात स्वामींनी खेत्रीच्या राजांची दिलखुलास प्रशंसा केली. ते म्हणाले – "एका जातिवंत क्षत्रियाला शोभेल असे वर्तन त्यांच्या हातून घडलेले आहे. मी जेव्हा पश्चिमेला जाण्यासाठी, त्या भूमीत हिंदूधर्माच्या तत्त्वज्ञानाचा, त्यात पुरस्कारलेल्या अंतिम सत्याचा प्रसार करण्यास निघालो तेव्हा याच राजाने मला सर्वतोपरीचे आर्थिक व भौतिक साह्य करून क्षत्रिय धर्माचे पुरेपूर पालन केले. मी त्यांचा ऋणी आहे..." स्वामीजींच्या परतीच्या प्रवासात राजेसाहेब त्यांच्याबरोबर जयपूरपर्यंत होते. २४ डिसेंबरला ते तेथे पोचले.

जयपूरला स्वामीजींनी आपल्या बरोबरच्या फक्त एकाला जवळ ठेवून बाकीच्या सर्वांना – फक्त एकाला ठेवून घेऊन-कलकत्त्याला 'मठा'कडे परत पाठवले. १ जानेवारी १८९८ला ते स्वत: खांडव्याला निघाले. वाटेत जोधपूरला दहा दिवस राहिले. ते जेव्हा खांडव्याला पोचले तेव्हा त्यांचे अंग तापाने फणफणत होते. पण ज्यांच्याकडे ते मुक्कामाला होते त्या त्यांच्या जुन्या परिचितांनी, हरिदास चटर्जींनी, त्यांची उत्तम काळजी घेतल्यामुळे ते लवकरच उठून बसू शकले, हिंडू फिरू लागले. प्रकृतीच्या त्या दोलायमान अवस्थेचा विचार करून त्यांनी आखलेला सिंध व गुजराथ प्रांतांच्या दौऱ्याचा कार्यक्रम रद्द करणे भाग पडले. परिणामी, खांडव्यात एक आठवडा राहून ते थेट कलकत्त्याच्या वाटेस लागले.

◆

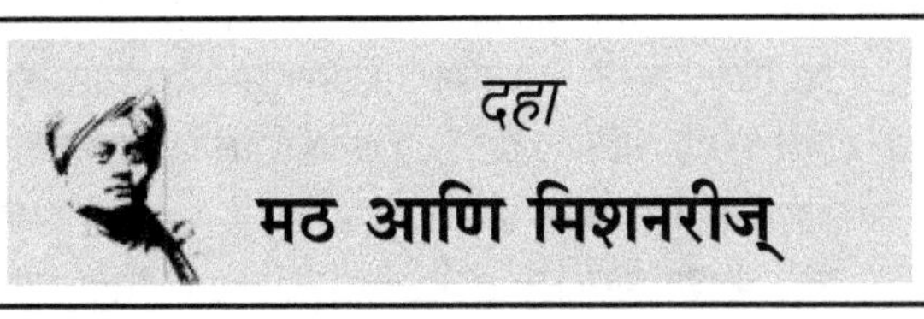

१८९८च्या जानेवारी महिन्याच्या अखेरीस स्वामी विवेकानंद कलकत्त्याला पोचले. तेथून पुढे दोन महिने तरी हालले नाहीत इतरत्र. त्या काळात त्यांनी स्वत:ला अनेकविध व्यापांत गुंतवून घेतले होते. भक्तांना भेटी, भेटायला येणारांचे स्वागत, संन्यासी व ब्रह्मचारी यांचे प्रशिक्षण आणि लेखन वगैरे त्यांतीलच काही. त्याच बरोबर त्यांनी धर्मग्रंथांचा आशय समजावून देण्यासाठी नियमित वर्गही घेतले. गीता, उपनिषदे, भौतिक शास्त्रे आणि राष्ट्रांचा इतिहास यावर भाषणेही दिली. मठाच्या सदस्यांच्या प्रश्नांना, शंकांना उत्तरे दिली आणि त्यांच्या गुरुदेवांनी – श्री रामकृष्णांनी – त्यांच्या पदरात जे ज्ञान टाकले होते त्याचे वस्तुपाठ त्यांना दिले.

२८ जानेवारीला मार्गरिट नोबेल इंग्लंडहून भारतात-कलकत्त्याला आल्या. स्वामीजी स्वत: त्यांना उतरून घेण्यासाठी गेले. त्या उभयतांची भेट तब्बल तेरा महिन्यांच्या अंतराने झाली. सुरुवातीला त्यांची व्यवस्था पार्क स्ट्रीटवर स्वामींच्या एका मित्राच्या घरात करण्यात आली. काही दिवसानंतर मिस मुल्लर अल्मोड्याहून आल्यानंतर त्या दोघींना ३४, वेणीपुकुर मार्गावरील एका घरात हालवण्यात आले. लगोलग स्वामींनी त्या दोघींना उत्तम शिकवून तयार केले. हिंदू संस्कृतीची व्यापक वैशिष्ट्ये विशद करून सांगितली आणि भारतीय स्त्रियांना शिक्षण देणाऱ्या संस्थेच्या स्थापनेमागची उद्दिष्टे समजावून देऊन ती साध्य करण्याच्या दिशेने मार्गदर्शनही केले. श्री रामकृष्णांचे एक निकटवर्ती शिष्य, महेंद्रनाथ गुप्त, यांच्यावर त्यांना बंगाली भाषा शिकवण्याची जबाबदारी सोपवली. त्याच वर्षी, १४ फेब्रुवारीला बोस्टनच्या मिस ओल बुल आणि न्यूयॉर्कच्या जोसेफाईन मॅक्लिऑड कलकत्त्याला पोचल्या. इतरांबरोबर त्यांचीही भेट झाली.

६ फेब्रुवारीला, स्वामीजींनी गंगा नदीच्या दुसऱ्या बाजूला म्हणजेच हावरा

भागातील रामकृष्णपूर येथे नवगोपाल घोष यांच्या घरात असलेले गुरुदेव श्री रामकृष्णांचे मंदिर विधिवत् पवित्र केले. रामकृष्णपूर घाटावर पाऊल ठेवताच स्वत: स्वामीजींनी गुरुदेवांच्या सामूहिक जयघोषात पुढाकार घेतला. घाटापासून घोषांच्या घरापर्यंत काढलेल्या मिरवणूकीत ते अग्रभागी राहिले. स्वामीजींचा विनम्रभाव आणि राजेशाही ढब पाहून लोक चकित झाले. घोष-परिवाराने आपल्या घरातील त्या मंदिरात श्री रामकृष्णांचे पूजास्थान अतिशय आकर्षक पद्धतीने सजवलेले होते. सगळीकडे संगमरवरी फरशी घातलेली होती. देव्ह्याऱ्यात एका सिंहासनावर आसनस्थ झालेली, उच्च प्रतीच्या चिनी मातीतून घडवलेली श्री रामकृष्णांची प्रतिमा पाहून स्वामींना अत्यानंद झाला. ते पार भावाकुल झाले. त्या आवेगात त्यांनी घोष-परिवारातील गृहलक्ष्मींना ग्वाही दिली – "तुम्ही सर्वजण ज्या अत्युच्च भक्तिभावाने गुरुदेवांची सर्वप्रकारे सेवा करत आहात ती गुरुदेव निश्चित रुजू करून घेतील आणि या घरात नक्कीच वास करतील!'' त्यानंतर त्यांनी सर्वांगाला भस्म फासून श्री रामकृष्णांना तेथे उपस्थित राहण्याचे आवाहन करून त्यांची आळवणी करण्यापूर्वी त्यांना साद घातली – "हे रामकृष्णा, धर्माच्या पुनर्निमाणकर्त्या, सर्व-धर्मस्वरूपा, अवतारश्रेष्ठा... आम्हांला दर्शन दे, भगवंता...!'' स्वामी कळकळीने आपल्या गुरुदेवांना आवाहन करत असताना दुसरीकडे त्यांचे शिष्य, स्वामी प्रकाशानंद, मंत्रपठण करत होते.

मार्चमध्ये, स्वामीजींनी बेलूर येथे गंगा नदीच्या पश्चिम काठावर, सात एकरांच्या भूखंडावर उभी असलेली एक इमारत विकत घेतली. त्या मालमत्तेच्या खरेदीसाठी लागणारी रुपये. एकोणचाळीस हजारची संपूर्ण रक्कम मिस हेनिएटा मुल्लरनी देणगी दाखल दिलेली होती. त्या जमिनीवर कित्येक वर्षे हृदयात जतन करून ठेवलेले श्री रामकृष्णांचे मंदिर व रामकृष्ण मिशनचे मुख्यालय आकार घेणार होते. तत्कालीन वायव्य सरहद् प्रांताच्या (आताचे उत्तर प्रदेश राज्य) शासनाच्या सेवेत असलेले एक भूतपूर्व कार्यकारी अभियंता, स्वामी विज्ञानानंद, यांच्याकडे मंदिराच्या बांधकामावर देखरेख ठेवण्याचे काम देण्यात आले. स्वामी अद्वैतानंदांनी पूर्व तयारीच्या कामावर देखरेख ठेवून त्यांना साह्य केले. मिसेस ओल बुल यांच्याकडून रुपये एक लाखाची भरघोस देणगी मिळाली. त्या देणगीमुळे मंदिराचे बांधकाम, प्रार्थना-दालन, तळघरात सर्वसाधारण पाकगृह, वस्तू भांडार, मठातील संन्याशांसाठी भोजनघर वगैरे गोष्टी सुलभ झाल्या. सगळे पूर्ण व्हायला एक वर्ष लागले. उरलेल्या पैशातून स्वामीजींनी कायमस्वरूपी देणगी निधी निर्माण केला. नव्याने तयार झालेल्या वास्तूला लोक 'बेलूर मठ' या नावाने ओळखू लागले. १८९९च्या जानेवारीपासून रामकृष्ण संप्रदायाचे मुख्यालय कायमपणे तेथे नेण्यात आले. मधल्या काळात, १८९८च्या फेब्रुवारीत मठाचेही स्थलांतर करण्यात आले. १८९७च्या भूकंपाचा परिणाम आलमबझारची मालमत्ता मोडकळीस येण्यात झाला

श्री रामकृष्ण मंदिर, बेलूर मठ

होता. त्यामुळे तशी हालवाहलव करणे भाग पडले. आता मठ नीलांबर मुखर्जींच्या उद्यानगृहात हालवला गेला. ती जागा बेलूर मठाच्या बांधकामाच्या जागेपासून फक्त एक फर्लांग अंतरावर होती. नव्याने विकत घेतलेल्या जागेत असलेले एक जुने घर दुरुस्त करण्यात आले आणि १८९८मध्ये, मिसेस बुल आणि मिस मॅक्लिऑड तेथे राहायला गेल्या. त्यानंतर, थोड्याच दिवसांत मार्गारिट नोबेलही त्यांच्यात येऊन मिसळल्या. त्या तेथे जवळजवळ दोन महिने तरी होत्या. त्या काळात स्वामीजी दररोज सकाळी त्यांच्याकडे खेप टाकत. घरासमोरच्या आंब्याच्या झाडा-खाली बसून सर्वजण चहापान करत. त्यानंतर तासन् तास त्यांना भारताचा इतिहास, त्याची लोकगीते आणि भारतीय समाज यांच्याविषयीचे धडे देत. स्वामीजींची शिकवण्याची पद्धत अतिशय सुस्पष्ट, काव्यमय आणि नाट्यपूर्ण होती. त्या सगळ्या ज्ञान साधनेला जोडूनच ते त्यांच्याकडून हिंदूंच्या धार्मिक आदर्शतत्त्वांतील गुंतागुंती, पूजापद्धती आणि जीवनविषयक दृष्टिकोन यांचाही खुलासेवार अभ्यास करून घेत. त्यामुळे त्या विदेशी महिलांना भारतीय नीतिशास्त्राचे महान आदर्श व ब्रीदवाक्ये आत्मसात करता आली, त्यांच्याशी एकरूप होता आले. परिणामी, पौर्वात्य व पाश्चिमात्य शिष्यांना प्राप्त होणाऱ्या ज्ञानांतील सर्व भेद संपुष्टात आले, लोप पावले. हा चमत्कार एकटे स्वामीच घडवोत! कारण ते काम वाटते तेवढे सोपे नव्हते. पण स्वामीजींना आपल्या जबाबदारीची जाणीव पूर्ण होती. वेगवेगळी कौटुंबिक, सामाजिक, शैक्षणिक पार्श्वभूमी लाभलेल्या या परदेशी साधकांना भारतीय जीवनपद्धतीची आध्यात्मिकता आणि दैन्यावस्था यांची एकाच वेळी ओळख करून देणे नक्कीच कठीण होते खरे पण स्वामीजींनी आपल्या अलौकिक बुद्धिमत्तेच्या बळावर ते सहज साधले.

श्री रामकृष्णांच्या जन्मदिनाच्या तीन दिवस अगोदर महाशिवरात्रीचा उत्सव

सुरू झाला. मठात संन्याशांची गर्दी होऊन तो पूर्ण भरला. आपापली नेमून दिलेली कामे यशस्वी करून सर्व संन्यासी मठात परतले होते. अमेरिकेहून स्वामी शारदानंद, सिलोनहून स्वामी शिवानंद आणि दिनाजपूरच्या दुष्काळग्रस्तांच्या मदतीचे काम संपवून स्वामी त्रिगुणातीतानंद आले. मुर्शिदाबादच्या अनाथाश्रमाची व्यवस्था पाहणारे स्वामी अखंडानंदही आले. स्वामीजींनी त्यांच्या मार्गदर्शनाखाली चाललेले मिशनचे

श्री रामकृष्णांनी रचलेल्या कवितेची प्रतिकृती

यशस्वी काम पाहून त्यांचे अभिनंदन केले. स्वामीजींच्या अनुपस्थितीत स्वामी तुरियानंदांनी तरुण संन्यासी व ब्रह्मचारी यांच्या प्रशिक्षणाची जबाबदारी घेतलेली होती. त्यांनीही ती जोखीम यशस्वीपणे पार पाडली त्याबद्दल तेही स्वामींच्या अभिनंदनास पात्र ठरले. महाशिवरात्रीच्या दिवशी आभार प्रदर्शन रजनी साजरी करण्यात आली. तरुण संन्यासी व ब्रह्मचारी वर्गाने आपल्या सर्व ज्येष्ठ स्वामींना दिलेल्या आभारपत्रांचे वाचन करण्यात आले. नंतर ज्येष्ठांनी त्यांच्या उत्तरादाखल

भाषणे केली. २२ फेब्रुवारीला मठाने श्री रामकृष्णांचा पासष्टावा जन्मोत्सव मोठ्या धामधुमीत साजरा केला. स्वत: स्वामीजी प्रत्येक कार्यक्रमावर जातीने देखरेख करत होते. सायंकाळी स्वत: स्वामीजींनी रचलेली गुरुदेवांची आरती-खंडन, भव बंधन- प्रथमच गायली गेली. मात्र, गुरुदेवांच्या सार्वजनिक जन्मोत्सवाचे स्थळ बदलावे लागले. १८८१पासून दरवर्षी श्री रामकृष्णांच्या जीवितकालात, ते साक्षात जिवंत असताना सदरचा उत्सव दक्षिणेश्वरात साजरा होत असे. पण या खेपेला माता कालीच्या मंदिराच्या विश्वस्तांनी त्या प्रसंगी स्वामीजींच्या पाश्चात्य शिष्यांच्या उपस्थितीला

हरकत घेतली. त्यामुळे, दक्षिणेश्वरच्या जागी बाली येथील पूरणचंद्र डॉव यांच्या राधारमणजी ठाकूरवाडी या स्थळाची निवड करण्यात आली. त्याप्रमाणे, २७ फेब्रुवारीला त्या नव्या जागेत जन्मोत्सव मोठ्या तळमळीने व सहजासहजी छाप पडेल अशा नेहमीच्या थाटात साजरा झाला.

कलकत्त्याच्या त्या मुक्कामात, स्वामीजींनी फार थोड्या सार्वजनिक कार्यक्रमांत भाग घेतला. मात्र, ११ मार्चला रामकृष्ण मिशनने, स्टार थिएटरमध्ये आयोजित केलेल्या एका कार्यक्रमाचे अध्यक्षपद त्यांनी भूषविले. मागरिट नोबेलनी 'द इन्फ्ल्यून्स ऑफ इंडियन स्पिरिच्युअल थॉट इन् इंग्लंड (भारतीय आध्यात्मिक विचाराचा इंग्लंडवर पडलेला प्रभाव)' या शीर्षकाखाली एक प्रबंध लिहून त्यात भारतीय आध्यात्मिकतेचे सम्यक दर्शन घडवले होते. त्याची माहिती व सादरीकरण त्या सभेत झाले. प्रास्ताविक करताना स्वामीजींनी मागरिटचा परिचय 'इंग्लंडकडून भारताला मिळालेली आणखी एक भेटवस्तू' असा केला. त्याआधी, हेन्रिएटा मुल्लर आणि ऑनी बेझंट यांनीही त्याच पद्धतीने भारतासाठी, भारताच्या भल्यासाठी आपली आयुष्ये समर्पित केलेली आहेत याचाही त्यांनी उल्लेख केला. मिस मुल्लर व मिसेस बुल या दोघी कार्यक्रमाला उपस्थित होत्या. त्यांनीही आपले विचार व्यक्त केले. १८ मार्चला एमरल्ड थिएटरमध्ये पुढची सभा झाली. तेथेही स्वामीजी अध्यक्ष म्हणूनच उपस्थित होते. त्या सभेत स्वामी शारदानंदांचे 'अवर मिशन इन् अमेरिका (अमेरिकेतील आमची कामगिरी)' या विषयावर व्याख्यान झाले. त्या कार्यक्रमाला कलकत्त्याचे जागतिक कीर्तिवंत शास्त्रज्ञ डॉ. जगदीशचंद्र बोस आणि मद्रासचे नामदार राय. ए. चारूं बहादूर यांच्यासारख्या मान्यवरांनी आपली हजेरी लावलेली होती.

२५ मार्चला, सकाळी स्वामीजी त्या तीन पाश्चिमात्य महिला जेथे राहत होत्या त्या बेलूरच्या झोपडीत गेले. त्या तिघींना मठात घेऊन गेले. त्या काळात, मठ तात्पुरता शेजारच्या जागेत-नीलांबर बाबूंच्या उद्यानगृहात-चालवण्यात येत होता. त्यांनी मिस नोबेलना मठाच्या पूजास्थानाकडे नेले, भगवान शिवाची पूजाअर्च कशा पद्धतीने करायची ते शिकवले. त्यानंतर, स्वामीजींनी एक साधा विधी करून मिस नोबेलना दीक्षा दिली. मागरिट नोबेल इतरांप्रमाणे 'ब्रह्मचारिणी' बनल्या. स्वामीजींनी त्याचवेळी त्यांचे नामकरणही केले – निवेदिता! त्याचा अर्थ होता 'समर्पण केलेली'. यथावकाश, मागरिट नोबेल आपल्या उदात्त मानवतावादी सेवाभावी कार्याने भारतात व विदेशात भगिनी निवेदिता म्हणून जगद्विख्यातही झाल्या. २९ मार्चला, तसाच एक प्रसंग घडून आला. स्वामी सुरेश्वरानंद व स्वामी स्वरूपानंद यांनाही विधिवत दीक्षा देण्यात आली. स्वामी स्वरूपानंद एक उत्कृष्ट कार्यकर्ते होते. सुरुवातीला, स्वामीजींनी त्यांच्याकडे 'प्रबुद्ध भारत' या नियत-कालिकाचे संपादकत्व दिले होते. नंतर, पुढच्या वर्षाच्या आरंभी अल्मोड्याजवळ, मायावती येथे अद्वैत आश्रमाची

मायावती येथील स्वामींचा शिष्यगण

स्थापना करण्यात आली. त्यांच्याकडे त्या आश्रमाचे अध्यक्षपद सोपवण्यात आले.

आपल्या विदेशी शिष्यांची जडणघडण स्वामींनी मोठ्या आत्मीयतेने केली. त्यांना अतिशय सखोल असे प्रशिक्षण दिले. त्या व्यापात १८९८हे संपूर्ण वर्ष निघून गेले. शिष्यांना आपल्याबरोबर घेऊन शहर न् शहर व प्रांत न् प्रांत पालथे घातले. भारताच्या विविधांगी वैभवांचे दर्शन घडवले. त्याला लाभलेल्या अतीव सौंदर्याच्या छटा समजावून दिल्या. त्यांची यथासांग उजळणी केली. त्याचवेळी, त्यांना भारतासमोर उभ्या असलेल्या समस्यांची सुस्पष्ट जाणीवही करून दिली. त्यांची सोडवणूक करताना पाश्चात्य विज्ञान व संस्कृती यांचे आदर्श व पद्धती यांचा वापर योग्य प्रकारे करण्याच्या सूचनाही दिल्या. स्वामींनी दिलेल्या त्या योजनाबद्ध प्रशिक्षणाचा परिणाम इतका अप्रतिम झाला की त्या तिघींचे जीवन आमूलाग्र बदलले. आता त्या हिंदूधर्माच्या निःसीम अनुयायी बनल्या.

३० मार्चला, स्वामीजी थोड्या दिवसांसाठी दार्जिलिंगला गेले. स्वामी निर्भयानंद व नित्यगोपाल बोस त्यांच्याबरोबर होते. कोणत्याही गंभीर विषयावर विचार करणे नाही हा डॉक्टरांकडून मिळालेला सल्ला अंमलात आणण्याचा त्यांनी कसून प्रयत्न चालवला होता. तरीही, स्थानिक रहिवाशांच्या विनंतीचा अव्हेर करणे त्यांना अवघड गेले आणि ३ एप्रिलला त्यांनी दार्जिलिंग हिंदू सार्वजनिक सभागृहात एक व्याख्यान दिलेच. विषय होता – हिंदूधर्म. ७ एप्रिलला मिस मुल्लर व स्वामी अखंडानंद दार्जिलिंगला पोचले. स्वामीजींनी सांदकफूल या स्थळाला भेट देऊन

हिमवर्षावाचे, बर्फाच्छादित प्रदेशाचे विलोभनीय दर्शन घेतले. मात्र तिकडून दार्जिलिंगला परतताच त्यांना ताप, खोकला व थंडी यांचा त्रास झालाच. प्रकृती थोड्या फार प्रमाणात पूर्वपदावर येत असतानाच कलकत्त्यात प्लेगची साथ सुरू झाल्याची बातमी मिळाली. स्वामीजी अतिशय दुःखीकष्टी झाले. त्यांनी जाहीर केले – "चला, उठा, कामाला लागा. आपल्याला त्या पीडितांच्या सेवेला धावून गेलेच पाहिजे, त्यांची सेवा करताना हयगय करायची नाही. आपल्याजवळचे सगळे विक्रीला काढावे लागले तरी बेहत्तर! ती फिकीर करायची नाही. अरे, शेवटी आपण खरे कोण आहोत? भटके संन्याशीच ना! झाडाखाली राहणारे फिरस्तेच ना! मग, झाले तर. वेळ तशी आलीच तर झाडाखाली राहू आपण!"

३ मे ला स्वामीजी कलकत्त्यात दाखल झाले. प्लेगच्या तडाख्याने संपूर्ण शहर हादरून गेले होते. लोक पुरते भयग्रस्त झाले होते, सगळीकडे हल्लकल्लोळ माजला होता. लोक गाव सोडून पळ काढू लागले. स्वामीजींना परिस्थितीच्या गांभीर्याची पूर्ण कल्पना आली. त्यांनी तात्काळ मदतकार्याची योजना आखली. एक मोठा भूखंड भाड्याने घेऊन तेथे वेगवेगळ्या छावण्या उभारल्या गेल्या. स्वयं-सेवकांना सूचना देण्यात आल्या – लोकांना स्वच्छता कशी राखायची ते शिकवा, तुमच्या कार्यक्षेत्रात येणारे गल्लीबोळ, घरेदारे ताबडतोब स्वच्छ करून घ्या...! स्वामीजींचे वैशिष्ट्यच होते, काम हातात घेतले की तडीस नेल्याशिवाय थांबायचे नाही. त्या धडक कार्यक्रमांमुळे साथ लवकरच आटोक्यात आली, लोकांचा विश्वास त्यांना परत मिळाला, लोक पुन्हा कलकत्त्याला – आपापल्या घरी परतले. परिस्थितीत सुधारणा होईपर्यंत व प्लेगच्या साथीच्या निवारणासाठी शासनाने घातलेले कडक निर्बंध मागे घेईपर्यंत स्वामीजी कलकत्त्यात तळ ठोकून होते.

मधल्या काळात, मि. व मिसेस सेविअर अल्मोड्यात स्थिर झाले होते. प्रकृती पूर्णपणे पूर्वपदावर येईपर्यंत स्वामींनी आपल्याकडे येऊन रहावे अशी त्यांची इच्छा होती. त्याप्रमाणे, त्यांनी स्वामीजींना विचारून घेतले. स्वामीजींनीही त्यांना तात्काळ होकार दिला. ११ मेला एक मोठा लवाजमा बरोबर घेऊन स्वामीजींनी कलकत्ता सोडले. कोणकोण होते त्या भरगच्च समूहात? तुरियानंद, निरंजनानंद, सदानंद व स्वरूपानंद हे सर्व स्वामी, मिसेस बुल, भगिनी निवेदिता, मिस मॅक्लिऑड आणि अमेरिकेपासून ज्यांना स्वामीजी ओळखत होते त्या अमेरिकन कौन्सल जनरलच्या पत्नी, मिसेस पॅटर्सन! सर्वजण रेल्वेने काठगोदामाला गेले. तेथून त्यांनी गाड्या व दंड्या घेतल्या. नैनितालपर्यंतचा रस्ता त्या पद्धतीने पार केला. आगगाडीच्या प्रवासात स्वामीजींनी बरोबरच्या लोकांसमोर वाटेत लागलेल्या – पाटणा, वाराणशी, लखनौ, तराई प्रदेश, ओसाड जमिनी आणि सपाट प्रदेश- या सर्वांचा इतिहास उभा केला, त्यांचे महत्त्व आणि भौगोलिक परिस्थितीही समजावून दिली. जाताजाता

आपल्या पाश्चिमात्य मित्रांना धार्मिक व्रतवैकल्ये, विधी वगैरे गोष्टींचीही माहिती दिली. ते सगळे निवेदन करताना स्वामीजी अगदी रंगून गेलेले दिसले. त्यांच्या त्या वर्णनातील बारकावे, सुस्पष्टता आणि लाघव अतिशय देखणे होते. त्यातून ते पुन:पुन्हा करत असलेल्या उच्चारणाचा प्रतिध्वनी कानावर पडत होता – ''मी येथे येण्यापूर्वी माझ्या महान भारतावर सतत प्रेमच करत होतो. आता त्या प्रिय भारतभूची केवळ धूळही माझ्यासाठी एक पवित्र वस्तू आहे; त्या प्रिय भारतभूची निव्वळ हवाही मला पवित्र वाटते; माझा भारत एक पवित्र भूमी, एक यात्रास्थळ आहे, एक तीर्थच आहे...!''

त्याच काळात, खेत्रीच्या राजांचा तळ नैनितालला पडलेला होता. १३मे ला सगळीजण तेथे पोचली. साहजिकच, दोन चार दिवस तरी तेथे राहणे आलेच. नैनितालपासून अल्मोडा फक्त ३२ मैल (अजमासे ५१ किमी.) अंतरावर आहे. नैनितालने स्वामीजींचे स्वागत उत्साहपूर्वक केले. तेथे त्यांना महंमद सर्फराज हुसेन नावाचे एक मुसलमान सद्‌गृहस्थ भेटले. स्वामी विवेकानंद एक ईश्वरी अवतार, एक प्रेषितच आहेत असा त्यांचा दृढभाव होता. साहजिकच त्यांनी स्वामींचे शिष्यत्व पत्करले व स्वत:साठी महम्मदानंद हे नावही धारण केले. स्वामीजींचा अद्वैतवाद किंवा अद्वैती वेदांत त्यांना खूपच भावला होता. ते तत्त्वज्ञान त्यांच्या रोमांरोमांत भिनले होते. सर्व धर्म व पंथ यांच्याबद्दल प्रेमभाव बाळगणारे ते तत्त्वज्ञान त्यांना प्रभावित करून गेलेले होते.

१६ मेला स्वामीजी आणि मंडळी अल्मोड्याला निघाली. टेकड्यांवरच्या घनदाट जंगलांतून वाट काढत, दुसऱ्या दिवशी सकाळी सगळेजण अल्मोड्याला पोचले. स्वामीजी, त्यांचे शिष्य व त्यांचे गुरुबंधू सेवियर दंपतीकडे पाहुणे म्हणून राहिले. पाश्चिमात्य स्त्रीवर्ग जवळच्या ओक्ले हाऊसकडे गेला. त्यांच्या राहण्याची सोय तेथे करण्यात आली होती. स्वामी पहाटे फिरायला जात, सकाळची न्याहरी ओक्ले हाऊसमध्ये राहिलेल्या स्त्रियांबरोबर घेत. न्याहरी आटोपल्यानंतर त्यांच्या-बरोबर बोलत बसत. त्या बोलण्यात भारत व जग यांच्या संदर्भातील कोणताही विषय आणि प्रत्येक बाजू येत असे. या अल्मोड्यातच स्वामीजींनी स्वत: लक्ष घालून आपल्या आध्यात्मिक मानसकन्येचे 'भगिनी निवेदिते'चे भारतीयीकरण पूर्ण केले व तिच्या भविष्यकालीन कल्याणकारी कार्यासाठी सेवेसाठी भारत आणि महिलावर्ग यांच्यासाठी तयारी करून घेतली. अल्मोड्याच्या वास्तव्यात, स्वामीजी तेथील अनेक रहिवाशांना भेटले. त्यांच्या भेटीसाठी आलेल्या काही व्यक्तींत श्रीमती ॲनी बेझंट आणि बंगालचे एक साधुतुल्य देशभक्त, अश्विनीकुमार दत्त या मान्यवरांचा समावेश होता. विशेष म्हणजे या खेपेला अल्मोड्याचे पोलीस स्वामीजींच्या हालचालींवर पाळत ठेवून होते. त्याचप्रमाणे, त्यांना भगिनी निवेदितांचाही संशय

होता. त्यांच्याकडे आलेल्या माहितीनुसार त्यांच्या सुरुवातीच्या काळात त्या आयरिश क्रांतिकारकांशी संबंध व साहचर्य ठेवून होत्या. त्यामुळे स्वामींप्रमाणेच त्यांच्यावरही पोलीसांची नजर होती.

अल्मोड्याला असताना स्वामीजी काही दिवसांसाठी गावापासून काही थोड्या अंतरावर असलेल्या शियादेवी या एकांतस्थळी विश्रांतीसाठी जाऊन राहिले. त्या तात्पुरत्या एकांतवासाने त्यांना एक सुखद जाणीव झाली. आपल्या पश्चिमेच्या वास्तव्याने त्यांच्या ठायी वसत असलेल्या संन्यस्त धर्माचे कवच काढून घेण्यात यश मिळवले नव्हते. अद्यापही त्यांचा 'संन्यासी' शाबूत होता. अजूनही ते अनवाणी चालू शकत होते, बोचऱ्या थंडीचा मारा, कडक उष्ण्याचा ताप सहन करू शकत होते आणि विशेष म्हणजे एकट्यापुरते ध्यानधारणा करू शकत होते. स्वामीजींना खूप समाधान वाटले. ३० मेला, सेवियर पतिपत्नींना बरोबर घेऊन हिमालयात स्थापन करावयाच्या मठासाठी जागा शोधण्यात त्यांनी एक आठवडा-भर पायपीट केली. पण ते सायास व्यर्थ गेले. पाठोपाठ त्यांच्या कानांवर त्यांच्या प्रियजनांच्या, त्यांना ज्यांच्याविषयी आदर व भक्ती वाटत होती अशा व्यक्तींच्या दुःखद निधनाच्या बातम्या आल्या. त्यांत प्रख्यात योगी, पवहारी बाबा, एक होते. गुरुदेव श्री रामकृष्णांनंतर 'त्यांचे दुसरे प्रीतीस्थान होते पवहारी बाबाच!' त्याशिवाय त्यांच्या अमेरिकन स्नेही, मिसेस बॅग्ले, त्यांचे जीवाभावाचे सखेसोबती व शिष्य, मि. गुडविन, व प्रबुद्ध भारत या नियतकालिकाचे संपादक, बी. आर. राजम् अय्यर (त्यावेळेस ते मद्रासहून प्रकाशित होत असे. श्री. राजम् अय्यर यांच्या मृत्यूनंतरच ते अल्मोड्याला हालवण्यात आले) यांचा समावेश होता. एका पाठोपाठ आलेल्या या दुःखद बातम्यांनी स्वामींना अतीव क्लेश झाले. लगेच अल्मोडा सोडून काश्मीरला रवाना होण्याचा त्यांनी निर्णय घेतला.

त्याप्रमाणे, स्वामी आणि मंडळी अल्मोड्याहून काठगोदामला आली. ११ जूनला त्यांनी अलमोडा सोडले, भीमतलमार्गे काठगोदाम गाठले. तारीख होती १४ जून. काठगोदामला त्यांनी रेल्वे पकडली. लुधियाना, लाहोर, रावळपिंडी करत १५ जूनला मंडळी मुरीला पोचली. तेथे तीन दिवस राहिली. १८ जूनला मुरीहून ते सगळे उरी, बारामुला मार्गे श्रीनगरला पोचले. अल्मोडा ते श्रीनगर या प्रवासात स्वामीजी आपल्याच विचारांत गढून गेलेले दिसले. आपल्या आयुष्यातील विविध घटना; हिंदूंची पुराणे; वेद व उपनिषदे; भगवान शिवाची त्यांनी केलेली भक्ती आणि अर्थातच, ज्या गावांतून गाडी चाललेली होती त्यांचे महत्त्व, त्या स्थळांचा इतिहास व भौगोलिक स्थिती त्यांच्या डोळ्यासमोर सरकत राहिल्या. त्यांच्या प्रवासातला शेवटचा टप्पा काश्मीरातील तरंगत्या नावेत बांधलेल्या घरात गेला. त्या हाऊसबोटीवर सगळेजण २२ जूनपासून १५ जुलैपर्यंत राहिले.

क्षीर भवानी मंदिर, काश्मीर

काश्मीरला भारताचे नंदनवन, पृथ्वीवरचा स्वर्ग म्हणतात. अशा या अभिजात निसर्ग सौंदर्याने नटलेल्या सभोवतालच्या भागांतून मंडळींनी अनेक छोट्या छोट्या सहली केल्या. आपल्याबरोबर आलेल्या त्या चार पाश्चिमात्य महिलांशी स्वामींनी अनेक वेळा चर्चा केल्या. त्यामुळे त्यांच्या अनुभवांत प्रचंड भर पडली. त्यांना अपरंपार शैक्षणिक शहाणपण लाभले. त्याशिवाय त्यांना आलेले रोजचे अनुभव- देखील अतिशय संपन्न होते. क्षीर भवानी मंदिराच्या भेटीत आलेला अनुभव त्यांतीलच एक. तिथला मुसलमान नावाडी त्यांना त्यांच्या पायातील बुटांसकट जमिनीवर उतरूच देत नव्हता.

कित्येक वेळा स्वामीजी आपल्या सोबत्यांना सोडून देऊन एकटेच भटकत. तो एकांतवास त्यांच्यावर फार मोठा अनुकूल असा परिणाम करायचा. अशी भ्रमंती करून परतलेल्या स्वामीजींच्या मुखावर तजेला चढायचा, टवटवी यायची. त्यांचा हरवलेला उत्साह परतला तर नाही ना असा भास व्हायचा. स्वामीजी आपल्या पाश्चात्य शिष्यांना पौर्वात्य व पाश्चात्य यांच्या विचार करण्याच्या पद्धतीतील फरक कसा आहे याचे स्मरण करून देताना एक परिणामकारक, लगेच पटेल असे उदाहरण देत. युरोपीय कल्पनेनुसार, एखादा माणूस सलग वीस वर्षे एकाकी जीवन जगूनही त्याची बुद्धी ठिकाणावर राहिली तर तो एक चमत्कारच म्हणावा लागेल. भारतीयांच्या मते, तशी स्थिती बिलकूल असणार नाही. एखादा माणूस सलग वीस

वर्षे एकांतात जगला तरच त्याचे जिणे सार्थकी लागते, तरच त्याला पूर्णत्व प्राप्त होते. स्वामीजी आपल्या शिष्यांचा विचार किती जिव्हाळ्याने, आत्मीयतेने करत याचा आदर्शवत प्रत्यय चार जुलैला आला. तो दिवस अमेरिकेचा स्वातंत्र्यदिन असतो. त्या दिवशी स्वामींनी आपल्या तीन अमेरिकन शिष्यांना एक स्वरचित काव्य भेट केले. कवितेचे शीर्षक होते – 'टू द फोर्थ ऑफ जुलै...(चार जुलैला साद)' त्या कवितेत स्वामींनी आपल्या स्वत:च्या मनातील तीव्र इच्छा- 'अनंतातील अखेरची मुक्ती' व्यक्त केली जणू! ती कविता, केवळ काव्यच उरली नाही, तर ती एक भविष्यवाणीच ठरली. कारण, त्यानंतर चारच वर्षांनी स्वत:ला मुक्ती मिळावी म्हणून त्यांनी महासमाधी घेतली. त्यासाठी तोच – ४ जुलै – दिवस निवडला. खरोखरच त्यांना ओढ लागली होती शांतता व एकांताची. ती ओढ इतका जबरदस्त होती की एकदा ते गुलमर्गहून सोनमार्गच्या वाटेने अमरनाथला पोचण्याच्या प्रयत्नात होते. त्यांचा तो प्रयास सफल झाला नाही ही बाब अलाहिदा!

१९ जुलैला मंडळींनी श्रीनगरचा मुक्काम हलवून अनंतनागकडे प्रयाण केले. वाटेत त्यांना पान्ड्रेथनचे प्राचीन मंदिर दिसले. स्वामीजींनी आपल्या पाश्चात्य शिष्यांना त्या मंदिरातील भारतीय वास्तूशिल्प, पुराण वस्तूशास्त्र यांच्याबद्दल अधिक माहिती देत त्या भेटीचा योग्य उपयोग केला. मंदिराच्या कमानी, त्याचे कोरीव काम, त्याच्या आढ्याखालील भिंतींच्या वरच्या भागावर असलेले नक्षीचे पट्टे या सगळ्या गोष्टींवर बौद्ध धर्माचा प्रभाव नक्कीच पडलेला होता. काश्मीरला ज्या चार धर्मांच्या जोखडांखालून जावे लागले होते त्यातला एक बौद्ध धर्म होता. इतर तीन होते – वृक्ष आणि नागसर्प यांची पूजा करणारांचा धर्म – त्यावरूनच काश्मीरमधील ओढ्यांच्या नावाचा शेवट 'नाग'ने होतो – सूर्याची पूजा करणारा हिंदूधर्म आणि महंमद पैगंबरांचा इस्लाम धर्म! त्यानंतर आली अंवतीपूरची दोन महान मंदिरे. येथे देखील स्वामींनी सर्व धर्मांची जननी म्हणजेच अद्वैत वेदांत हा विषय चर्चेला घेतला. शिवाय, भारताच्या भवितव्याचाही ऊहापोह केला. २२ जुलैला ते सर्व अनंतनागला पोचले. दुसऱ्या दिवशी त्यांनी मार्तंडला भेट दिली तेथील उध्वस्त ऐतिहासिक अवशेष पाहिले. २५ जुलैला मंडळी अचबलला गेली, शहेनशहा जहांगीरने बांधलेल्या उद्यानांना भेट देऊन तेथे भटकंती केली. त्यानंतर, पठाण खानच्या जनान्यासमोरच्या एका जलाशयात स्नान करून उद्यानात दुपारचे भोजन घेतले.

स्वामीजी व भगिनी निवेदिता अनंतनागहून येणाऱ्या अमरनाथ यात्रेकरूंत सामील झाले. बाकीचे त्यांच्या परतण्याची वाट पाहत पहेलगामला थांबले. २६ जुलैला अनंतनागहून मंडळी पहेलगामला २८ जुलैला पोचली. एक दिवस तेथे थांबली. स्वामीजी व निवेदिता यांनी ३० जुलैला अमरनाथला प्रयाण केले. अमरनाथाच्या यात्रेत स्वामीजींनी सर्व धार्मिक विधी आणि पूजाअर्चा मनोभावे केली.

अमरनाथचे स्वयंभू शिवलिंग

सर्व उपचार भक्तिभावपूर्वक पाळले. त्यांनी भगिनी निवेदितांची ओळख त्यांच्याबरोबर प्रवास करत असलेल्या यात्रिकांच्या जथ्याशी करून दिली. त्यांच्या हस्ते त्यांना दक्षिणा व इतर दाने देऊन व त्यांचे आशीर्वाद घेतले. धार्मिक बाबीं-बद्दलची स्वामीजींची उदार मते, इस्लाम-बद्दल त्यांना वाटणारे प्रेम व सहानुभूती आणि भगिनी निवेदितांनी दिलेली आपुलकीची वागणूक यांचा उत्तम परिणाम त्या यात्रिकांवर झाला. साडेबारा हजार फूट उंचीवर असलेले पंचतारिणी म्हणजे 'पाच प्रवाहांचा जेथे संगम झालेला

आहे असे स्थळ' आणि साडेचौदा हजार फूटांवरच्या महागुरू शिखराजवळचे शेषनाग मागे टाकून २ ऑगस्टला स्वामीजी, निवेदिता व इतर यात्रेकरू अमरनाथला पोचले. प्रत्यक्ष अमरनाथच्या गुहेत पोचण्यासाठी, ती खडी चढण चढून जाण्यापूर्वी, स्वामीजींनी तिथल्याच एका खळखळत्या ओहोळात स्नान केले. नंतर सर्वांगाला भस्म फासून गुहेत पाऊल टाकले. तेथील शिवलिंगासमोर स्थानापन्न होताच त्यांचा चेहरा भगवान शिवावरील भक्तीच्या तेजाने पार झळाळून गेला, त्यांचे संपूर्ण शरीर भावनातिरेकाने कंप पावू लागले' भगवान शिवाच्या निकट सान्निध्यात आलेल्या स्वामी विवेकानंदांचे देहभानच हरपले. त्या आध्यात्मिक अनुभूतींतून निर्माण झालेल्या उदात्ततेचा प्रत्यय स्वामींना त्यापूर्वी कधीच आलेला नव्हता. एका क्षणातच ते त्या अलौकिक शिवरूपात विलीनच झाले म्हणावे. त्या एकरूपतेचे वर्णन शब्दापलीकडचे होते. अमरनाथच्या गुहेत जाऊन परत आल्यानंतर स्वामीजींच्या तोंडात एका भगवान शिवाखेरीज दुसरा कोणताही विषय कित्येक दिवस नव्हता. ते पहेलगामला परतले, आपल्या इतर पाश्चिमात्य शिष्यांना भेटले पण त्यांच्याबरोबर बोलतानाही ते फक्त भगवान शिवशंकर, अमरनाथची गुहा आणि तेथे त्यांना झालेला महान दृष्टांत यांच्यातच रंगून जात. ८ ऑगस्टला मंडळी अनंतनाग, पहेलगाम करत श्रीनगरला परतली. मिसेस पॉटर्सन यांचे पतिराज श्रीनगरच्या भेटीवर आलेले होते म्हणून त्या त्यांच्या-कडे गेल्या. बाकीचे सगळे सप्टेंबर अखेर तेथेच राहिले.

का कोण जाणे पण अमरनाथच्या भव्य, हिमनिर्मित, अनादी शिवलिंगाचे दर्शन घेतल्यापासून स्वामींची एकांतप्रियता वाढतच गेली. कधी कधी ते आपली नाव पाण्यात लोटून दूर जात, कधीकधी दिवस न् दिवस एकटेच राहत. आणि तरीही आपल्या शिष्यांवरचे लक्ष त्यांनी उडवलेले नव्हते. त्यांच्यासाठी नित्यनेमे

चालू असलेली शिकवणी त्यांनी चालूच ठेवलेली होती. आजही ते त्यांच्या मनावर, आपला देश त्याच्या छत्राखाली असलेल्या धर्मांना कसा व्यवस्थित सामावून घेत आहे; हिंदूधर्म अधिक क्रियाशील व आक्रमक होण्याची किती गरज आहे; आपल्या सर्वोच्च चिंतनशील जीवनाची सांगड आपल्या सर्वोच्च क्रिया-शक्तीशी घालून त्या दोहोंचा मिलाफ घडवण्याची व ते आचरणात आणण्याची आवश्यकता कशी आहे; वगैरे ठसवण्याचा कळकळीने प्रयत्न करत.

स्वामीजींची आणि काश्मीरच्या महाराजांची भेट त्यापूर्वी झालेलीच होती. महाराजांवर स्वामीजींची उत्तम छाप पडलेली होती. त्यामुळे त्यांनी स्वामीजी व त्यांच्याबरोबरची मंडळी यांना अतिशय चांगली वागणूक दिली. महाराजांचे विविध वरिष्ठ अधिकारी स्वामीजींना भेटण्यासाठी, त्यांच्याकडून धार्मिक व इतर बाबीं-वरचे ज्ञान घेण्यासाठी व त्यावर चर्चा करण्यासाठी त्यांच्या हाऊसबोटीवर फेरी टाकत. महाराजांनी स्वामीजींना मठ व संस्कृत पाठशाला स्थापन करण्यासाठी एक भूखंड देणगी दाखल दिला होता पण ब्रिटिश रेसिडेंटनी तो प्रस्ताव फेटाळला.

काश्मीरच्या पर्वतप्राय प्रदेशात भरपूर पायपीट केल्यामुळे स्वामींची प्रकृती पुन्हा खूपच खालावली आणि त्यामुळे श्रीनगरहून होणारे त्यांचे प्रयाण लांबणीवर पडले. आता तर त्यांच्या हृदयालाच सूज येऊन ते फुगले. मात्र, कदाचित त्यामुळेच की काय माता कालीवरची त्यांची भक्ती अधिक वाढली. परिणामी, ते त्यांच्या बोटीच्या मुसलमान मालकाच्या चार वर्षाच्या कन्येला कन्याकुमारी मानून

डावीकडून : मिस मॅक्लिऑड, मिसेस ओल बुल,
स्वामीजी व भगिनी निवेदिता (काश्मिर)

तिची पूजाही करू लागले. कालीमाता सतत आपल्याभोवती वावरत आहे असे त्यांना मोठ्या तीव्रतेने जाणवू लागले. इतकेच नाही तर त्यांच्या गुरुदेवांच्या आग्रहावरून ते कालीमातेची प्रार्थना करण्यासाठी गेले असताना दक्षिणेश्वरच्या मंदिरात त्यांनी जो दिव्य अनुभव घेतला होता, कालीमातेने त्यांच्यावर जी कृपा केलेली होती त्याचीच पुनरावृत्ती त्या क्षणी, इतक्या कालावधींनंतर, काश्मीरात घडत आहे असेही त्यांना जाणवत राहिले. पुन्हा पुन्हा तसे दृष्टांत होत राहिल्या-नंतर, ३० सप्टेंबरला स्वामीजी क्षीर भवानीला गेले. तेही एकटेच. कोणीही त्यांच्यामागून येऊ नये, त्यांना एकट्यालाच तेथे राहू द्यावे अशी कडक ताकीद सर्वांना देऊनच. तिकडून स्वामी, सात दिवसांनी, ६ ऑक्टोबरला परत आले. त्यानंतरही स्वामींनी अतिशय कडक जपजाप्य, ध्यानधारणा इत्यादी व्रतांचे आचरण आरंभले. जणू काय त्यायोगे त्यांना इतक्या वर्षांच्या परिश्रमपूर्वक केलेल्या विविधांगी कार्याची आणि मेंदूला ताण व शीण देऊन केलेल्या विचारांची, त्यानुषंगाने चढलेली पुटे किंवा जळमटे झटकून टाकत पुन्हा एकदा बालक बनून 'आई' (माताकाली) च्या अंगाखांद्यावर लडिवाळपणे विहार करण्याची इच्छा झाली असावी.

आता स्वामींना घरची – कलकत्त्याची ओढ लागली. ते स्वामी शारदानंदांची वाट पहात होते. स्वामींनी त्यांना काश्मीरला येण्याबद्दल ऑगस्ट महिन्यातच लिहिले होते. त्याप्रमाणे शारदानंदांचे आगमन झाले. स्वामीजींची तब्येतही त्या मानाने सुधारली होती. निदान प्रवास झेपण्याइतकी नक्कीच. सर्व मंडळी बारामुलाला नावेने निघाली. साधारणपणे, ११ ऑक्टोबरच्या सुमारास सगळे तेथे पोचले. आपल्या सहप्रवाशांना स्वामींनी शारदानंदाच्या झोळीत टाकले आणि ते स्वत: एकटेच रावळपिंडीकडे रवाना झाले. लाहोरमार्गे कलकत्त्याला पोचण्या-साठी.

रामकृष्ण मठ अजूनही बेलूरला नीलांबर मुखर्जींच्या उद्यानगृहातच होता. १८ ऑक्टोबरला स्वामीजी मठात पोचले. तसे पाहिले तर स्वामीजी आजारीच वाटले. त्यांचा चेहरा मलूल, फिकट पडला होता. त्यामुळे मठात पाय ठेवताच त्यांनी अंथरूण धरले. त्यांना दम्याचा त्रास होत होता. शिवाय, त्यांच्या डाव्या डोळ्यात रक्ताची गुठळी तयार झाली होती. स्वामींच्या आजाराची बातमी पसरायचा अवकाश भक्तजन मठात गोळा व्हायला सुरुवात झाली. पण ते क्वचितच कोणाला भेटत. आपल्या खोलीतच पडून राहत. मात्र त्याला अपवाद एकच होता. त्यांचे एक शिष्य शरश्चंद्र चक्रवर्तींचा. त्यांना जवळ बोलावून घेऊन स्वामीजींनी त्यांच्याकडे आपल्याला अमरनाथ व क्षीर भवानी येथे आलेल्या अनुभवांचे अगदी तपशीलवार वर्णन केले. प्रकृती योग्य साथ देत नसताही स्वामीजींनी त्यांच्या अंगवळणी पडलेले मठातील आपले सर्व कार्यक्रम बिनबोभाट चालवले. धार्मिक विषयांवरचे समरसून केलेले विवेचन, धर्मशास्त्रांचे शिकवणी वर्ग, मठाच्या सभासदांचे प्रशिक्षण सगळे आत्मीयतेने,

नेमाने पार पडत होते. १८९८च्या नोव्हेंबरनंतर आपल्यावर औषधोपचार करणारांना सोयीचे व्हावे म्हणून स्वामीजींनी आपल्या वस्तीची जागा, काही काळ बेलूर मठ तर काही काळ कलकत्त्यातील बलराम बाबूंचे घर, अशी आलटून पालटून घेण्यास आरंभ केला. स्वामीजींच्या दिनक्रमाला वळण व शिस्त लावण्याचा प्रयत्न त्यांचे गुरुबंधू करत असले तरी स्वामीजी व त्यांना वेळी अवेळी भेटायला येणारांची गर्दी याचा काही केल्या मेळ बसवता येईना बिचाऱ्यांना. गुरुबंधूंचे काही एक न ऐकता स्वामीजी त्यांना भेटतच राहिले. खरोखर, स्वामीजी म्हणजे साक्षात प्रेमळपणाच जणू! त्यामुळे जो कोणी त्यांच्याकडे धाव घेत होता त्या प्रत्येकाला त्यांचे आशीर्वाद लाभतच होते. मग त्याचे पूर्वायुष्य किंवा अंतर्गत जन्मजात प्रवृत्ती कशाही असोत स्वामीजी त्या मनावर घेत नव्हते.

स्वामीजींनी हिंदूधर्माच्या प्रमुख व ठळक वैशिष्ट्यांवर खूपच सखोल विचार केला होता. त्यामुळे त्यांच्याबद्दलचे त्यांचे दृष्टिकोन, मते जितकी साधी तितकीच गूढही होती. ते म्हणत, "हिंदूंनी आपल्या धर्माचा त्याग बिलकूल करू नये. मात्र, त्याला त्याच्या योग्य मर्यादांत ठेवून, आपल्या समाजाला वृद्धिंगत होण्याकरता आवश्यक ते स्वातंत्र्य देण्याची गरज आहे..." हिंदूधर्मातील जातिवादाविरुद्धच्या त्यांच्या प्रतिक्रिया अत्यंत तिखट होत्या. ते म्हणत, "प्रत्यक्षात, जात म्हणजे सामाजिक संस्थेचे केवळ स्फटिकीकरणच आहे. ती प्रक्रिया तात्पुरत्या सोयीसाठी केलेली होती. आता तिच्याकडून अपेक्षित असलेले सेवाकार्य संपलेले आहे. आणि तरीही त्या प्रक्रियेने आपल्या मागे ठेवलेल्या भयानक दुर्गंधीने भारतातील सांप्रतचे वातावरण पार ढवळून टाकलेले आहे. तो दोष तेव्हाच दूर होईल जेव्हा समाजाला त्याचे हरवलेले व्यक्तिमत्त्व परत बहाल केले जाईल... भारतात जन्मलेला प्रत्येक माणूस हे जाणतो की आपण समाजाचा गुलाम आहोत. आता, समाजाची वाढ व्हायची असेल तर त्यासाठी एकच शर्त राहील – व्यक्तीला स्वातंत्र्य द्या! स्वातंत्र्याला नकार म्हणजे अधोगतीला आमंत्रण!' स्वामीजी आणखीही म्हणत – "जे कोणी लोकांना त्यांनी जतन केलेले लोकभ्रम, अंधश्रद्धा नव्याने माझ्या देशबांधवांना परत देत आहेत, त्यांच्याशी मी सहमत नाही... माझ्या मनात एक आशा सदैव तरळत आहे. भारताच्या ठायी आढळणाऱ्या मजबूत, सर्वश्रेष्ठ गोष्टींनी पुन्हा उचल खाण्याची नितांत गरज आहे. आपल्या ग्रंथांतून, अभ्यासांतून, स्वप्नांतून आपण पाहिलेला भारत नव्याने प्रकट व्हावा, आपल्या अंगभूत वैशिष्ट्यांत त्याने सांप्रतच्या युगातील महत्त्वाच्या गोष्टींची भर घालून आपली शक्ती, सामर्थ्य वाढवावे. मात्र, हे सर्व परिवर्तन नैसर्गिकरीत्या, सहजगत्या होणे अगत्याचे आहे. त्याला प्राप्त होणारे हे नवनिर्माण आतून आले पाहिजे. ते बाळसे म्हणजे केवळ सूज असता कामा नये. आणि म्हणूनच मी लोकांना उपनिषदांचे धडे देत असतो...

त्या उपनिषदांतील फक्त एकाच, निव्वळ एकाच तत्त्वावर जोर देत असतो- सामर्थ्य! वेद आणि वेदांत या दोहोंचे सार त्या एका शब्दात साठलेले आहे...!'' हिंदूधर्माच्या ऐतिहासिक उदयाच्या नेत्रदीपक प्रकटनावर रंगून जाण्यात, त्याचे वर्णन करण्यात त्यांना खूप रस होता. कोणत्याही चमत्काराच्या वृद्धीमागील महान शक्तीचा शोध घेणे त्यांना आवडत असे. ते असा प्रश्न करत – ''एखाद्या धर्मसंस्थापकाच्या पाठीशी असणारा तो संस्थापक-विचारवंत कोठे होता? आणि तो विचार प्रत्यक्षात आणणारे ते अंत:करण तरी होते कोठे? बुद्धाला लाभलेले पाच अत्यावश्यक गोष्टींचे – रूप, भावना, जाणीव, गती व ज्ञान-तत्त्वज्ञान त्याला कपिलमुनींकडून मिळाले होते. बुद्धाने त्यात प्रेमभावाची भर घातली आणि त्यामुळे ते तत्त्वज्ञान तरले आणि जगले; पण त्याने त्यात अंतर्भाव केलेले अहिंसेचे तत्त्व त्याला बाधक ठरले आणि शेवटी तेच त्याचे मर्मस्थानही बनले. त्याच्या उलट, भगवद्गीतेत सामावलेले श्रीकृष्णाचे तत्त्वज्ञान बलशाली आणि सुंदर आहे. त्यामुळे पुराणांनी ज्यांना महत्त्व दिले त्या चित्तवृत्ती उफाळून येतात. स्वामीजींनी असाही शोध लावला हिंदूधर्माच्या विस्ताराच्या कोणत्याही कालखंडात, असे अनेक पंथ नेहमीच आढळले की ज्यांनी साधनेच्या कोणत्याही प्रकारांतून ईश्वरी साक्षात्कार घडू शकतो असा सिद्धांत मांडला. त्यांची मजल इतक्या टोकापर्यंत गेली की काहींनी ईश्वरप्राप्तीसाठी इंद्रियांचा साधन म्हणून वापर करण्यास हरकत नाही असे प्रतिपादले. तर इतर काही असेही निघाले ज्यांनी सर्व भर इंद्रियदमनावरच दिला. ''सध्याच्या परिस्थितीत, राष्ट्रीय धर्माकडे पाहण्याच्या तीन वेगवेगळ्या भूमिका आपल्यासमोर आहेत- पुराणमतवादी (सनातनी), आर्य समाज व ब्राह्मो समाज! पुराणमतवाद्यांची भूमिका महाभारतकालीन वैदिक हिंदूंनी स्वीकारलेल्या तत्त्वांवर आधारलेली आहे. आर्यसमाज व जैनधर्म यांची तत्त्वे एकमेकांशी बरीचशी मिळतीजुळती आहेत. ब्राह्मो समाज बौद्धधर्माशी आपली नाळ जुळते अशाप्रकारचे आचरण करतो.'' स्वामीजींच्या मते, बौद्धधर्म ही जैनधर्माची सुधारित आवृत्तीच आहे. कारण, त्या धर्मात आत्मक्लेशाच्या साह्याने शरीराचा हळूहळू लय करण्याचा प्रयत्न व्हावा असा विचार मांडलेला आहे.

दरम्यानच्या काळात, भगिनी निवेदिता १ नोव्हेंबरला कलकत्त्याला परतल्या. आल्या आल्या त्या थेट बागबझार येथील स्वामींच्या घरी गेल्या. त्यांनी निवेदितांची व्यवस्था श्री शारदा माँ कडे केली. त्या जवळच - १०/२, बोसपाडा लेन - राहत होत्या. श्री शारदा माँनी भगिनी निवेदितांचे अंत:करणपूर्वक स्वागत करून त्यांना मायेने वागवले असले तरी त्यांच्याजवळ घरातच राहणाऱ्या जुन्या मताच्या वयोवृद्ध स्त्रिया निवेदितांविरुद्ध तक्रारी करू लागल्या. त्यामुळे काही दिवसांतच भगिनी निवेदितांनी आपले बिऱ्हाड तेथून उचलून ते त्याच आळीतल्या क्र.१६ या घरात नेले. १८९९च्या जून महिन्यात पश्चिमेकडे जाईपर्यंत त्यांनी ते घर सोडले नाही.

६ नोव्हेंबरला मिसेस बुल व मिस मॅक्लिऑड कलकत्त्याला आल्या. काही दिवस भगिनी निवेदितांच्या नव्या घरात राहिल्या. त्याच काळात, त्यांना आपल्या अमेरिकेच्या घरात परतल्यानंतर तेथे लावायला श्री शारदा माँचे छायाचित्र काढून हवे होते. माँ तसा एखादा फोटो द्यायला तयार नव्हत्या. पण मिसेस बुलनी त्यांची कळकळीने आर्जवे केल्यानंतर त्या तयार झाल्या शेवटी. १२ नोव्हेंबरला पूज्य माँ बेलूर मठाला आशीर्वाद देण्यासाठी तिकडे गेल्या. दुसऱ्या दिवशी काली पूजा होती. तो शुभ मुहूर्त साधून त्या दिवशी बागबझार येथील भगिनी निवेदिता सुरू करत असलेल्या मुलींच्या शाळेचे समारंभपूर्वक उद्घाटन झाले. तेव्हाही पूज्य श्री शारदा माँनी उपस्थित राहून आपले आशीर्वाद दिले.

१८९८च्या नोव्हेंबर महिन्याच्या शेवटच्या आठवड्यात सर जमशेदजी टाटा यांनी स्वामींना एक पत्र लिहून आपल्या मनात घोळत असलेल्या एका योजनेची माहिती दिली. १८९३च्या जुलै महिन्यात स्वामी व ते स्वत: या दोघांनी योकोहोमा ते शिकागो हा प्रवास एकत्र केला होता. तेथून त्यांची ओळख झाली व ती पुढे नीट टिकलीदेखील. त्यांना भारतात एक विज्ञान संशोधन संस्था काढायची इच्छा होती. त्या दृष्टीने त्यांनी स्वामीजींना एक विनंती केली. निसर्गदत्त आणि मानवीय विज्ञान यांची वृत्ती वाढीस लागण्यासाठी त्यांना भारताच्या संन्यस्त वृत्तीचीही जोड असावी तरच वैज्ञानिक प्रगती साध्य करता येईल. आपण पुढाकार घेऊन तशी एक जोरदार चळवळ उभी करावी. १८९८च्या मार्च महिन्यात, रामकृष्ण मठासाठी जमीन खरेदी करण्यात आली होती. प्रत्यक्ष मठाचे समर्पण शुक्रवार, ता. ९ डिसेंबर १८९८ या दिवशी एका दृष्ट लागणाऱ्या समारंभाने झाले. स्वत: स्वामींनी सर्व धार्मिक विधी केले. त्यांना त्यांचे गुरु-बंधू व शिष्यांनी मदत केली. गुरुदेव श्री रामकृष्णांचा अस्थिकलश नीलांबर मुखर्जींच्या उद्यानगृहातून भव्य मिरवणूकीने आणण्यात आला. स्वत: स्वामीजी कलशासह अग्रभागी चालत होते. त्या क्षणी स्वामीजींना गुरुदेवांचे शब्द आठवले. ते म्हणाले होते – "मला खांद्यावर बसवून घेऊन तुम्ही मला जेथे कोठे घेऊन जाल तेथे मी आनंदाने जाईन. भले मग ते एखादे झाड का असेना वा एखादी छोटी झोपडी. मला काहीही चालेल. मी झाडाखाली किंवा झोपडीत छानपैकी राहीन.'' त्यात स्वामींनी भर घालून म्हटले – "जोपर्यंत त्यांचे (श्रीरामकृष्णांचे) नाव त्यांच्या अनुयायांना प्रेरणा देईल, त्या प्रत्येकाला त्यांच्या आदर्शांची-शुद्ध मन, पवित्र आचरण आणि सर्व माणसांवर कृपादृष्टी-आठवण राहील तोपर्यंत गुरुदेव आपल्या परमपवित्र चैतन्यरूपी वास्तव्याने हे स्थळ पुनीतच करतील...'' सर्व विधी आटोपल्यानंतर स्वामीजी जमलेल्या मंडळींना उद्देशून म्हणाले – "आज मी स्वत: त्यांना (गुरुदेव) माझ्या खांद्यावर बसवून नवीन मठभूमीकडे नेत आहे. आज हा मठ एक पुण्यक्षेत्र बनत आहे. एक गोष्ट लक्षात

ठेवा हा मठ सर्व वेगवेगळ्या धर्मांच्या, पंथांच्या समन्वयाचे केन्द्रस्थान बनण्याची गरज आहे. येथून त्या महासमन्वयाची जी तेजस्वी प्रकाशकिरणे निघतील त्यांनी अनेकांचे भले व्हावे, कल्याण व्हावे; त्यांनी अनेकांना सुखी ठेवावे...'' ती मिरवणूक पुन्हा एकदा लगतच्या जुन्या मठाकडे म्हणजे नीलांबर मुखर्जींच्या उद्यानगृहाकडे परतल्यानंतर उत्सव संपला.

प्रत्यक्षात, २ जानेवारी १८९९ला मठाचे स्थलांतर अखेर नव्या जागेत झाले. स्वामीजींच्या स्वप्रातला मठ म्हणजे एका धार्मिक विद्यापीठाची केन्द्रीय संस्थाच होती. त्या विद्यापीठात धर्माचरण व ज्ञानोपासना यांच्या माध्यमांतून एक आध्यात्मिक उर्जा निर्माण व्हावी व संपूर्ण जगभर तो उर्जास्रोत भरून रहावा असे त्यांना वाटे. त्यांना मठाच्या रूपाने प्राचीन गुरुकल-पद्धतीचे नवनिर्माण त्यांना हवे होते. संभाव्य ब्रह्मचाऱ्यांनी तेथे राहून पाच वर्षांचा निर्धारित अभ्यासक्रम पूर्ण करावा अशी त्यांची योजना होती. अभ्यासक्रम पूर्ण झाल्यावर त्यांच्यापुढे एक पर्याय ठेवण्यात आला. ज्या कोणाला आपल्या घरी परतायची इच्छा असेल तर तसे करावे व जे कोणी मठातच राहून तेथील कार्याला वाहून घेऊ इच्छित असतील तर तसे दोन्हींची मुभा होती. त्याला जोडूनच आणखीही एक योजना त्यांच्या डोक्यात आली. मठाच्या दक्षिणेकडीलजमीन संपादित करून घेऊन तेथे एक अन्नछत्र उभे करायचे, प्रशिक्षित ब्रह्मचाऱ्यांनी त्याची व्यवस्था पाहायची, ते चालवण्यासाठी लागणाऱ्या आवश्यक गोष्टी व साधनांची पूर्तता करताना गरज पडल्यास दारोदार जाऊन लोकांपुढे हात पसरायचीही तयारी ठेवायची आणि दरिद्री नारायणाच्या भुकेल्या पोटात अन्नाचे चार घास घातल्याचे सत्कार्य करायचे. अशाप्रकारे ब्रह्मचारींनी आपले सेवाकार्य पूर्ण केले की नंतर त्यांना संन्यासाश्रमाला पात्र ठरवून मठाकडून त्यांना रीतसर दीक्षा देण्यात यावी. त्यांच्यापैकी ज्या कोणाकडे विशेष गुणवत्ता आढळेल त्यांना प्रस्तुतच्या नियमातून सूट देण्याचा अधिकार मठाच्या अध्यक्षांकडे राहील. अशा पात्र ब्रह्मचारींना कोणत्याही काळात अनुग्रह मिळेल. पुढे त्या स्वप्राच्या कक्षा अधिकच रुंदावल्या. अशा पद्धतीने तीन प्रकारची दाने कार्यवाहीत येतील – एक अन्नदान- शारीरिक जीवनाला ज्यांची गरज असते ते अन्न व इतर अनिवार्य गरजांची पूर्तता; दुसरे विद्यादान- बुद्धीचा विकास घडवण्यासाठी दिलेले ज्ञान आणि तिसरे, ज्ञानदान- प्राप्त केलेल्या बौद्धिक ज्ञानाची, परिणती ज्यात व्हावी असे आध्यात्मिक ज्ञान! या तिन्ही दानांच्या समन्वयाने 'माणूस' घडवला जाऊ शकतो आणि त्याला तसे घडवावे हेच रामकृष्ण मठाचे आद्य कर्तव्य असेल असे स्वामीजींना पुन:पुन्हा वाटत होते. हे तीन टप्पे पार करणाऱ्या संन्याशाने त्यानंतर व्यावहारिक जीवनात विशुद्ध अद्वैताचे अंतिम सत्य कसे प्रत्यक्षात आणता येईल याचा शोध घेण्यासाठी झटावे. त्या अद्वैत सिद्धांताला राने वने, पर्वतातील गुहा यांच्यातून बाहेर आणून त्याला

रोजच्या समाजात आणि यथाक्रम जगात पसरून टाकावे. स्वामी म्हणत- ''ज्ञान, भक्ती व शक्ती प्रत्येक माणसात वास करत असतात. फरक असतो फक्त त्यांच्या प्रकटीकरणाच्या प्रमाणांत. त्यावरूनच कोण महान, कोण लहान हे ठरते. एकदा का या तिन्हींचा समन्वय होऊन माणूस पूर्णत्वाला पोचला की मग कोणतीच अडचण येत नाही. त्याच्या इच्छेप्रमाणे सर्व घडते, त्याला हवे ते प्राप्त करून घेण्यात यश मिळते...' आणि म्हणूनच त्यांनी निखळ व्यावहारिक वेदांततत्त्वाचा पक्ष घेतला. संपूर्ण विश्वाने ते अद्वैताचे ज्ञान आपल्यात वाटून घ्यावे आणि त्या योगे, प्रत्येक माणसातील आपल्या 'स्व'ची जाणीव करून घेण्याने मिळणारा आत्मानंद लुटावा, केवळ आपल्या स्वत:च्या 'मुक्ती'चाच लोभ धरू नये. स्वामी विवेकानंद म्हणत – ''आपण श्री रामकृष्णांचे बालक आहोत असा दावा तोच करू शकतो ज्याचे अंत:करण समस्त प्राणिमात्रांसाठी कळवळते आणि जो आपल्या व्यक्तिगत धि:क्काराची तमा न बाळगता त्यांच्यासाठी कष्ट करतो. या महान आध्यात्मिक परिस्थितीत जो कोणी निधड्या छातीने खडा होऊन घराघरांत, गावागावांत गुरुदेवांच्या संदेशाचा प्रसार करतो केवळ तोच माझा बंधू व माझा पुत्र असेल. त्या कसोटीला त्याला उतरावेच लागेल. ध्यानात ठेवा, श्री रामकृष्णांचे बालक आपल्या व्यक्तिगत उद्दिष्टांसाठी कधीच झटत नसते...''

१९ डिसेंबरला, स्वामी वैद्यनाथधामला गेले. प्रियनाथ मुखर्जींच्या घरी पाहुणे म्हणून राहिले. तेथे स्वामीजी आपला बहुतांश वेळ वाचन, लेखन आणि लांबवर फिरून येण्यात घालवत. त्यांची प्रकृती बिलकूल ठीक नव्हती. दम्याच्या विकाराने खाल्लेली उचल भयानक होती. इतकी भयानक की एके दिवशी त्यांचा श्वास पार कोंडलाच. त्यांना नीट श्वास घेताच येईना. जवळच्यांचे धाबे पार दणाणले. १८९९च्या जानेवारीच्या मध्यावर तर त्यांची प्रकृती अधिकच ढासळली. कलकत्याहून स्वामी शारदानंद व सदानंद त्यांना परत घेऊन येण्यासाठी देवघरला धावले. अर्थात, प्रकृती पूर्वपदावर येऊन, डॉक्टरांनी प्रवास करण्याची परवानगी देईपर्यंत त्या दोघांना थांबावे लागले.

स्वामी विवेकानंद एक महान कर्मयोगीच असल्यामुळे त्यांची बिकट प्रकृती त्यांची कामे उरकण्याच्या आड येऊ शकत नव्हती. त्या आजारी अवस्थेतही त्यांनी आपला प्रकाशमान पत्रव्यवहार चालूच ठेवला होता. देवघरहून त्यांनी, मृणालिनी बोस, या आपल्या शिष्येला लिहिलेल्या एका पत्रात, उच्चवर्गातील विधवांच्या पुनर्विवाहाला बंदी घालण्याच्या प्रथेच्या संदर्भात केलेले स्पष्टीकरण अतिशय सुबोध होते. त्यांच्या मते, ती प्रथा केवळ रूढी नसून एक सामाजिक गरज होती. कारण, उच्चवर्गात स्त्रियांचे प्रमाण पुरुषांपेक्षा अधिक होते. त्यामुळे, समाज विधवेच्या पुनर्विवाहाच्या आड येत होता. नाही म्हटले तरी तिला वैवाहिक जीवन भोगायला

मिळाले होते. विधवेला पुनर्विवाहाची परवानगी देण्याने एका कुमारिकेच्या विवाहावर – स्वत:साठी पती प्राप्त करून घेण्याच्या हक्कावर गदा येत होती. त्याच्या उलट, खालच्या वर्गात व समाजांत पुरुषांची संख्या अधिक असल्यामुळे त्या प्रथेला फाटा देण्यात आला. विधवा-विवाह मान्यता पावला. म्हणून त्यांचा आग्रह असा होता की या संदर्भात जे काही घडते तेच इतर सामाजिक मूर्खपणाबाबतीतही खरे असते. त्यासाठी असा मूर्खपणा जेथे होतो वा उद्भवतो त्या परिस्थितीतच प्रथम बदल घडवून आणण्याची गरज आहे. उदाहरणार्थ, जात-पद्धतीचेच घेऊया. ती पद्धतीच बदलली तर तिला चिकटून येणाऱ्या रूढी आपोआपच जीव देतील!

बरेच दिवस स्वामीजींच्यासमोर आणखी एक स्वप्न तरळत होते. ते सतत त्यांना हुलकावणी देत असे. काही महिने असेच गेले. ते काही केल्या प्रत्यक्षात उतरेना. ते स्वप्न होते कलकत्त्याहून एक बंगाली भाषिक नियतकालिक प्रकाशित करायचे. पण अखेर ती शुभघटिका अवतरलीच. स्वामींच्या स्वप्राची पूर्ती झाली. उत्तर भारतातून कलकत्त्याला परतलेल्या मिस जोसेफाईन मॅक्लिऑडनी स्वामींच्या हातावर आठशे डॉलरची देणगी ठेवली. त्या पैशातून एक छापखाना विकत घेण्यात आला. १४ जानेवारी १८९९ला 'उद्बोधन'चा पहिला अंक बाहेर पडला. स्वामी त्रिगुणातीतानंदांनी त्याच्या संपादनाची व व्यवस्थापनाचीही जबाबदारी स्वेच्छेने स्वीकारली. 'उद्बोधन'च्या प्रकाशनामागची उद्दिष्टे आपल्या वाचकांच्या भौतिक, मानसिक व आध्यात्मिक सुधारासाठी विधायक कल्पना प्रकाशित करणे; वेद व वेदांत यांच्या सर्वोच्च सिद्धांतातील क्लिष्टता बाजूला ठेवून साध्या, सोप्या भाषेत त्यात अंतर्भूत असलेल्या गोष्टी समजावून देणे ज्यामुळे 'चांडाळ' वाचकाला 'ब्राह्मणा'चा दर्जा प्राप्त करून देणे आणि श्री रामकृष्णांनी कळकळीने केलेल्या वैश्विक समन्वयाच्या उपदेशांतून व्यक्त होणाऱ्या त्यांच्या संदेशाचा प्रसार करणे वगैरे होते.

२२ जानेवारी १८९९ला रात्री स्वामीजी देवघरहून कलकत्त्याला परतले. आता त्यांना त्या मानाने किंचित बरे वाटत होते. साधारणपणे, फेब्रुवारीच्या सुमारास त्यांना तरतरी आली. त्यामुळे, मठातील आपल्या प्रशिक्षण-कार्यात ते पूर्णतयारीनिशी पुन्हा पूर्वीसारखे मग्न झाले. एक परिपूर्ण संन्यासी बनण्यासाठी दक्षता व अचूकता या गोष्टी अत्यावश्यक असतात. त्याबाबतीत मठातील प्रशिक्षणार्थी संन्याशांनी कसलीही हयगय करता कामा नये यावर स्वामींचा कटाक्ष होता. आपल्या विद्यार्थ्यांच्या पाठीवर शाब्बासकीची थाप देण्यासाठी स्वामींना त्यांच्याकडून पूर्ण झालेली अगदी लहानांतली लहान गोष्टही पुरत असे. त्या कामगिरीचे कौतुक करून ते नेहमी त्यांना प्रोत्साहन देत असत. स्वामी शारदानंदांच्या मठातील व्यवस्थापनावर, त्यांच्या प्रशासन-पद्धतीवर स्वामी खूष होते. मठाच्या दैनंदिन कामांची जबाबदारी वयाने कमी असलेल्यांवर टाकलेली होती. दर महिन्याला त्यांच्यातूनच एक अधीक्षक

निवडून देण्याची त्यांना मुभा होती. अशाप्रकारे, संन्याशांच्या संप्रदायाची बांधणी करण्याच्या कामात स्वामी स्वत: कायावाचामने पार बुडून गेले.

आपल्यासमोरच्या प्रशिक्षणार्थी संन्याशांना स्वामींचा उपदेश होता - तपश्चर्या, आत्मसंयमन आणि एकाग्रता यांचा सातत्याने कसून सराव केला तरच यशस्वी व्हाल, या ईश्वर-प्रणित महत्कार्याचे सत्पात्र कार्यवाहक होण्याकरता स्वत:हून तयारी करा. साक्षात परमेश्वरावर विश्वास ठेवण्यापूर्वी प्रथम आपल्या स्वत:वर विश्वास ठेवण्यासाठी स्वामी त्यांना प्रोत्साहन देत – "लक्षात ठेवा जगाचा इतिहास दुसरा तिसरा कसलाही नसून तो ज्यांचा स्वत:वर विश्वास होता त्या काही असामान्य विभूतींचाच इतिहास आहे." स्वामीजींनी त्यांना सांगितले, "फक्त एखादा थोर संन्यासीच एक थोर कार्यकर्ता होऊ शकतो, आज तुम्ही तुमच्या अंगावर जे भगवे वस्त्र परिधान केलेले आहे ते सुखोपभोगासाठी नाही तर शौर्यशाली कामगिरी पार पाडण्यासाठी घेतलेली ती एक ध्वजा आहे." त्यांनी त्यांना समजावून दिले "समाजाच्या कल्याणासाठी तुमचे शरीर, तुमचे चैतन्य आणि तुमचे मन या सर्वांना गुंतवून ठेवा. (समाजातील) गरीब, निरक्षर व अडाणी माणूसच तुमचा ईश्वर माना आणि जशी शिवाची सेवा करता तशीच जीवाचीही करा...!" जनसेवेची आपली संकल्पना स्पष्ट करताना स्वामी म्हणाले, "त्या सेवाकार्यात गरीबांना खाऊ घालणे, आजाऱ्यांची शुश्रूषा करणे, दुष्काळग्रस्तांना मदत करणे, साथीच्या रोगांच्या वेळी स्वच्छता व आरोग्यरक्षण यावर देखरेख करणे आणि अनाथालये, रुग्णालये, शिक्षण-प्रशिक्षण केन्द्रे यांची स्थापना करणे यांचा समावेश असेल." आपल्या सर्व शिष्यांसाठी त्यांनी व्यायामाचे प्रकार अनिवार्य केले. ते म्हणाले – "ज्या प्रमाणे सैन्यदलात पूल बांधणारे, खंदक खोदणारे व सुरुंगांचा शोध घेणारांची वेगळी तुकडी असते त्याप्रमाणे तुम्ही सर्वजण धर्माच्या सैन्यदलातील 'सॅपर्स/मायनर्स'च आहात!" मठाने आपल्यासाठी जी कामे निश्चित केलेली आहेत, आपण स्वत:ला ज्यात गुंतवून घेतलेले आहे त्या सर्व प्रकारच्या कामांसाठी 'सुदृढ, कमावलेल्या शरीरांची, दणकट स्नायूंची व पोलादी नसांची गरज आहे...' पण त्याचवेळी त्यांनी हेही ठासून सांगितले, "केवळ शरीरसंपदा वाढवून भागणार नाही. आपली बौद्धिक कुवतही तितकीच वाढवावी लागेल, अभ्यासाचे महत्त्व लक्षात घेऊन काळाच्या सामाजिक व आध्यात्मिक गरजांच्या संदर्भात आपल्या सतर्क निर्णयबुद्धीचा योग्य विकास कसा होईल हे पाहून त्या दोन्ही गरजांचा परस्पर समन्वय घडवून पौर्वात्य व पाश्चात्य संस्कृतींतील सर्वोच्च आदर्शांची देवाणघेवाण करावी लागेल." स्वामीजी त्यांना सांगत – "तुमच्या समोरचे मार्गदर्शक तत्व दया दाखवण्याचे नसून सेवा करण्याचे आहे... कर्म म्हणजेच धर्म आणि धर्म म्हणजे कर्म. कर्मच माणसाला परमेश्वराकडे घेऊन जाते...!"

'सर्वोच्चा'चा साक्षात्कार घडावा अशी एकच इच्छा असेल तर त्यासाठी सर्वसंग परित्याग आणि अखंड ब्रह्मचर्य यांचे महत्त्व अनन्यसाधारण आहे हे आपल्या शिष्यांच्या मनावर बिंबवण्याचा स्वामीजी सतत प्रयत्न करत. ब्रह्मचारींनी कठोर शिस्तपालन आणि नियमांनुसार वर्तन यांचा अवलंब विनातक्रार केला पाहिजे असा त्यांचा आग्रह होता. त्यांचा आहार हलका असावा कारण अन्नाचे मर्यादेबाहेरचे सेवन शरीर व मन दोघांनाही उध्वस्त करते असे त्यांचे मत होते. ब्रह्मचारींनी पहाटे लवकर उठलेच पाहिजे, आपले दैनंदिन कार्यक्रम वक्तशीरपणे पार पाडलेच पाहिजेत आणि केवळ धार्मिक विषयांवरच संभाषण केले पाहिजे असा दंडक त्यांनी घातलेला होता. आपल्या प्रशिक्षण काळात त्यांच्यावर वर्तमानपत्रांचे वाचन करणे किंवा प्रापंचिकांशी विशिष्ट काळात संपर्क साधणे यावरही बंदी होती. मात्र, संन्यासधर्माची उच्च तत्त्वे, आदर्श व खडतर शिस्तपालन आपल्याला झेपणार नाहीत अशी शिष्यांची धारणा बनल्यास त्यांना पुन्हा नेहमीचा प्रापंचिक मार्ग पत्करायला त्यांनी उघडउघड मोकळीक दिलेली होती. त्यात त्यांचे स्वत:चे व संप्रदायाचे हितच होते असा विचार स्वामी करत. आणि ते तसे योग्यच होते. संन्यासधर्माचे सोंग आणून ढोंगी आयुष्य काढण्यापेक्षा, आपण स्वत: व संप्रदाय यांना कलंकित करण्यापेक्षा ते परवडले. मठाच्या व्यवहारात 'ऐहिकात गढलेल्या माणसांनी' कोणताही हस्तक्षेप करण्यास स्वामीजींनी मनाई केलेली होती. त्याचप्रमाणे, धनिकांसमोर मान लववून त्यांचा आदरसत्कार करण्यास आणि 'आधारासाठी त्यांच्यावर विसंबून' राहण्यास संन्याशांना होती. भारतातील सर्व संन्याशी संप्रदायांना मिळालेला तो एक शापच आहे. कारण 'त्या पद्धतीचे वर्तन एखाद्या बाजारबसवीला शोभा देते, आपण सर्वसंग परित्याग केल्याचा डांगोरा पिटणाऱ्याला नाही...'

स्वामीजी म्हणत – ''जर माझ्यापाशी दोन हजार उत्साही युवक आणि तीन कोटी रुपये असतील तर मी भारताच्या सर्व समस्या चुटकीसरशी सोडवून त्याला त्याच्या पायांवर उभा करू शकतो!'' कधीकधी त्यांना जे हवे होते ते न मिळाल्यामुळे निराशही होत. ''असो. तरीही मी माझ्या परीने कसोशीने प्रयत्न करेन. माझ्यापाशी असलेले सर्व काही पणास लावेन, माझ्यातील वृत्ती मी इतरांत संक्रमित करेन, त्यांना प्रेरित केल्यास ते मी सुरू केलेले काम पुढे नेतील. आता माघार घेणे नाही, क्षणाचीही उसंत वा विश्रांती नाही. माझ्या कार्यात मग्न असतानाच मला मरण यावे... क्रियाशील अवस्थेतच मला जगू व मरू द्या!'' त्यामागील आपली कल्पना शिष्यांसमोर विशद करताना ते म्हणाले- ''श्रीरामकृष्ण या जगात अवतरले आणि त्यांनी आपले आयुष्य जगासाठी समर्पित केले. मीही माझ्या जीवनाचा त्याग तसाच करेन. तुम्हीही, तुमच्यांतील प्रत्येकजणही तेच करेल, त्याने तेच करावे. ही सर्व कामे म्हणजे निव्वळ सुरुवात आहे. विश्वास ठेवा माझ्यावर... आपण गाळलेल्या

रक्ताच्या बिंदूंतून ईश्वराचे अति विलक्षण शूरवीर व लढवय्ये निर्माण होऊन संपूर्ण जगात क्रांती घडून येईल.''

स्वामींकडे येणारे लोक जवळून व दुरून दोन्हीकडून येत. त्यांच्याशी नित्याच्या रिवाजाप्रमाणे धर्म व तत्त्वज्ञान यांच्याविषयी चर्चा करत. रोजच्या त्या गर्दीत एक व्यक्ती त्यांच्याकडे आली. एक वेगळी व्याप्ती होती. त्यांचे नाव नाग महाशय. ते बंगलादेशमध्ये असलेल्या डाक्क्यातील देवभोग या दूर अंतरावरून आले होते. नाग महाशय म्हणजे सर्वोच्च भक्तीचा साक्षात अवतारच! ते श्री रामकृष्णांचे एक महान भक्त होते. स्वामीजींना पाहताच त्यांचे देहभानच हरपले. स्वामींच्या ठायी त्यांना भगवान शिवाचेच दर्शन झाले. श्री रामकृष्णांचे नाग महाशयांना झालेले सर्वसमावेशक आकलन ऐकून स्वामी थक्कच झाले. त्यांनी त्यांना मठात येऊन राहण्याचे आमंत्रण दिले. पण नाग महाशयांनी स्वामीजींच्या त्या विनंतीला विनम्र नकार दिला. ते म्हणाले – ''आपल्याला सांगू, एकदा मी गुरुदेवांकडे प्रार्थना केली – 'या ऐहिक जीवनाचा त्याग करण्याची मला अनुमती द्यावी ...' श्रीरामकृष्ण म्हणाले – 'ठीक! तेथेच रहा!' तेव्हापासून श्री गुरुदेवांची आज्ञा प्रमाण मानून चालतोय मी!''

स्वामीजी संन्याशांना म्हणाले – ''चला, तुमची वेळ झालीय. आता तुम्ही बाहेर पडा. जग पायाखाली घाला. श्री रामकृष्णांचा पवित्र संदेश सर्वत्र पसरवा!'' त्यानुसार, त्यांनी आपल्या दोन शिष्यांना – स्वामी विरजानंद व प्रकाशानंद – यांना ताबडतोब डाक्क्याला जाण्यासाठी तयार राहण्याची सूचना दिली. ४ फेब्रुवारी १८९९ला ते दोघे तिकडे निघालेही. त्याच्यानंतर स्वामी शारदानंद व तुरियानंदांची पाळी आली. ते त्याच कार्यासाठी गुजराथला गेले. सात तारखेला. तीन महिन्यांनी ते परत आले. त्यांचे दिलेले काम फत्ते करून. स्वामीजींना मनोमन आनंद झाला. तिकडे, मद्रासला स्वामी रामकृष्णानंदांनी त्या आधीच एक केन्द्र सुरू केले होते. तेथे त्यांनीही आपले अध्यापन कार्य यशस्वी करून दाखवले होते. स्वामी शिवानंदांना स्वामीजींनी सिलोनला पाठवले होते. तामिळी व सिंहलीज यांच्यात काम करायला. त्यांना तर कमालीची लोकप्रियता मिळाली. स्थानिक जनतेत वेदांताच्या तत्त्वज्ञानाचा प्रसार करण्यात, त्या लोकांनी त्यात रस घ्यावा म्हणून प्रवृत्त करण्यात त्यांना यश तर मिळालेच पण त्याजबरोबर ते एक यशस्वी गुरुवर्यही ठरले. त्यांनी तेथे राजयोग व भगवद्गीतेचे वर्ग घेतले. त्या वर्गांना अनेक स्थानिकांनी आणि युरोपीयनांही हजेरी लावली. एवढ्यावरच त्यांचे कार्य थांबले नाही. त्यांनी कोण्या एका मिसेस पिकेटना अनुग्रह देऊन त्यांचे नामकरणही हरिप्रिया असे केले. त्यांना वेदांताचे पाठ कसे घ्यावेत याचे परिश्रमपूर्वक शिक्षण देऊन ऑस्ट्रेलिया व न्यूझीलंडला पाठवले. त्या बाई लवकरच त्यात पारंगत झाल्या. त्यांनी ऑस्ट्रेलियात, अॅडलेड व दक्षिण व्हिक्टोरियात आणि न्यूझीलंड-मध्ये नेल्सन येथे वेदांताचे वर्ग चालवले.

अमेरिकेत स्वामी अभेदानंदांनीही चांगलीच बाजी मारली. विशेषत:, त्यांनी जेथे कायमचे वास्तव्य करायचे ठरवले त्या न्यूयॉर्कमध्ये त्यांनी योगाचे व ध्यानाचे वर्ग चालवले. स्थानिक लोकांना त्यांनी आपल्याकडे आकर्षित करून घेतले. त्या लोकांनीही त्यांच्या प्रयत्नाचे झकास कौतुक केले. स्वामी अभेदानंदांची व्याख्यानेही गाजू लागली. न्यूयॉर्क व अमेरिकेतील सर्वोत्कृष्ट वृत्तपत्रे व नियतकालिके यांनी त्यावर उत्तम परीक्षणे प्रकाशित करून त्यांची दिलखुलास प्रशंसा केली. मादाम मेरी लुई तथा स्वामी अभयानंद याही वेदांताच्या एक यशस्वी प्रचारक बनल्या. अमेरिकेतील निरनिराळ्या संस्थानांत त्यांनी प्रवचने दिली. त्यांना सुद्धा लोकांचे प्रेम प्रचंड प्रमाणात लाभले. त्यांच्याच मागणीवरून मादामनी शिकागोला अद्वैत सोसायटीची स्थापना केली व त्या तेथेच कायमच्या राहिल्या.

हीच गोष्ट सेविअर पति-पत्नींची. त्यांनीही स्वामीजींना दिलेली साथ अप्रतिम होती. दिलेल्या शब्दांचे पालन करून त्यांनी स्वामीजींचे स्वप्न साकार केले. हिमालयाच्या कुशीत एका थंड, निवांत प्रदेशात एक आश्रम सुरू केला. अल्मोड्याच्या पूर्वेला, अजमासे पन्नास मैल अंतरावर आणि ६४०० फूटांच्या उंचीवर असलेल्या एका देखण्या, निसर्गाने नटलेल्या, डोळ्यांना भुरळ पाडणाऱ्या मायावतीची त्यासाठी निवड केली. मठाला नाव दिले अद्वैत आश्रम! दिवस होता १९ मार्च १८९९चा. नेमक्या त्याच शुभ मुहूर्तावर श्री रामकृष्णांची जयंती जाहीरपणे साजरी केली गेली. आश्रमाचे औपचारिक उद्घाटन झाल्यानंतर, 'प्रबुद्ध भारत' या मुखपत्राची कचेरी तेथे हालवण्यात आली. या आश्रमाची तत्त्वे निश्चित करताना स्वामीजी म्हणाले – "सर्व प्रकारच्या लोकभ्रमांपासून आणि दूषित वातावरणामुळे शक्तीहीन बनण्यापासून 'मुक्त' असलेले हे स्थळ आहे. येथे फक्त एकाच सिद्धांताची शिकवण दिली जाईल – ' निर्भेळ व निर्मळ अशा ऐक्य-भावाची!'' या आश्रमाचे आणखी एक वैशिष्ट्य म्हणजे तो निव्वळ अद्वैतालाच समर्पित केल्यामुळे तेथे कोणत्याही बाह्य वस्तूंची-परमेश्वराच्या सगुण रूपाची पूजा होत नव्हती. त्यामुळे तेथे त्याच्या कोणत्याही सगुण प्रतिमा, चित्रे वा प्रतीके आढळत नव्हती. अगदी, गुरुदेव श्री रामकृष्णही त्याला अपवाद नव्हते. तसे पाहिले तर रामकृष्ण संप्रदायाच्या इतर सर्व मठांत वा आश्रमांत वा केंद्रांत श्री रामकृष्णांचे पूजास्थान हेच तिथले मध्यवर्ती स्थान असते. त्या सर्वांत मायावतीचा अद्वैत आश्रम हा एकच अपवाद असावा.

स्वामीजींच्या आशीर्वादाने संस्थेने तीन नियतकालिके सुरू केली. मद्रासहून ब्रह्मवादिन (आता ते 'वेदांत केसरी' या नावाने प्रकाशित होते), अल्मोड्याहून प्रबुद्ध भारत व कलकत्त्याहून उद्बोधन. या तिन्ही नियतकालिकांतून स्वामीजींच्या भारतातील व विदेशातील कार्याचा प्रसार होण्यास मदत झाली. सध्या, ती नियतकालिके थोर प्राचीन भारतीय ऋषीमुनी व तत्त्वज्ञ यांच्या विचारांचा व तत्त्वज्ञानाचा प्रसार रामकृष्ण

संप्रदायाच्या कार्याचे अहवाल आणि सदस्यांचे लेख व व्याख्याने प्रसिद्ध करत असतात.

स्वामी अखंडानंदांचे कार्यक्षेत्र खेत्री होते. गुजराथेतील त्या संस्थानात त्यांनी उत्तम शैक्षणिक कार्य चालवले. तेथील प्रचलित गुलामगिरी (वेठबिगार पद्धती) ला

<table>
<tr><td align="center">स्वामी अभेदानंद</td><td align="center">स्वामी शिवानंद</td><td align="center">स्वामी अखंडानंद</td></tr>
</table>

आळा घालून जवळपास क्रांतीच घडवून आणली. कित्येक बालमजूरांची मुक्तता करून त्यांच्या शिक्षणाची व्यवस्था करून दिली. स्वामी विवेकानंद यांची सूचना व खेत्रीच्या राजांचा पुढाकार व मदत यांच्यामुळे शिक्षणावर होणाऱ्या खर्चासाठी जादा निधी उपलब्ध करून देण्यात आला. स्थानिक संस्कृत पाठशाळेचे रूपांतर एका वैदिक शाळेत करण्यात आले. स्वामी अखंडानंदांनी उदेपूर संस्थानातील नाथद्वार या एका पवित्र स्थळाला भेट देऊन तेथे एक मिडल इंग्लिश स्कूल सुरू केले. एका बंगाली युवकाच्या मदतीने ते काही काळ चालले. त्याचप्रमाणे, त्यांनी अलवर आणि राजपुतान्यातील इतर संस्थानांत काही सांस्कृतिक संस्थाही स्थापन करण्यात यश मिळवले. त्या संस्था लोककल्याणाच्या संबंधातील बाबीही हाताळत होत्या. आपल्या देशबांधवांची सेवा हाच आपला आदर्श मानून त्यासाठी सिद्ध झालेल्या आपल्या नेत्याच्या ज्वलंत ध्येयाचे अनुसरण करून ते आचरणात आणणारे स्वामी अखंडानंद हे पहिले स्वामी होते. मुर्शिदाबाद येथे दुष्काळग्रस्तांसाठी मदतकार्य करत असताना त्यांनी दुष्काळग्रस्त गावातील निराधार बालकांसाठी एक अनाथालय सुरू केले, त्या मुलांना 'माणसांत' आणण्यासाठी, त्यांच्या सर्वांगीण वाढीसाठी निरलस परिश्रम घेतले.

१८९७च्या ऑगस्टमध्ये, दिनाजपूर येथे मुर्शिदाबादच्या धर्तीवर स्वामी त्रिगुणातीतानंदांनी आणखी एक मदत केन्द्र उघडून दुष्काळग्रस्तांची अडचण दूर केली. त्यांच्यावर मायेची पाखर घातली. त्यांच्या त्या मानवतावादी कल्याणकारी कार्याची स्थानिक नागरिक व शासन या दोहोंनी विशेष वाखाणणी करून त्यांचे कौतुक केले. ती आपत्ती संपुष्टात आल्यावर नागरिकांनी एक सार्वजनिक सभा बोलावून त्यांना धन्यवाद दिले.

जसजशी गरज भासली तसतशी देवघर, दक्षिणेश्वर व कलकत्ता येथेही

मदतकेन्द्रे सुरू करण्यात आली. १८९९च्या प्लेगच्या साथीत रामकृष्ण मिशनने कलकत्त्याला केलेले काम अतिशय योजनाबद्ध पद्धतीने झाले. भगिनी निवेदिता आणि स्वामी सदानंद यांनी त्याचे नेतृत्व केले. प्लेगने निर्माण केलेल्या संकटाचा मुकाबला त्यांनी आपल्या इतर सेवाभावी कार्यकर्त्यांच्या साह्याने उत्तम केला. कलकत्ता शहराच्या चार विभागांतील वस्त्यांची कानाकोपऱ्यात जाऊन झाडलोट केली, गटारे उपसली. कित्येक गाड्या भरतील इतकी घाण तेथे साचलेली होती. त्या प्रचंड घाणीमुळेच संपूर्ण वातावरण दूषित होऊन उंदरांचा सुळसुळाट व परिणामी प्लेगचा फैलाव झपाट्याने झाला होता. लोकांचे नीतिधैर्य उंचवावे म्हणून स्वत: स्वामी विवेकानंद त्या गलिच्छ वस्तीत जाऊन तेथे राहिले. त्यांच्या स्फूर्तिदायी शब्दांनी विद्यार्थी-स्वयंसेवकांना नवा उत्साह लाभला, त्यांची त्या सेवा-कार्यावरची श्रद्धा द्विगुणित झाली. घरोघरी, दारोदारी फिरून त्यांनी त्या झोपड-पट्टीत राहणाऱ्या लोकांना दिशा दिली, त्यांना स्वच्छतेचे, आरोग्य रक्षणाचे नियम व इतर माहिती देणारी पत्रके वाटली व त्याशिवाय प्रत्यक्षात त्या गोरगरिबांशी, गलिच्छ वातावरणात, परिस्थितीत बोलावून घेऊन त्यांचे प्रबोधन केले.

स्वामी विवेकानंद संपूर्ण देशाचा, देशबांधवांचा विचार करून त्यांची चिंता वाहत. त्यांची नजर सर्वव्यापी होती. ते केवळ आपल्या भोवतालच्या प्रदेशावरच लक्ष ठेवत नव्हते. त्यांना भेटायला येणाऱ्या अनेक लोकांकडून - बहुतेकजण देशाच्या सर्व भागातून आलेले असत- त्यांच्या त्यांच्या प्रदेशातील परिस्थिती, जनसामान्यांची अवस्था, त्यांच्या समस्या जाणून घेत आणि त्या हालअपेष्टांवर खोलविचार करत. त्यांनी केलेले अनमोल निरीक्षण असे होते- ''प्रत्येक माणूस, प्रत्येक राष्ट्र, स्वत:ला महान बनवू इच्छित असेल तर त्यासाठी तीन गोष्टी आवश्यक आहेत- (१) चांगुलपणाच्या सामर्थ्याबद्दलची खात्री, (२) असूया आणि संशयग्रस्तता यांची अनुपस्थिती, (३) जे चांगले होण्याचा आणि इतरांचे भले करण्याचा प्रयत्न करतात त्या सर्वांना सहाय्य...! या देशाचे दुर्दैवच हे आहे की येथे तीन माणसे पाच मिनिटांसाठीही एकजूट करून एखादी सामूहिक कृती करू शकत नाहीत. प्रत्येकजण सत्तेसाठी धडपडतो आणि शेवटी संपूर्ण संघटना शोकग्रस्त होते.''

पौर्वात्य तत्त्वज्ञानाचा अमेरिकेवर पडणारा प्रभाव सतत चढत्या पातळीवर निघालेला आहे; प्रा. मॅक्स मुल्लर यांच्या 'रामकृष्ण : त्यांचे जीवन आणि वचने' या लंडनच्या लाँगमन्सने प्रकाशित केलेल्या ग्रंथाला विशेष मागणी येत आहे, वाचकांना तो आवडत आहे अशा काही आनंददायी बातम्या इकडे झिरपत होत्या. १८९८च्या डिसेंबर महिन्यापासूनच स्वामीजी त्या दोन पाश्चात्य खंडांना भेट देण्याचा विचार मोठ्या गंभीरपणे करत होते. त्या आधी, १८९३ला ते तिकडे प्रथमच गेले होते. त्या वेळी त्यांनी एका चळवळीची बीजे तेथे रोवलेली होती. ती

कितपत रुजलीत, त्यातून उगवलेल्या रोपांची वाढ कशी झालेली आहे यांचा अनुभव जाग्यावर जाऊन घेण्याची आवश्यकता त्यांना वाटत होती. पण त्यात सतत खोडा घालत होती त्यांची प्रकृती. वारंवार बिघडत चाललेल्या प्रकृतीचा परिणाम त्यांच्या मानसिकतेवर होणे अनिवार्य होते. शिवाय, तिकडे पोचण्यासाठी करावा लागणारा समुद्र प्रवास त्यांना कितपत मानवेल व झेपेल याबद्दलही ते साशंकच होते आणि म्हणून त्यांना आपले बेत पुढे ढकलावे लागत. १८९९च्या फेब्रुवारीत त्यांनी त्या दृष्टीने एक चाचणी घेण्याचा प्रयत्न पुन्हा एकदा केला. कलकत्ता ते मद्रास असा प्रवास समुद्रमार्गे करून पाहायचे ठरवले, त्याप्रमाणे आखणीही केली. पाहू या तरी प्रकृती कितपत साथ देते! असा विचार केला. आणि सुदैवाने त्या प्रवासात प्रकृती किंचितही कुरकुरली नाही तर कलकत्त्यासाठी मागे न फिरता थेट इंग्लंडसाठी तेथूनच पुढे सरकायचेही ठरवले. तथापि, त्या बेतावरही पाणी सोडणे अपरिहार्य ठरले. कारण, तो बेत त्यांच्यावर चालू असलेल्या औषधो-पचारांच्या आड येत होता. त्याचा व्यत्यय आला आणि स्वामींचा बेत फसला.

१८९९च्या उन्हाळ्यात, स्वामींची प्रकृती पुन्हा एकदा ढासळली. डॉक्टरांनी त्यांच्या जाहीर व्याख्यानांना मनाई केली. कृपा करून तो मोह टाळा अशी विनवणी त्यांना केली. पण, स्वामीजी म्हणजे एक अजब रसायनच होते. आपल्या शिष्यांची शिकवणी त्यांनी थांबवली नाही, दिवसभरात भेटीला येणारांशी चर्चा करणे थांबवले नाही. थोडक्यात, दिवसाच्या कार्यक्रमात बदल केला नाही. मात्र, संध्याकाळचा त्यांचा कार्यक्रम सुरेख होता. नारेळच्या जमीनदार मंडळींनी त्यांच्या सेवेसाठी एक बाजरा (हाऊसबोटीचाच एक प्रकार) दिली होती. सूर्यास्ताच्या सुमारास स्वामी त्या बाजऱ्याच्या छपरावर जाऊन बसत. मावळत्या सूर्याने सर्वत्र पसरवलेल्या संधिप्रकाशात न्हात असलेल्या नीरव स्तब्धतेचा आनंद लुटत. साहजिकच, त्या निःस्तब्ध वातावरणात त्यांची समाधी लागे. अंतःकरणाच्या गर्भातील विचारचक्रांना गती मिळे. त्याचप्रमाणे, रामकृष्ण मिशनच्या रविवारच्या साप्ताहिक बैठकांना त्यांची उपस्थिती लाभून ते त्यांच्या केन्द्रस्थानी असत. २६ फेब्रुवारीला 'द यंग इंडिया मुव्हमेन्ट' या आणि २२ एप्रिलला 'प्लेग ॲन्ड द ड्यूटीज ऑफ द स्टुडन्ट्स' या विषयांवर झालेल्या व्याख्यानांनाही ते हजर होते. कलकत्त्याच्या कुलीन व खानदानी मान्यवरांनी त्यांच्या सन्मानार्थ आयोजित केलेल्या अनेक मेजवान्याही त्यांनी चुकवल्या नाहीत.

स्वामीजींच्या अमेरिकन शिष्या मादाम लुई तथा स्वामी अभयानंद फेब्रुवारी १८९९मध्ये भारतात आल्या. कलकत्त्याला पोचण्यापूर्वी, स्वामीजींच्या सूचने-वरून त्यांनी मुंबई व कलकत्ता या दोन्ही शहरांत व्याख्याने दिली. त्या दोन्ही महानगरांनी त्यांचे स्वागत यथोचित केले. त्याला प्रत्युत्तर म्हणून त्यांनी आपल्या व्याख्यानाची सुरुवात "माझ्या भारतीय बंधू-भगिनींनो, मी आज आपल्यासाठी

विशेषत: शिकागोवासीयांच्या आणि सर्वसाधारणपणे संपूर्ण अमेरिकेच्या शुभेच्छा माझ्याबरोबर आणलेल्या आहेत.'' अशी केली. खरोखर, कालचक्राने आपली वर्तुळाकार फेरीच पूर्ण केली त्यांच्या त्या अभिवादनाने! १७ मार्चला त्या कलकत्त्याला पोचल्या. त्यांच्या भारतभेटीचा उद्देश बेलूर मठात प्रथमच साजऱ्या होणाऱ्या श्री रामकृष्णांच्या जन्मोत्सवाला उपस्थित राहण्याचा होता.

स्वामीजींच्या छातीच्या संपूर्ण भागांतून मज्जातंतूच्या बाजूने शूळ उठून सतत असह्य कळा येऊ लागल्या. अमरनाथ-यात्रेनंतर आजारी झाल्यापासून त्यांच्या छातीची डावी बाजू सतत दुखत होती. त्यांचे वैद्य, महानंद कविराज यांनी त्यांना एक सल्ला दिला. समुद्रमार्गे प्रवास करायचाच असेल तर त्यासाठी एक मंदगती मालवाहतूक करणारे जहाज घ्यावे. स्वामीजी अद्याप स्वामी शारदानंद व स्वामी तुरियानंद यांची वाट पाहत होते. ते दोघे काठेवाडला प्रवचनासाठी गेले होते. मठाची सूत्रे त्यांना स्वामी शारदानंद यांच्याकडे सोपवायची होती आणि स्वामी तुरियानंदांना ते आपल्याबरोबर नेणार होते. ३ मेला ती जोडी कलकत्त्याला परत आली. प्रवासाच्या योजनांवर शेवटचा हात फिरवण्यात आला. त्याच सुमारास, भगिनी निवेदितांनीही त्यांना इंग्लंडपर्यंत सोबत करावी असा निर्णय झाला. त्याप्रमाणे, २० जूनला भारताचा किनारा सोडणाऱ्या एस. एस. गोवळकोंडा या जहाजाची तीन तिकिटे खरेदी करण्यात आली.

१९मेच्या रात्री बेलूर मठात निरोप सभा झाली. मठाच्या सदस्यांनी स्वामीजी व स्वामी तुरियानंद यांना 'शुभास्ते पंथानु:' चिंतले. स्वामी तुरियानंदांनी निरोपाला यथोचित उत्तर दिले. पण स्वामीजी मात्र 'संन्यास : ध्येय व आचरण' हा विषय घेऊन बोलले. त्यात त्यांनी 'संन्याशाचे जीवन म्हणजे जगासाठी केलेला आयुष्याचा होम' या शब्दांत वर्णन करून त्याच्या त्यागभावावर भर दिला. २० मे ला दुपारी साध्वी शारदा माँनी आपल्या कलकत्त्याच्या घरात स्वामी विवेकानंद, स्वामी शारदानंद आणि त्यांच्या समस्त संन्यासी मुलांसाठी मेजवानी दिली. त्यानंतर ते दोघे स्वामी व भगिनी निवेदिता; इतर संन्यासी, मित्रगण व शुभचिंतक यांच्यासह प्रिन्सेप घाटाकडे निघाले. एस. एस. गोवळकोंडा सायंकाळी पाच वाजता सुटणार होते. स्वामीजींच्या वृत्ती उल्हसित होत्या. जमलेल्या सर्वांना त्यांनी आनंदात रहा असे प्रेमळ आवाहन केले. जहाजाचा भोंगा झाला. जहाजाने धक्का सोडला. त्या क्षणी, मात्र, सर्वांच्या डोळ्यांत आसवांनी चिक्कार गर्दी केली. आणि अगदी सहजगत्या घाटावर लोटांगण घालत स्वामीजींना भावपूर्ण अभिवादन करून निरोप दिला. जहाज नजरेआड होईपर्यंत संन्यासी व भक्तगण आपापले हात वा रुमाल हालवून आपल्या भावना व्यक्त करत होते.

◆

पश्चिमेस पुनर्भेट

एस. एस. गोवळकोंडाने धक्का सोडला तरी हुगळी नदीवरील डायमंड हार्बरच्या धोकादायक वाळूच्या ढीगांतून वाट काढायला त्याने दोन दिवस घेतले. अगदी सोळाव्या शतकापासूनच हुगळीच्या पात्रात सतत गाळ साठत आल्यामुळे जलप्रवासाची त्याची क्षमता अडचणीतच आलेली होती. त्यानंतर, बंगालच्या उपसागरात त्या मानाने खवळणारा समुद्र वाटेत आला. आणखी दोन दिवस त्याच पद्धतीने गेले. शेवटी, २४ जून १८९९ला जहाज मद्रासला पोचले.

तथापि, कलकत्ता बंदर 'प्लेगग्रस्त' म्हणून जाहीर झाल्यामुळे कलकत्त्याहून येणारी जहाजे बंदरातच अडकवून ठेवण्यात आली. कोणाही 'तद्देशीय' प्रवाशाला मद्रास बंदरात उतरण्याची परवानगी मिळाली नाही. त्यामुळे, मद्रास शहरातून बंदरावर आलेले स्वामीजींचे शिष्य, मित्र व चाहते खूपच निराश झाले. त्यांनी पहाटेपासून धक्क्यावर गर्दी केलेली होती. तरीही काही जणांनी समुद्रात नावा घुसडून जहाजाच्या आसपास जाण्याचे साहस केलेच. स्वामीजींचे दर्शन ओझरते का असेना झाले तरी चालेल असा त्यांचा हेतू होता. भक्तांनी स्वामीजींसाठी आंब्याच्या करंड्या, केळी, नारळ, मिठाई आणि स्थानिक रुचकर खाद्यपदार्थ जहाजावर पोचवले. अलसिंगा पेरूमलना स्वामींशी सल्ला मसलत करण्याची संधी मिळत नाही असे दिसताच त्यांनी जहाज पुढे घेणार असलेल्या कोलंबोचे तिकीट काढून स्वामींबरोबर प्रवास करण्याचे ठरवले. गोवळकोंडा संध्याकाळी मद्रासहून सुटले. दिवसभर थांबलेल्या लोकांच्या गर्दीने स्वामीजींना भव्य निरोप दिला.

मद्रासहून कोलंबो हा प्रवासही तसा समाधानकारक झाला नाही. समुद्र खवळतच होता. जहाजाला चांगलेच हादरे देत होता. कधीकधी जाग्यावर खिळूनही ठेवत होता. जहाजावरच्या अनेक प्रवाशांना जहाज लागण्याचे प्रकारही घडले. अशाप्रकारे तीन दिवसांचा प्रवास आटपून २८जूनला जहाज कसेबसे कोलंबोला पोचले

एकदाचे! मद्रासचा अनुभव लक्षात घेऊन स्वामीजींच्या मित्रांनी स्वामीजी व त्यांच्याबरोबरची मंडळी यांना बंदरावर उतरून घेण्याची रीतसर परवानगी अगोदरच घेऊन ठेवलेली होती. त्याप्रमाणे, सर्वजण कोलंबोत उतरले. कोलंबोत इतरांबरोबर स्वामीजी पी. कुमारस्वामी व अरुणाचलम् या हिंदू नेत्यांना भेटले. बौद्ध मुलींसाठी मिसेस हिगिन्स चालवत असलेल्या निवासी शाळेला त्यांनी भेट दिली. काऊंटेस ऑफ कनोरा यांच्याशी त्यांची जुनी ओळख होती. त्यांच्या मठात व शाळेत जाऊन आले. भगिनी निवेदितांवर त्यांच्या समर्पित लोककल्याणकारी कामांची चांगलीच छाप पडली. काऊंटेस जन्माने अमेरिकन असूनही त्या क्षणी त्यांच्या अंगावर असलेल्या भगव्या साडीने त्या भलत्या खूष झाल्या. बाईंचे काम प्रचंड होते. सिलोनमध्ये, काऊंटेसनी त्यांनी पंधरा शाळा, एक अनाथालय व एक औद्योगिक शिक्षण देणारी शाळा चालवली होती. कोलंबोला झालेले स्वामीजींचे स्वागत आणि त्यांना मिळालेला 'शुभास्ते पंथानु:'चा निरोप दोन्ही समारंभ भव्य व संस्मरणीय होते. २८ जूनला संध्याकाळी गोवळकोंडा जहाजाने कोलंबो मागे टाकले. आता पुढचे बंदर होते एडन. अशाप्रकारे, या खेपेस स्वामीजी पूर्वेकडे चालले होते. १८९४ मध्ये, त्यांनी पश्चिम किनारा धरून अमेरिका खंड गाठले होते.

मात्र, या खेपेस समुद्र त्यांच्या पाठीशी नव्हता. स्वत: तो खवळलेल्या स्थितीत होताच. पण आता त्याच्या साथीला वादळवाराही आला. जहाज जसजसे पुढे सरकू लागले तसतसा त्याचा वेग वाढत चालला. एडनपासून साधारण ४५० मैल पूर्वेस सोकोत्रा बेट आहे. तेथे पावसाने थैमान घातले. सामान्यत: कोलंबो ते एडन हा समुद्रप्रवास सहा दिवसांचा असतो. या खेपेला गोवळकोंडाने त्यासाठी मोजून दहा दिवस घेतले. शिवाय, एडन, कलकत्त्याहून आलेल्या जहाजातील प्रवाशांना तात्पुरते खाली उतरून घेत नाही. आणखी एक विशेष. एडन युरोपचे प्रवेशद्वार आहे. त्यामुळे त्याबाबतीत या खेपेला काळा-गोरा असा फरक करण्यात आला नाही. गोऱ्या प्रवाशांनाही तोच नियम लावण्यात आला.

एडनहून जहाज तांबड्या समुद्राच्या कक्षेत आले. तो त्या मानाने खूपच शांत वाटला. जहाज एक दिवस माल उतरण्यासाठी सुएजला थांबले. नंतर सुएज कालव्याच्या टोकाला असलेल्या भूमध्य समुद्रातील पोर्ट सैद बंदराला लागले. पुढे मेसिनाची सामुद्रधुनी ओलांडून इटलीच्या नेपल्स बंदरात पोचले. तेथून फ्रान्समधील मार्सेल करून जिब्राल्टरच्या सामुद्रधुनीतून अटलांटिक महासागरावर तरंगू लागले. तब्बल बेचाळीस दिवसांच्या जलप्रवासानंतर एस. एस. गोवळकोंडाने इंग्लिश खाडी पार करून, पुढे डोव्हरची सामुद्रधुनी आणि उत्तर समुद्रातून टेम्स नदी घेतली आणि ३१ जुलै १८९९ ला सकाळी लंडन गाठले. स्वामीजींना उतरून घेण्यासाठी थेट अमेरिकेहून मिसेस फंके व ख्रिस्तिन ग्रीनस्टाइडेल लंडनला आल्या होत्या. मि.

स्टर्डींची अनुपस्थिती ठळकपणे जाणवत होती. वास्तविक पाहता स्वामींनी पोर्ट सैदहून त्यांना एक पत्रही पाठवले होते. तरीही त्यांनी पाठ फिरवली होती. त्याचा अर्थ होता स्वामीजींची साथ ज्यांनी सोडलेली होती त्या मिस मुल्लर व मिसेस ऑश्टन जॉनसन यांच्या कंपूत आता तेही सामील झाले होते. त्यांचे असे विभक्त होणे स्वामींना नक्कीच दुःख देऊन गेले यात शंका नव्हती. पण त्यांनी ते वास्तव स्वीकारले. मुल्लर व स्टर्डी यांनी व्यक्त केलेल्या वैरभावाबद्दल स्वामी जरूर खंतावले पण त्यानंतर त्यांनी त्या दोघातिघांची समजूत काढण्याचा कसलाही प्रयत्न केला नाही.

बाकीचे काही का असेना, त्या समुद्रप्रवासामुळे स्वामींच्या प्रकृतीत खूपच सुधारणा झाली. शारीरिक स्वास्थ्याबरोबरच त्यांचे मानसिक स्वास्थ्यही सुधारले. आता त्यांचे डोके शांत झाले होते. त्यांना खूप आरामही वाटत होता. भगिनी निवेदितांनी त्या प्रवासाचा वृत्तांत लिहून ठेवलेला आहे त्यावरून कळते की अगदी पहिल्या दिवसापासून ते गोवळकोंडा लंडनला नांगर टाकेपर्यंत त्यांच्या मुखातून 'वाहणारा कथा व विचारस्रोत' अतिशय प्रसन्न व सुखद वाटला. एकामागून एक किती कथा सांगाव्यात त्यांनी! महाशिवरात्र, पृथ्वीराज, विक्रमादित्य, बुद्ध व यशोधरा आणि इतर हजारो. त्यांचा ओघ थांबतच नव्हता. 'लक्षात घेण्यासारखा मुद्दा होता त्यातील एकाही कथेची पुनरावृत्ती कधीच कानावर आली नाही...' हे झाले कथांचे. विचार प्रदर्शनाच्या संदर्भात म्हणाल तर त्यातही अनेक विषय आले. जातिभेदांवरचा त्यांचा शाश्वतचा अभ्यास, आपल्याला सुचणाऱ्या कल्पनांचे सातत्याने केलेले मूल्यमापन व पुनरुच्चारण; भूत, वर्तमान व भविष्यकालीन कार्य आणि मुख्यत: मानवतावादाचे समर्थन जे कधीही कमी झाले नाही. उलट वंचितांचा पक्ष घेऊन मांडलेल्या त्यांच्या विचारांना नवी उंची लाभलेली दिसून येत होती, येत असे. काही युरोपीय मंडळी नरमांसभक्षक वादाचा संदर्भ देऊन माणसाच्या हीनतेचा दाखला देतात यावर स्वामीजी त्वेषाने हल्ला चढवून त्यांचा निषेध करत. त्यांनी केलेला युक्तिवाद असा होता – "कोणत्याही राष्ट्राने कधीही नरमांस खाल्लेले नाही. धार्मिक विधीतील नरबली किंवा युद्धकाळात सूडाचा अतिरेक झाल्यानंतरचे अपवाद वगळता तसे घडलेलेच नाही. अरे, माणूस हा कळप करून राहणारा प्राणी आहे. त्यांच्यात ती पद्धत कशी काय असू शकते! नरमांसभक्षण सामाजिक जीवन मुळापासूनच उखडून काढेल..." कधीकधी त्यांची प्रबळ विचारशक्ती अचानक उचल खायची व तसे म्हणायचे – "सर्व धर्म निर्माणाची पूजा करतात, पण हातावर मोजण्याइतके लोक मृत्यूलाही भजतात आहे ठाऊक! माता कालीचे पूजक ते करतात, ते विक्राळाची पूजा करतात, कारण ते मुळातच अक्राळविक्राळ आहे म्हणून. माणसाचे अंतःकरण खरे तर दफनभूमी बनायला हवे; गर्व, स्वार्थ आणि

वासना सगळे धुळीस मिळते. तसे जेव्हा घडेल तेव्हाच माता (काली) त्या भूमीवर नर्तन करेल...''

मनुष्याच्या अंत:करणात वास करत असलेला 'स्व' विचित्र आहे. एकीकडे, तो मांडलेली सगळी गणिते, हिशोब चुकवतो तर दुसरीकडे तोच 'स्व' ईश्वराचा शोध घेण्यासाठी माणसाला आवश्यक असलेल्या प्रेरणांना चालना देणारा प्रमुख शक्ती स्रोतही असतो. त्याबद्दल स्वामीजींना वाईट वाटायचे. त्याचप्रमाणे, स्वामीजी श्री रामकृष्णांच्या थोरवीबद्दल, अनेक शिष्यांशी आलेल्या त्यांच्या सह-वासाबद्दल आणि श्री पवहारी बाबा, त्रेलंग स्वामी व रघुनाथ दास यांच्यासारख्या साधुपुरुषांबद्दलही सांगत. (या रघुनाथ दासांची कथा लक्षात ठेवण्याजोगी आहे. ते ब्रिटिश लष्कराच्या सेवेतील एक सैनिक होते. त्यांच्या कानांवर 'राम, राम' हा घोष पडायचा अवकाश, ते कोठेही असोत, त्यांना काही सुचायचेच नाही. आपले काम वाऱ्यावर सोडून देऊन ते त्या जयघोषात तात्काळ सामील होत. त्यांना लष्करी-शिस्तीची उत्तम माहिती होती. आपले हे कृत्य शिस्तभंग करणारे आहे याची पूर्ण जाणीवही होती. त्या शिस्तभंगाच्या कृत्याबद्दल नियमांनुसार होणारे शासन कोणते असते हेही त्यांना उत्तम ठाऊक होते. काम सोडून जाणे म्हणजे बंदुकीची गोळी खाऊन यमसदनाकडे रवाना होणे. याचीही पूर्ण कल्पना त्यांना होती. आणि तरीही एके दिवशी ते त्या जयघोषात सामील झाले. साहजिकच त्यांना देहदंडाची शिक्षा ठोठावण्यात आली. मात्र, ती अंमलात आली नाही. त्यांच्या वरिष्ठ अधिकाऱ्याने- कर्नलने- त्या एकूण प्रकारांची कसून छाननी केली. त्याला त्याची दया आली. आपल्या अधिकारात त्याने त्यांना माफीही दिली. याचा अर्थ त्यांची प्रभू रामांवरची भक्ती फळाला आली. यथावकाश, ते संतपदवीलाही पोचले) स्वामीजी म्हणत- ''संन्यासी दोन शपथा घेतो. एक, अंतिम सत्याची प्राप्ती करून घेणे आणि दुसरी, जगाला साह्यभूत ठरणे! पण त्याला जोडूनच संन्याशाने स्वर्गप्राप्तीचा कोणताही विचार मनात आणता कामा नये. तेही तितकेच आवश्यक आहे.''

आपल्या प्रवासाच्या मार्गवर येणारी किंवा जहाज ज्या बंदरात नांगर टाकते ती शहरे आली की स्वामीजी लागलीच त्या स्थळांच्या इतिहासकालात प्रवेश करत. स्वत: एक प्रखर देशाभिमानी असल्यामुळे जगाच्या संस्कृतीतील भारताचे महत्त्व पटवून देण्याची कोणतीही संधी ते दवडत नव्हते. ते सांगत –

''तुम्हाला ठाऊक नसेल कदाचित पण गेल्या शतकापर्यंत आपला भारतच संपूर्ण जग मागणी करत असलेले सुती कपडे, कापूस, ज्यूट, नीळ, लाख, तांदूळ, हिरे व मोती या वस्तूंचा पुरवठा करणारा पृथ्वीच्या पाठीवरचा एकमेव देश होता. त्याहीपेक्षा महत्त्वाचे म्हणजे जगातील इतर कोणत्याही देशांत इतके उत्कृष्ट रेशीम व लोकरीची वस्त्रे यांचे उत्पादन होत नसे. याच भारतभूमीत मसाल्याचे

विविध प्रकार-लवंग, वेलदोडा, मिरी, जायफळ, जायपत्री पुरवणाच्या वनस्पतींची लागवड होत असे. म्हणून, अगदी प्राचीन काळापासून एखादा विशिष्ट कालखंडात – ज्या कोणा देशाला संस्कृती, सुधारणा यांचा लाभ वा प्राप्ती झाली असेल तो प्रत्येक देश या वस्तूंसाठी, स्वाभाविकपणे, भारतावरच अवलंबून होता. हा व्यापार दोन मुख्य मार्गांनी होत असे – एक होता खुष्कीचा मार्ग. तो जात होता अफगाणिस्तान व इराण या देशांतून. दुसरा मार्ग समुद्राचा – तांबड्या समुद्रातून जाणारा. मधल्या काळात, पोर्तुगीजांनी भारताकडे जाणारा एक नवा समुद्रमार्ग शोधून काढला. त्याचे वैशिष्ट्य म्हणजे त्यांनी एका दगडात दोन पक्षी मारले. भारताबरोबर आफ्रिकाही जवळ केली. भारताच्या दैवाने पोर्तुगालवर कृपा केली... त्यांच्या मागून पाळी आली फ्रेंच, डच, डॅनिश आणि इंग्रजांची! भारताच्या संपर्कात आलेली ती राष्ट्रे आज, म्हणूनच, आघाडीवर आहेत... गंमत अशी आहे की इंग्रज ते मान्य करायला तयार नाहीत. ज्याला ते 'नेटिवां'चा भारत म्हणून संबोधतात तो भारतच त्यांच्या संपत्तीचा व संस्कृतीचा मुख्य स्रोत व संसाधन आहे. ही वस्तुस्थिती मान्य करायला ते नकार तर देतातच पण त्याचे त्यांना नीट आकलनही होत नाही. आपल्या बाजूने, आपणही त्यांना त्याची जाणीव करून देणे बिलकूल थांबवता कामा नये...''

सुएझ कालवा आणि त्याच्या भोवतालच्या बंदरांबद्दल सांगताना ते म्हणाले, ''हा सुएझ कालवादेखील अतिप्राचीन कालापासून अस्तित्वात असलेली एक चीज आहे. इजिप्तच्या फॅरोहांच्या कारकिर्दीत समुद्रकिनाऱ्यालगतची खाऱ्या पाण्याची अनेक तळी पाट काढून एकमेकाला जोडण्यात आलेली होती. त्यातूनच दोन समुद्रांना सांधणारा कालवा तयार झाला. पुढे, इजिप्तवर रोमन साम्राज्याचा अंमल सुरू झाला. त्यावेळेस तो कालवा खणून काढून खुला करण्याचे प्रयत्नही केले गेले. त्यानंतर, मुसलमानांचा सेनापती, अम्रूने इजिप्तवर स्वारी करून त्यावर विजय मिळवला. त्याने कालव्यावरचे वाळूचे आवरण खणून काढले आणि त्याची काही वळणे बदलून टाकली. पुढे त्याकडे कोणीही फारसे ध्यान दिले नाही. ते काम तुर्कीच्या सुलतानाच्या व्हाईसरॉयने फ्रेंचांचा सल्ला व भांडवल वापरून आपल्या अंगावर घेतले...''

एडनबद्दल स्वामीजींनी दिलेली माहिती अशी आहे –

''एडन इंग्रजांनी विकत घेतले आणि त्या जागेवर सध्याचे शहर बांधले. त्यांना नुसते गाव नको होते तर बंदर हवे होते. त्यांना गरज होती कोळशाची. इंग्लिश किनाऱ्यापासून पुढे प्रवास करण्याकरता. शिवाय, सुएझ कालव्यावर असलेल्या फ्रेंचांचे नियंत्रण उलथून टाकण्याचा त्यांचा मनसुबा होता. केवळ त्याच कारणास्तव, इतर युरोपीय राजसत्तांनीही, कधी मैत्रीचा हात पुढे करत, तर कधी पैसे मोजत, तर

कधी बळाचाही प्रयोग करत, तांबड्या समुद्राच्या किनाऱ्यावर आपली ठाणी वसवली. भूमध्य समुद्र म्हणजे आशिया, आफ्रिका आणि इतर प्राचीन संस्कृतींचा ऱ्हास आणि युरोपीय देशाच्या आधुनिक संस्कृतीचा प्रारंभ सूचित करणारा मैलाचा दगड आहे...''

या सफरीत, स्वामीजी इंग्लंडमध्ये जास्त दिवस राहिले नाहीत. फक्त पंधरा एक दिवसच तेथे होते. तेवढ्या मुदतीत त्यांनी आपल्या काही मोजक्या मित्रांना भेटून घेतले आणि काही थोडी स्थळे पाहून घेतली. तो सुटीचा मोसम असल्यामुळे स्वामीजी कुठल्याही सार्वजनिक कार्यात गुंतून पडले नाहीत. त्यांचा मुक्काम लाईम्स लॉजमध्ये पडला. भगिनी निवेदिता तथा पूर्वाश्रमीच्या मार्गारिट नोबेल यांच्या घरी पडला. तिथल्या, विम्बलडनच्या नोबेल परिवारांशी त्या कुटुंबातील सर्वांशी त्यांचा घनिष्ठ परिचय झाला. भगिनी निवेदितांच्या कनिष्ठ भगिनी, श्रीमती मे; त्यांचे बंधू, रिचमंड; त्यांच्या मातोश्री, मिसेस सॅम्युएल रिचमंड नोबेल या सगळ्यांवर स्वामीजींच्या व्यक्तिमत्त्वाची आणि त्यांच्या पवित्र आचरणाची अजब मोहिनी पडली.

मिसेस फंके व ख्रिस्तिन ग्रीन्सटायडेल अगोदरच लंडनला पोचल्याच होत्या. त्या दोघी स्वामी विवेकानंदांना युनायटेड स्टेट्सला घेऊन जाणार होत्या. एव्हाना, प्रतिदिनी स्वामीजींवर अमेरिकेहून येणाऱ्या अगत्यपूर्ण आमंत्रणांचा अक्षरशः वर्षावच होत होता. त्यामुळे तिकडे जास्तीत जास्त लवकर पोचण्याची गरजही होती. म्हणून, स्वामीजींनी तिकडे कूच करण्याचे ठरवले. आपल्याबरोबर त्यांनी स्वामी तुरियानंदांना घेतले. त्या दोन अमेरिकन शिष्याही होत्याच. त्यांनी ग्लासगोला जाणारी रेल्वे धरली. ग्लासगो क्लाईड नदीच्या समुद्राला जोडणाऱ्या काठावर आहे. तेथून अटलांटिक महासागराचे उत्तरेकडील वळण सुरू होते. तेथे त्यांनी एस. एस. न्यूमिडियन ही बोट घेतली. १७ ऑगस्ट १८९९ला बोट अमेरिकेच्या प्रवासावर निघाली. सुदैवाने, समुद्र शांत व सुंदर होता आणि रात्रीही चांदण्याच्या होत्या. चंद्र आकाशात विहरत होता. सारा दिवस गीतेचे वाचन व विवेचन, संस्कृत काव्याचे व कथांचे पाठांतर व भाषांतर आणि वैदिक स्तोत्रांचे पठण यात जात होता.

एस. एस. न्युमिडियन २८ ऑगस्ट १८९९ला सकाळी न्यूयॉर्कला पोचली. जवळजवळ साडेतीन वर्षांनी स्वामींनी पुन्हा एकदा अमेरिकन भूमीवर पाऊल टाकले. न्यूयॉर्कमध्येही सुटीचाच मोसम होता. ती संधी घेऊन स्वामीजी आपल्या प्रकृती स्वास्थाकडे वळले. या खेपेला त्यांनी आपला मुक्काम मिसेस व मि. फ्रान्सिस लेगेट यांच्याकडे टाकला. त्यांचे घर हडसन रिव्हर व्हॅली येथील रिजले गावात होते. ते गाव न्यूयॉर्कपासून ९० मैल अंतरावर आणि सुंदर अशा कॅटस्किल माऊन्ट्सजवळ होते. त्याला निसर्गसौंदर्याची सोबत लाभलेली होती. लेगेट पतिपत्नी व स्वामीजी यांची मैत्री जुनीच असल्यामुळे सगळे छान जमून आले.

लेगेट निवास तसा प्रशस्त होता. स्वामीजींच्या दहा आठवड्यांच्या मुक्कामात

स्वामी विवेकानंद, ऑलबर्ट स्ट्र्युग्ज, मिसेस फ्रान्सिस लेगेट,
मिस जोसेफाइन मॅक्कलॉइड, स्वामी तुरीयानंद आणि अभेदानंद

बरीच मंडळी त्यांना भेटून गेली. स्वामी अभेदानंदांच्या भेटीचा त्यांना विशेष आनंद झाला. १८९६च्या डिसेंबरात लंडन येथे झालेल्या भेटीनंतर आज प्रथमच दोघे पुन्हा एकत्र आले होते. लंडनहून भगिनी निवेदिताही २० सप्टेंबरला, तर मिसेस ओल बुल व त्यांची कन्या, ओलिया, ७ ऑक्टोबरला अमेरिकेत त्यांच्याकडे आल्या. नोव्हेंबरच्या सुरुवातीला स्वामींनी रिजले सोडेपर्यंत त्या दोघी तेथेच राहिल्या. बाकीच्या म्हणजे इजाबेल व हॅरिएट या मॅकिन्ले भगिनी शिकागोहून, मिस एलेन वॅल्डो न्यूयॉर्कहून, मिसेस फ्लोरेन्स एम. अॅडम्स शिकागोहून व डॉ. एग्बर्ट गुर्से यांची कन्या फ्लोरेन्स न्यूयॉर्कहून मधूनमधून भेटून गेल्या. त्याच काळात, लेगेट-दंपतीने, स्वामीजींच्या आजाराची चिकित्सा करून त्यांच्यावर औषधोपचार करण्यासाठी न्यूयॉर्कचे एक नामवंत अस्थिचिकित्सक डॉ. हेल्मर यांना आपल्याकडे बोलावून घेतले. त्याप्रमाणे ते आले, त्यांनी स्वामींची प्रकृती तपासली आणि अभिप्राय दिला – ''गंभीर असे काहीही नाही. फक्त खाणेपिणे व्यवस्थित हवे...!'' त्या दृष्टीने त्यांनी काही पथ्ये सुचवली.

रिजलेच्या मुक्कामात, स्वामीजींनी स्वत:ला ग्रंथ-लेखनात गाडून घेतले. त्यांच्या आगामी ग्रंथाचे शीर्षक होते- 'इंडिया अॅन्ड हर पीपल (भारत व तेथील

द रिजले मॅनार, १८९९

लोक)' त्याशिवाय, इतर कार्यक्रम- फ्रेंच भाषा शिकणे, गोल्फ खेळता येईल का याचा अंदाज घेणे, परिसरातील ग्रामीण भागांतून फिरून येणे आणि मॉडस्टम यांच्याकडून चित्रकलेचे धडे घेणे वगैरे-चालूच होते. प्रकृती पूर्वपदावर येण्याच्या दृष्टीने पेगेट दांपत्याचे रिजले या ग्रामीण भागातील ते निवासस्थान स्वामींच्या चांगलेच पथ्यावर पडले. अवतीभवती त्यांच्यावर मनोमन प्रेम करणारे मित्र, त्यांच्याकडून घेतली जाणारी काळजी, बाहेरचा निसर्गरम्य परिसर त्यांच्या प्रकृतीला भरपूर मानवला. त्यांना हवी असलेली विश्रांती मनमुराद मिळाली.

त्या निवासातील त्यांचे वास्तव्य म्हणजे त्यांच्या यजमानांसाठी एक आगळावेगळा आनंद आणि प्रेरणास्रोतच होता. ते सर्व कुटुंब आणि त्यांच्याकडे आलेले इतर पाहुणे सर्वजण तो आनंद सुखेनैव लुटत होते.

७ नोव्हेंबरला स्वामीजींचे न्यूयॉर्कला आगमन झाले. त्या दिवशी त्यांनी वेदांत सोसायटीच्या बैठकीचे अध्यक्षपद भूषवले. आता सोसायटीने आपला पसारा नव्या घरात मांडलेला होता. १८९७च्या ऑगस्टमध्ये स्वामी अभेदानंद संस्थेचा कारभार पाहण्यासाठी प्रथम अमेरिकेत आले. त्यांनी ते काम अतिशय चोख व जबाबदारी समजून प्रगतिपथावर नेले. संस्था नावारूपाला आणली. बैठकीला जमलेल्या सभासदांना स्वामी अभेदानंदांनी स्वामीजींची ओळख करून दिली. त्या दिवशी स्वामींनी भाषण करण्याऐवजी सभासदांशी संवाद साधला. त्यांच्या प्रश्नांना उत्तरे दिली. तो प्रश्नोत्तराचा तास चांगलाच रंगला. त्यांच्या अनुपस्थितीत वेदांत सोसायटीने केलेली प्रगती पाहून स्वामींना आनंद झाला. १० ऑक्टोबरला सोसायटीच्या ग्रंथालयात स्वामीजींच्या जाहीर स्वागताचा कार्यक्रम संपन्न झाला. त्या निमित्ताने स्वामीजींचे अनेक जुने स्नेही व शिष्य आपल्या प्रिय गुरुजींना भेटण्यास मिळणार म्हणून आवर्जून उपस्थित राहिले. पुन्हा एकदा साक्षात स्वामीजी आपल्यात आहेत याचा त्यांना झालेला आनंद अवर्णनीय होता. १८९६ला स्वामीजींची पुस्तके प्रथम प्रकाशित झाली. अनेक स्त्री-पुरुषांच्या वाचनात ती पुस्तके आली. त्यामुळे त्यांनाही स्वामींना भेटावेसे वाटणे स्वाभाविक होते... 'अरे, हाच तो...!' म्हणून लेखकाला भेटण्याचा आनंद वेगळाच असतो ना!

स्वामीजी न्यूयॉर्कमध्ये जास्त दिवस राहिले नाहीत. पण तरीही संपूर्ण वेदांत होम अक्षरश: आनंदोत्सव साजरा करत होते. या खेपेला, स्वामीजींनी एकही सार्वजनिक व्याख्यान दिले नाही. त्यापेक्षा वेदांत होम येथे चालवण्यात येत

असलेले वर्ग व तेथे झालेल्या बैठकांत उपस्थित राहणे अधिक पसंत केले. न्यूयॉर्कची घाणेरडी हवा आणि त्यात भरीस भर म्हणून कधीकाळी ज्यांनी स्वामीजींचा विश्वासघात केला होता त्या स्वामी कृपानंदांशी उडालेला खटका आणि नेमक्या त्याचवेळी मि. स्टर्डी यांचेकडून आलेले एक बखेडा माजवणारे पत्र यांचा स्वामींवर झालेला भावनिक परिणाम अतिशय दुःखद होता. त्यांच्या भावनाप्रधान शरीरावर त्यांचा अत्यंत प्रतिकूल परिणाम झाला. त्यांनी स्वतःच त्या भावाकुलतेचे वर्णन केलेले आहे – ''अशा तऱ्हेचे हे दुबळे शरीर काय कामाचे! ते एक असे वाद्य आहे कधीकधी त्याच्यातून महान संगीत निर्माण होते तर कधीकधी त्यातून अंधारात बसून काढलेले शोकाकुल स्वर उमटतात...!''

आपला फक्त पंधरा दिवसांचा मुक्काम संपवून स्वामींना न्यूयॉर्क सोडावेच लागले. २२ नोव्हेंबरला ते शिकागोला गेले, तेथे त्यांनी एक आठवडा काढला आणि नंतर ते कॅलिफोर्नियाला हालले. शिकागोमध्ये ते ५२, वॉल्टन प्लेस या ठिकाणी हेल कुटुंबात राहिले. तेथेही त्यांना नेहमीप्रमाणे, जुने स्नेही, शिष्य व त्यांच्या ग्रंथांचे वाचक भेटले. त्यांची संख्या अर्थातच, फार मोठी होती.

३ डिसेंबरला दुपारी लवकरच स्वामींचे आगमन लॉस एंजेलीसला झाले. तेथे त्यांना मिसेस एस. के. ब्लॉजेट यांचा पाहुणचार लाभला. त्या बाई मिस मॅक्लिऑड यांच्या ओळखीच्या होत्या. शिवाय, सहा वर्षांपूर्वी शिकागोच्या धर्ममहासभेलाही त्या उपस्थित होत्या. तथापि, त्यांच्याकडे जाण्यापूर्वी स्वामीजी व मिस मॅक्लिऑड एक आठवडाभर कोणा एका मिस स्पेन्सर यांच्याकडे राहिले होते. पुढे या मिस स्पेन्सर स्वामींच्या निष्ठावंत शिष्यही बनल्या. तसे पाहिले तर स्वामी त्या शहरात गुपचूप गेले होते. त्यांच्या आगमनाची बातमी कोणालाही नव्हती – तरीदेखील, व्हायची ती गर्दी होतच राहिली. स्वामींच्या पुस्तकांमुळे त्यांचे नाव आता सर्वतोमुखी झाले होते. वाचक वाढले होते. स्वामीजींना भेटून आपले शंका निरसन करून घेण्याची संधी प्रत्येकजण घेतच होता. त्यांना भेटण्यासाठी आतुर झालेला असाच एक सद्गृहस्थ – बर्नहार्ड आर. बाऊमगार्टनर त्याचे नाव, स्वामीजींकडे आला. गृहस्थ विद्वान होता, विविध क्षेत्रांत रस घेणारा, वाकबगार, हुशार व बुद्धिमान होता. त्याच्या खात्यावर बरेच कर्तृत्व जमा होते. त्या क्षणी, तो सदर्न कॅलिफोर्निया अॅकेडमी ऑफ सायन्सेस या संस्थेचा सचिव म्हणून काम पाहात होता. त्याला स्वामींच्या कार्यात भरपूर रस असल्यामुळे त्याने त्यांचे एक व्याख्यान आयोजित केले. शहरातला एक सर्वोत्कृष्ट हॉल भाड्याने घेतला त्यासाठी. हॉलचे नाव होते ब्लॅन्कार्ड हॉल. स्वामीजींच्या व्याख्यानाचा विषय होता – वेदांताचे तत्त्वज्ञान तथा हिंदुत्त्ववाद... एक धर्म! ८ डिसेंबरला ते व्याख्यान व्यवस्थित पार पडले. सहाशेपेक्षा अधिक लोकांनी आपली हजेरी लावली होती. आपल्या अमोघ वक्तृत्वाने

स्वामींनी त्या सर्वांना पुरते भारून टाकले. प्रत्येक जण आपापल्या खुर्चीवर अक्षरश: खिळून बसलेला होता, कान टवकारून ऐकत होता. त्या उपस्थितांमध्ये साऊथ पासाडेनाच्या मीड भगिनी – कॅरी मीड वायकॉफ, एलिस मीड हॅन्सब्रो व हेलेन मीड होत्या. या तीन भगिनींनी स्वामींचे कार्य पश्चिम किनाऱ्याच्या भागात गतिमान करण्यात फार महत्त्वाची भूमिका बजावली आणि ते सगळे त्यांनी सेवाभावी वृत्तीने केले याचा उल्लेख जरूर केला पाहिजे.

त्या एका व्याख्यानाने लोकांची ज्ञानतृष्णा शमली नसावी म्हणूनच की काय १२ डिसेंबरला स्वामींनी आपले दुसरे व्याख्यान दिले – विषय होता 'सुव्यवस्थित विश्व तथा विश्वाची वैदिक संकल्पना!' पहिल्या व्याख्यानाला झालेली गर्दी लक्षात घेऊन आयोजकांनी या खेपेला एक मोठी जागा ठरवली – युनिटी चर्च. आणि खरोखरच त्या व्याख्यानाला हजाराहून अधिक लोक हजर होते. हे व्याख्यानही कमालीचे यशस्वी झाले. आता लोकांना आणखी व्याख्याने हवी होती. तशी मागणी होऊ लागली. स्वामीजींची प्रकृतीही आता पूर्ण सुधारली होती. त्यांच्या चित्तवृत्ती प्रफुल्लित होत्या. संपूर्ण शरीर चैतन्याने उसळून येत होते. त्यांनासुद्धा आपल्या अंगीकृत ध्येयाला नवनवीन क्षितिजे आक्रमण्याची संधी मिळावी असे वाटत होते. मीड भगिनी मोठ्या उत्साहाने कामास लागल्या होत्या. त्यांनी निरनिराळ्या जागी स्वामींच्या शिकवणी वर्गांची पेरणी केली. त्या वर्षाच्या शेवटच्या दिवसापर्यंत होम ऑफ ट्रुथ येथे वर्ग भरतच होते. स्वामी विवेकानंदांच्या व्यक्तिमत्त्वात 'एखाद्या विद्यापीठाच्या अध्यक्षाला लाजवेल इतकी प्रगाढ विद्वत्ता आणि एखाद्या आर्चबिशपचा रुबाब, दर्जा यांचे सुरेख मिश्रण झालेले होते. शिवाय, त्यांच्याकडे एखाद्या स्वच्छंदी व निसर्गदत्त बालकाला लाभलेला डौल व लोभसवाणे रूप होते!' त्यामुळे, एखादी मधमाशी जशी फुलाचा मध टिपण्यासाठी त्याच्याकडे गुंजारव करत जाते त्याप्रमाणे त्यांचे अनेक प्रशंसक व अनुयायी स्वामींकडे आकर्षित होऊन त्यांचे एक मोहक मोहोळ तयार झाले. पण दुसरीकडे त्याबरोबरच त्यांच्या अत्याधुनिक, प्रागतिक, परंपरांना छेद देणाऱ्या शिकवणुकीने काही ख्रिस्ती मिशनरी बावचळले, अस्वस्थ झाले. त्यांच्या जोडीला 'सत्य व ज्ञान' या विषयीचे तत्त्वज्ञान शिकवणारे प्राध्यापक आणि काही दिखाऊ तत्त्वज्ञ त्यांचा दु:स्वास करू लागले, त्यांच्याविषयी निखालस दुष्ट प्रचार करून त्यांचा धिक्कार करू लागले. त्याच्या मुळाशी कारण हेच होते

की स्वामीजी त्यांच्यापेक्षा कितीतरी पटीने सरस होते, श्रेष्ठ होते, ज्ञानी होते. त्यांनी त्या ढोंगी, स्वार्थी, दिखाऊ गुरुंचा उथळपणा प्रकाशात आणलेला होता. लोकांना खऱ्या तत्त्वज्ञानाचे पाठ देऊन 'त्यांच्या उर्जितावस्थेला आलेला उपदेशकांचा धंदा खाली बसवला होता.'

लोक स्वामी विवेकानंदांच्या मागे उगीचच धावत नव्हते. त्यांच्यात ती पात्रता, ती योग्यता विपुल होती म्हणून. केवळ धर्माचे धडे देणारा एक थोर उपदेशक म्हणून लोक त्यांच्याकडे पाहत नव्हते. त्यांच्या ठायी त्यांना आढळत होते एक अपवादात्मक, असामान्य व्यक्तिमत्त्व! ते जेथेजेथे जात तेथे चैतन्याचा प्रकाश उधळत, त्यांच्या नुसत्या दर्शनाने जमलेल्यांना नवी जाग येत असे- मग तो श्रोत्यांचा समुदाय असो किंवा एखाद्या परिवारातील चारचौघांचा समूह असो. नव्या वर्षाचे आगमन झाले आणि त्यांची व्याख्याने अधिक धर्मनिरपेक्ष अशा पेअर्स हॉलमध्ये होऊ लागली. जानेवारीची सात तारीख रविवारी आली. स्वामी विवेकानंदांचे व्याख्यान 'ख्रिस्ताने जगाला दिलेला संदेश' या विषयावर ठरलेले होते. नूतन वर्षाचे

वनभोजनाचा आनंद लुटताना - पासाडेना (१९००)

हर्षभरे स्वागत करणाऱ्या अमेरिकनांना ती एक पर्वणीच होती. संपूर्ण प्रेक्षागृह ओसंडून वाहत होते. ती नुसती गर्दी नव्हती तर तो सागराचा एक छोटा हिस्साच होता. आपल्या ओजस्वी, भक्तिभावाने भरलेल्या भाषणात स्वामीजींनी त्यांच्या मनातील येशू ख्रिस्ताविषयीचा गाढ आदरभाव व्यक्त केला. त्याच्या व्यक्तित्त्वात साकारलेल्या आणि त्याने शक्तिमान केलेल्या सर्वोच्च ख्रिश्चन धर्मातील आदर्शतत्त्वांची मुक्त कंठाने प्रशंसा करून ती धर्मतत्त्वे श्रोत्यांना विशद करून सांगितली.

१९००च्या जानेवारीतच स्वामींनी मीड भगिनींच्या आतिथ्याचा स्वीकार करून

माऊंट लो पासाडेना येथे एका
केबल कारमधून फेरफटका

जवळच असलेल्या साऊथ पासाडेना गावातील त्यांच्या निवासस्थानात आपले वास्तव्य केले. तेथे ते जवळजवळ फेब्रुवारी महिन्याच्या मध्यापर्यंत राहिले. त्या काळात जवळजवळ दररोज त्यांनी व्याख्याने दिली. अर्थात नववर्षातील त्यांचे पहिले व्याख्यान सुप्रसिद्ध ग्रीन हॉटेलमध्ये १५ जानेवारीला झाले असले तरी पासाडेनातील त्यांची बहुसंख्य व्याख्याने दक्षिण कॅलिफोर्नियातील एका प्रतिष्ठित महिला मंडळाच्या शेक्सपीयर क्लब सभागृहातच झाली. पासाडेनातील त्यांच्या व्याख्यानात त्यांचा भर होता धार्मिक विषय, भारत, त्यांचे अंगीकृत कार्य आणि कला यावर.

व्याख्यानां-व्यतिरिक्त ज्या विद्यार्थ्यांना धर्म, तत्त्वज्ञान आदी विषयांत रस होता त्यांच्यासाठी खुल्या वातावरणात, उघड्यावर छोटेछोटे वर्गही त्यांनी घेतले. जेव्हा त्या वर्गांना सुटी असे तेव्हा त्यांच्यातला बालकभाव पुन्हा जागृत होत असे. मग ते मीड-परिवाराच्या निवासामागच्या बागेत मिसेस वायकॉफ यांच्या सतरा वर्षांच्या राल्फबरोबर व मिसेस हान्सब्रॉक यांच्या चार वर्षांच्या डोरोथीबरोबर खेळून आपला वेळ घालवत. त्यांचे त्यावेळचे ते बालसदृश आगडणे बागडणे पाहताना प्रश्न पडायचा हेच काय ते स्वामी विवेकानंद, जे आपल्या अमोघ वक्तृत्वाच्या ताकदीवर! जागतिक व्यासपीठे गाजवतात, भल्याभल्यांची मिजास उतरवून ठेवू शकतात.

त्या काळातील आपल्या सर्व व्याख्यानांतून, ते घेत असलेल्या सर्व शिकवणीच्या वर्गांतून स्वामीजींनी व्यावहारिक वेदांत आणि योग यांच्यावर भर दिला व त्यायोगे आपण आपल्या मनोविकारांवर पूर्ण नियंत्रण ठेवून स्वत:ला मुक्त करू शकतो असे म्हटले. फार वर्षांपूर्वी, श्री रामकृष्णांनी स्वामींचे वर्णन 'म्यानातून बाहेर काढलेली तलवार' असे केले होते. आज इतका प्रदीर्घ काळ लोटला असला तरी त्याचा सतत प्रत्यय येतच आहे. त्यांनी लोकांसमोर ठेवलेल्या धर्माला अभिप्रेत असलेले मूलतत्त्व होते- 'माणूस घडवण्याचे!' त्याचा त्यांनी प्रचार केला आणि भारतीय धर्मसंस्था व परंपरा यांच्याबद्दलची अयोग्य व चुकीची माहिती घेतलेल्या टीकाकारांवर ते तुटून पडले. तसे करताना त्यांनी मागेपुढे पाहिले नाही. या त्यांच्या प्रघातामुळे त्यांनी अनेकांचे शत्रुत्व आपल्यावर ओढवून घेतले. त्या हितशत्रूंनी त्यांच्या विरोधात बदनामीची मोहीम उघडली, त्यांच्याविषयी नानातऱ्हेच्या कंड्या पिकवल्या. पण

त्यांचा स्वामींवर काडीमात्रही परिणाम झाला नाही. ३ फेब्रुवारीला त्यांनी पासाडेना येथे आपले शेवटचे व्याख्यान दिल्याची नोंद आहे. त्याचा विषय होता – जगाचे महान गुरु! त्याच काळात, लॉस एंजेलीस व पासाडेना येथे वेदांत सोसायट्यांची स्थापना झाली. स्वामीजींना आशा वाटत होती अशा सोसायट्यांमुळे भारत व अमेरिका यांच्या दरम्यान दोन्ही बाजूंनी 'एकमेकां साह्य करू...'चा प्रवाह वाहायला लागेल – भारताकडून अमेरिकेच्या दिशेने आध्यात्मिक साह्याचा तर अमेरिकेकडून भारताच्या दिशेने आर्थिक मदतीचा!

पॅसिफिक महासागराचा किनारा भारताच्या वेदांतिक सिद्धांताच्या प्रसाराला अनुकूल आहे; त्यांचे मन:पूर्वक स्वागत करण्याच्या स्थितीत आहे असे स्वामीजींना आढळून आले. तिकडे, त्यांच्या प्रकृतीत सुधारणाही झाली होती. ते सगळे विचारात घेऊन त्यांनी लॉस एंजेलीस येथील आपला मुक्काम वाढवण्याचा निर्णय घेतला. जवळजवळ त्याच सुमारास स्वामीजींना रेव्हरंड बेंजामिन फेमिल्स यांच्याकडून एक विशेष आमंत्रण आले. या रेव्हरंड महोदयांचा व स्वामींचा परिचय शिकागोच्या धर्ममहासभेच्या काळापासूनचा होता. आमंत्रणाचे प्रयोजन होते सॅन फ्रान्सिस्कोच्या पलीकडे असलेल्या ओकलँड येथे फेब्रुवारीत भरणाऱ्या काँग्रेस ऑफ रिलिजन्स या मेळाव्यासमोर बोलण्याचे! स्वामीजींनी ते आमंत्रण ताबडतोब स्वीकारले. मिसेस हान्सब्राऊ स्वामीजींच्या आधी सॅन फ्रान्सिस्कोला पोचल्या आणि काँग्रेससमोरील त्यांच्या भाषणापूर्वी शहरात त्यांची व्याख्याने ठरवण्याच्या व्यवस्थेला लागल्या. स्वामीजी २२ फेब्रुवारीला तेथे पोचले. दुसऱ्या दिवशी म्हणजे २३ फेब्रुवारीला त्यांचे पहिले व्याख्यान झाले. तथापि त्यांच्या उपस्थितीची जाणीव लोकांना मोठ्या प्रमाणात झाली ती त्या धर्मपरिषदेत रविवारी, २५ फेब्रुवारीला झालेल्या व्याख्याना-नंतरच. परिषदेच्या आयोजनानुसार, सर्व व्याख्याने १९०० च्या जानेवारी व फेब्रुवारी महिन्यातील दर रविवारी होणार होती. त्याकरता आठ व्याख्याते निवडण्यात आले होते. त्या प्रत्येकाने वेगवेगळ्या दिवशी वेगवेगळ्या धर्माचे दृष्टिकोन समजावून द्यावेत अशी योजना होती. स्वामी विवेकानंद त्या आठजणांतील एक व्याख्याते होते. सर्व व्याख्यानांना लाभलेली उपस्थिती लक्षणीय होती. आनंद व आश्चर्याची गोष्ट म्हणजे स्वामीजींचे व्याख्यान सर्वांत लोकप्रिय

स्वामीजी सॅन फ्रान्ससिस्को,
कॅलिफोर्निया (१९००)

ठरले. जास्तीत जास्त गर्दी खेचून घेणाऱ्या त्या व्याख्यानाचा विषय होता-आधुनिक जगाच्या संदर्भातील हिंदूधर्माचे दावे! आणखी एक नोंद करण्यासारखी बाब म्हणजे त्या एका व्याख्यानाने श्रोत्यांची तहान भागली नाही. त्यांना स्वामीजींचे विचार पुन्हा एकदा ऐकण्याची तीव्र इच्छा होती. स्वामीजींनी त्यांची इच्छा पुरी केली. काँग्रेस ऑफ रिलिजन्सचे सूप वाजल्यानंतर, २८ फेब्रुवारीला स्वामीजी 'वेदांत आणि ख्रिश्चन धर्म' हा विषय घेऊन त्यावर सुरेख बोलले. ते दुसरे व्याख्यानही पहिल्यासारखेच प्रभावी ठरले. त्यामुळे झाले काय लोकांची मागणी वाढली. स्वामीजी सिद्धच होते. पुढच्याच मार्च महिन्यात ओकलँडमध्ये स्वामीजींच्या दोन व्याख्यानमाला संपन्न झाल्या. त्याही श्रोत्यांकडून पैसे घेऊन. (त्या काळी ती पद्धत होती. आजही ती चालू आहे). स्वामीजींच्या पहिल्या व्याख्यानाचा विषय होता – 'जीवन आणि मृत्यूचे कायदे'. त्यात त्यांनी एक शेरा मारला – ''हिंदू ज्याचा शोध घेत असतो त्यामागचा उद्देश असतो – 'स्वर्गाची वाट कशी धरायची यापेक्षा त्या दिशेने होणारे मार्गक्रमण कसे रोखून धरायचे हा!'' खरोखर, ती एक संपूर्णत: वेगळी, नवी संकल्पना होती. व्याख्यानाची बातमी देणाऱ्या वृत्तपत्रांनी दुसऱ्या दिवशी लिहिले – 'स्वामी विवेकानंदांनी ओकलँडवासीयांना विचार करण्यास प्रवृत्त केले, त्यांच्या विचार-चक्राला गती दिली...' त्यांच्या इतर व्याख्यानांतून स्वामीजींनी श्रोत्यांच्या डोळ्यासमोर भारताची एक यथार्थ प्रतिमा चितारली. त्या प्रतिमेत, भारताची संस्कृती व आदर्श यांचे नयनमनोहर रंग भरले. श्रोत्यांच्या मनांत ठसलेल्या, ठाण मांडून बसलेल्या भारताबद्दलच्या जुन्यापुराण्या, विकृत प्रतिमा आणि मनोवृत्ती पार खरडून काढल्या. कारण, त्या पूर्वग्रहदूषित कल्पनांनीच भारताच्या महान आध्यात्मिक ईश्वरदत्त देणग्यांच्या स्वागतात अडसर निर्माण केला होता.

त्या संपूर्ण कालावधीत, स्वामीजी सॅन फ्रान्सिस्कोत पार रुतून बसले होते म्हणूया. व्याख्यानासाठी ओकलँडला जाताना ते फेरी-सेवेचा (नावेतून नेण्याची सेवा) वापर करत होते. त्यांचे विहित कार्य अतिशय शांतपणे व यशस्वीरीत्या चालूच होते. त्या कार्यात त्यांना मिसेस हान्सब्राऊ आणि कोणी एक मिसेस बेंजामिन ऑस्पिनाल या दोघींचा सक्रिय पाठिंबा व मदत सतत मिळत होती. संपूर्ण पाश्चात्य जगतात स्वामीजींच्या मदतीला धावून येणारे 'हात व हृदये सदैव तत्पर असत'. स्वामीजींनाही त्याची पुरती जाणीव होती. असेच एकदा मिसेस हान्सब्राऊ यांच्याकडे बोलताना ते सांगून गेले- ''माता कालीने मला एका अनोळखी जगात आणून सोडले. तिथल्या लोकांची व माझी कसलीच ओळख नव्हती. जग अनोळखी, लोकही अनोळखी. त्यांना माझे समजत नव्हते, मला त्यांचे. पण जसजसा माझा मुक्काम वाढत गेला. माझे वास्तव्य बराच काळ झाले तसतसे मला वाटायला

लागले पश्चिमेकडची ही माणसे, त्यांच्यापैकी ज्या काहींची व माझी भेट झाली ती सगळी माझीच आहेत, ती परकी नाहीतच मुळी. ती माझ्या विहित कामात सेवाभावाने सहभागी होण्यासाठीच आलेली आहेत माझ्याकडे!''

सॅन फ्रान्सिस्कोमध्ये, स्वामीजी एप्रिलच्या दुसऱ्या आठवड्यापर्यंत राहिले. त्यांच्या फ्लॅटचा पत्ता होता – १७१९, टर्क स्ट्रीट! त्या काळात त्यांनी नेहमीप्रमाणे विविध विषयांवर अनेक व्याख्याने दिली, दररोज वर्गही घेतले. त्याला जोडूनच सॅन फ्रान्सिस्कोतील जनसामान्यांच्या वस्तीत असलेल्या रेड मेन्स इमारतीच्या वॉशिंग्टन हॉलमध्ये आठवड्यातून तीन वेळा सायंकालीन आणि शहराच्या मध्यभागातील युनियन स्क्वेअर हॉलमध्ये दर रविवारी दुपारी व्याख्यानेही दिली. सॅन फ्रान्सिस्कोतील आपल्या व्याख्यानांत स्वामींनी ज्ञानयोग, राजयोग, भक्तियोग आणि वेदांत यांचा परामर्श घेतला. त्यांचा परिणाम होऊन अनेकांनी त्यांचे अनुयायित्व स्वीकारले. असाच एक अनुयायी होता थॉमस ऑलन. स्वामींची व्याख्याने ऐकल्यानंतर त्याला अनुभव आला, नव्हे, त्याची खात्रीच झाली आपण आता जे ऐकले ते व्याख्यान 'माणसाने नाही, तर साक्षात ईश्वरानेच दिले...' स्वामींचे प्रत्येक व्याख्यान अतिशय प्रभावशाली असायचे. त्यातून श्रोत्यांना त्यांचे श्रेष्ठत्व आणि त्यांचे विषयावर असलेले प्रभुत्व पुरते जाणवायचे. त्याशिवाय, व्याख्यान संपल्यानंतर स्वामींच्या आणखी एका विशेष स्वभावधर्माचे सुखद दर्शन घडवणारा एक प्रसंग बहुतांशी न चुकता घडत असे. व्यासपीठावरून खाली उतरणारे स्वामी विवेकानंद आपल्या निवडक मित्र परिवारासह जवळच्याच एखाद्या रेस्टॉरंटमध्ये जाऊन रात्रीचे जेवण किंवा आईस्क्रीम यांच्यापैकी एकाचा तरी आस्वाद घेण्यातील मौज लुटायचे. किती विलक्षण, मनोहारी दर्शन असेल ते! काही क्षणांपूर्वी आपल्या भारदस्त, विद्वत्ताप्रचुर व्याख्यानाने श्रोत्यांना जाग्यावर खिळून ठेवणारा हा मूर्तिमंत महामानव आपली व्यासपीठावरची वस्त्रे लीलया उतरून ठेवत पुन्हा एकदा सहजसुंदर, प्रेमळ, खेळकर आणि अक्षय मित्र बनून आपल्या परिवारात तितक्याच तन्मयतेने वावरताना दिसवा! खरोखर अतिसुंदर, अतिविलोभनीय दृश्य!

कॅलिफोर्नियाच्या वातावरणात स्वामीजींची प्रकृती सुधारतच गेली. सॅन फ्रान्सिस्को शहरात केबलकार्स होत्या. त्या गाड्या शहराच्या अगदी काना-कोपऱ्यांतूनही फिरवल्या जायच्या. कधीकधी, त्या गाड्यांतून शहरात फेरफटका मारण्याची स्वामीजींना आवड होती. त्यांना खूप बरे वाटायचे. खरोखर, त्या शहरात स्वामीजींना खऱ्या अर्थाने मन:शांती लाभली होती. त्याबद्दल त्यांनी भगिनी निवेदितांना सॅन फ्रान्सिस्कोहून एक पत्रही पाठवले होते. २८ मार्चला लिहिलेल्या त्या पत्रात स्वामी त्यांना कळवतात – ''बीजाचे रूपांतर वृक्षात होण्यासाठी त्या बीजाला मरावेच लागते. गेल्या दोन वर्षांत मीही त्या बीजाप्रमाणे जमिनीत खितपत पडलो होतो.

मृत्यूच्या जबड्यात मला कधीही विशेष प्रयास करावे लागले नाहीत. पण तरीही ती अवस्था संपूर्ण जीवन प्रचंड प्रमाणात ढवळून टाकते असा त्याचा अर्थ आहे. अशाच एका प्रचंड उलथापालथीने मला रामकृष्णांच्या सान्निध्यात नेले; नंतर पुन्हा एकदा त्याने तशीच उसळी खाल्ली आणि मला अमेरिका दाखवली. हे परिवर्तन, मात्र, सर्वांत मोठे आहे. आता ते नष्टचर्य संपलेले आहे – सध्या मी इतका निवांतचित्त, शांतचित्त व प्रसन्न आहे विचारूच नका! कधीकधी माझे मलाच आश्चर्य वाटावे इतका!''

१४ एप्रिलला, स्वामींनी सॅन फ्रान्सिस्कोत एका औपचारिक वेदांत सोसायटीची स्थापना केली. त्यानंतर, ते ओकलँडजवळच्या अलमेडा गावी राहायला गेले. त्या गावात त्यांनी त्या आधी अनेक व्याख्याने दिलेली होती. त्यापैकी एक व्याख्यान – 'मन – त्याची शक्ती आणि शक्यता' या विषयावरचे होते. ते एका अशा महिलांच्या समुदायासमोर झाले ज्यांचा उद्देश 'जीवन जगण्याच्या कलेचा अभ्यास करून ते तत्त्व मानवतेच्या सेवेसाठी लागू करायचे' असा होता. या खेपेला त्यांनी राजयोगावरच्या एका व्याख्यानमालेने सुरुवात केली. 'मनाचे संतुलन साधून ते इतरत्र भटकत जाऊ नये म्हणून त्याचे नियमन कसे करावे' याचे धडे देण्याच राजयोग एक शास्त्र आहे. फावल्या वेळात, त्यांच्या निकटच्या सहवासातील विद्यार्थ्यांबरोबर वारंवार अनौपचारिक संवाद करण्यात, कधीकधी त्यांना गोष्टी सांगण्यात, विनोदी चुटके सांगून त्यांची करमणूक करण्यातही ते रूची घेत होते. पण तरीही त्या खेळकर आविष्काराच्या अंतरंगात कोठेतरी खोल, त्यांच्या गंभीर मन:स्थितीलाही जागा मिळत होती. त्यांचे 'आध्यात्मिक बाबींवरचे तेजस्वी वाक्प्रवाह एका त्रासिक अंत:करणाला चिरंतन शांतता मिळवून देत...' अलमेडात असताना स्वामीजी एका वेगळ्या, उच्च पातळीवरच्या आध्यात्मिक अवस्थेत रंगून गेले होते. पूर्वीच्या काळात दक्षिणेश्वरी असताना त्यांना ज्या अतीव आध्यात्मिक अत्यानंदाच्या अनुभूती आलेल्या होत्या त्याच नवे रूप घेऊन येथेही आल्या असाव्यात. त्या उचंबळून येणाऱ्या उर्मींच्या, सर्व मर्यादा तोडण्यासाठी ते झटत होते की काय कळत नव्हते. कधीकधी त्यांच्या कानावर गुरुदेव श्री रामकृष्णांचा आवाज येत असे, ते त्याना हाक मारताहेत असे वाटे, आणि त्याचवेळी जाणीव होई ''त्याच असीम, अनंत शांतीची... तो शांतिसागर, ज्याच्या पृष्ठभागावर एकही बुडबुडा नाही, श्वासाचा एकही हुंकार नाही... अशी निगूढ, निर्मम शांतताच शांतता... शून्य नि:शून्यातून महाशून्य साकार होत होते... माझ्या कार्यामागे महत्त्वाकांक्षा होती, माझ्या प्रेमामागे व्यक्तिमत्त्व होते, माझ्या विशुद्धतेमागे भीती होती, माझ्या मार्गदर्शनामागे सत्तेची तृष्णा होती...! आता ती सारी दिसेनाशी झालीत आणि मी वाहत चाललो आहे...''

पॅसिफिक किनाऱ्याच्या त्या पट्ट्यात, साडेचार महिन्यांच्या कालावधीत स्वामीजींनी शंभराच्या आसपास व्याख्याने दिली असावीत. मिस ईडा अन्सेल या एका युवतीने स्वामींनी सॅन फ्रान्सिस्को उपसागराच्या दोन्ही बाजूंच्या गावात दिलेल्या व्याख्यानांपैकी बहुसंख्य व्याख्यानांना आपली हजेरी लावलेली होती. नुसती हजेरीच नाही तर लघुलिपीत त्यांची टिपणेही काढली. १९६३मध्ये, 'स्वामी विवेकानंदांचे समग्र साहित्य' या नावाने प्रकाशित झालेल्या ग्रंथात ती समाविष्ट करण्यात आली नंतर.

काही म्हटले तरी कॅलिफोर्नियात स्वामींनी स्वत:ला नको तितके कष्ट दिले होते. त्यामुळे झाले काय त्यांची सुधारत चाललेली प्रकृती बरीच बिथरली, तिला काहीसा मार बसला. आणि एप्रिलच्या अखेरीस तर स्वामी शारीरिकदृष्ट्या पार थकले. आता विश्रांतीशिवाय गत्यंतर नाही हे त्यांच्या लक्षात आले. नेमक्या त्याच सुमारास त्यांना एक आमंत्रणच आले. सॅन फ्रान्सिस्कोच्या उत्तरेकडे कॅम्प टेलर म्हणून एक भाग आहे. तेथे एक छोटेखानी खासगी शिबिर भरणार होते. त्यासाठी स्वामींनी आपला थोडा वेळ द्यावा अशी विनंती त्यात होती. 'ठीक आहे, येईन' म्हणून स्वामी तिकडे गेले. त्यांना दोन आठवड्यांची विश्रांती मिळण्याची सोय झाली. मे महिन्याच्या मध्यावर ते सॅन फ्रान्सिस्कोला परतले. पण तरीही व्याख्यानासाठी उभे राहण्याचे त्राण नसण्याइतके ते अशक्त झाले होते. म्हणून, त्यांनी आपला मुक्काम त्यांचे एक शिष्य, डॉ. मिलबर्न एच. लोगन यांच्या घरात टाकला. तेथे डॉ. विल्यम फॉर्स्टर हे त्यांच्या प्रकृतीच्या चढउतारावर लक्ष ठेवून होते. पुढे मेच्या २४ तारखेला त्यांनी आपले पहिले व्याख्यान दिले. या खेपेला ते भगवद्गीतेवर बोलले. तोच विषय त्यांनी आपल्या त्यानंतरच्या तीन व्याख्यानांतही चालवला.

मे महिन्याच्या शेवटच्या आठवड्यात लंडनहून मिस्टर व मिसेस लेगेट यांनी स्वामीजींना, जुलै महिन्यात पॅरिसला त्यांच्याकडे येण्याचा आग्रह करणारे आमंत्रण पाठवले. त्याच सुमारास स्वामीजींच्या हातात आणखी एक आमंत्रण पडले. १९००च्या पॅरिस एक्स्पोझिशनचाच एक भाग म्हणून सप्टेंबरमध्ये भरणाऱ्या काँग्रेस ऑफ द हिस्टरी ऑफ रिलिजन्स या परिषदेला उपस्थित राहण्याबद्दलचे ते आमंत्रण होते. स्वामींनी ती दोन्ही निमंत्रणे स्वीकारली. पण युरोपला निघण्यापूर्वी काही आठवडे न्यूयॉर्कमध्ये घालवण्याचे त्यांनी ठरवले. त्याप्रमाणे पूर्व किनार-पट्टीच्या प्रवासावर जाण्यासाठी त्यांनी २९मेला कॅलिफोर्नियाचा निरोप घेतला. मध्ये चार दिवस शिकागोत थांबले. ७ जूनला न्यूयॉर्कला पोचले. आता मुक्कामा-साठी त्यांच्याकडे हक्काची जागा होती. वेदांत सोसायटीने १०२ पूर्व, ५८व्या रस्त्यावरच्या एका चार मजली इमारतीत एव्हाना स्थलांतर केले होते.

स्वामी अभेदानंदांच्या समर्थ नेतृत्वाखाली सोसायटीने नेत्रदीपक प्रगती केलेली पाहून स्वामीजी बेहद संतोष पावले. तोपर्यंत, स्वामी तुरियानंद व भगिनी निवेदिताही

न्यूयॉर्कमध्ये दाखल झाले होते. शहरातील अनेक नामवंत, विद्वान व्यक्तींनी सोसायटीचे मानद सदस्यत्व तरी स्वीकारले होते किंवा स्वामींच्या कार्याबद्दल त्यांना पूर्ण सहानुभूती वाटत होती. तथापि, स्वामीजी तेथे पोचले तो मोसम होता कडक उन्हाळ्याचा. जूनच्या उकाड्यात बहुतेक न्यूयॉर्कवासी एकतर पर्वतप्राय प्रदेशात किंवा समुद्रकिनाऱ्या-कडे पळ काढतात. त्यामुळे, स्वामीजींनी न्यूयॉर्कच्या आपल्या कामावर फक्त चार रविवारी द्यायच्या व्याख्यानांची मर्यादा घातली व त्याच पद्धतीने चार शनिवारी सकाळी गीता-वर्ग द्यायचे ठरवले. स्वामीजींच्या जुन्या मित्रांच्या पथ्यावर ती योजना उत्तमच पडली. त्यांनी सुटीच्या मोसमाचा पूर्ण लाभ घेतला – 'स्वामीजींच्या उपस्थितीच्या उबदार सूर्यप्रकाशात यथेच्छ न्हाऊन घेतले.'

२८ जूनला भगिनी निवेदिता बोटीने फ्रान्सला गेल्या. ३ जुलैला स्वामी तुरियानंदांना बरोबर घेऊन स्वामीजी न्यूयॉर्कहून डेट्रॉईटला गेले. न्यूयॉर्कच्या वेदांत सोसायटीच्या एक सभासद आणि स्वामी अभेदानंदांच्या एक विद्यार्थिनी, मिस मिनी सी. बॉक याही स्वामी तुरियानंदांच्या बरोबर होत्या. याच मिस बॉकनी कॅलिफोर्नियाच्या सान्ता क्लारा काऊन्टी भागातील सॅन ऑन्टोनिओ व्हॅलीमधील १६० एकरांचा भूखंड यापूर्वी सोसायटीला देणगी दाखल दिलेला होता. स्वामी तुरियानंद डेट्राईटहून

भगिनी निवेदिता

कॅलिफोर्नियाला गेले. तेथे त्यांना वेदांत चळवळीचे नेतृत्व करायचे होते आणि देणगी दाखल मिळालेल्या जमिनीवर 'शांती आश्रम' उभारायचा होता. डेट्राईटला स्वामीजी ग्रीन्स टाईडेल यांच्या कुटुंबात राहिले. त्यांचा मुख्य भर होता विश्रांती घेण्यावर. ती पूर्ण होताच १० जुलैला ते न्यूयॉर्कला परतले. त्या काळात त्यांनी विश्रांती घेणे आणि युरोपच्या प्रवासास निघण्यापूर्वी आपल्या काही पुस्तकांच्या प्रकाशनावर लक्ष ठेवणे पसंत केले.

साधारणपणे, याच सुमारास स्वामीजींनी रामकृष्ण संप्रदायासाठी एक बोध-चिन्ह तयार करण्यात रस घेतला. न्यूयॉर्कमधील त्यांचा एक शिष्य हेन्री व्हॅन हेगेन यांची मदत त्याचे डिझाईन तयार करण्यासाठी घेतली. त्या बोधचिन्हाचा स्वामींना अभिप्रेत असलेला अर्थ असा होता – "चिन्हातील नागमोडी पाणी कर्माचे प्रतीक, तर कमळ भक्तीचे व

श्री रामकृष्ण
संप्रदायाचे बोधचिन्ह

उगवता सूर्य ज्ञानाचे; वेटोळे घातलेला सर्प म्हणजे योग आणि जागृतावस्थेतील कुंडलिनी शक्ती; चित्रांतील हंस म्हणजे परमात्मा. म्हणजेच, कर्म, ज्ञान, भक्ती व योग यांचे सम्मीलन झालेकी परमात्म्याचे दर्शन होते ही त्यामागची कल्पना...'

२६ जुलै १९०० ला स्वामी विवेकानंदांनी अमेरिकेचा किनारा सोडला. दोन वेळा त्यांनी अमेरिकेचा दौरा केला. दोन्ही दौऱ्यात मिळून सुमारे एकोणचाळीस महिने खर्च केले. त्या अवधीत त्यांनी आपला संदेश देशाच्या या टोकापासून ते त्या टोकापर्यंत पसरवला. दोन्ही किनाऱ्यांवर वेदांत सोसायट्या स्थापन केल्या आणि समर्थ गुरुबंधूंची ते काम पुढे नेण्यासाठी प्रतिनियुक्ती केली.

३ ऑगस्टला दुपारी एस. एस. शॉम्पेन ला हावरेला पोचली. त्याच दिवशी स्वामी पॅरिसला जाणाऱ्या रेल्वेत बसले. सुरुवातीला, ते लेगेट दांपत्याचे एक जुने परिचित, जेराल्ड नोबल यांचे व नंतर खुद्द लेगेट – कुटुंबाचे पाहुणे म्हणून राहिले. काँग्रेस समोर भाषण करण्यापूर्वी फ्रेंच भाषेवर स्वामित्व मिळवणे गरजेचे आहे म्हणून ते ताबडतोब मॉन्सिये जुल्स बोआ यांच्याकडे राहिले. मॉन्सिये बोआ यांना फक्त फ्रेंचच येत होते. ते एक सुप्रसिद्ध लेखक आणि तौलनिक धर्मशास्त्राचे अभ्यासकही होते.

लेगेट कुटुंबात रहात असताना स्वामीजी सर्व थरांतील मान्यवरांना, नामवंतांना भेटले. प्रमुख पाश्चात्य विचारवंतांशी त्यांनी वैचारिक देवाणघेवाण केली. त्याच काळात पॅरिस एक्स्पोझिशनला जोडून भरणाऱ्या वैज्ञानिकांच्या परिषदेला उपस्थित राहण्यासाठी व सहभागी होण्यासाठी सुविख्यात भारतीय शास्त्रज्ञ, आचार्य जगदीशचंद्र बोस यांनाही आमंत्रित करण्यात आल्यामुळे तेही पॅरिसमध्ये आले होते. त्यामुळे, स्वामीजी त्यांनाही वारंवार भेटत. स्वामी विवेकानंद एक विचक्षण निरीक्षक होते. भोवतालच्या जगाची बारीकसारीक माहिती करून घेण्याकडे त्यांचा विशेष कल होता, भरपूर कुतूहल व जिज्ञासा होती. पॅरिस एक्स्पोझिशनला उपस्थित राहण्याच्या संधीचा लाभ घ्यायचे ठरवून त्यांनी फ्रेंच संस्कृतीचा सांगोपांग अभ्यास केला. आपल्या द इस्ट ॲन्ड वेस्ट (पूर्व आणि पश्चिम) या लेखात त्यांनी त्याबद्दल बरेच लिहिले. मुळातच त्यांची आकलन शक्ती तल्लख असल्यामुळेच ते जमले असावे.

पॅरिस एक्स्पोझिशनचा एक भागच असलेली द काँग्रेस ऑफ द हिस्टरी ऑफ रिलिजन्स ही जवळजवळ सहा दिवसांची परिषद होती. ३ सप्टेंबरला सोरबोन येथे तिची सुरुवात झाली. विविध प्रस्थापित धर्मांच्या ऐतिहासिक उत्क्रान्तीच्या संदर्भातील केवळ विद्वत्ताप्रचुर बाबींवरच परिषदेत विचारविनिमय होणार होता. कोणत्याही धर्मतत्त्वावर किंवा श्रद्धेवर घासाघीस करून त्याचा कीस पाडण्याची सक्त मनाई होती. आयत्या वेळी, स्वामीजींच्या प्रकृतीने दगा दिल्यामुळे ते काँग्रेससमोर फक्त दोनच वेळा बोलू शकले. त्यातील एक चर्चा आयत्या वेळी उपस्थित झाली. मुद्दा

होता शाळिग्राम शिळा आणि शिवलिंग यांचे मूलस्थान! जर्मन प्राच्यविद्या विशारद गुस्ताव ओपर्ट यांनी त्या संदर्भात एक आरोप केला. त्यांच्या मते, त्या दोन्ही वस्तू धर्मतत्त्वांना धरून नाहीत; ती निव्वळ जननेंद्रियाची प्रतीके आहेत, प्रजोत्पादनाची प्रतीके आहेत; 'शाळिग्राम शिळा हे योनीचे व शिवलिंग हे नरलिंगाचे!...' या तिरपागड्या विचाराचे खंडन न करतील तर ते स्वामी विवेकानंद कसले! गुस्ताव ओपर्ट यांच्या त्या तिरकस मताचा स्वामीजींनी यथोचित साधार समाचार घेतला. संपूर्ण सभागृह अवाक् झाले.

स्वामीजींनी त्या बिनबुडाच्या आरोपाची पार खिल्ली उडवली. त्यांनी दाखवून दिले – ''अथर्ववेद संहिता व इतर वेदांत शिवलिंगाचे मूळ सापडते. त्यात यूपस्तंभ किंवा स्तंभाचे वर्णन आहे. वैदिक विधीतील बळी चढवणाऱ्या खांबाला यूपस्तंभ म्हणतात. हा स्तंभ अनादि ब्रह्माचे प्रतीक आहे. पुढे, वैदिक, यज्ञविधीत अग्नी, त्याचा धूर, भस्म, ज्वाला आदींमधून भगवान शिवाच्या शरीरातील तेज त्या यूपस्तंभात साकारते असा दृष्टांत झाला आणि त्याचीच परिणती शिवलिंगात होऊन त्याची पूजा होऊ लागली. यातून हे स्पष्ट होते की त्याचा कसलाही संबंध नर-लिंगाशी किंचितही नाही. या अविवेकी मताबद्दल पूर्वीही माझ्या कानावर काहीतरी आलेले होते. त्या मताला कसलाही धार्मिक शास्त्राधार नाही हे निश्चित आहे.

आता शाळिग्राम शिळेबद्दल सांगतो. त्याचा धागा बौद्धधर्माच्या हिंदूंवर पडलेल्या प्रभावात सापडतो. त्या प्रभावाखाली आलेल्या हिंदूधर्मीयांनी बौद्धांची स्तूप उभारण्याची कल्पना उचलून धरली. स्तूप व स्तंभ यांच्यात साम्य आढळते. स्मृतिशिल्प म्हणून त्यांच्याकडे पाहिले जाते. शाळिग्राम शिळा म्हणजे निसर्ग-निर्मित फत्तरच आहेत. त्यांचे व कृत्रिमरित्या दगडात कोरलेल्या धातूगर्भाचे वर्णन मिळतेजुळते आहे. स्तूपातील दगडी पात्रांमध्ये प्रसिद्ध अशा बौद्ध भिक्षूंचे अवशेष सुरक्षित ठेवण्यात येत. याचाच अर्थ शाळिग्राम शिळा ही या दगडातून तयार केलेल्या रक्षणपात्राचे नैसर्गिक प्रतीक आहे. त्या शिळापूजनाची प्रथा प्रथम वैष्णव-सांप्रदायिकांनी सुरू केली. काळाच्या ओघात भारतात बौद्धधर्माचा पाडाव झाला. त्या अध:पतनाच्या काळातच शिवलिंगाचा संबंध स्त्री-पुरुषांच्या लैंगिक आचाराशी जोडण्यात आला इतकेच..!बस्स. आता त्या प्राचीन परंपरांचा संबंध प्रजननाशी लावणे म्हणजे ख्रिश्चन धर्मातील येशूख्रिस्त जन्मोत्सवाची सांगड नरमांसभक्षक पंथाच्या आचरणाशी घालण्यासारखे आहे...''

दुसऱ्या वेळी स्वामी काँग्रेसच्या व्यासपीठावरून बोलले. ते त्यांचे कार्यक्रम पत्रिकेवरीलच भाषण होते. ७ सप्टेंबरला सकाळी ते झाले. त्या भाषणात, स्वामींनी भारतातील धार्मिक कल्पनांच्या उत्क्रांतीचा इतिहास विशद करून सांगितला. ते म्हणाले वेद हे फक्त हिंदूधर्माचेच उगमस्थान नाही तर बौद्ध, जैन व भारतातून पुढे

आलेल्या इतर धार्मिक पंथांचेही ते उगमस्थान आहे. त्यांनी असेही सूचित केले, गीता ही महाभारताचे प्रास्ताविक तर असेल किंवा त्याचा समकालीन ग्रंथ असेल. कारण, त्या दोन्ही ग्रंथांची भाषा व त्यांतील विचार सारखेच असून त्यात केलेली निरनिराळी प्रासंगिक वर्णने समकालीन आहेत. पाश्चात्य अभ्यासक ज्या पद्धतीने भारताच्या संदर्भात संशोधन करतात त्यातील कलुषित दृष्टी व उथळपणा निदर्शनास आणून देऊन स्वामीजींनी त्या सर्वांची चांगलीच खरटपट्टी काढली व त्यांना कळकळीचे आवाहन केले की अशा प्रकारचे कल्पनाविलासी लेखन करण्यापेक्षा त्यांनी भारतीय संस्कृतीतील अज्ञात, दडून राहिलेल्या सत्यांचा शोध घेण्याचे प्रयत्न करावेत. जे जे भारतीय म्हणून ओळखले जाते त्या प्रत्येकावर प्रामुख्याने ग्रीक संस्कृतीचा प्रभाव पडलेला दिसतो अशी पाश्चात्यांनी करून घेतलेली समजूत निखालस चुकीची आहे असेही स्वामीजी म्हणाले. त्यांनी असा मुद्दा मांडला भारताचा इतिहास सांगतो की त्या निष्कर्षात बिलकूल तथ्य नाही. कारण, जोपर्यंत ग्रीकांची भाषा जाणणारा एखादाही हिंदू आपण पुढे आणू शकत नाही तोपर्यंत भारतीय विज्ञान व संस्कृती यांच्यावर ग्रीकांची छाप पडलेली आहे अशी भाषा कोणालाही करता येणार नाही. त्याने ती बिलकूल करू नये.

पॅरिसच्या वास्तव्यातही स्वामीजींच्या मनात एकच एक विचार सतत घोळत होता, त्याचेच चिंतन सदैव चाललेले होते. तो विचार म्हणजे गुरुदेव श्री रामकृष्णांनी त्यांच्यावर सोपवलेल्या अंगीकृत कार्याची प्रगती. बेलूरच्या मठाचे विश्वस्त-पत्र अद्याप सरकार दरबारी रीतसर नोंदवायचे काम पूर्ण झालेले नाही त्याचे काय! शेवटी, १९००च्या ऑगस्टमध्ये त्यांनी ते कागदपत्र पॅरिस येथील ब्रिटिश कॉन्सोलेटच्या कचेरीत गुदरले तेव्हा कोठे त्यांचा जीव भांड्यात पडला. त्याचप्रमाणे, पॅरिसला त्यांच्याबरोबर असलेल्या भगिनी निवेदितांचे प्रशिक्षण अद्याप पूर्ण झालेले नाही याचीही रूखरूख त्यांना लागलीच होती. त्यामुळे तेही काम पूर्ण करण्याचा ध्यास त्यांनी घेतला. भगिनी निवेदितांनी खऱ्या अर्थाने 'माता कालीच्या कामाला समर्पित झाले पाहिजे' असे त्यांना वाटत होते. एक गोष्ट खरी होती की त्यांनी मुक्त मनाने स्वामीजींचे शिष्यत्व पत्करण्याचा मार्ग स्वतःसाठी निवडलेला होता. पण त्यांच्या गुरुदेवांनी जे ध्येय त्यांच्यासमोर ठेवलेले होते आणि ज्याचा स्वीकार त्यांनी केला होता त्या विहित सेवाकार्यावर आपले लक्ष केन्द्रित करणे त्यांना अजून तितकेसे जमलेले नव्हते. त्यासाठी लागणारी निष्ठा व समर्पित वृत्ती त्यांच्या अंगी बाणलेली नव्हती. अजूनही बाह्य जगातील कल्पनांनी त्या भारून जात होत्या आणि त्यामुळे त्यांच्या अंतःकरणातील निष्ठेला स्थिरता लाभत नव्हती.

परिषदेचे सूप वाजल्यानंतर स्वामीजी आणि ज्युल्स बोआ यांनी ओल बुल यांचे आमंत्रण स्वीकारून त्यांचा पाहुणचार घेतला. श्रीमती बुलनी इंग्लिश खाडीजवळच्या

पेरॉ-ग्युरेक या एका छोट्या खेड्यात घेतलेल्या घरात दोघांनी मुक्काम केला. १७ सप्टेंबरपासून सलग पंधरा दिवस स्वामीजी तेथे राहिले. त्या काळात, त्यांच्या तोंडात बहुतेक वेळा भगवान बुद्ध व त्यांची शिकवण हाच विषय असायचा. अद्वैत तत्त्वज्ञान आणि बौद्धांच्या विचारांची शिकवण यांच्यातील अशी साम्यस्थळे व त्यांच्यातील फरक वगैरे ठळकपणे दाखवत. भगिनी निवेदिताही मिसेस बुल यांच्या घरात त्या वेळी होत्या. पण त्यांचे गुरुदेव पॅरिसला जाण्यापूर्वीच त्या इंग्लंडला रवाना झाल्या. त्यानंतर, त्यांची व स्वामीजींची पुन्हा भेट व्हायला वर्ष-दीडवर्ष लागले.

सप्टेंबरच्या शेवटच्या आठवड्यात स्वामीजी पॅरिसला परत आले. याही खेपेला पुन्हा एकदा त्यांच्याभोवती नामांकित लोक गोळा झाले. आपल्या सभोवतालच्या लोकांना भारताविषयी जास्तीत जास्त शहाणे करण्याचा स्वामी विवेकानंदांचा प्रयत्न असे. त्यामुळे जेव्हा जेव्हा संधी मिळे तेव्हा तेव्हा ते संपूर्ण मानवतेच्या विचार प्रक्रियेवर भारताचा प्रभाव कसकसा पडत गेला हे आवर्जून सांगत. युरोपियन वंशाच्या लोकांमध्ये आशियायी व अर्ध-आशियायी वंशाचे मिश्रण त्यांना आढळले होते. पुढे त्यात जर्मन, गॉलिश (फ्रेंच) आणि स्पॅनिश आदिवासी, रानवट लोक येऊन मिसळले असा त्यांचा कयास होता. त्याचप्रमाणे, युरोपीय संस्कृतीत त्यांना मध्ययुगीन अरबांच्याही छटा आढळून आल्या. स्वामीजींचे हे चौफेर, सर्वव्यापी, सर्वकालीन ज्ञान भोवतालच्या लोकांना नक्कीच स्तिमित करत असावे. स्वामी विवेकानंद म्हणजे एक चालताबोलता ज्ञानकोशच वाटत असत त्या सर्वांना. अनेकजण अगदी निमूटपणे त्यांचे ते विवेचन, ते निष्कर्ष ऐकून घेत. त्यांचे कान कधीकधी बधिर होत. अगदी मोजकेच लोक त्यांच्या या अधिकारवाणीने केलेल्या मांडणीचा प्रतिवाद करत. कारण, त्यांच्याजवळ त्या दृष्टीने काही शिल्लक उरलेलेच नसायचे.

पॅरिसच्या वास्तव्यात, स्वामीजींची भेट एक भूतपूर्व कार्मेलाईट संन्यासी व कॅथलिक धर्मोपदेशक, मि. पेरे हायसिन्थ यांच्याशी झाली. तिचे रूपांतर पुढे घनिष्ठ मैत्रीत झाले. १८७०मध्ये भरलेल्या फर्स्ट व्हॅटिकन कौन्सिलच्या सभेत एक तत्त्व सर्वसंमतीसाठी पुढे ठेवण्यात आले. त्यानुसार ख्रिश्चनांचे सर्वोच्च धर्मगुरु-पोप यांचा शब्द अंतिम व अचूक असल्यामुळे तोच प्रमाण मानण्यात यावा असा त्याचा आशय होता. या गृहस्थांना ते तत्त्व मान्य नव्हते. त्यांनी त्या ठरावाला असहमती दाखवली. परिणामी, त्यांना तात्काळ पदभ्रष्ट करण्यात आले. नंतर लोक त्यांना मॉन्सिये चार्लस लॉयसन या नावाने ओळखू लागले. जरी त्यांना व्हॅटिकनच्या अधिकार परंपरेतून डच्चू मिळाला असला तरी चर्चच्या संदर्भात, संचालनात सुधारणा सुचवण्याचे, त्यांचा पाठपुरावा करण्याचे आपले काम त्यांनी चालूच

ठेवले होते. गंमत अशी की, १९६२-६३च्या सेकंड व्हॅटिकन कौन्सिलच्या बैठकीत, जवळजवळ एक शतक लोटल्यानंतर, त्यांनी पुरस्कृत केलेल्या सुधारणांच्या धर्तीवरच्या बाबी विचारात घेण्यात आल्या. १९००च्या ऑगस्टमध्ये स्वामीजी त्यांना भेटले. त्या क्षणी तो वयोवृद्ध धर्मोपदेशक लोकांच्यात फारसा परिचित नव्हता. काही लोक त्याला मानत होते, त्याला प्रेम देत होते, त्याचे कौतुक करत होते; तर त्याचा द्वेष करणारे, त्याची निंदा करणारेही काहीजण होतेच. प्रत्येक विद्रोह्याच्या नशिबातच असते ते. काही म्हणा स्वामींना मात्र त्यांचा भरपूर लळा लागला. त्या जाणकार धर्माधिकाऱ्यांशी चर्चा करण्यात त्यांना आनंद वाटत होता. धार्मिक बाबी, आध्यात्मिक जीवन, धर्म पंथ, धर्म संप्रदाय इत्यादी गहन विषयांवर त्या दोघांच्या प्रदीर्घ चर्चा होत आणि म्हणूनच त्यांच्याबद्दल स्वामींना वेगळा जिव्हाळा वाटला.

त्याशिवाय, स्वामीजींच्या संपर्कात आलेल्या इतर उल्लेखनीय व्यक्तींमध्ये रिशेल्यूचे तरुण ड्यूक पॅट्रिक गेड्स; मशिनगनमुळे प्रसिद्धी पावलेले सर हिरम मॅक्झिम; विख्यात अभिनेत्री मादाम सारा बर्नहार्ड आणि सुप्रसिद्ध ऑपेरा गायिका मादाम काल्वे यांचा समावेश होता. त्यापैकी शेवटच्या तिघींना स्वामीजी आधीपासूनच ओळखत होते. पॅरिसच्या मुक्कामात या सर्व ओळखी अधिक दृढ झाल्या. मिस जोसेफाईन मॅक्लिऑड तर यापूर्वी भारतातही आलेल्या होत्याच. स्वामीजी केवळ त्यांचे मित्र नव्हते तर त्यांच्या दृष्टीने गुरुदेवच होते. पॅरिस-मधल्या स्वामींच्या वास्तव्यात त्यांनी स्वामीजींची खूप सेवा केली, सावलीसारख्या वावरल्या त्यांच्या समवेत.

मादाम काल्वे या एक प्रतिभासंपन्न गायिका होत्या. हिवाळ्याच्या काळात त्यांनी आपल्या गाण्याचे कार्यक्रम बंद ठेवण्याचा निर्णय घेतला होता. तो काळ इजिप्तच्या समशीतोष्ण हवेत

मादाम इम्मा कॉल्वे

घालवण्याची त्यांची योजना होती. तेवढीच विश्रांतीही मिळेल असा त्यांनी विचार केला. त्यांनी स्वामीजींना आपले पाहुणे म्हणून इजिप्तला येण्याचे आमंत्रण दिले. त्यानुसार, स्वामीजी आपल्या-बरोबर जुल्स बोआ, जोसेफाईन मॅक्लिऑड आणि लॉयसन दांपत्य यांना घेऊन गेले. २४ ऑक्टोबरला ते सगळे कॉन्स्टॅन्टिनोपलला जाण्यासाठी आंतरखंडीय ओरिएन्ट एक्सप्रेसमध्ये चढले. त्यांनी आपला पहिला मुक्काम व्हिएन्नाला केला. २५ ऑक्टोबरपासून तीन दिवस मंडळी तेथे राहिली.

त्यांनी व्हिएन्नातील प्रेक्षणीय स्थळे पाहून घेतली. त्यातले एक स्थळ होते शॉनबर्ग पॅलेस. फ्रेंच सम्राट नेपोलियनच्या मुलाला तेथे स्थानबद्ध करून ठेवण्यात आले होते. तेथेच त्याला मृत्यू आला होता. त्याचे हृदय प्रेमभंगामुळे विदीर्ण झाले होते. विख्यात अभिनेत्री व नृत्यांगना सारा बर्नहार्डने ते प्रकरण आपल्या एका नाटकात घेऊन त्याला अमरत्व प्राप्त करून दिले होते. वस्तुस्थिती अशी होती की अगदी अलीकडेच स्वामींनी तो प्रयोग पाहिलेला होता. त्या राजवाड्याचे प्रत्येक दालन विशिष्ट विषयांना धरून सजवलेले होते. प्रत्येक दालनात, एखाद्या विशिष्ट देशातील कारागिरांनी तयार केलेल्या कलात्मक वस्तू मांडून, त्याची सजावट केली होती. भारत व चीन या देशांनाही तेथे स्थान मिळालेले होते.

२८ ऑक्टोबरला गाडीने व्हिएन्ना मागे टाकले आणि ती पुढे धावू लागली. आता तिच्या मार्गात हंगेरी, सर्बिया, रुमानिया व बल्गेरिया हे देश येत राहिले. ३० ऑक्टोबरला ती कॉन्स्टॅन्टिनोपलला पोचली. युरोप खंडातून प्रवास चालू असताना स्वामीजींनी जिकडेतिकडे महायुद्धाची दुश्चिन्हे ताठ उभी राहिलेली दिसली. त्यांनी शेरा मारला – 'युरोप म्हणजे एक प्रचंड लष्करी तळच बनून राहिलाय की!' त्याशिवाय, त्या संदर्भात त्यांनी एक भाकितही केले – ''विद्यमान ऑस्ट्रियन सम्राटाच्या निधनानंतर (१९१६मध्ये, फ्रान्सिस जोसेफ वारला) जर्मनी ऑस्ट्रियन साम्राज्यातील जर्मनभाषिक प्रदेश बळकावण्याचा प्रयत्न नक्कीच करणार, त्याला रशिया व इतर राष्ट्रे विरोध करणार हे ठरलेलेच आहे. शेवटी त्या संघर्षातून एका भयानक महायुद्धाची ठिणगी पडण्याची शक्यता नाकारता येत नाही...!'' स्वामीजींची ती भविष्यवाणी खरी ठरली.

कॉन्स्टॅन्टिनोपलमध्ये स्वामीजींनी म्युझियम ऑफ अन्टिक्विटीज (प्राचीन वस्तूसंग्रहालय), विदेशी वस्त्या, प्राचीन भिंती, सात मनोऱ्यांचा किल्ला वगैरे प्रसिद्ध व प्रेक्षणीय स्थळांना भेटी दिल्या. त्याच काळात, गोल्डन हॉर्नच्या पलीकडच्या एका उंचीवर असलेल्या ठिकाणावरून त्यांनी ऐतिहासिक इस्तंबूल शहर पाहून घेतले. त्या विस्तृत व विशाल दृष्टिपथात अनेक इतिहासप्रसिद्ध इमारती येत राहिल्या. स्वामीजींची विचक्षण, अभ्यासू नजर त्यांच्यावरून मोठ्या औत्सुक्याने विहरत राहिली. इस्तंबूलमधील अनेक प्राचीन मशिदी, स्तंभ, उंच उंच चिंचोळे मनोरे, बुरुज व घुमट तिच्या टप्प्यात आले. इस्तंबूल शहरातील अनेक प्रतिष्ठित, मान्यवर व्यक्तींशी त्यांची भेट झाली. सार्वजनिक व्यासपीठावरून व्याख्यान देण्याची परवानगी त्यांना मिळाली नसली तरी त्यांनी बरीच खासगी संभाषणे आणि दिवाणखान्यातील बैठका घेऊन वेदांत धर्म समजावून दिला.

योगायोगाने मॉन्सिये पेरे हायसिन्थही त्याच काळात इजिप्तमध्ये होते. बोस्पोरस नदीपलीकडच्या स्कुटारी गावातील अमेरिकन कॉलेज ऑफ गर्ल्समध्ये त्यांनी

मुक्काम ठोकला होता. स्वामीजींनी त्यांची भेट घेण्याचे ठरवले. मिस मॅक्लिऑडना बरोबर घेऊन ते त्यांच्याकडे गेले. जाण्यासाठी त्यांना नाव पकडावी लागली. नावाडी अरबी किंवा तुर्की भाषेतच संवाद करू शकत असल्यामुळे खाणाखुणांच्या मदतीने त्यांनी तो छोटा प्रवास केला. वाटेत त्यांच्या कानावर एका सुफी फकिराचे गाणेही पडले. शिवाय, सुप्रसिद्ध स्कुटारी सिमेट्रीमधील भोजनाचा आस्वादही त्यांनी घेतला. त्या स्कुटारी गावात, २ नोव्हेंबरला स्वामीजींनी हिंदूधर्म हा विषय घेऊन त्यांचे एकुलते एक जाहीर व्याख्यान दिले. अमेरिकन कॉलेज ऑफ गर्ल्सने तो योग घडवून आणला...

स्वामीजी आणि त्यांच्या समवेतची इतर मंडळी कॉन्स्टॅन्टिनोपलमध्ये साधारणत: दहा दिवस होती. त्यानंतर ते सगळे एका स्टीमरने अथेन्सला आले. वाटेत त्यांनी मारमारा समुद्रातील आर्चिपेलॅगो बेटांना भेट दिली. त्यातील एका बेटावर उभे असलेल्या एका ऑर्थोडॉक्स ग्रीक मठात स्वामीजी जाऊन आले. तशाच दुसऱ्या एका बेटावर त्यांना प्राध्यापक आर. एल. लेप्पर हे एक नामवंत गृहस्थ भेटले. एके काळी ते मद्रासच्या पच्चायप्पा कॉलेजमध्ये अध्यापनाचे कार्य करत होते. तेव्हापासून स्वामी त्यांना ओळखत होते.

शेवटी, ती स्टीमर पिर्कस या अथेनियन बंदरात पोचली. ते एक टुमदार, सुंदर शहर होते. त्याच्यावर युरोपियनांची सावली पडल्याचे जाणवत होते. अथेन्सला स्वामी तीन दिवस होते. त्या तीन दिवसांत त्यांनी बरीच भटकंती केली. झाडून सगळी प्राचीन ठिकाणे, त्यांचे भग्न अवशेष पाहून घेतले. द अक्रॉपोलीस, विंगलेस व्हिक्टरीचे संगमरवरी दगडांचे देवालय, द पार्थेनॉन, ऑलिम्पियन झीयसचे मंदिर, थिएटर डायोनिसस आणि अर्थातच, ग्रीकांचे मुख्य धर्मस्थळ आणि प्राचीन ग्रीक नगर, इल्युस्टिस आदींना भेटी दिल्या. चौथ्या दिवशी स्वामीजी व त्यांचे सहप्रवासी इजिप्तला जाण्यासाठी रशियन स्टीमर, झार वर चढले.

एक प्राचीन, इतिहास प्रसिद्ध देश म्हणून इजिप्तची ख्याती जगात सर्वदूर पसरलेलीच आहे. त्यामुळे तेथे पाहण्यासारखे भरपूरच आहे. स्वामीजींनी तेथील कैरोचे विख्यात वस्तुसंग्रहालय, जगप्रसिद्ध स्फिन्क्स व पिरॅमिडस् ही प्रेक्षणीय स्थळे बघितली खरी पण त्या क्षणी त्यांच्या अंत:करणात वेगळेच काहीतरी चालू होते. काहीतरी खळबळ माजलेली होती. बाहेरच्या सर्व बाबींपासून ते अलिप्त राहू इच्छित होते. का कुणास ठाऊक ते थकले होते, घराकडच्या आठवणींनी व्याकुळलेले होते. त्यांच्या चिंतेचा आणखी एक विषय होता. त्यांचे जिवलग मित्र व शिष्यही, कॅप्टन सेविअर गेले कित्येक दिवस, ऑक्टोबरच्या शेवटच्या आठवड्यापासून, मृत्यूशय्येवर पडून असल्याची बातमी त्यांना कळलेली होती. त्यामुळेही त्यांची मन:स्थिती बिघडली. त्यांना कमालीची विषण्णता येऊ लागली. अक्षरश: अस्वस्थ,

बैचेन झाले बिचारे! त्यामुळे शेवटी नाईलाजाने, जड अंत:करणाने त्यांनी आपल्या जोडीदारांचा निरोप घेतला. कोणत्याही परिस्थितीत भारतात पोचल्याखेरीज त्यांना चैनच पडणार नव्हती. स्वामींचा निरोप घेणारांची अंत:करणेही हेलावून गेली. त्याला कारणही तसेच होते. मदाम काल्वे तर स्वामींना आपले वडीलच मानत होत्या. त्यांना 'मॉन पेरे' तथा 'बाबा' म्हणूनच संबोधत होत्या; मिस मॅक्लिऑडना स्वामी म्हणजे एक प्रेषित आणि एक संतच वाटत होते; जुल्स बोआ स्वामींना एक थोर विचारवंत आणि ईश्वरपुत्रच मानत होते. ठरल्याप्रमाणे २६ नोव्हेंबर १९००च्या रात्री, स्वामी विवेकानंद एस. एस. रूब्बाटिनो या मुंबईला निघालेल्या इटालियन जहाजाला लावलेली शिडी चढून वर गेले.

६ डिसेंबरला जहाज मुंबईच्या गोदीला लागले. आपल्या प्रिय शिष्यांना भेटण्यासाठी आतुर झालेल्या स्वामींना आपण त्यांच्या इतक्या जवळ येऊन पोचलोही याचा मोठा आनंद झाला. आपल्या आगमनाची पूर्वसूचना त्यांनी कोणालाही दिलेली नसल्यामुळे त्यांना उतरून घेण्यासाठी कोणीतरी नव्हे तर नेहमीची गर्दीही येण्याचा प्रश्नच नव्हता. बंदरात पाऊल ठेवताच ते तडक रेल्वे स्टेशनवर गेले आणि त्यांनी कलकत्त्याला जाणारी रेल्वे पकडली. आणि काय आश्चर्य! गाडीत त्यांना त्यांचे जुने मित्र, मन्मथनाथ भट्टाचार्यच भेटावेत! याला म्हणतात योगायोग. दोघांनाही खूपखूप बरे वाटले. एकमेकांच्या संगतीत कलकत्त्यापर्यंतच्या प्रवासाचे तीन दिवस अगदी मजेत गेले दोघांचेही!

◆

९ डिसेंबर १९००! सायंकाळ उलटून रात्र झाली होती. बेलूर मठात, संन्यासी व ब्रह्मचारी यांची जेवणे चाललेली होती. मठाचा माळी धावतपळत आला. पळतापळता 'साहेब आलेत, साहेब आलेत...!' म्हणून ओरडतही होता. या सांजवेळेला कोण आले असेल बरे... आणि तेही इतक्या रात्री? काय काम घेऊन आला असेल?... वगैरे तर्क सुरू झाले. प्रत्येकजण आपापल्या परीने कयास करू लागला. आणि काय आश्चर्य... आलेले साहेब होते साक्षात स्वामी विवेकानंद! त्यांचे गुरुबंधू, ब्रह्मचाऱ्यांचे गुरुदेव! प्रत्येकाने 'आ'च वासला; डोळ्यांवर विश्वासच बसेना त्यांच्या. असे अचानक कसे अवतरले स्वामीजी! सगळ्यांच्या भावना एकसमयावेच्छेदे करून पार उचंबळून आल्या. ''स्वामी, तुम्ही... असे न कळवता...अचानक!'' असे म्हणत म्हणत त्यांनी त्यांच्यासाठी 'आसन' पसरले. त्यांनी बसावे म्हणून. स्वामी म्हणाले, 'होय मीच तो. तुमचा नरेन! बस्स!, शांत व्हा आणि माझेही ताट करा. कडकडून भूक लागलीय!''... ''आणतोच'' म्हणत एकजण आत गेला. एक मोठे ताट भरून खिचडी घेऊन आला. त्या रात्री मठात खिचडीचा बेत केला होता. स्वामीजी आनंदित झाले. त्यांनी मोठ्या चवीने ती खिचडी फस्त केली. कित्येक महिने त्यांच्या पोटात त्यांची अतिशय आवडती खिचडी गेली नव्हती.

'स्वामीजी आले... स्वामीजी आले' म्हणत प्रत्येकजण हर्षभरित झाला होता. त्या दिवशी रात्री मठातले कोणी झोपलेच नाही. जो तो स्वामीजींच्या भोवती कोंडाळ करून बसला होता. स्वामीजी आपल्या पश्चिमेकडील प्रवासाची कहाणी, त्याचे एकूण वर्णन करण्यात रंगून गेले होते. त्यांच्या तोंडून ती सर्व आल्हाददायक, साक्षात्कारी वर्णने ऐकायला मिळणे हे भाग्यच होते. स्वामीजी बोलत होते, गुरुबंधू ब्रह्मचारी कान टवकारून ऐकत होते. त्या श्रवणसुखाला तोडच नव्हती. स्वामीजी त्यांना सांगत होते-

''सुरुवातीला, मी भलताच भारावून गेलो युरोप- अमेरिका यांचे सामर्थ्य, त्यांचे संघटन आणि चटकन लक्षात येणारी त्यांची लोकशाही राज्यपद्धती वगैरे पाहून. तेवढ्यापुरती त्या साऱ्यांची छाप माझ्यावर चांगलीच पडली. पण नंतर नंतर मला कळून चुकले की त्यांच्या त्या प्रागतिक वृत्तीचे, पाश्‍चात्यांच्या प्रगतीचे मूळ बहुतांशी त्यांचा लोभ, त्यांचा स्वार्थ, आपला उल्लू सीधा करण्यासाठी दुसऱ्यांची पिळवणूक करणारी बेदरकारी आणि सत्तेसाठी संघर्ष करण्याची सदैव तयारी या गोष्टींत आहेत...!''प्रत्यक्षात स्वामीजी चीनवर खूष होते. युरोप-अमेरिकेच्या तुलनेने चीन त्यांना अधिक भावला होता. पुढे कधीतरी त्याची प्रशंसा करताना ते म्हणाले- ''माझ्यासमोर एक हत्ती उभा असल्याचे मला दिसत आहे. त्या हत्तीच्या पोटात एखादे गाढव किंवा शिंगरू असावे असे मला वाटते. पण तसे नाही झाले. त्याच्या पोटातून एक सिंहाचा छावा बाहेर येत आहे. भविष्यात त्याची उत्तम वाढ होईल. एक दिवस चीन या पृथ्वीच्या पाठीवरचा एक महान व बलाढ्य देश बनेल.''

स्वामी विवेकानंद पुन्हा एकदा आपल्या स्वत:च्या जगात आले. आजूबाजूला पाहताना त्यांना आढळून आले... 'सगळे कसे हिरवेगार आणि पिवळे धम्मक आहे; जिकडे तिकडे हरित तृणाच्या मखमालीचे गालिचे घातलेले आहेत; आणि तरीही हवा गार, स्वच्छ व आनंददायी आहे...'' स्वामीजींना वातावरणातील प्रसन्नता जाणवत असली तरी प्रकृती आणि भावना यांचा विचार करता त्यांच्या अंत:करणात कुठेतरी, काहीतरी खुपत होते. शरीर प्रकृती विचारात घेता त्यांच्या हृदयक्रियेच्या संदर्भात काही समस्या निर्माण झालेल्या होत्या. त्याला जोडूनच एक अतीव दु:खद बातमी त्यांना कळली होती. २८ ऑक्टोबरला, मायावती येथे कॅप्टन सेविअर यांचे निधन झाले होते. ती बातमी कळताच स्वामीजींनी ताबडतोब मिसेस सेविअरना तार पाठवली आणि २७ डिसेंबरला कलकत्त्याहून, काठगोदाम मार्गे, ते मायावतीला गेले.

त्यांच्याबरोबर स्वामी शिवानंद व स्वामी सदानंद होते. २९ डिसेंबरला स्वामी काठगोदामला पोचले. त्यांना उतरून घ्यायला मायावतीहून स्वामी विरजानंद आणि स्वामीजींचे अल्मोड्यातील स्नेही, लाला बद्रीशाह यांनी पाठवलेले लाला गोविंद शाह आले होते. काठगोदामला एक दिवस विश्रांती घेऊन स्वामीजी थेट मायावतीला गेले. वादळी, थंड हवा, हिमवर्षाव यांच्यामुळे त्यांच्या प्रवासाची चाल मंदावली. मायावतीला पोचण्यासाठी थोडे थोडके नाही चक्क पासष्ट मैलांचे चढण चढून जाणे भाग पडत होते. ते अंतर कापायला जवळजवळ साडेचार दिवस लागले. त्यामुळे, नववर्षदिनाची सायंकाळ अनपेक्षितपणे रस्त्याकडेच्या एका लहानशा दुकानात घालवणे प्राप्त ठरले.

३ जानेवारी १९०१ ला स्वामीजी मायावतीला पोचले. तेथे पंधरा दिवस म्हणजे १८ जानेवारीपर्यंत राहिले. पतिनिधनाचा धक्का मिसेस सेविअरनी मोठ्या

धीराने सहन करून त्यातून स्वत:ला अतिशय समजुतीने सावरून घेतलेले पाहून स्वामींना हायसे वाटले. मिसेस सेविअर यांच्याकडून स्वामींना कळले कॅप्टन सेविअरनी तपस्या व गरिबी यांचा तत्वत: स्वीकार केला होता. कोणत्याही स्थितीत मायावती बाहेर पडायचेच नाही असा त्यांनी जणू काय पणच केला असावा. कारण, त्यांना जडलेली मूत्रपिंडविकाराची व्याधी विकोपाला गेली असूनही, तिच्यासाठी औषधोपचार, डॉक्टरकडे जाणे आवश्यक असूनही ते बाहेर पडले नाहीत. उलट, देवाचे नाव घेत त्यांनी त्या वेदना सोसायचे ठरवले. मिसेस सेविअरना स्थानिक लोक 'मायावतीच्या माता' म्हणूनच ओळखतात हे ऐकून स्वामीजी खूष झाले. सेविअर दांपत्याने ज्या सेवाभावाने व आत्मीयतेने आश्रमाची व्यवस्था व वाढ करण्याकडे लक्ष दिले होते ते पाहून स्वामीजींना समाधान वाटले. मायावतीच्या त्यांच्या मुक्कामाच्या काळात दोन महत्त्वाचे प्रसंग आले – एक, स्वामीजींचा अडतिसावा वाढदिवस आणि कॅप्टन सेविअर यांचा छप्पन्नावा वाढदिवस.

मायावतीला मुक्काम असताना त्या निसर्गरम्य पर्वती प्रदेशात रोज लांबपर्यंत फिरून येण्याची स्वामींची इच्छा असायची. पण बाहेरचे बर्फ त्यांच्या आड येऊन त्यांना घरातच बसून राहणे भाग पडत होते. तशी त्यांची वृत्ती उल्हसित होती. पण प्रकृतीकडून त्यांना त्रास होत असे. त्यांचा दमा-खोकला अतिशय जोराने उसळून यायचा. एकदा ढास लागली की जीव कासावीस होऊन जायचा. त्यांच्याजवळ असलेले लोकही घाबरे व्हायचे. त्यांना स्वामींची काळजी वाटत असे. प्रकृती ठीक असली की ते स्वामी स्वरूपानंदांबरोबर आश्रमाच्या कामाबद्दल अगदी सखोल विचारविनिमय करत. स्वामी स्वरूपानंद त्यांना म्हणाले – ''माझ्यापुरते बोलायचे म्हणजे मला जे शक्य आहे ते करेनच. पण मला सहकार्याची गरज आहे. मी एकटा कोठेकोठे पुरे पडणार? मला वाटते माझ्या जोडीला इतर गुरुबंधूंनी आले पाहिजे. किमान सलग तीन वर्षे मायावती आश्रमात तळ ठोकून राहायला पाहिजे...!'' स्वामीजी त्यांच्याशी पूर्णपणे सहमत होते. आणि म्हणूनच जेव्हा सगळेजण त्यांच्याभोवती जमले तेव्हा स्वामीजींनी तो विषय चर्चेला घेतला. एक स्वामी विरजानंद वगळता बाकीच्या सर्वांनी आपली वचनबद्धता व्यक्त केली. स्वामी विरजानंदांनी मात्र नम्रपणे पण निश्चयाने जाहीर केले ''आपण काही दिवस एकांतात राहून ध्यानधारणा, मनन- चिंतन करायचा बेत केलेला असून भिक्षा मागून जगायचे ठरवलेले आहे...'' त्यावर स्वामीजींनी त्यांना केलेला उपदेश होता – ''कठोर साधना, जपजाप्य, ध्यानधारणा करून आपली प्रकृती उध्वस्त करू नका. आमच्या अनुभवाचा लाभ उठवण्याचा प्रयत्न करा. आम्ही सुद्धा तुमच्या वयात अतिशय कडक साधना केली, पार टोकाला गेलो. पण त्याचे फळ काय मिळाले? जेव्हा आयुष्य ऐन बहरात आले तेव्हा प्रकृतिस्वास्थ्य गमावून बसलो...'' स्वामीजी त्यांना

त्यांच्या निश्चयापासून परावृत्त करू शकले नाही. पुढे कधीतरी ते समोर नसताना स्वामीजींनी स्वामी विरजानंदांबद्दल कौतुकाचे उद्गार काढले म्हणतात. मायावती आश्रमातली एक गोष्ट स्वामी विवेकानंदांना बिलकूल खटकली. तेथे श्री रामकृष्णांच्या छायाचित्राची पूजा अगदी नित्यनेमाने व विधिपूर्वक होत असे. विशेष म्हणजे ते छायाचित्र त्यासाठी केलेल्या देवघरवजा खोलीत लावले होते. अद्वैत आश्रमात अशी एखादी विधियुक्त पूजा करणे स्वामीजींना पसंत नव्हते. त्या आश्रमात फक्त ध्यानधारणा, धर्मग्रंथांचा अभ्यास व सर्वोच्च आध्यात्मिक अद्वैतवादाची शिकवण इतकेच अभिप्रेत होते. तेथे कोणत्याही प्रकारच्या द्वैतवादी उपचारांना कोणत्याही प्रकारचे उत्तेजन मिळणे शोभून दिसत नव्हते. तरीही, स्वामींनी आपल्या अधिकारात ती खोली कोणत्याही पद्धतीने विस्कटून टाकली नाही. त्यापेक्षा त्यांची चूक त्यांच्याच लक्षात येवून त्यांनीच ती दुरुस्त करून घ्यावी अशी स्वामीजींची इच्छा होती. स्वामीजींच्या निधनानंतर स्वामी विमलानंदांनी मायावती येथे श्री रामकृष्णांचे मंदिर बांधण्यास त्यांनी संमती द्यावी म्हणून श्री शारदा माँचा खूप अनुनय केला पण त्यांचा तो प्रयत्न फळास आला नाही. उलट, श्री शारदा माँनीही अद्वैतावर जोर दिला आणि शेवटी, १८ मार्च १९०२ ला ती खोलीच पाडून टाकण्यात आली.

१८ जानेवारी १९०१ला स्वामी मायावतीहून परत निघाले. चंपावत व तनकपूर करून चौथ्या दिवशी मंडळी पिलभितला पोचली. पिलभितला स्वामीजींनी कलकत्त्याला जाणारी गाडी पकडली. आणि गाडीतच त्यांना आपल्या एका परमप्रिय शिष्याच्या खेत्रीच्या राजांच्या निधनाची बातमी कळली. राजे-साहेबांना आलेला मृत्यू अपघाती होता. ते आग्र्याला गेले होते. तेथे ८६ फूट उंचीच्या सिकंदराच्या घुमटावरून ते खाली पडले. ती बातमी ऐकून स्वामींना फार मोठा धक्का बसला. त्यांचे अंतःकरण दाटून आले. २४ जानेवारीला सकाळी तो आघात शिरावर घेऊन ते कलकत्त्याला पोचले. तेथून त्यांनी बेलूर मठाकडे प्रस्थान ठेवले.

त्याच दिवशी दुपारी ते मठात पोचले. पुन्हा एकवार त्यांचे गुरुबंधू व तेथे उपस्थित असलेले इतर शिष्य स्वामींना पाहून आनंदले. या खेपेला स्वामीजींच्या सहवासाचा लाभ आपल्याला अधिक काळ मिळेल अशी त्यांनी इच्छा केली. मायावतीला जाण्यापूर्वी ते फक्त अठराच दिवस मठात होते. बेलूरमधील त्यांचा पहिला औपचारिक कार्यक्रम होता बेलूर एम. ई. स्कूलच्या पारितोषिक वितरण समारंभाचा. त्या निमित्ताने बोलताना स्वामीजींनी, विद्यार्थ्यांना हस्तकला शिकवण्याच्या व्यावहारिक शैक्षणिक बाजूचे महत्त्व सांगितले. त्याशिवाय शिक्षणात आरोग्य, चारित्र्य आणि उत्तम शिष्टाचार यांचे महत्त्वही पटवून दिले.

जानेवारीच्या शेवटच्या आठवड्यात जपानला चाललेल्या मिस मॅक्लिऑड काही काळ कलकत्त्यात होत्या. ती संधी घेऊन त्या स्वामी विवेकानंदांना भेटून

गेल्या. मिसेस सेविअरही इंग्लंडला जाताना कलकत्त्यात कोणत्याही क्षणी अपेक्षित होत्या. काही दिवसांपूर्वी आपणही मिसेस सेविअर यांच्याबरोबर इंग्लंडला जावे असे स्वामीजींच्या मनात येऊन गेले होते. पण नंतर त्यांनी तो बेत बदलला. मिसेस बुल यांना त्यांनी लिहिले होते – ''आता मनात आहे एका दूरच्या यात्रेला जावे. माझ्या माताजींबरोबर.'' पूर्व बंगाल व आसाम येथील पवित्र स्थळांना भेट देण्याची त्यांनी इच्छा व्यक्त केली होती. १७ फेब्रुवारीला, युल्स बाओही मठात येऊन गेले. वास्तविक ते नेपाळला जायचे म्हणून भारतात आले होते पण आयत्यावेळी काहीतरी घडले आणि तो दौरा फिस्कटला.

तथापि, मातोश्री भुवनेश्वरी देवींबरोबर यात्रेला निघण्यापूर्वी स्वामी विवेकानंदांनी मठाची व्यवस्था पाहण्यासाठी कायदेशीर अधिकारी वर्गाची निर्मिती करण्याचे ठरवले व त्या दृष्टीने ३० जानेवारी १९०१ रोजी एका विश्वस्त निधीची कागदपत्रे तयार केली. ६ फेब्रुवारीला हावऱ्याच्या सब-रजिस्ट्रारच्या कचेरीत त्यांची रीतसर नोंदणी करून घेतली. बेलूर मठाची सर्व मालमत्ता त्या विश्वस्त निधीकडे वर्ग करण्यात आली. त्या निधीच्या पहिल्या विश्वस्तमंडळात स्वामी ब्रह्मानंद, प्रेमानंद, शिवानंद, शारदानंद, अखंडानंद, त्रिगुणातीतानंद, रामकृष्णानंद, अद्वैतानंद, सुबोधानंद, अभेदानंद व तुरियानंद ही सर्व मंडळी काम पाहणार होती. विश्वस्त-निधीच्या घटनेनुसार विश्वस्तांनी आपल्यामधून एक अध्यक्ष निवडावा अशी तरतूद करण्यात आलेली होती. त्याप्रमाणे, रविवार ता. १० फेब्रुवारी १९०१ला झालेल्या निधीच्या पहिल्या बैठकीत स्वामी ब्रह्मानंदांना मठाचे पहिले अध्यक्ष म्हणून सर्वानुमते निवडण्यात आले. स्वामी शारदानंद हे सचिव आणि स्वामी निर्मलानंद हे सहाय्यक सचिव बनले.

२४ फेब्रुवारीला, बेलूर मठात श्री रामकृष्णांची अडुसष्टावी जयंती साजरी झाली. त्या उत्सवाला तीस हजारांहून अधिक लोक उपस्थित होते. नेहमीप्रमाणे आपल्यासोबत संन्याशांचा एक मोठा जथ्था घेऊन स्वामी विवेकानंदांनी १८ मार्च १९०१ला कलकत्त्याहून डाक्क्याला प्रयाण केले. दुसऱ्या दिवशी दुपारी ते डाक्क्याला पोचले. तेथे स्वामींचे, एका बऱ्याच मोठ्या जमावाने अगदी उत्साहाने, भव्य स्वागत केले. डाक्क्यात त्यांचा मुक्काम एक बडे जमीनदार मोहिनी मोहनदास यांच्या निवासात होता. त्यांनी तो खास स्वामींच्या स्वाधीन केला होता. स्वागतोत्सुक जमावाने स्वामीजींना त्या निवासस्थानापर्यंत मिरवणूकीने वाजत-गाजत नेले. तेथे स्वामींनी पुढचे तीन दिवस धार्मिक विषयांवर प्रवचने दिली. त्यांना शेकडोंनी श्रोते लाभले.

२५ मार्चला, स्वामीजींच्या मातोश्री, त्यांच्या आत्या व चुलत भावंडे नारायणगंजला त्यांच्याकडे आले. तेथून त्यांनी आपल्या यात्रेला आरंभ केला. यात्रेतील पहिले धर्मस्थळ होते लांगलबंध. त्याचा संबंध पुराणातील श्री परशुराम – कथेशी होता. बुद्धाष्टमीच्या दिवशी एक लाखापेक्षा अधिक भाविक ब्रह्मपुत्रेच्या पवित्र पात्रात जे

जवळजवळ एक मैल रूंद आहे त्याजागी – स्नान करून पावन होतात. स्वामीजी आणि मंडळींनीही तेथे बुडी मारली आणि पूजापाठही केला. त्यानंतर, मातोश्रींना चित्तगाँगजवळच्या चंद्रनाथ या बंगालच्या पूर्वेकडील अगदी शेवटच्या टोकाला असलेल्या एका पवित्रस्थळाला घेऊन जायचे होते. पण ते जमले नाही. सगळेजण पुन्हा डाक्क्याला परतले. तेथे पुन्हा स्वामीजींनी आपल्या प्रवचनांना चालना दिली. त्यांनी अनेक विषय हाताळले. ज्ञान, भक्ती, श्रद्धा, सर्वसंगपरित्याग, सारासार विवेक, अलिप्तता, कर्मयोग वगैरे कित्येक. ३० व ३१ मार्चला त्यांनी दोन जाहीर व्याख्याने दिली. पहिल्याचा विषय होता 'मी काय बोध घेतलेला आहे?' व दुसरा होता 'ज्यात आपण जन्मास आलो तो धर्म.'

तसे म्हटले तर स्वामीजींनी पूर्व बंगालच्या भूमीवर प्रथमच पाऊल टाकलेले होते. तिथल्या घोंघावणाऱ्या नद्या पाहून त्यांच्या अंगावर रोमांच उभे राहिले. त्यांनी त्या नद्यांचे वर्णन – 'गोड्या, ताज्या पाण्याचे घरंगळणारे महासागरच जणू!' असे केले. गंगा नदीच्या पठारात वसती करून राहिलेल्या त्यांच्या देशबांधवांपेक्षा तिथले लोक त्यांना अधिक दणकट व चपळ वाटले. सगळीकडे हिरवाईच हिरवाई पसरलेली पाहायला मिळाली. तिथली खेडीही खूपच स्वच्छ व नीटनेटकी दिसली. इतक्याजवळ आलोच आहोत तर नागमहाशयांच्या देवभोगाला तरी जाऊन येऊ म्हणत स्वामीजी डाक्क्याहून तिकडे गेले. 'त्या महात्म्याच्या' पत्नीने सर्वांचे अगत्य काळजीपूर्वक केले. ५ एप्रिल१९०१ला स्वामीजी आपल्या संचाला घेऊन चन्द्रनाथला गेले व तेथून कामाख्याला. आसामातील गुवाहत्तीजवळ माता कालीचे सुरेख मंदिर आहे. गुवाहत्तीहून प्रकृतीच्या कारणास्तव ते शिलाँगला गेले. शिलाँगला आसाम सरकारचे मुख्यालय होते. सर हेनरी कॉटन तेथे मुख्य आयुक्त म्हणून काम पाहत होते. सर कॉटन यांना भारताविषयी आस्था होती. त्यांच्याच विनंतीला मान देऊन स्वामीजींनी तेथे एक व्याख्यान दिले. त्याला लाभलेल्या श्रोतृवर्गात निवासी इंग्रज अधिकारी आणि मोठ्या संख्येने आलेले भारतीय यांचा समावेश होता. सर कॉटन यांनी स्वामीजींवर आणखी एक अनुग्रह केला. आपल्या सिव्हील सर्जनना आजारी असलेल्या स्वामींच्या प्रकृतीवर लक्ष ठेवण्याच्या सूचना दिल्या आणि स्वत: रोजच्या रोज त्यांच्या प्रकृतीची चौकशीही केली. पण अंगात मुरलेला, दीर्घकाळ सोबत केलेला मधुमेह आणि डाक्क्यात असताना आलेला अस्थम्याचा जोरदार झटका यांनी स्वामीजींची प्रकृती पार हादरूनच टाकली. दिवसेंदिवस ती ढासळत निघाली होतीच. त्यामुळे, मे महिन्याच्या दुसऱ्या आठवड्यात स्वामींनी परत कलकत्त्याला जाण्याचे ठरवले.

१२ मे १९०१ला तो सर्व जथ्था कलकत्त्याला पोचला. पूर्व बंगाल आणि आसाम यांचा स्वामी विवेकानंदांनी केलेला दौरा प्रत्यक्षात त्यांच्या आयुष्यातील

अखेरचा दौराच ठरला. तेथून परतल्यापासून त्यांची प्रकृती सतत घसरत गेली, पार बिघडलीच. बेलूरचे संन्यासी चिंताक्रांत झाले. आता सार्वजनिक कामांतून स्वत:ला पूर्ण मोकळे करा आणि पूर्ण विश्रांती घ्या अशी कळकळून विनवणी करू लागले त्यांच्याकडे. स्वामीजींचे शरीर खरोखरच त्यांना साथ देत नव्हते. त्यांनी आपल्या गुरुबंधूंनी केलेली प्रार्थना मनावर घेतली आणि पुढचे सात महिने ते मठातच, पूर्ण विश्रांती घेत राहिले. इतरत्र कोठेही गेले नाहीत. त्यांच्या भोवतालचा प्रत्येकजण त्यांना उत्तमातले उत्तम वैद्यकीय उपचार मिळण्यासाठी प्रयत्नांची पराकाष्ठा करत होता. त्यांचे मन रिझवण्यासाठी इकडचे तिकडचे हलकेफुलके विषय काढून त्यांचे मनोरंजन करत होता. पण म्हणतात ना बाह्योपचार मिळवणे सोपे असते पण आजारी माणसाचे मन त्याच्या वेदनांपासून दुसरीकडे वळवणे महाकठीण काम असते. शिवाय, अंथरुणाला खिळलेली ती व्यक्ती सामान्य का होती! अहोरात्र धर्माचरण, तत्त्वज्ञान, समाजशास्त्र आणि विज्ञान यासारख्या गहन, गूढविषयांवर मूलगामी चिंतन करणारा, त्यातील कूट प्रश्नांची उत्तरे शोधणारा माणूस आपले मनन थांबवेल का कधी! स्वामी विवेकानंदांचे मन त्याही परिस्थितीत गंभीर विषयांवर आणि त्यानुषंगिक विचारांवर अगदी सखोल जाऊन वारंवार एकाग्रता साधत असे. शरीराने खंगत चालले म्हणून काय झाले? त्यांचे मन तरी खंबीर, कार्यप्रवण, तल्लख व तेज:पुंज होतेच की नेहमीसारखे! एकवेळ पर्वत हालवणे त्या मानाने सोपे जाईल पण ज्या मनाने आख्ख्या जगाला धडे दिले त्याला काबूत ठेवताच येणार नाही जन्मजन्मांतरी! आपल्याला आश्चर्य वाटेलत्या आजारी अवस्थेतही स्वामीजींनी किरकोळ शिकवण्या तर घेतल्याच पण त्याजबरोबर भारत, इंग्लंड व अमेरिका येथे चालू असलेल्या मिशनच्या कामातील प्रगतीची अद्ययावत माहितीही करून घेतली. आपल्या जनसामान्यांबद्दल बोलणे न बरे. स्वामींच्या मठातील निरंतर उपस्थितीचा लाभ घेण्यासाठी, त्यांचे आशीर्वाद मिळवण्यासाठी लोकांच्या झुंडीच्या झुंडी बेलूर मठाची वाट धरतच होत्या.

साधारणपणे, त्याच सुमारास १९०१च्या डिसेंबरात भारतीय राष्ट्रीय काँग्रेस पक्षाचे वार्षिक अधिवेशन कलकत्त्यात भरले होते. त्याला उपस्थित राहणाऱ्या देशाच्या कानाकोपऱ्यातून येणाऱ्या अनेक प्रतिनिधींच्या मनात स्वामी विवेकानंदां- विषयी पूज्यभाव वसत होता. ते त्यांना 'आधुनिक भारताचा देशाभिमानी संत' मानून त्यांच्याबद्दल आदर व्यक्त करत. साहजिकच, अनेकजण बेलूर मठाला भेट देऊन त्यांना वंदन करण्याची संधी घेत. काहीजण तर जवळजवळ दररोज दुपारी नित्यनेमाने त्यांचे दर्शन घेत. अशी माणसे भेटायला आली की स्वामीजींना स्फुरण नाही आले तर नवलच! तेही त्यांचे आगतस्वागत उत्तम करून त्यांना विविध सामाजिक, राजकीय व धार्मिक विषयांचे ज्ञान करून देत. त्या पक्ष प्रतिनिधींच्या डोक्यात

वेगळाच प्रकाश पाडत. कित्येकदा त्या बैठका म्हणजेच खुद्द अधिवेशन असे समीकरण तयार होत असे. एक प्रतिनिधी तर हातचे काहीही राखून न ठेवता बोलून गेला- ''आमचे भाग्य म्हणून आम्ही स्वामीजींबरोबर चर्चा करू शकलो. अधिवेशनाची खरी सत्रे येथेच भरत होती. काँग्रेसच्या अधिवेशनातील प्रत्यक्ष सत्रांत आमच्या कानांवर जे काही पडत होते त्यापेक्षा कितीतरी पटीने सरस, उत्कृष्ट आणि अधिक हितकारी असे पुष्कळच स्वामी विवेकानंदांच्या मुखातून ऐकायला मिळाले. आम्ही धन्य झालो!'' काँग्रेस नेत्यांपैकी दोघांनी बेलूर मठाला भेट दिली. एक होते बाळ गंगाधर टिळक आणि दुसरे होते त्याकाळचे मोहनदास करमचंद गांधी आणि नंतरचे राष्ट्रपिता महात्मा गांधी! स्वामीजींना भेटण्यात टिळकांना यश आले. गांधींना मात्र ते लाभले नाही. कारण, गांधीजी मठात आले तेव्हा नेमके स्वामीजी मठात नव्हते.

त्या काळी, भारतात एक सामाजिक पेचप्रसंग निर्माण झाला होता. समाजातील खालच्या वर्गातील, गरीब, दीनदुबळे लोक हिंदू धर्माचा त्याग करून ख्रिश्चन धर्माचा स्वीकार करत होते. स्वामीजींच्या तीक्ष्ण दृष्टीला ती दु:स्थिती जाणवली. त्या परिस्थितीची, त्या धर्मांतराच्या प्रवृत्तीमागची कारणे त्यांना शोधली. ते म्हणाले –

''ही सामान्य माणसे राष्ट्राचा कणा आहेत. ती कष्ट करतात, घाम गाळतात तेव्हा आपल्याला अन्न मिळते. त्यांच्याबद्दल सहानुभूती बाळगणारा, त्यांच्या सुखदु:खात सहभागी होणारा असा एखादा माणूस या देशात आहे का कोठे? जरा आजूबाजूला बघा. हिंदूंकडून सहानुभूती मिळत नाही म्हणून, मद्रास प्रांतातले हजारो गोरगरीब, खालच्या जातीतील लोक धर्मांतर करून ख्रिश्चन होत आहेत! केवळ त्यांच्या पोटात पेटत असलेला भुकेचा वणवा त्यांना त्यासाठी प्रवृत्त करतो असा विचार करू नका. त्यांना तुमची सहानुभूती मिळत नाही म्हणून तसे घडते. या देशात बंधुभाव किंवा धर्माची जाणीव उरलेली आहे की नाही? आता फक्त 'त्यांना स्पर्श करू नका' वाद उरलाय! अशा सगळ्या वृत्तींना लाथ घालून हाकलून काढा... माझ्यात असलेले ब्रह्म, माझ्यात असलेली शक्ती त्यांच्यातही आहे हे मला सूर्यप्रकाशाइतके स्पष्ट दिसते. फरक फक्त त्यांच्या प्रकटीकरणात आहे इतकेच. या जगाच्या संपूर्ण इतिहासात तुम्ही असा एखादा देश कधी पाहिलात, ज्याच्या संपूर्ण शरीरातून, धमन्यांतून राष्ट्रीयतेच्या भावनेचा मुक्त प्रवाह वाहिल्या-शिवाय त्याचा उत्कर्ष झाला असा? शरीरातील एखादा अवयव जरी लुळा पडला आणि त्याचवेळी इतर सर्व अवयव काम देत असूनही, त्या शरीराकडून विशेष काही घडू शकत नाही – ध्यानात असू द्या...''

त्यानंतर ते आणखी म्हणाले – ''इतकी वर्षे घोर तपस्या केल्यानंतर मला एक सत्य सापडलेले आहे आणि माझ्या मते, तेच सर्वोच्च आहे – प्रत्येक प्राणिमात्रात परमेश्वर उपस्थित आहे. तोच खरा देव. त्याच्याखेरीज दुसरा तिसरा कोणीच

अस्तित्वात नाही. आणि म्हणूनच जो सर्व प्राणिमात्रांची सेवा करतो त्याच्याच हातून खऱ्या अर्थाने ईश्वराची सेवा घडते.''

मठातून इकडेतिकडे फिरत असताना विवेकानंद संन्याशाची निरनिराळी वस्त्रे, कपडे घालत. त्याचप्रमाणे बसून राहण्याच्या त्यांच्या आवडत्या जागाही ठरलेल्या असत. त्यापैकी एक होती मठाच्या इमारतीच्या वरच्या मजल्यावरचा व्हरांडा. तिथे बसले की दक्षिणेश्वर मंदिराच्या घुमटांवर नजर फिरवता येत होती. दुसरी जागा होती गंगा नदीच्या बाजूला असलेले एक बेलाचे झाड. आज त्याच्या एका बाजूलाच त्यांचे स्मृतिमंदिर उभे आहे. तिसरे आवडते ठिकाण म्हणजे श्री रामकृष्ण मंदिर व मठाची इमारत यांच्या मध्ये असलेल्या अंगणातले आंब्याचे झाड. या दोन्ही बेल व आंबा या झाडांखालच्या कट्ट्यावर बसून राहणे स्वामी विवेकानंदांना खूप आवडत होते. स्वामीजींची खोली मठाच्या पहिल्या मजल्यावरच्या आग्नेय कोपऱ्यात होती. खोली तशी प्रशस्तच होती. स्वामी तिचा वापर राहण्यासाठी व अभ्यासिका म्हणूनही करत असत. आजही मठाने तिचे जतन, तिची टापटीप, तिथले फर्निचर, इतर साहित्य, स्वामींच्या पाश्चात्य शिष्यांनी त्यांना वेळोवेळी दिलेल्या भेटवस्तू, त्यांची वस्त्रे सगळे व्यवस्थित, जसेच्या तसे, मांडून ठेवलेले आहे. मोठ्या भक्तिभावाने तिची देखभाल आजही होत असते. त्याच खोलीतून स्वामीजींचा आत्मा त्यांच्या देहाच्या कुडीतून बाहेर पडला. ४ जुलै १९०२या तारखेला! खोलीच्या भिंतीवर लटकत असलेल्या दिनदर्शिकेत आजही ती तारीख आपल्याला पाहायला मिळते. त्यावरूनही मठाचे व्यवस्थापन खोलीच्या एकूण स्वरूपाबद्दल किती जागरूक आहे याची कल्पना येऊ शकते.

स्वामी विवेकानंदांना प्राणी पाळणे, त्यांचे लालनपालन करणेही खूपच प्रिय होते. त्यांच्याकडे त्या मानाने बरेच पाळीव प्राणी होते. ते स्वत: त्यांची देखभाल करत. पाळलेल्या शेळ्यांची धार काढणे, रोज सकाळी त्यांना चारा घालणे वगैरे कामे करण्याची त्यांना हौस होती. मठातल्या गायी, मेंढ्या, बदके, शिंगाचे हरीण यांच्याकडेही त्यांचे बारीक लक्ष असे. त्यापैकी, त्यांना ज्यांचा फार मोठा लळा लागला होता ते कुत्र्याचे पिल्लू आणि बकरीचे कोकरू त्यांच्या आसपास दौडत, बागडत. कुत्र्याचे नाव होते वाघ्या! तो कुत्रा तर मठातील सर्व धार्मिक कार्यक्रमांतही पुढेपुढे असायचा. वाघ्या सगळ्यांचा प्यारा होता. इतका प्यारा की स्वामीजी गेल्यानंतर तोही गेला. त्याचे दफन मठाच्या प्रांगणात, गंगेच्या काठावर करायला संन्याशांची अनुमती मिळाली. आजही त्याच्या दफन-स्थळी असलेला एक वीटांचा ढीग आपले लक्ष वेधून घेतो. स्वामी विवेकानंदांचा स्वभाव खूपच मनमोकळा व खेळकर होता. त्यांच्याकडे आढ्यता, आकडूपणा बिलकूल नव्हता. आपल्या गुरुबंधूंत मिळून मिसळून राहण्यात त्यांना आनंद वाटत असे. त्यांच्या सुरात सूर

मिसळून गाणे, त्यांच्याशी थट्टा विनोद, मौजमजा, गम्मतीजम्मती करणे, त्यांच्या अडचणी निवारण्यासाठी मदत करणे आणि उत्सव-समारंभात त्यांना नीट मार्गदर्शन करणे वगैरे गोष्टी ते अगदी सहजसुंदर पद्धतीने करत. स्वामीजी मठात असले की सर्वत्र उत्साहच उत्साह, कामच काम, आध्यात्मिक औत्सुक्य आणि कडक प्रशिक्षण यांची धामधूम चालायची. थोडक्यात, स्वामी विवेकानंद बेलूर मठातील सर्व कार्यक्रमांचा प्रखर केन्द्रबिंदूच होते.

इतके असूनही अलीकडे स्वामींची प्रकृती मात्र त्यांची वैरीण ठरत होती. सुधारण्याऐवजी ती बिघडतच निघाली दिवसेदिवस. ऑगस्ट महिन्यात ते काही दिवसांसाठी दार्जिलिंगलाही जाऊन आले. पण दार्जिलिंगच्या थंड हवेने प्रकृती सुधारण्याऐवजी अधिक बिघडली. त्यांचा अस्थमा बळावला. छाती भरून येत धाप भरपूर लागली. ते लगेच कलकत्त्याला परतले. पण तरीही ती उबळ कमी झालीच नाही. जसजसे दिवस पुढे सरकले तसतशी त्यांची प्रकृती खालावतच गेली. आणि आता तर त्यांना सर्वसामान्य जलोदराची बाधा झाली, पायाला सूज येऊ लागल्यामुळे चालणेही अवघड जाऊ लागले. त्यांचे शरिर तर खूपच संवेदनशील बनले. झोप गुंगारा देऊ लागली. एकूणच, स्वामीजी प्रकृतिस्वास्थ्याच्या बाजूने पार सतावून गेले आणि तरीही त्यांच्या चित्तवृत्ती सदैव प्रफुल्लित राहिल्या. त्यामुळे अजूनही ते लोकांच्या भेटी पूर्वीच्याच उत्साहाने घेत राहिले. आता सगळे ईश्वराच्या इच्छेच्या आधीन करून ते मोकळे झाले होते. त्या कर्मयोग्याला फक्त एकच आस लागलेली होती. सतत कामात गुंतून घेऊन ते पुढे नेण्याची.

मिस मॅक्लिऑड यांच्या जपान-भेटीमागे एक उद्देश होता. इतर कामांबरोबरच तेथे एखादे केन्द्र निर्माण करून स्वामी विवेकानंदांना अभिप्रेत असणारे कार्य तेथे चालवता येईल का याची चाचपणी त्या करणार होत्या. त्या आधी, स्वामीजींनी त्यांना आश्वासनही देऊन ठेवलेले होते आवश्यकता भासल्यास ते स्वत: जपानला भेट देतील. मिस मॅक्लिऑड यांचे एक जपानी स्नेही, मि. ओकाकुरा, यांनी तर स्वामीजींना प्रवास खर्चासाठी लागणाऱ्या रुपये तीनशेचा चेकही पाठवला होता. पण त्यांच्या प्रकृतीच्या अनिश्चिततेने तशा एखाद्या लांब मुदतीच्या सफरीवर जाण्याचे धाडस करण्यापासून त्यांना परावृत्त केले.

जुलै व ऑगस्ट महिन्यांत शरीराला बऱ्यापैकी आराम दिल्यानंतर सप्टेंबर महिन्यात स्वामीजींना आपण किंचित बरे आहोत असे वाटले. त्या वर्षीचे धार्मिक सण त्यांनी पूर्ण परंपरागत पद्धतीने पाळले. त्याचा प्रत्यय दुर्गा पूजेच्या काळात आला. दुर्गामातेच्या पूजाविधीत कोणतीही त्रुटी राहू नये यासाठी त्यांनी रघुनंदन यांच्या 'अठ्ठावीस तथ्ये' या पुस्तकाची प्रत मागवून घेतली आणि त्यात निर्दिष्ट केलेले सर्व उपचार व विधी अगदी काटेकोरपणे अंमलात आणून पूजापाठ केले.

श्री शारदा माँ स्वत: पूजेला उपस्थित राहिल्या. या खेपेला, प्रथमच श्री दुर्गा मातेची मूर्ती मठात बसवण्यात येऊन संपूर्ण नवरात्र-उत्सव भव्य प्रमाणात साजरा करण्यात आला. धर्मशास्त्रांधारे केलेली दुर्गदेवी व इतरांची पूजा, साजरा केलेला विधियुक्त उत्सव याचा एक फायदा झाला. सनातनी, पुराणमतवादी हिंदूंच्या मनात मठाविषयी असलेले गैरसमज दूर होण्यास मदत झाली.

सनातन्यांचे, उत्सवाचे, दुर्गापूजेचे ठीक झाले पण खुद्द स्वामीजींचे काय! पुढाकार, परिश्रम घेऊन पार पडलेल्या त्या उत्सवाच्या काळातही स्वामींच्या अंगात ताप होताच. त्या तापाची पर्वा न करता त्यांनी ते सगळे केले होते. साहजिकच उत्सव संपला आणि त्यांचे स्वास्थ्य पुरते बिघडले, अगदी टोकाला गेले. सगळे हवालदिल होऊन गेले. शेवटी, डॉ. सॉडर्स या कलकत्त्याच्या एका नामांकित डॉक्टरांना बोलावून घेण्याशिवाय गत्यंतर उरलेच नाही. त्यांनी प्रकृती तपासून झाल्यानंतर सांगितले, ''आता पूर्ण विश्रांती-शारीरिक आणि बौद्धिकही!'' डॉक्टरांचे ते फर्मान ऐकताच स्वामीजी दु:खीकष्टी झाले. सतत या ना त्या व्यापात स्वत:ला गुंतून ठेवण्याची उत्सुकता त्यांना लागून राहिलेली होती. त्यात डॉक्टरमहाशयांनी घातला खोडा. अगदी नकोसे झाले सगळे. त्यामुळे किंचित बरे वाटल्याचा अवकाश ते लागलेच कामाला. कोणते ना कोणते शारीरिक काम त्यांना चालत होते. त्यातल्या त्यात बागकाम अधिक, आवडीचे

स्वामीजींच्या या पुन:पुन्हा उद्भवणाऱ्या व्याधींचा विचार करत असताना त्यांच्या मातोश्री भुवनेश्वरी देवींना त्यांनी कधीकाळी केलेल्या एका नवसाची आठवण झाली. कालीघाटच्या कालीमंदिरात जाऊन माता कालीची महापूजा घालण्याचे त्यांनी ठरवले. त्याप्रमाणे त्यांनी चिरजीवांना, स्वामी विवेकानंदांना तसा निरोप पाठवून त्यासाठी कालीघाटावर येण्याची विनंती केली. तसे पाहायला गेले तर स्वामीजी अद्यापही आजारीच होते आणि तरीही मातोश्रींच्या इच्छेपुढे त्यांनी मान तुकवलीच. स्वामीजींमधला मातृभक्त जागा झाला होता त्या क्षणी. पुढचा मागचा कसलाही विचार न करता आईची इच्छा प्रमाण मानून ते कालीघाटाकडे गेले, कालीघाट मंदिरासमोर वाहणाऱ्या आदि गंगेत बुडी मारली, ओलेत्यानीच मंदिरात गेले, आईच्या आज्ञेनुसार देवीसमोर तीनदा लोळण घेतली, तिची आळवणी केली, प्रार्थना म्हटली, होमहवन केले आणि मंदिराला प्रदक्षिणाही घातल्या. वास्तविक ते स्वत: मनाने अद्वैतवादी असूनही, थोर शंकराचार्यां-प्रमाणेच, त्यांनाही देवत्वाठायी अशा प्रकारच्या व्यक्तिगत आचरणाबद्दल कळ-कळीचा भक्तिभाव वाटत होता.

शरदात येणारे सण व्यवस्थित पार पडले. पण मठातील लोकांवर पडलेली, स्वामींच्या खालावत चाललेल्या प्रकृतीच्या संदर्भातील, नैराश्याची छाया मात्र दाटतच चालली. त्यात भर पडण्यासारखी आणखी एक चिंता निर्माण झाली.

स्वामीजींचा उजवा डोळाही निकामी व्हायला आरंभ झाला. गेली जवळजवळ तीन वर्षे त्यांच्या लघवीमध्ये अल्बुमिन आढळले होते. त्याचाही परिणाम त्यांच्या प्रकृतीवर झाला. डॉक्टरांनी त्यांना पुढचे तीन महिने बिछान्यावर पडून राहण्याचा सल्ला दिला. पण स्वामीजींना असे सक्तीने बिछान्याला खिळवून ठेवणे कोणालाही क्वचितच जमणारे होते.

डिसेंबर महिन्यापासूनच स्वामीजींच्या विदेशी शिष्यांनी आपल्या आजारी गुरुदेवांच्या प्रकृतीची विचारपूस करण्यासाठी कलकत्त्याला येण्यास सुरुवात केली. डिसेंबरच्या ९ तारखेला मिसेस सेविअर इंग्लंडहून कलकत्त्याला परत आल्या. मिस जोसेफाईन मॅक्लिऑड आणि त्यांचे जपानी स्नेही मि. ओकाकुरा व मि. होरी यांनी डिसेंबर सातला जपान सोडले. ती तिघे कलकत्त्याला ६ जानेवारी १९०२ला पोचली. मि. ओकाकुरा काबुझो पुरातन मंदिरांच्या जीर्णोद्धार समितीचे प्रमुख होते, त्याशिवाय टोकियो स्कूल ऑफ आर्टच्या संस्थापकांपैकी एक होते. मि. होरी एक उत्साही बौद्ध धर्मोपदेशक होते. त्या दोघांच्या भारतभेटीचा एक उद्देश होता जपानमध्ये आयोजित करण्यात येणाऱ्या प्रस्तावित धर्मपरिषदेचे निमंत्रण स्वामी विवेकानंदांना समक्ष देऊन त्यांना उपस्थित राहाण्याची विनंती करणे. स्वामी विवेकानंदांनी पाहुण्यांचे हार्दिक स्वागत केले. मि. ओकाकुरांना उद्देशून ते म्हणाले- ''आपण दोघे भाऊभाऊच आहोत. पृथ्वीच्या टोकांना राहणारे. आज पुन्हा एकदा आपली भेट होत आहे.'' मि. होरींबद्दल बोलताना म्हणाले – ''एक उत्कृष्ट संन्यासी बनण्याची पात्रता त्यांच्या अंगी आहे!'' मि. होरी भारतात संस्कृत व इंग्लिश शिकण्यासाठी तर मि. ओकाकुरा 'जपानी संस्कृती व कला यांच्या मातृभूमीला' भेट देण्यासाठी आले होते. त्याशिवाय, मि. ओकाकुरांचे आणखी एक काम होते. बुद्ध गयाच्या महाबोधी मंदिराच्या व्यवस्थापनावर नियंत्रण मिळवणे आणि मंदिराला भेट देणाऱ्या जपानी यात्रेकरूंसाठी बांधण्यात येणाऱ्या विश्रामगृहासाठी मंदिरालगतच एखादा जमिनीचा तुकडा संपादन करणे यांचा त्यात समावेश होता.

प्रकृती किंचित पूर्वपदावर येताच विवेकानंदांनी वाराणशीची यात्रा करण्याचा बेत केला. वाराणशीची कोरडी हवा त्यांच्या प्रकृतीत सुधारणा घडवून आणेल अशी अपेक्षा होती. त्यामुळे वाराणशीला जाताना बुद्ध गयेपर्यंत आपल्यालाही बरोबर न्यावे ही मि. ओकाकुरांनी केलेली विनंती स्वामींनी मान्य केली. अशा प्रकारे, २७ जानेवारीला स्वामीजींनी बुद्धगया व वाराणशी या पवित्र धर्मस्थळांचा शेवटचा प्रवास करण्यासाठी कलकत्त्याहून प्रयाण केले. हा योगायोग किती विलक्षण आणि समर्पक होता पहा! बारा वर्षांपूर्वी एक परिव्राजक म्हणून स्वामी संचारासाठी बाहेर पडले होते त्या भ्रमणगाथेची नेमकी सुरुवात बुद्ध गयेपासूनच झालेली होती. तेच पवित्र धर्मस्थळ आताही त्यांच्या शेवटच्या प्रवासाच्या टप्प्यात येत होते. या

प्रवासात त्यांच्या सोबतीला मिस मॅक्लिऑड, मि. ओकाकुरा आणि स्वामीद्वय निर्भयानंद व बोधानंद होते.

बुद्ध गयेत स्वामीजी सुमारे एक आठवडा होते. त्या काळात, ते व त्यांच्या बरोबरचे लोक रोजच्या रोज मंदिरात जात असत. स्वामीजींच्या स्वभावानुसार ते इतरांना आपण पाहत असलेल्या स्थळाचा इतिहास, वास्तुशिल्प वगैरेची माहिती देत. मिस मॅक्लिऑड गयेहून कलकत्त्याला परतल्या. स्वामीजी मात्र पुढे वाराणशीला गेले. त्यांच्या मुक्कामाची व्यवस्था अगोदरच निश्चित केलेली होती. ते शहराच्या अर्दली बाजार भागातील गोपाळकाला व्हिलामध्ये राहणार होते. इतर ठिकाणांप्रमाणेच येथेही स्वामीजी अनेकांच्या आकर्षणाचा केन्द्रबिंदू बनायला वेळ लागलाच नाही. त्यात काही सनातनी पंडितही होते. त्यांच्या प्रकृतीत किंचित सुधारणाही झाली असल्यामुळे ते मंदिरांना भेटी देऊ शकले, दुपारच्या वेळात गंगामाईचे दर्शन वारंवार घेऊ शकले. येथे त्यांना भिंगाचे महाराज, उदय प्रतापसिंग भेटले. त्यांच्याकडून खूप आग्रह झाल्यामुळे व पाठिंब्याचे आश्वासनही मिळाल्यामुळे नंतर स्वामीजींनी तेथे एक आश्रम स्थापन केला. त्याचप्रमाणे, त्यांना 'पुअर मेन्स रिलीफ असोसिएशन' या एका संस्थेची माहिती मिळाली. १९००च्या जून महिन्यात अनेक बंगाली तरुणांनी एकत्र येऊन ती संस्था स्थापन केलेली होती. तिचा उद्देश त्या पवित्र धर्मस्थळात गर्दी करणाऱ्या यात्रिकांना, सुखसोयी पुरवणे हा होता. नंतर संस्थेचे नामांतर होऊन ते 'द रामकृष्ण होम ऑफ सर्विस' असे ठेवण्यात आले. आज त्या संस्थेचा विस्तार व व्याप खूप वाढलेला आहे. आता संस्थेने शहराच्या लुक्साभागात एक नवी प्रशस्त इमारत बांधून तेथे आपले कार्यालय थाटलेले आहे. पुन्हा एकदा तिच्या नावात किंचित बदल करण्यात येऊन ती 'रामकृष्ण मिशन होम ऑफ सर्विस' या नावाने ओळखली जाते. स्वामीजींनी आपल्या मुक्कामात संस्थेच्या सेवाभावी कार्याचे खूप कौतुक केले. त्या छोट्याशा मुक्कामात स्वामी बऱ्याच लोकांना भेटले, वाराणशीच्या विद्वान पंडितांशी त्यांनी चर्चा केल्या आणि काही शिष्यांना अनुग्रहदेखील दिला.

दरम्यान, मिसेस बुल भगिनी निवेदितांबरोबर फेब्रुवारीच्या पहिल्या आठवड्यात कलकत्त्याला आल्या होत्या. स्वामी विवेकानंदांनी त्यांना एक स्वागतपर पत्र लिहिले – 'प्रिय मातोश्री (मिसेस बुल) आणि प्रिय मुली (निवेदिता) पुन्हा एकदा भारतात तुम्हा दोघींचे स्वागत असो!...'' (विशेषतः, भगिनी निवेदितांना उद्देशून लिहिलेला मजकूर अधिक महत्त्वाचा आहे) त्यांनी लिहिले- "तुला माझा सल्लाच हवा असेल किंवा तुझ्या कामात लक्ष घालणारा कोणीतरी तुला हवा असेल तर मी फक्त ब्रह्मानंदाचेच नाव सुचवू इच्छितो. इतर कोणाचेही नाही... 'माता' जो आदेश देईल तसे कर.. माझ्या सर्व शक्ती तुझ्याकडे येतील – स्वतः माता कालीच

तुझे हात व तुझे मन यांचा कबजा घेवो... मी तुझ्याकरता प्रार्थना करतो तुला अशी प्रचंड शक्ती लाभो, जी कोणाच्याही विरोधाला जुमानणार नाही आणि शक्य झाल्यास तिच्याबरोबर तुला असीम शांतीही लाभो... श्री रामकृष्णांच्या वचनात सत्यता असेल तर त्यांनी तुझे बोट धरून तुला मार्गस्थ करावे... जसे त्यांनी मला केले... नव्हे माझिया हजारपटीने करावे...'' भगिनी निवेदिता यांच्यावर स्वामीजींचा फार मोठा विश्वास होता आणि त्यांनी असे जाहीरपणे घोषित केलेले होते... ''जरी मी या जगातून निघून गेलो तरी माझिया माघारी निवेदिता व शशी (स्वामी रामकृष्णानंद) आणि बाकीचे माझा शब्द पाळतील. आपल्या आयुष्याच्या अंतापर्यंत ते ठाकूरांचे (श्री रामकृष्णांचे) काम पुढे चालवतील; त्यांच्यापैकी कोणीही, कोणत्याही परिस्थितीत डळमळणार नाही. माझिया सर्व आशा त्यांच्यावर विसावत आहेत...'' वाराणशीहून भगिनी निवेदितांना लिहिलेल्या शेवटच्या पत्रात त्यांनी व्यक्त केलेली इच्छा होती – ''मला भगवान शिवाच्या या नगरात मरण यावे.'' त्यानंतर, म्हणजे तसे झालेच तर पुढे कायकाय करावे याच्या सूचनाही देऊन ठेवल्या होत्या. पत्राचा शेवट त्यांनी पुढील शब्दांत केला होता – ''माझिया आतापर्यंतच्या कार्यपूर्तीबद्दल मी समाधान पावत आहे. माझे कार्य मी दोघा प्रामाणिक जिवांवर (निवेदिता व स्वामी रामकृष्णानंद) सोपवत आहे... पत्राखाली सही होती. – 'एव्हर युवर्स लव्हिंग फादर!' (तुझा प्रेमळ पिता)

मार्चमध्ये, पुन्हा एकदा स्वामीजींची प्रकृती पार कोसळली. त्यांना सतत बारीक ताप येऊ लागला. एकदा तर ते इतके गंभीर आजारी झाले विचारू नका. त्यांच्या अंगाची लाही झाली. अक्षरशः लाही. त्यांना पाळीपाळीने पंख्याने वारा घालण्यासाठी तीन सेवक रात्रभर त्यांच्याजवळ बसून होते. त्यामुळे जितक्या जलदीने कलकत्त्याला पोचता येईल ती संधी घेऊन ते ११ मार्चच्या अगोदर तीनचार दिवस बेलूरला पोचले. त्या वर्षाची रामकृष्ण जयंती त्या तारखेला येत होती.

वाराणशीहून ते परत आल्यानंतर एक अविस्मरणीय प्रसंग घडला. त्या प्रसंगाने मठवासीयांना स्वामीजींच्या अचाट योगसामर्थ्याची प्रचीती आली. मात्र ती केवळ एक ओझरती झुळूक होती. त्यांच्यासमोर बोलताना स्वामीजींनी चराचरात, सर्व प्राणिमात्रांत सदासर्वदा वास करणाऱ्या सर्वव्यापी ईश्वरी शक्तीच्या अस्तित्वाचे मूर्तिमंत चित्र उभे केले. सर्वजण इतके तल्लीन झाले ते ऐकून प्रत्येकजण समाधीवस्थेतच प्रवेश करता झाला. त्यावेळची त्यांची भावावस्था कित्येक काळ टिकली. त्यांच्यापैकी एक, स्वामी परमानंद, स्नानानंतर मंदिराकडे चालले होते. वाटेतच जवळजवळ पंधरा मिनिटे तरी त्यांची हालचालच थांबली. जागच्या जागीच ते थांबले. जेव्हा स्वामीजींनी त्यांना साद घातली- ''आता जा पूजेला!'' तेव्हा त्यांना जाग आली.

श्री रामकृष्णांच्या जन्मोत्सवाचा एक भाग म्हणून १६ मार्चला सार्वजनिक

समारंभ साजरा करण्यात आला. मात्र, या खेपेला त्या उत्सवावर स्वामीजींच्या बिघडलेल्या, कमालीच्या ढासळलेल्या प्रकृतीची कृष्णछाया पडलेली होती. संपूर्ण मठ चिंताग्रस्त होता. हजारो भाविक, साधक जमलेले होते. त्यांना आशा वाटत होती त्या निमित्ताने स्वामीजींचे दर्शन होईल, त्यांचे शब्द कानांवर पडतील. पण त्यांच्या पदरी घोर निराशाच आली. स्वामीजींची प्रकृती इतकी क्षीण झालेली होती की, त्यांना जाग्यावरून हालणे अवघड जात होते. त्या अवस्थेतही ते कसेबसे उठले, खोलीच्या खिडकीत गेले, तिच्या लोखंडी गजांचा आधार घेत त्यांनी मठात जमलेल्या गर्दीवर दृष्टिक्षेप टाकला. तोही अगदी थोडा वेळच!

त्यानंतर थोड्याच दिवसांत, २१ मार्च १९०२ला, भगिनी निवेदितांचे व्याख्यान कलकत्त्याच्या क्लासिक थिएटर हॉलमध्ये झाले. विषय होता 'आधुनिक विज्ञानातील हिंदू मन'. त्यांचे ते व्याख्यान अप्रतिम झाले, अतिशय यशस्वीही तितकेच. स्वामीजींना त्याचा वृत्तांत कळला. त्यांना फार मोठे समाधान वाटून त्यांचे मन हलके झाले. मठाजवळून वाहणाऱ्या नदीचे पाणी पात्र भरून वाहू लागताच मठात शिरत होते. त्यामुळे भराव घालणे आवश्यक होते. २९ मार्चला, स्वामींच्या सूचनेवरून त्या कामाला सुरुवात करण्यात आली. महिन्याच्या शेवटी ख्रिस्तिन ग्रीन्स टाइडेल मद्रासला आल्या आणि एप्रिलच्या पहिल्या आठवड्यात जोसेफाईन मॅक्लीऑड कलकत्त्याहून मायावतीला गेल्या. एक महिन्यानंतर भगिनी निवेदिता व ख्रिस्तिन ग्रीन्स टाइडेल या दोघीही तिकडे जाऊन राहिल्या.

वाराणशीहून परतल्यानंतर स्वामीजींची प्रकृती पार विकोपाला गेली. सगळ्या व्याधींनी गंभीर रूप धारण केले. त्यातल्या बऱ्याचशा उलटल्याचे दिसून आले. एकंदर परिस्थिती पाहून संन्यासी गुरुबंधूंनी निर्णय घेतला, आता स्वामीजींना कलकत्त्याच्या सुप्रसिद्ध आयुर्वेद तज्ज्ञांचे कविराज महानंद सेनगुप्तांचे औषध सुरू करायचे. आयुर्वेद उपचार पद्धतीत सर्वात जास्त महत्त्व पथ्यपालनाला असते. आणि नेमके तेच स्वामीजींच्या वाट्याला आले. वैद्य महानंद सेनगुप्तांनी त्यांना सांगितलेले पथ्य खरोखरच कडक होते. आश्चर्य वाटावे इतके कडक - पाणी प्यायचे नाही व मीठ खायचे नाही! म्हणजे जगण्यास जे आवश्यक तेच वर्ज्य करायचे. आहे ना कमाल! पण सगळे उपाय थकले म्हणूनच वैद्यांचे पाय धरले. ठीक आहे म्हणत स्वामीजींनी त्या उपचारांचे कठोर पालन केले. पुरे एकवीस दिवस तोंडात पाण्याचा थेंब घेतला नाही. याला म्हणतात नियमन! शरीरावर मनाचे नियंत्रण ठेवण्याइतकी मानसिक ताकद स्वामीपाशी नक्कीच होती. खरोखरच, दोन महिन्यांहून अधिक काळ घेतलेल्या त्या आयुर्वेदिक औषधोपचरांचा उपयोग अवश्य झाला. स्वामीजींच्या प्रकृतीत लक्षणीय सुधारणा झाली.

ब्रह्मचर्याच्या सामर्थ्यावर स्वामी विवेकानंदांची गाढ श्रद्धा होती. त्यांच्या मते,

ब्रह्मचर्य-पालनाचा परिणाम माणसाच्या स्मरणशक्तीवर उत्तम होतो. आपण जे ऐकतो किंवा वाचतो ते फक्त एकदा जरी झाले तरी पुरते, तेवढ्यावर भागते. आपल्या लक्षात ते पक्के ठसते. इतके पक्के की त्याचा पुनरुच्चार वा पुनर्लेखन करायचे म्हटले तरी अडचण येतच नाही. निदान स्वामीजींपुरते तर ते मान्यच करायला हवे. आपल्या आजारपणात, स्वामींनी एनसायक्लोपीडिया ब्रिटानिका या जगन्मान्य ज्ञानकोशाचे पहिले दहा खंड वाचून संपवले होते. त्या दहा खंडांतील संपूर्ण माहिती त्यांना मुखोद्गत होती.

प्रकृतीच्या कारणास्तव पूर्ण विश्रांती घेण्याचा डॉक्टरांचा सल्ला त्यांनी क्वचितच जुमानला. तीच गत त्यांच्या आवडीच्या अध्यापनाचीही. त्यांच्याकडे जो कोणी तळमळीने काहीतरी घेण्यासाठी आला त्याला त्यांनी मोकळ्या हातांनी कधीही माघारी पाठवले नाही. त्यांच्या मनाला तो विचार शिवलाच नाही कधी. आपल्या आयुष्याच्या शेवटच्या दिवसापर्यंत ते शिकवतच राहिले. धर्मशास्त्रांची सांगोपांग, विवेचक माहिती व ज्ञान करून देणारे असंख्य वर्ग त्यांनी चालवले. बऱ्याच वेळा त्यांचा कल प्रश्नोत्तरांकडे अधिक होता. जिज्ञासूंच्या शंकांचे समाधान व्हावे म्हणून ते आपले सर्व बुद्धिकौशल्य पणाला लावत. आणि म्हणूनच त्यांचे 'शंका समाधाना'चे वर्ग लोकप्रिय झाले. तेथे गुरु-शिष्य संवादांना भरपूर वाव मिळत होता. मठातील ब्रह्मचारी आणि संन्यासी त्यांच्याकडून अध्यात्माचे धडे व सल्ला घेण्यासाठी येत. त्यांचा दिवसातला बहुतांश वेळ पत्रलेखन, वाचन, हिंदू तत्त्वज्ञान आणि भारतीय इतिहास यांच्यावरील टिपणे काढण्यात जात होता. आलेला कंटाळा व शीण घालवण्यासाठी बरेच वेळा ते गायनाचा आधार घेत. त्यांना संगीत शास्त्राचे उत्तम ज्ञान होते. आपल्या गुरुबंधूंबरोबर मौजमजा करण्यातही त्यांना विशेष रस होता. तसे पाहिले तर स्वामी एक कठोर शिस्तप्रिय व्यक्ती होते. मात्र, त्यासाठी पार टोकाला जाणे त्यांना मंजूर नव्हते. मठातील दैनंदिन पूजापाठ पद्धतीत बारीकसारीक गोष्टींचे प्रदर्शन, त्यांच्यावरचा कटाक्ष, तेथील डामडौल त्यांना मान्य नव्हता. आपल्या शिष्यांना ते उपदेश करत – "बाह्य गोष्टींचे स्तोम कमी करा, त्यांचे अवडंबर माजवू नका. त्यापेक्षा तुमच्याजवळचा अधिकाधिक वेळ धर्मशास्त्राभ्यास, ध्यानधारणा, साधना व धार्मिक चर्चा यांच्यासाठी द्या!" ते सारे अंमलात आणण्यासाठी त्यांनी घंटानादाचा आधार घेतला, कार्यक्रमांकडे संन्याशांचे लक्ष वेधून घेण्यासाठी विशिष्ट कार्यक्रमांसाठी विशिष्ट घंटानाद निश्चित करून सर्वांना त्याची कल्पना दिली. त्यांनी पुन्हा पुन्हा हे निदर्शनास आणून दिले की संप्रदायाची शुद्धता टिकवून ठेवायची असेल आणि सामाजिक उद्धाराचे काम प्रत्यक्ष सुरू करण्यापूर्वी आवश्यक असलेला प्राथमिक उत्साह अंगी बाणवायचा असेल तर आपल्या डोळ्यासमोर एक निश्चित ध्येय असले पाहिजे; त्या ध्येयाप्रत पोचण्यासाठी सिद्ध असले पाहिजे; शिस्तीचे

पालन करून घेतलेल्या शपथांचे स्मरण ठेवले पाहिजे; जपजाप्य व ध्यानधारणा व इतर साधना यांच्यासाठी कष्ट उपसले पाहिजेत; आणि शैक्षणिक व सांस्कृतिक कार्यक्रम पुढे चालवले पाहिजेत.

स्वामीजींना जाणीव होऊ लागली. आता आपल्या सार्वजनिक कार्याची इतिश्री झालेली आहे आणि आपल्या गुरुदेवांचा संदेश जगभरात पोचण्याच्या महत्त्वपूर्ण कार्याला योग्य ती चालना मिळालेली आहे. आपल्याला मिळालेल्या जागतिक प्रसिद्धीकडे फारसे लक्ष न देता, स्वामीजी गंगातीरावरच्या मठातील एकांतात व पवित्र वातावरणात शांतपणे, विशेष गाजावाजा न करता, आयुष्य घालवू लागले, ते निरनिराळ्या भूमिकांत – कधी आध्यात्मिक गुरुच्या, कधी शिष्यांच्या, वडिलांच्या व कधी कधी तर शाळेतील शिक्षकाच्याही - वावरताना दिसले. त्यांना भेटायला येणाऱ्या व्यक्तींना तर त्यांच्या ठायी मूर्तिमंत विनम्रता आढळली. आता त्यांनी आपली सर्व शक्ती आणि उत्साह ‘माणूस घडवण्यावर’ केन्द्रित केली. आणि ते देखील स्वतःपासून सुरू केले. लक्षावधी निरक्षर जनसामान्यांना भोगाव्या लागणाऱ्या यातना आणि त्यांची होणारी अवहेलना पाहून त्यांचे अंतःकरण अक्षरशः आक्रंदू लागले; मानवतेबद्दल त्यांना वाटणाऱ्या ममतेच्या प्रकाशात त्यांचा आत्मा प्रकाशमान झाला; आणि त्यांचा जातिवंत स्वदेशाभिमान आणि आत्म-त्यागाची तळमळ यांना थकवा म्हणजे काय हे कधी कळलेच नव्हते. आणि त्या साऱ्या ज्वलंत स्वभाव-दर्शनांतून त्यांनी आपल्या शिष्यांसमोर एक आदर्श उभा केला – साक्षात ईश्वराकडून प्रेरणा घेतलेला एक जीव मानवतेसाठी कसा तिळतिळ तुटतो आणि तिच्या उद्धारासाठी उभा ठाकतो हे स्वतःच्या उदाहरणांनी दाखवून दिले. स्वामी विवेकानंदांनी आयुष्यभर वेदांती तत्त्वज्ञानानुसार आचरण केले, जगाला वेदांत शिकवला. त्या योगे आपले शिष्य, अनुयायी, प्रशंसक, स्नेही आणि संपूर्ण जगाला एक नवा वस्तुपाठ दिला- वेदांताचे शुद्ध चैतन्य आणि त्याचा मार्गदर्शक प्रकाश यांच्या माध्यमांतून चारित्र्यसंवर्धनाचे ध्येय साध्य करता येते.

आपल्या आयुष्याच्या शेवटच्या दोन महिन्यात स्वामी विवेकानंदांनी स्वतःला अशा काही कार्यक्रमांत गुंतवून घेतले की जणू काय त्यांना त्यांच्या मृत्यूची चाहूलच लागली की काय असे वाटावे. त्या गोष्टी म्हणजे पूर्वचिन्हेच ठरावीत.आणि खरोखरच तसेच घडले. पहिली, वाराणशीहून परत आल्यानंतर त्यांनी आपल्या जगभरातील सर्व संन्याशी शिष्यांना पत्रानी कळवले – ‘‘कृपया मला भेटून जा. अगदी थोड्या दिवसांसाठी पण नक्की या!’’ त्या पत्राप्रमाणे काहीजण चटकन आलेही. त्यांना भेटताना ही त्यांची अखेरची भेट आहे याची कल्पना त्यांना आली नाही. आणि ज्या कोणाची ती संधी हुकली त्यांना नंतर खरोखरच वाईट वाटले असेल. ज्या महामानवाच्या आदेशानुसार आपण त्याने सुरू केलेल्या ध्येयवादी

सेवाकार्याला किंवा धर्मकारणाला समर्पणाच्या भावनेने वाहून घेतले त्या आपल्या परमप्रिय नेत्याला भेटण्याच्या शेवटच्या संधीला आपण मुकलो याची हळहळ त्यांना वाटली असेलत्यांना. दुसरी, स्वामी विवेकानंदांनी मठाच्या दैनंदिन कारभारातून आपले लक्ष हळूहळू काढून घ्यायला सुरुवात केली, संबंधितांना सूचना देण्याचे थांबवले. ते सगळे त्यांनी आपसूकच केले. त्यापेक्षा त्यांनी स्वत:ला गाढ चिंतनात व ध्यानात अधिकाधिक गुंतवून घेऊन अनंत अशा चिद्शांतीचा शोध घेत होते. श्री रामकृष्ण एकदा म्हणाले होते ज्या दिवशी नरेनला तो खरा कोण आहे याची जाणीव होईल त्या दिवशी तो स्वत:ला निर्विकल्प समाधीत गाडून घेऊन हा मर्त्यलोक सोडून जाईल. एके दिवशी त्यांच्या एका गुरुबंधूने त्यांना प्रश्न केला – "स्वामीजी, आपण कोण होता हे आपल्याला अजून कळले आहे की नाही?" त्यावेळेस स्वामींनी उत्तर दिले – "होय, मला ते आता कळत आहे!" ते उत्तर ऐकून सर्वजण एकदम गप्प झाले. सगळीकडे गूढ शांतता पसरली.

जून महिन्यातील स्वामींचे ते उल्हसित, आनंदमय रूप, एकूण आविर्भाव, त्यांची पूर्वपदावर येऊ पाहणारी प्रकृती सगळ्या गोष्टी एका परीने फसव्या ठरल्या. त्यांच्या निकटच्या माणसांना त्यांच्या (स्वामी) हेतूपूर्ण कृतींचा बोध नीट झाला नाही. त्यांच्या आणखी काही कृतीही त्याच धर्तींच्या होत्या. एकदा त्यांनी आपल्यासाठी एक बंगाली दिनदर्शिका मागून घेऊन, ती आपल्याजवळ ठेवून घेतली. कोणत्या तरी प्रसंगासाठी ते शुभ मुहूर्ताची वेळ काढून ठेवणार होते. आणि खरेच त्यांनी वेळ निवडलेली होती आपल्या निर्वाणाची! दुसरी कृती म्हणजे भगिनी निवेदिता मायावतीहून परतल्यानंतर स्वामीजींनी त्यांना सुचवले आता यापुढे तू मठात येऊ नकोस. त्यापेक्षा, मीच तुझ्या बागबझार मधल्या घराकडे येत जाईन आणि तुझ्या कामांचा आढावा घेईन, तुझ्या योजनांवर आपण चर्चा करू; त्यामुळे काय होईल तुला, तुझ्या घराला आणि तुझ्या कामांना-सगळ्यांनाच आशीर्वाद देणे मला सोयीचे होईल. शेवटी जूनच्या अखेरीस त्यांनी जाहीर केले- "(माझ्या आयुष्यात) मला घोर तपस्या आणि ध्यान सहजगत्या लाभल्या. आता मी मृत्यूसाठी सिद्ध होत आहे!" याचा अर्थ त्यांनी निजधामी जाण्याचा निर्णय घेतला होता. आता ते निजनामात रंगले होते. स्वये चिद्घन होऊ पाहत होते. त्या दृष्टीने त्यांनी आपल्या गुरुबंधूंना सूचनाही देऊन ठेवल्या. आपल्या मृत्यूनंतर अंत्यविधी कोठे करावा ती जागाही निश्चित केली. बेलूर मठाच्याच मैदानात, गंगामाईच्या काठावर ती जागा होती. आज त्याच जागेवर त्यांचे समाधी मंदिर उभे आहे. त्यांच्या चिरंतनाच्या प्रवासाला केवळ दोनच दिवस उरले होते. भगिनी निवेदिता मठात आल्या होत्या. त्या दिवशी एकादशी होती, उपवास होता. अचानक स्वामीजींनी निवेदिताला फराळासाठी थांबण्याची सूचना केली. 'माझ्या हाताने मी तिला वाढणार...' असा

बेलूर मठातील स्वामी विवेकानंदाचे मंदिर

आग्रह त्यांनी धरला. फराळ झाला. भगिनी निवेदिता हात धुण्यासाठी निघाल्या. तितक्यात, स्वामी झट्दिशी पुढे येऊन म्हणाले- ''थांब, आज मी तुझ्या हातावर पाणी घालणार!'' निवेदिता नको, नको म्हणत असतानाही स्वामींनी त्यांचे बिलकूल ऐकले नाही. निवेदितांनी हातपाय धुतले. लागलीच स्वामींनी जवळचा टॉवेल घेतला आणि त्यांचे हातपाय पुसायला सुरुवात केली. स्वामीजींच्या त्या कृतीचा कुणालाच बोध होईना. भगिनी निवेदिता स्वामी विवेकानंदांना म्हणाल्या – ''स्वामीजी, अहो हे सगळे मी करायला पाहिजे तुमच्यासाठी!'' स्वामीजी शांतपणे, अगदी गंभीर स्वरात म्हणाले – ''अग निवेदिता, तुझ्या लक्षात कसे येत नाही? भगवान येशूने आपल्या शिष्यांच्या पायावर पाणी घातले होते आहे ना ठाऊक!'' आता मात्र कोणाच्याही डोक्यात प्रकाश पडायला हरकत नव्हती- आला, 'शेवटचा दिवस आला जवळ.'

काश्मीरात असताना त्यांनी एकदा जाहीर केले होते – ''जेव्हा मृत्यू माझ्या दिशेने येऊ लागेल तेव्हा सगळ्या उणीवा विकल्प अदृश्य होतील. आता माझ्या मनात ना भय, ना शंका किंवा बाह्य जगाचा विचार! सगळे साक्षित्व संपलेले आहे. आता मी स्वतःला मृत्यूच्या स्वागतात गुंतवून घेत आहे. अरे हो, माझे कार्य हे माझे मर्मस्थान आहे. जेव्हा त्याचा शेवट होत आहे असे मला वाटेल तेव्हा मी पूर्णतः संपलो समजा!'' याचा अर्थ आपल्या अंगीकृत कार्याबद्दल स्वामी विवेकानंदांना वाटणारा जिव्हाळा अतूट होता.

स्वामीजींच्या आयुष्याच्या शेवटच्या दिवसांत त्यांच्याबद्दल दुःख करण्या- सारखे किंवा त्यांच्याविषयी गंभीर विचार करण्यासारखे वेगळे काही उरलेच नव्हते. त्यांच्याकडे कटाक्ष जरी टाकला तरी आपण एका प्रकाशमान जीवात्म्याच्या सान्निध्यात आहोत अशी उत्कट भावना निर्माण होत होती. महासमाधीच्या दिवशी, स्वामीजी सकाळी नेहमीपेक्षा लवकरच उठले. तेथून ते मठातल्या मंदिरात गेले. प्रथम, त्यांनी मंदिराची सगळी दारे आणि खिडक्या झाकून घेतल्या. आता त्यांच्या समोर फक्त त्यांचे गुरुदेव श्री रामकृष्ण आणि माता काली ही दोघेच- अर्थात त्यांच्या प्रतिमा- उपस्थित होती. स्वामीजी त्या दोघात कधी फरक करत नसत. आपले ध्यान संपवल्यानंतर त्यांनी माता कालीचे एक सुंदर गीत गाईले. त्यातून त्यांना त्या एकरूपतेची सूचना मिळत होती. त्यानंतर पुन्हा एकदा ते जवळजवळ तीन तास एकटेच ध्यानस्थ बसून होते. त्या दिवशी त्यांनी आपल्या अलीकडच्या दिनचर्येला फाटा देऊन आपले दुपारचे जेवण खोलीत घेण्याऐवजी ते आपले गुरुबंधू व शिष्यगण यांच्या पंगतीत बसून घेतले. त्यावेळी त्यांनी आपल्या तीन इच्छा बोलून दाखवल्या. दुसऱ्या दिवशी अमावास्या होती, तो शनिवारचा दिवसही होता. त्या शुभमुहूर्तावर मी पूजा करेन म्हणाले. दुसरी इच्छा होती जपानसाठी काहीतरी करायला हवे ही आणि तिसरी आर. सी.दत्त यांची भेट घ्यायची. नंतर, त्यांनी स्वामी शुद्धानंदांना शुक्ल यजुर्वेदातील सुषुम्ना सूर्यरश्मी वरचा एक उतारा वाचायला सांगितले. त्या विशिष्ट लेखकाने त्या संदर्भात लावलेला अर्थ त्यांना पटला नाही. त्यांनी शिष्यांना त्या उताऱ्याचा खरा अर्थ शोधून काढायला सांगितले. नंतर, दुपारी स्वामीजींनी ब्रह्मचाऱ्यांसाठी संस्कृत व्याकरणाचा एक पाठ सलग तीन तास घेतला. त्यानंतर स्वामी प्रेमानंदांना बरोबर घेऊन ते बेलूरच्या बाजारपेठेपर्यंत लांबवर फिरून आले. त्या दरम्यान, त्यांनी इतर गोष्टींबरोबरच, 'आपले लोकभ्रम निपटून काढण्यासाठी' या आधी, स्वत: त्यांनीच पुढे ठेवलेल्या वेदिक महाविद्यालयाच्या स्थापनेच्या प्रस्तावावर विचारविनिमय केला. मठात परतल्यानंतर ते आणखी थोडा वेळ सर्वांशी गप्पागोष्टी करत बसले. संन्याशी समूहाबरोबर झालेले तेच त्यांचे, प्रसंगानुरूपचे, शेवटचे संभाषण!

४ जुलै, १९०२! शुक्रवारचा दिवस. योगायोगाने त्याच दिवशी अमेरिकेला स्वातंत्र्य मिळाले होते. ४ जुलै हा अमेरिकेचा स्वातंत्र्य दिन! त्याच अमेरिकेने स्वामी विवेकानंदांना साऱ्या जगात नाव आणि प्रसिद्धी मिळवून दिलेली होती. त्यांच्या असामान्य व्यक्तित्वाची विजयध्वजा आपल्या हाताने फडकावलेली होती. मावळतीचा सूर्य अस्ताला गेला. स्वामीजी हळूहळू निजनामात रंगू लागले. तिकडे मठाच्या मंदिरात सायंकाळच्या प्रार्थना सुरू झाल्या. स्वामी आपल्या स्वत:च्या खोलीत गेले. गंगामाईकडे तोंड करून ध्यानाला बसले. आपण बोलावल्याशिवाय

४ जुलै १९०२ ला स्वामीजींनी जेथे महासमाधी घेतली ते दालन

कोणीही आत येऊ नये अशी सूचना त्यांनी संन्यासी-सेवकांना देऊन ठेवलेली होती. साधारणपणे, रात्री आठ वाजता त्यांनी त्यांच्यापैकी एकाला हाक मारली. स्वामीजी शांतपणे बिछान्यावर पडून होते. संन्यासी-सेवक आत आला. त्यांच्या जवळ गेला. ते त्याला म्हणाले- "बाळ, खूप गरम व्हायला लागलंय. असं कर. माझ्या डोक्याजवळ बसून पंख्याने वारा घाल!" सेवकाने वारा घालायला सुरुवात केली. जवळजवळ एक तास झाल्यानंतर त्यांच्या हाताला किंचित कंप सुटला. त्यावर त्यांनी एक खोल श्वास घेतला. सुमारे दोन मिनिटे सगळे शांत होते. पुन्हा एकदा स्वामींनी तसाच आणखी एक खोल श्वास घेतला. आता त्यांनी डोळे उघडले आणि भुवयांच्या मध्यभागावर नजर स्थिर केली, एकाग्र केली. त्यांच्या चेहऱ्यावर दिव्य भाव पसरलेला दिसला. त्यातून हेच व्यक्त झाले- सारे संपले होते! घड्याळ रात्रीचे नऊ वाजून दहा मिनिटांची वेळ दाखवत होते. स्वामी प्रेमानंद व स्वामी निश्चयानंद खोलीकडे धावले. त्यांनी गुरुदेव श्री रामकृष्णांचा घोष करून त्या योगे त्यांची हरपलेली शुद्ध परत आणण्याचा प्रयत्न केला. एव्हांना इतर गुरुबंधूंनीही खोलीत गर्दी केलीच होती. जयघोषाचा उपयोग होत नाही असे दिसताच स्वामी अद्वैतानंदांनी स्वामी बोधानंदांना स्वामीजींची नाडी तरी चालू आहेना हे बघायला सांगितले. नाडी लागेना म्हणताच बोधानंदांनी आक्रोश केला. लगेच स्वामी अद्वैतानंदांनी स्वामी निर्भयानंदांना बारानगरला पाठवले. डॉ. महेन्द्रनाथ मुझुमदारांना बरोबर घेऊन येण्यासाठी. आणखी एक स्वामी कलकत्त्याला गेले. स्वामी ब्रह्मानंद व स्वामी शारदानंद यांना

सद्य:स्थितीची कल्पना देण्यासाठी.

रात्री साडेदहा वाजता डॉ. मुझुमदार आले. त्यांनी स्वामीजींवर कृत्रिम श्वासो-च्छ्वासाचा प्रयोग करून त्यांना शुद्धीवर आणण्याचा प्रयत्न करून पाहिला. पण कशाचाच उपयोग झाला नाही. मध्यरात्र झाली. डॉक्टर मुझुमदारांनी जाहीर केले – ''आपले पूज्य स्वामीजी आपल्यामधून निघून गेलेले आहेत...!'' त्यांच्या मते, स्वामीजींची हृदयक्रिया बंद पडल्यामुळे त्यांचे निधन झाले असावे. दुसऱ्या दिवशी सकाळी कलकत्त्याचे डॉ. बिपीन बिहारी घोष आले. त्यांनी निदान केले. मृत्यू मेंदूतील रक्तस्रावामुळे आला असावा. तेथे आलेल्या इतर डॉक्टरांनी एकंदर लक्षणे ऐकून घेतल्यावर त्या दोन्ही तर्कांना छेद दिला. डॉक्टरांची डोकी कोणत्या का वळणाने जावोत मठातील संन्यासी मात्र जाणून होते की स्वामी विवेकानंदांनी आपल्या लौकिक देहाचा त्याग स्वत:च्या इच्छेने करून महासमाधी घेतली होती.

सकाळी भगिनी निवेदिता मठात आल्या. आपल्या गुरुदेवांच्या मृतदेहापाशी त्या दुपारी दोनपर्यंत बसून होत्या. स्वामीजींना पंख्याने वारा घालत. दोन वाजता मृतदेह खाली द्वारमंडपात नेण्यात आला. तेथे आरती करण्यात आली. त्यानंतर ज्या विशिष्ट जागेवर आपले अंत्यविधी, दहन वगैरे करण्यात यावे असे स्वत: स्वामींनीच निश्चित केलेले होते तेथे सर्व अंत्यसंस्कार पूर्ण करून स्वामीजींची चिता प्रज्वलित करण्यात आली.

स्वामी विवेकानंद आपल्या वयाची एकोणचाळीस वर्षे पाच महिने व बावीस दिवस पूर्ण करून या इहलोकातून परलोकात निघून गेले. आपल्याच तोंडून वर्तवलेली, पुन्हापुन्हा उच्चारण केलेली, भविष्यवाणी –''मी चाळीस वर्षांपिक्षा जास्त दिवस जगणारच नाही...!'' त्यांनी खरी करून दाखवली. स्वामीजींच्या देहावसानाचा मठातील संन्याशांना बसलेला धक्का जबरदस्त होता. त्यांची बोलतीच बंद झाली. संपूर्ण मठ खिन्नतेच्या गडद छायेखाली, मूक मनाने वावरत होता. ती दु:खद बातमी देणारे तारायंत्री संदेश मिशनच्या देशातील व देशाबाहेरील केन्द्रांना पाठवण्यात आले. कलकत्त्यात तर ही बातमी वणव्यासारखी पसरली. हजारोंची पाऊले मठाच्या दिशेला वळली. कोणी नावा केल्या, कोणी रस्ते धरले. प्रत्येकाला स्वामींचे अंत्यदर्शन घेऊन त्यांना आदरांजली वाहायची तळमळ लागून राहिलेली होती. अगदी कालपरवापर्यंत ज्या खोलीत स्वामीजींच्या घनगंभीर प्रवचनांचा आणि खळखळत्या हास्याचा नाद घुमला होता त्याच खोलीत स्वामी विवेकानंदांचा निश्चेष्ट देह चिरनिद्रेत विसावला होता. सर्वत्र शोकच शोक, दु:खच दु:ख! गुरुदेव श्री रामकृष्णांच्या निधनानंतर आज प्रथमच अशी शोककळा पसरलेली होती. मठवासी त्या शोक सागरात पार बुडून गेले होते. त्या वेळी श्री रामकृष्णांनी आपल्या मागे त्यांचा लाडका नरेन तरी ठेवला होता त्यांचा सांभाळ करायला. पण आता कोण

करणार तो सांभाळ! आज खऱ्या अर्थाने ते सारे पोरके झाले होते. त्या पोरकेपणाची जाणीव त्यांचे अंत:करण अक्षरश: कुरतडून टाकत होती.

स्वामीजींचा निर्जीव देह द्वारमंडपात आणल्यानंतर तो एका पलंगावर ठेवण्यात आला. देहावर संन्याशाची भगवी वस्त्रे गुंडाळलेली होती. निरांजनांच्या वाती पेटवण्यात आल्या, मंत्रपठण सुरू झाले, घंटा घणघणू लागल्या, शंख फुंकण्यात आले, उदबत्त्या-धूप वगैरे जाळण्यात आले. आपल्या गुरुदेवांच्या चरणयुगुलांवर मस्तक ठेवून शिष्यांनी शेवटचे वंदन केले. इतरांनी स्वामीजींना साष्टांग नमस्कार केला. त्यानंतर अंत्ययात्रा निघाली. गुरुबंधू, शिष्य आणि इतर शोकसंतप्त जनसमूह यांनी जयघोष सुरू केला- 'जय श्री गुरु महाराजजी की जय, जय श्री स्वामीजी महाराज की जय...!' स्वत: स्वामीजींनी आधीच ठरवून ठेवलेल्या जागेवर चिता रचण्यात आली. संन्याशी व शिष्यांनी स्वामीजींचा देह चितेवर ठेवला. संन्याशी व इतर अनेकांनी अग्नी दिला. काही क्षणांतच सगळीकडे प्रकाशच प्रकाश पडला. स्वामीजींचा देह भस्मीभूत होईपर्यंत जिकडे तिकडे प्रगाढ शांतताच शांतता. दुसऱ्या दिवशी, संन्याशांनी स्वामीजींच्या पवित्र अस्थी गोळा केल्या. त्यातील काही आज स्वामीजींच्या पवित्र स्मृतींना समर्पित केलेले मंदिर जेथे उभे आहे नेमक्या त्याच जागेवर ठेवण्यात आल्या आणि उरलेल्या अस्थी एका ताम्र कलशात घालून तो कलश मठाच्या मुख्य मंदिरात भगवान श्री रामकृष्णांच्या उच्चासनाजवळ ठेवण्यात आला.

प्रा. रोमा रोलाँनी स्वामी विवेकानंदांचे वर्णन 'विश्वात्म्याच्या वाद्यवृंदाने सादर केलेले उत्कृष्ट संगीत' या शब्दात केले होते. आज त्या सुरेल संगीताचे स्वर अनंतात विरले. मठ 'आक्रोश व आराधना' यात गढून गेला. सगळीकडच्या वातावरणात एक प्रचंड पोकळी निर्माण झाली. पण लवकरच सारे पूर्वपदावर आले. संन्याशांची परमेश्वरावरची श्रद्धा अतूट असल्यामुळे त्यांचे भान परत आले. विशेष म्हणजे त्यांच्या कानांत खुद्द स्वामीजींचीच वाणी घुमू लागली. स्वामीजींचे ते प्रेरणादायी शब्द त्यांना आठवले – "कधी काळी मला स्वत:लाच या देहातून बाहेर पडणेच उत्तम असे जाणवू लागेल – एखादे जीर्ण वस्त्र आपण फेकून देतो ना तसे! पण तरीही मी माझे काम थांबवणार नाही! जोपर्यंत आपण ईश्वराशी एकरूप झालो आहोत याची जाणीव जगाला होत नाही तोपर्यंत मी जगाच्या पाठीवरच्या प्रत्येक माणसाला प्रेरित करण्याचे काम चालूच ठेवेन!''

दिव्य दृष्टी व साक्षात्कार अविनाशी आहेत. अंतिम सत्याचा एक अंश असल्यामुळे त्यांना अमरत्व प्राप्त झालेले आहे. श्री रामकृष्ण-विवेकानंदांनी सनातन धर्माच्या ज्योती नव्याने प्रज्वलित केलेल्या आहेत. ती द्वयी म्हणजे साक्षात माता कालीचीच रूपे आहेत. श्री रामकृष्ण-विवेकानंद साक्षात ब्रह्मसूर्यच आहेत. त्या

सूर्यदेवांनी अंध:कार व अज्ञान या अभ्रांना पार पिटाळून लावत संपूर्ण जगाला स्वर्गीय तेजाच्या प्रकाशाने न्हाऊ घातलेले आहे. भगवान श्री रामकृष्ण परमहंस व स्वामी विवेकानंद यांना 'मानव' म्हणता येणार नाही. ती दोघे तेजस्वी चैतन्य-रूपेच होती; एका नव्या धर्मतत्त्वाचे संस्थापक व प्रेषित होते; खऱ्या अर्थाने अवतारी पुरुष व भगवंताचे अंतरंग शिष्य 'ईश्वरकोटी' होते.

www.ingramcontent.com/pod-product-compliance
Lightning Source LLC
LaVergne TN
LVHW020728200726
843506LV00009B/667